యండమూరి వీరేంద్రనాథ్

ప్రార్థన

నవసాహితి బుక్ హౌస్

ఏలూరు రోడ్ ● విజయవాడ-520 002.

PRARTHANA

By :
YANDAMOORI VEERENDRANATH
36, U.B.I. Colony,
Road No. 3, Banjara Hills,
HYDERABAD - 500 034.
Ph : 924 650 2662
yandamoori@hotmail.com
yandamoori.com

SARASWATHI VIDYA PEETAM,
Kakinada - Samalkot Road,
MADHAVAPATNAM,
E.G. Dist. (A.P.)

14th Edition : **May' 2021**

Publishers :
NAVASAHITHI BOOK HOUSE
Eluru Road, Near Ramamandiram,
Vijayawada - 520 002.
Ph : 0866 - 2432 885
navasahithiravi@gmail.com

D.T.P. :
Praveena Graphics
Vijayawada-2.

Printers :
Nagendra Enterprises
Vijayawada-3, Ph : 2575115.

Price :
- 120/-

యండమూరి వీరేంద్రనాథ్

మనోవైజ్ఞానిక రచనలు

తప్పక చదవండి ...! చదివించండి...!!

- ★ ప్రేమ ఒక కళ
- ★ లోయ నుంచి శిఖరానికి
- ★ ఇడ్లీ - ఆర్కిడ్ - ఆకాశం
- ★ తప్పు చేద్దాం రండి...!
- ★ విజయానికి ఐదు మెట్లు
- ★ విజయానికి ఆరో మెట్టు
- ★ మైండ్ పవర్
- ★ విజయంలో భాగస్వామ్యం
- ★ విజయ రహస్యాలు
- ★ చదువు - ఏకాగ్రత

నాన్ ఫిక్షన్

మంచుపూల వర్షం (సుభాషితాలు)
విజయంవైపు పయనం
మిమ్మల్ని మీరు గెలవగలరు
మీరు మంచి అమ్మాయి కాదు!
మిమ్మల్ని మీ పిల్లలు ప్రేమించాలంటే...
గ్రాఫాలజీ
పడమటి కోయిల పల్లవి (Poetry)
మంచి ముత్యాలు (Quatations)
పాపులర్ రచనలు చేయటం ఎలా?
పిల్లల పేర్ల ప్రపంచం
SECRET OF SUCCESS
THE ART OF STUDYING
FIVE STEPS TO SUCCESS

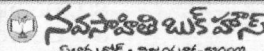

నవసాహితి బుక్ హౌస్
ఏలూరు రోడ్ • విజయవాడ-520002

మీ అభిమాన రచయిత

యండమూరి వీరేంద్రనాథ్ రచనలు

నాన్‌ఫిక్షన్

1. పిల్లల పెంపకం ఒక కళ
2. సమస్యలు - పరిష్కారాలు
3. వెలుగు వెన్నెల దీపాలు
4. ప్రేమ ఒక కళ
5. లోయ నుంచి శిఖరానికి
6. బేతాళ ప్రశ్నలు
7. ఇడ్లి-ఆర్కిడ్-ఆకాశం
8. తప్పు చేద్దాం రండి!
9. విజయానికి ఆరోమెట్టు
10. విజయ రహస్యాలు
11. చదువు - ఏకాగ్రత
12. మైండ్ పవర్ నెం.1 అవడం ఎలా?
13. విజయానికి ఐదు మెట్లు
14. విజయంలో భాగస్వామ్యం
15. విజయంవైపు పయనం
16. మీరు మంచి అమ్మాయి కాదు
17. మిమ్మల్ని మీరు గెలవగలరు
18. మిమ్మల్ని మీ పిల్లలు ప్రేమించాలంటే?
19. గ్రాఫాలజీ
20. పాపులర్ రచనలు చేయడం ఎలా?
21. మంచి ముత్యాలు (Quotations)
22. పిల్లల పేర్ల ప్రపంచం
23. పడమటి కోయిల పల్లవి (Poetry)
24. మంచు పూల వర్షం (సుభాషితాలు)
25. నేనే నీ ఆయుధం

ఫిక్షన్

26. నిశ్శబ్ద విస్ఫోటనం
27. దిండు క్రింద నల్లత్రాచు
28. డేగ రెక్కల చప్పుడు
29. వీళ్ళని ఏం చేద్దాం?
30. రెండు గుండెల చప్పుడు
31. ఒక వర్షాకాలపు సాయంత్రం
32. సిగ్గేస్తోంది
33. అంకితం
34. మరో హిరోషిమా
35. ప్రేమ
36. అనైతికం
37. ధ్యేయం
38. ది డైరీ ఆఫ్ మిసెస్ శారద
39. ప్రియురాలు పిలిచె
40. వెన్నెల్లో ఆడపిల్ల
41. మంచుపర్వతం
42. భార్యా గుణవతి శత్రు
43. నల్లంచు తెల్లచీర
44. స్వరభేతాళం
45. సంపూర్ణ ప్రేమాయణం
46. కాసనోవా 99
47. అంతర్ముఖం
48. డబ్బు మైనస్ డబ్బు
49. స్టూవర్టుపురం పోలీస్ స్టేషన్
50. చీకట్లో సూర్యుడు
51. డబ్బు టు ది పవరాఫ్ డబ్బు
52. ఆనందో బ్రహ్మ
53. అష్టావక్ర
54. చెంగల్వ పూదండ
55. దుప్పట్లో మిన్నాగు
56. యుగాంతం
57. ఋషి
58. నిశ్శబ్దం - నీకూ నాకూ మధ్య
59. తులసీదళం
60. తులసి
61. అతడే ఆమె సైన్యం
62. 13-14-15
63. అతడు ఆమె ప్రియుడు
64. లేడీస్ హాస్టల్
65. అగ్ని ప్రవేశం
66. రుద్రనేత
67. రాక్షసుడు
68. ఆఖరిపోరాటం
69. మరణ మృదంగం
70. ప్రార్థన
71. అభిలాష
72. రక్తసిందూరం
73. థ్రిల్లర్
74. వెన్నెల్లో గోదారి
75. పర్ణశాల
76. ఒకరాధ ఇద్దరు కృష్ణులు
77. బెస్ట్ ఆఫ్ వీరేంద్రనాథ్ (కథలు)
78. రాధ-కుంతి ”
79. క్షమించు సుప్రియా! ”

ఇంగ్లీషు

80. Developing Right Brain
81. Secret of Success
82. The Art of Studying
83. Five Steps to Success

ప్రార్థన

ఒకటి

నగరానికి నాలుగు కిలోమీటర్ల దక్షిణాన పాతిక ఎకరాల విస్తీర్ణంలో కట్టబడ్డ "మోహన్‌లాల్ కపాడియా ఇన్‌స్టిట్యూట్ ఆఫ్ కేన్సర్ రిసెర్చి" కాంపౌండ్‌లోకి డాక్టర్ భార్గవ కారు ప్రవేశిస్తున్న తరుణాన...

అదే సమయానికి ఊరికి ఉత్తరాన ఆరు కిలోమీటర్ల దూరానవున్న తోటలో పొడుగ్గా పాకుతూన్న చెట్ల నీడల్లో పిక్నిక్‌కి వచ్చిన పిల్లలందరూ, కొందరు నిలబడీ కొందరు కూర్చొనీ హుషారుగా ముక్తకంఠంతో 'వన్ ట్వంటీ ఫోర్- వన్ ట్వంటీ ఫైవ్- వన్ ట్వంటీ సిక్స్' అని లెక్క పెడుతూంటే వాళ్ళ మధ్యలో పెదాల నడుమ అలసటను బిగబట్టి స్కిప్పింగ్ చేస్తూన్న పన్నెండేళ్ళ పాప లోపల్నుంచి తన్నుకు వస్తూన్న వేడికి ఇక తట్టుకోలేక మోకాళ్ళ మీదకు ముందుకు వంగి, అక్కడా నిలబడలేక క్రిందకు జారిపోయింది.

అప్పుడు సమయం అయిదు గంటలు అవటానికి ఇంకా అయిదు నిముషాలుంది.

*   *   *

ఫంక్షన్ అయిదింటికి....

ఈ రోజు నాటికి కాన్స్-క్యూర్ కనిపెట్టబడి సరిగ్గా పది సంవత్సరాలయింది- అందుకే ఫంక్షను. నాలుగో అంతస్థు మేడమీద చిన్న స్టేజీ, ముందో రెండొందల కుర్చీలు అమర్చారు. టేప్‌రికార్డర్ అటాచ్ చెయ్యబడ్డ మైకునుంచి రవిశంకర్ సితార్ వస్తూంది.

అతడు వెళ్ళేసరికి అక్కడ చాలామంది వున్నారు. డాక్టర్ కరుణాకర్ అతడిని చూసి పలకరింపుగా నవ్వి, పక్క కుర్చీ చూపించాడు. భార్గవ కూర్చుని "ఇంకా ఎమ్.డి. రాలేదా?" అనడిగాడు.

"ఇండియన్ పంక్చువాలిటీ" అంటూ నవ్వి కరుణాకర్ తన వాచీ చూసుకుంటూ "ఈ రోజు చంపాలాల్‌కి గోల్డ్ మెడల్ ఇస్తారనుకుంటా" అన్నాడు.

"ఎందుకు?"

"కాన్స్-క్యూర్ కనిపెట్టబడి పది సంవత్సరాలు పూర్తయినందుకు"

"కనుక్కున్నప్పుడు ఇచ్చారుగా. మళ్ళీ పది సంవత్సరాలకీ-పాతిక సంవత్సరాలకీ- ఇలా యిచ్చుకుంటూ పోవటం దేనికి" అన్నాడు భార్గవ విసుగ్గా. అందులో ఈర్ష్యలేదు. భార్గవ ఇలాటి ఈర్ష్యాసూయలకు అతీతుడని అక్కడ చాలా మందికి తెలుసు. తన పనేదో తను చేసుకుంటూ పోతాడు. వాటికి మిగతా వాళ్ళలాగా పెద్దగా అడ్వర్టయిజ్‌మెంట్ ఇవ్వడు.

"చంపాలాల్ మీద మీకు నమ్మకం లేదనుకుంటా" అన్నాడు కరుణాకర్.

"చంపాలాల్ మీద కాదు, అతడు కనుక్కున్న కాన్స్-క్యూర్ మీద. ఏ మాత్రం తార్కిక జ్ఞానం వున్నవాడయినా ఈ విషయం గ్రహిస్తాడు. భారతదేశంలో ఇంత ప్రాచుర్యం పొందిన ఈ మందు తాలూకు పేటెంట్స్ కోసం ఏ విదేశీ కంపెనీ కూడా ఎందుకు ముందుకు రాలేదు?"

"ఎందుకంటే...."

"ఎందుకంటే ఈ మందు చేసే పనిని-మెథోట్రెక్సేట్, మెర్ కాప్టోప్యూరిన్ లాటి మామూలు మందులు చేస్తాయి కాబట్టి" ఉక్రోషంగా అన్నాడు. అతడి ఉక్రోషం ఎద్దు ఈనింది అంటే దూడని కట్టెయ్యమనే మేధావుల మీద.

"…. లుకేమియాకి మందు లేదు. పైన చెప్పిన మందులు కొంతనరకూ దీన్ని అరికడతాయి. కానీ ఎంత? నూటికి ఒక శాతం! 'కాన్స్-క్యూర్' వాడటంవల్ల మాత్రం అంతకంటే ఎక్కువగా ఫలితం కనిపిస్తుందా? లేదే. భారతదేశంలో గత పది సంవత్సరాలుగా ఎవరైనా ఈ రోగుల లెక్కలు తీసి, మరణాల సంఖ్య పరిశీలిస్తే ఆ విషయం బయట పడుతుంది. కాన్స్-క్యూర్ వాడిన వాళ్ళు నూటికి ఒకరున్నా ఎక్కువ బ్రతికి బట్టకట్టలేదు. అది వాడకపోతే నూటికి నూరు చచ్చిపోయేవారే. నేను వప్పుకుంటాను. కానీ మెథోట్రెక్సేట్ వాడినా ఆ ఒక్కశాతం బ్రతుకుతారు. యింత చిన్న విషయం ఎవరూ గమనించరేం?"

"మీరీ విషయం మెడికల్ జర్నల్‌లో వ్రాయొచ్చుగా".

"ఇంకా నయం. ఈ ఇన్‌స్టిట్యూటే మనకు తిండి పెట్టేది" అంటూ నవ్వాడు భార్గవ.

వాళ్ళు అలా మాట్లాడుకుంటూ వుంటే అక్కడికి ఒక యువకుడు వచ్చాడు. అతడికి ముప్ఫై ఏళ్ళ దాకా వుంటాయి. కొద్దిగా జీన్‌పాల్ బెల్మెండో పోలికలున్నాయి. కరుణాకర్ అతడిని పరిచయం చేస్తూ "మీట్ మిస్టర్ ఎస్సెన్ బత్తుల. అడ్మినిస్ట్రేటివ్ సెక్షను. మన దగ్గిర కొత్తగా చేరాడు ఛార్టెర్డ్ అకౌంటెంటు" అన్నాడు. "ఈయన పేరు భార్గవ. తన గదిలోంచి ఎప్పుడూ బయటకు రాడు కాబట్టి తెలిసే అవకాశం లేదు".

"ఎస్సెన్ బత్తుల- పేరు గమ్మత్తుగా వుందే" అన్నాడు హాండిస్తూ భార్గవ.

"అన్నాబత్తుల సోమశేఖరం గురూ గారూ. మార్వాడీ కంపెనీల్లో పేరు మార్చుకుంటే తొందరగా ప్రమోషన్ వస్తుందని ఎవరో అన్నారు. అందుకని చేరే ముందు జాగ్రత్తపడ్డాను" అన్నాడు. అతడిని చూస్తే భార్గవకి ముచ్చటేసింది.

"ఏమిటి మాట్లాడుకుంటున్నారు- అఫ్‌కోర్స్ ఇద్దరు సైంటిస్టులు కలుసుకుంటే మాట్లాడేది సైన్సే అనుకోండి. కానీ నాదంతా డెబిట్టు- క్రెడిట్టూ".

"మేం మాట్లాడుకునేది మనదేశపు మేధావి వర్గంలో ప్రస్తుతం జరుగుతున్న 'నా వీపు నువ్వు గోకు- నీ వీపు నేను గోకుతాను' అన్న విధానం గురించి! నిజంగా ఏం జరిగేదీ మామూలు ప్రజలకి ఎలాగూ తెలీదు… నా గొప్పదనాన్ని నువ్వు గుర్తించు. నీ మేధావితనాన్ని నేను గుర్తించినట్టూ నటిస్తాను. ప్రభుత్వం ఇద్దర్నీ గుర్తిస్తుంది. ఎందుకంటే మన ఫీల్డు గురించి దానికేమీ తెలీదు కాబట్టి… ఇదీ మేము మాట్లాడుకునేది" అన్నాడు కరుణాకర్.

"ఇదే అయితే దీని గురించి నాకు కొద్దిగా తెలుసు గురూగారూ" అన్నాడు శేఖరం.

"ఏమిటి"

"అంటార్కిటికా ఎక్స్‌పెడిషన్... ముందు సముద్రంలోకి పడవ లేసుకు వెళ్ళటం మీద ప్రభుత్వం కోట్లు ఖర్చు పెడుతూంది. అక్కడేమీ లేదని అమెరికా, రష్యాలు ఎప్పుడో వదిలేసిన బీడుమీద అనవసర ప్రయోగాలు చేసి, ఏదో సాధించినట్టు పద్మశ్రీలు కొట్టేస్తున్నారు. ఇందులో ఎవరు ఎవరికి బంధువులో, డబ్బంతా ఎక్కడికి వెళుతూందో, ఢిల్లీలో ఏం జరుగుతూ వుందో చాలా కొద్దిమందికే తెలుసు. ప్రజలు మాత్రం పెంగ్విన్ పక్షుల పక్కన మనవాళ్ళని ఫోటోల్లో చూసి, 'ఆహా- ఓహో' అని సంబరపడిపోతూ వుంటారు" అన్నాడు.

"ఛార్టెర్డ్ అకౌంటెంట్ అయినా మీకు ఓషనోగ్రఫీ తెలిసినట్టుందే" అన్నాడు కరుణాకర్ నవ్వుతూ.

"మనవాళ్ళకు అక్కడ ఏదీ దొరకదు గురూగారూ. ఇది ఓషనోగ్రఫీ కాదు, నాకున్న జ్యోతిషశాస్త్ర ప్రావీణ్యతతో చెబుతున్నాను" అన్నాడు.

"ఏమిటీ-మీకు కామర్సుతోపాటూ జ్యోతిషంలో కూడా ప్రావీణ్యత వుందా?"

"ఆహాఁ ఆస్ట్రాలజీ, హస్తసాముద్రికం, సంఖ్యాశాస్త్రం, థాట్ రీడింగ్ అన్నీ".

"ఇవన్నీ ఎప్పుడు నేర్చుకున్నారండీ బాబూ"

"కాలేజీలో చదువుకునే రోజుల్లో...." నవ్వాడు శేఖరం. "ఓ అమ్మాయితో కొద్దిగా పరిచయం పెరిగాక ఆమె చేతుల్ని మన చేతుల్లోకి తీసుకోవటానికి ఉత్తమమైన మార్గం హస్త సాముద్రికం. ఆ తరువాత ఆ అమ్మాయి మనసులోని మాట బైటకి చెప్పించటానికి బెస్టు సాధనం థాట్ రీడింగ్. ముద్దు పెట్టుకోవటానికి ముహూర్తం నిర్ణయించేది ఆస్ట్రాలజీ. ఎన్ని పెట్టుకోవాలో నిర్ణయించేది సంఖ్యాశాస్త్రం... న్యూమరాలజీ".

ఎప్పుడూ సీరియస్‌గా వుండే భార్గవ కూడా నవ్వేసేడు. కపాడియా ఇన్‌స్టిట్యూట్‌లో అందరూ నలభై దాటినవారే. పైగా అందరూ తమ తమ రంగాల్లో నిష్ణాతులు. ఇలా సరదాగా- స్వచ్ఛంగా నవ్వుతూ మాట్లాడుకోవటం తక్కువ. వాళ్ళు నవ్వటం చూసి, "ఎందుకు నవ్వుతున్నారు? నా ప్రావీణ్యత మీద మీకు నమ్మకం లేదా- కావాలంటే న్యూమరాలజీ ప్రకారం లెక్కకట్టి మీ పేర్లో మొదటి అక్షరం చెప్పమంటారా భార్గవగారూ" అని అడిగాడు.

"చెప్పండి" అన్నాడు భార్గవ.

"బి"... సీరియస్‌గా అన్నాడు. మళ్ళీ నవ్వులు.

శేఖర్ వారివైపు అయోమయం నటిస్తూ చూసి "మీరందరూ ఎందుకు నవ్వుతున్నారు? నా శాస్త్రం మీద మీకు నమ్మకం లేదా?" అని అడిగాడు.

"ఉంది ఉంది, శ్రీమాన్ అన్నాబత్తుల సోమశేఖరంగారూ, మీ శాస్త్రాన్ని ఉపయోగించి ఇప్పుడీ ప్రోగ్రాంలో హైలైట్స్ ఏమిటి చెప్పండి" అన్నాడు.

శేఖరం మనసులోనే లెక్కలు వేసుకొని, "ఈ ప్రోగ్రాం జరగదు. వర్షం వల్ల ఆగిపోతుంది" అన్నాడు. అందరూ తలెత్తి ఆకాశంకేసి చూశారు. వేసవికాలపు నిర్మలమైన ఆకాశంకేసి చూడగానే తామందరూ ఫూల్స్ అయినట్టు గ్రహించి ఒక్కసారిగా నవ్వేశారు.

"ప్రోగ్రాం సంగతి సరే, మీ భవిష్యత్తు మాటేమిటి?"

"నాది- నాది గొప్ప భవిష్యత్తు. నోరూ, కళ్ళూ బావున్నంత కాలం ఛార్టెర్డ్ అకౌంటెంట్లకి ఫర్వాలేదు" అంటూ శేఖరం "ఏదీ మీ చెయ్యి" అని అతడి చేతిని తీసుకుని పరీక్షించసాగాడు. కరుణాకర్ నవ్వు ఆపుకోలేక పోతున్నాడు. భార్గవ మేధస్సుని చూసి అందరూ అతడితో మామూలుగా సంభాషించటానికి భయపడతారు. తన విజ్ఞానంతో తనచుట్టూ గోడల్ని నిర్మించుకున్న మేధావి భార్గవ. అలాంటి శాస్త్రజ్ఞుడిని నవ్విస్తున్నాడంటే ఈ కుర్రవాడు సామాన్యుడు కాడు.

శేఖర్ అతడి చేతిని ఇటూ అటూ తిప్పి రేఖల్ని పరీక్షించి, కళ్ళు మూసుకుని మరో క్షణం అంకెల్ని గుణించి "అతి కొద్దికాలంలోనే మీరు గొప్ప చిక్కుల్లో పడబోతున్నారు గురూగారూ. మీ చేతిని, మీ నామనక్షత్రాన్ని కలిపి చెప్తున్నాను. ప్రపంచం అంతా మీకు ఎదురు తిరుగుతుంది. మీరు పేపర్లోకి ఎక్కుతారు ... మనశ్శాంతి వుండదు. వృత్తిరీత్యా మీ కార్యకలాపాల్లోనూ గృహ సంబంధమైన విషయాల్లోనూ మొత్తం అన్నివైపుల్నుంచీ ఒక్కసారిగా మీకు వ్యతిరేకత కానవస్తుంది. దాంతో మీరు కాలిన పెనంమీద ఆవగింజలా అల్లల్లాడిపోతారు" అన్నాడు.

ఒక్కసారిగా అక్కడి వాతావరణంలో ఆహ్లాదం స్థానే సీరియస్‌నెస్ చోటు చేసుకున్నట్టయింది. వింటున్న కరుణాకర్ "ఏమిటిది? తాయెత్తు కట్టి డబ్బులు గుంజటానికి ప్రయత్నమా?" అన్నాడు ముందు తేరుకుని. శేఖరం కూడా నవ్వి, "నాకు తోచింది చెప్పానంతే" అన్నాడు.

"నాకు జ్యోతిషం గురించి అంతగా తెలీదు గానీ అందులో మంచే గానీ రాబోయే 'చెడు' గురించి చెప్పకూడదనుకుంటానే" అన్నాడు భార్గవ దాన్ని తేలిగ్గా తీసుకుంటూ.

"సారీ గురూగారూ అమెచ్యూర్ ఫామిస్టుని! ఏం చేస్తున్నప్పుడు, ఏ టైమ్‌లో ఏం మాట్లాడాలో ఏం మాట్లాడకూడదో తెలియనివాణ్ణి. చాలా మంది అమ్మాయిలు నాకు ఇదే సర్టిఫికెట్టు ఇచ్చారు. పాపం నన్ను క్షమించి వదిలెయ్యండి" అన్నాడు శేఖర్. వాతావరణం తేలికైంది. ఇంతలో క్రింద శంకర్‌లాల్ విదేశీ కారు తాలూకు పియానో హారన్ వినిపించటంతో కలకలం మొదలైంది. అప్పటికే అందరికీ టీలు సర్వ్ చెయ్యబడ్డాయి. చాలా మామూలు మీటింగ్ అది. ఒకవైపు బుట్టలో పూలదండలు తెచ్చి వుంచారు.

"చంపాలాల్‌గారికి సన్మానమా?" అని అడిగాడు.

"అయ్యుండవచ్చు. కాన్స్-క్యూర్ కనిపెట్టి పది సంవత్సరాలైన సందర్భంలో....." అన్నాడు కరుణాకర్ అటే చూస్తూ.

"కాన్స్-క్యూర్ అంటే కాన్సర్ క్యూరా? దాన్ని బాగుచేస్తుందా?"

"మామూలు కేన్సర్‌ని కాదు....బ్లడ్ కాన్సర్ (లుకేమియా) అంటే తెలుసా మీకు ?"

"తెలుసు"

"ఏం తెలుసు?"

"సినిమాల్లో ఇద్దరు హీరోయిన్లలో ఒకరికి వచ్చేది".

కరుణాకర్ నవ్వాపుకోలేక "నేను చెప్పలేను బాబూ, మీకు భార్గవే చెప్తాడు. అతడికే బాగా తెలుసు దీని గురించి" అన్నాడు. భార్గవవైపు తిరిగి "గురూగారూ నేను కామర్సు వాణ్ణి. బ్లడ్ కాన్సర్ కాదుకదా- అసలు కేన్సర్ అంటే ఏమిటని అడిగితే ఆన్సర్ చెప్పలేని వాణ్ణి. ముందు అది చెప్పండి..." అన్నాడు.

"ప్రోల్‌ఫిరేషన్ అంటే తెలుసా మీకు?"

"అడల్ట్రేషన్ అంటే తెలుసు. కల్తీ"

భార్గవ నవ్వాడు. "మనిషిలో అనుక్షణం జరిగే కణ విభజనని ప్రోల్‌ఫిరేషన్ అంటారు. అదే శరీరం పెరుగుదలకి తోడ్పడుతుంది. మనిషి మేల్కొని వున్నా, నిద్రపోతున్నా, శరీరంలో ఈ కణ విభజన ఒక క్రమబద్ధంగా జరుగుతూ వుంటుంది. అలా జరక్కుండా తొందర తొందరగా జరిగితే, ఆ జరిగిన చోటంతా శరీరం అసంబద్ధంగా పెరిగిపోతుంది. దాన్నే కేన్సర్ అంటారు. ఉదాహరణకి రక్తంలో ఈ కేన్సర్ వస్తే తెల్లకణాలు విపరీతంగా పెరిగిపోవటం ప్రారంభించి ఒకానొక స్టేజిలో మిల్లీమీటరు (సి) రక్తంలో 50,000 నుంచీ పదిలక్షల దాకా ఏర్పడుతాయి. అప్పుడిక మరణాన్ని ఆపటం ఎవరికీ సాధ్యం కాదు".

"మైగాడ్! పది లక్షలా!"

"అవును. పదిలక్షల పనికిరాని నిర్జీవపు తెల్లకణాలు, అదే లుకేమియా (బ్లడ్ కాన్సర్). కాన్సర్ నివారించటానికి కెమోథెరపీ, రేడియోథెరపీ అనే రెండు మార్గాలున్నాయ్. రేడియో ఆక్టివ్ కిరణాల ద్వారా, పెరిగిన అనవసరపు భాగంలో సూదులు గుచ్చటాన్ని రేడియో థెరపీ అంటారు. బ్లడ్ కాన్సర్‌కి ఇది పనికిరాదు. ఆ మారణ సృష్టిని ఆపు చెయ్యాలంటే కెమోథెరపీ, అంటే శరీరంలోకి మందు ఇవ్వటం అనేది చెయ్యాలి" అని భార్గవ చెప్తూంటే శేఖరం రేడియో ప్రకటనలా-

"మీ వంట్లో రక్తకణాలు విజృంభిస్తున్నాయా? చింతించకండి. నేడే మీ ఇంట్లో వుంచుకోండి. కాన్స్-క్యూర్... సామ్సన్ అండ్ సామ్సన్ వారి తయారీ.. కాన్స్-క్యూర్!! ట్రింగ్ ట్రింగ్" అన్నాడు.

మళ్లీ నవ్వులు.

ఇంతలో శంకర్‌లాల్ అక్కడికి చేరుకోవటంతో అందరూ ఆయన చుట్టూ చేరారు. శంకర్‌లాల్ కూడా ఒకప్పుడు సైంటిస్టే. కానీ అతడో పారిశ్రామికవేత్తలా కనపడతాడు. ప్రస్తుతం ఇన్‌స్టిట్యూట్ తాలూకు ట్రస్ట్ వ్యవహారాలు చూసుకొంటున్నాడు. కొద్దిగా బట్టతల. వున్న కాస్త జుట్టూ బాగా తెల్లబడింది.

ఆయన మైకు పట్టుకుని "ఫ్రెండ్స్" అన్నాడు. అంతలో చిన్న చప్పుడుతో కరెంట్ పోయింది. ఎవరో పుసుక్కున నవ్వారు. భార్గవ చెవిలో "నేనుకాదు గురూగారూ నవ్వింది" అని రహస్యంగా వినిపించింది. క్రిందినుంచి కొవ్వొత్తులు పట్టుకొచ్చారు ప్యూన్లు. "హుక్కాకాల్చే అలవాటున్న" సీనియర్ సైంటిఫిక్ ఆఫీసరు జేబులోంచి లైటరు తీసి వెలిగించాడు. గాలికి ఆరిపోయింది అది.

అప్పుడు గమనించాడు భార్గవ ఉత్తర దిక్కునుంచి చల్లటిగాలి రివ్వున వీచటాన్ని. అతడ తలెత్తి ఆకాశంకేసి చూడబోతూంటే టప్‌మని ఓ పెద్ద నీటిచుక్క అతడి మొహంమీద పడింది.

రెండు నిముషాలు గడిచేసరికల్లా వర్షం చినుకులు సూదుల్లా జారసాగాయి.

2

చూరునుంచి కారే నీటి చినుకుల కేసి నిస్సహాయంగా చూస్తూ వరండాలో కూర్చొని వుంది వసుమతి. పిల్లలు ఇంకో టీచర్‌తో వెళ్ళి పోయారు.

ఆస్పత్రి ఆమెకు కొత్తకాదు. ఆమెకు పధ్నాలుగేళ్ళ వయసులో ఆమె తండ్రి ఆస్పత్రిలోనే మరణించాడు. కుటుంబ భారం అంతా వసుమతి మీద పడింది. ఆమె బియ్యే పూర్తిచేసే రోజుల్లో తల్లి రాచపుండుతో మరణించింది. ఆ తరువాత సంవత్సరం చెల్లి ప్రేమలో విఫలమై నాటుమంత్రసాని దగ్గర ప్రేమ ఫలితాన్ని పోగొట్టుకునే ప్రయత్నంలో కూడా విఫలమై ప్రభుత్వాస్పత్రిలో మరణించింది. ఆమె టీచర్ ట్రయినింగ్ పూర్తిచేసిన సంవత్సరం మెట్రిక్యులేషన్‌లో తప్పిన తమ్ముడు రైలుక్రింద తలపెట్టి ఆత్మహత్య చేసుకున్నాడు. పోస్ట్‌మార్టమ్ చేయబడ్డ శరీరాన్ని తీసుకెళ్ళటానికి, కుటుంబంలో ఒక్కత్తిగా మిగిలిపోయిన ఆమె ఆస్పత్రికి రావలసి వచ్చింది.

ఆస్పత్రి ఆమెకి కొత్తకాదు.

"అమ్మా, నీ వంతు వచ్చింది" అన్నాడు పక్క పేషెంటు ఖంగు ఖంగున దగ్గుతూ- ఆమె ఉలిక్కిపడి లోపలికి వెళ్ళింది.

లోపల డాక్టరు కుర్రవాడు. తనకున్న తెలివితేటలకి ఏ న్యూయార్కు లోనో వుండాల్సింది- అదృష్టం బావోలేక ఈ ప్రైమరీహెల్త్ సెంటర్ కొచ్చి పడ్డానన్న భావం అతడి మొహంలో కొట్టొచ్చినట్టు కనపడుతూంది.

"ఊ ఏమిటీ" అన్నాడు నిరాసక్తంగా.

"పాపకి- జ్వరం" అంది వసుమతి.

"నర్సు, టెంపరేచర్" అని అరుస్తూ సర్రున కాగితం లాగి, "పేరు?" అని ప్రశ్నించాడు.

"ప్రార్థన!"

పేరు కాస్త భిన్నంగా వుండేసరికి ఆ డాక్టరు ఒకసారి కళ్ళెత్తి చూసి మామూలే అన్నట్టు బరబరా కాగితంమీద గీకేసి ఇక వెళ్ళొచ్చు అన్నట్టు చూసేడు. ఆ చీటీ పట్టుకొని, ప్రార్థనని మరోచేత్తో లేపి నిలబెట్టటానికి ప్రయత్నం చేస్తూ, "ఫర్లేదంటారా" అని అడిగింది ఆశగా.

డాక్టరు తలెత్తి వ్యంగ్యంగా, "అంటే నేనేమన్నా దేముణ్ని అనుకున్నారా" అన్నాడు. అతడి పక్కనే కూర్చుని కబుర్లు చెబుతున్న పెద్దమనిషి అదేదో జోకులా నవ్వాడు. వసుమతి మొహం సిగ్గుతో కందిపోయింది. పాపని తీసుకుని పక్క రూమ్‌లోకి వెళ్ళి మందు తీసుకుని, బయట వరండాలో బల్లమీద కూర్చొని, మాత్ర వేసి వళ్ళో పడుకోబెట్టుకుంది. బయట వర్షం ఇంకా కురుస్తూనే ఉంది.

ఇంతలో లోపల్నుంచి బిగ్గరగా నవ్వు వినబడింది. నర్సు అన్న మాటలకి డాక్టరు నవ్వుతున్నాడు. ఆమె లోపలికి చూడలేదు. తల్లినీ, తండ్రినీ, చెల్లినీ, తమ్ముడినీ ఆ లోపలికే అర్పించిన వసుమతి, ఈసారి అటు చూడటానికి భయపడి మనుష్యుల సకల పాపాల్ని తన కడుపులో దాచుకుని నిశ్చలంగా పరిభ్రమించే వసుమతిలాగా నిర్లిప్తంగా బయట చీకటిలోకి చూడసాగింది.

ఆ చీకటిలోంచి...వర్షపు చినుకుల్ని చీలుస్తూ ముందు రెండు లైట్లు కనపడ్డాయి. నెమ్మదిగా అవి దగ్గరవుతూంటే వరండాలోకి వెలుగు పడసాగింది. అతడి వయసు నలభై వుంటుంది. జుట్టు చెంపలదగ్గర కాస్త నెరిసింది. భుజాలదగ్గర సూటు వర్షపు చినుకులకి తడిసింది. దిగి తలుపన్నావెయ్యకుండా మెట్లెక్కాడు. అతడు అకస్మాత్తుగా తనిఖీకి వచ్చిన ఆఫీసర్లా వున్నాడు. లోపలికి వెళ్ళబోతున్న వాడల్లా- వరండాలో కాందిశీకుల్లా ఉన్న వాళ్ళిద్దరినీ చూసి ఆగాడు. దగ్గరకొచ్చి ప్రార్థన నుదుటిమీద చెయ్యి వేశాడు. ఈ లోపులో కారు చప్పుడికి బైటకొచ్చిన డాక్టర్ గుమ్మం దగ్గరే ఆగిపోయాడు.

"ఏమైంది ఈ పాపకి?" ఇంగ్లీషులో అడిగాడు. అతడి ఇంగ్లీషు ఉచ్చారణ, ఆ వాతావరణాన్ని చూడటంవల్ల కలిగిన ఇరిటేషన్‌తో మిళితమై సూటిగా వుంది.

"ఏమైంది?"

"ఫీవర్..."

"వాట్స్ ద రీడింగ్?"

"నాకు ... నాకు ... జ్ఞాపకం లేదు" తడబడ్డాడు.

వృత్తికి సంబంధించిన నిర్లక్ష్యాన్ని గమనించటంవల్ల కలిగిన కోపాన్ని తమాయించుకుంటూ "అయిదు నిముషాల క్రితం చూసిన దాన్ని అప్పుడే మర్చిపోయారా?" అన్నాడు. డాక్టర్ మాట్లాడలేదు.

"ఎనీవె... ఏం ఇచ్చారు మందు?"

"నెవోక్విన్".

"నె...వో...క్వి...న్!!!" అతడి గొంతు నమ్మలేనట్టు ధ్వనించింది. "డిడ్ షి కంప్లెయిన్ ఛిల్స్?"

"ఇది బాగా మలేరియా వున్న ప్రాంతం!"

అతడు నెమ్మదిగా తలెత్తి, అతికష్టంమీద ఇరిటేషన్ అణుచుకుంటూ తాపీగా అన్నాడు. "SINCE HOW LONG YOU ARE TREATING YOUR

PATIENTS BY RANDOM SAMPLES DOCTOR?" (ఎంతకాలం నుంచీ మీరు రోగుల్ని టోకు పద్ధతిన ట్రీట్ చెయ్యటం మొదలు పెట్టారు డాక్టర్?)

డాక్టర్ సమాధానం చెప్పలేదు. అతడు పాప దగ్గరికి వెళ్ళి వేళ్ళతో గొంతు దగ్గర తడుముతూ "అంటీ బయోటిక్స్ ఏమీలేవా...., పెన్సిలిన్?" అన్నాడు.

"ఉహూ..."

"అంటీ పైరటిక్స్ - ఎ.పి.సి.?"

ఇంతసేపటికి ఓ మంచి సమాధానం దొరికినట్టు "లేవు! దిసీజె పి.హెచ్.సి." అన్నాడా డాక్టర్.

"బట్ ష్యూర్ యూ హావె వెట్ క్లాత్!" (ఒక తడిగుడ్డ)

డాక్టర్ ముఖం మ్లానమైంది.

వసుమతికి వాళ్ళు మాట్లాడుకుంటున్న వైద్య సంబంధమయిన మాటలు అర్థంకాలేదు. కానీ అతడు ఆ డాక్టర్ని అలా నిలదీస్తూ వుంటే వర్షంలో తడుస్తూ చిన్న పిల్లలు ఆనందంతో చప్పట్లు కొట్టినట్లు కొట్టాలనిపిస్తూంది. చిన్నపిల్లలు క్లాసులో దెబ్బలాడుతున్నప్పుడు బలంలేని స్టూడెంట్ని బలవంతుడు కొట్టాక, టీచరు వచ్చి వాడిని దండిస్తూ వుంటే మొదటి కుర్రాడికి కలిగే సంతోషం లాంటిది-

వచ్చిందెవరో డాక్టర్కి తెలీదన్న విషయాన్ని ఆమె గ్రహించింది. కానీ ఆ కుర్రడాక్టరు అన్ని ప్రశ్నలకి మారు మాట్లాడకుండా సమాధానం చెప్పే విధానం చూస్తూంటే, అలా చెప్పాల్సిన అవసరం తనకు లేదని కూడా అతడు మర్చిపోయాడని అనిపిస్తుంది. దానిక్కారణం అడిగే వ్యక్తి కంఠంలో వున్న కమాండ్- సబ్జెక్ట్ని మోనోటోన్లా అతడు ప్రశ్నించే విధానం- అన్నిటికన్నా ముఖ్యంగా అవతలి మనిషిని కట్టిపడేసే తీక్షణమైన చూపు.

అతడు పాపని చేతుల్లోకి తీసుకుంటూ, "డాక్టర్ దగ్గరకు పేషంట్లు అతడు తమ్ము రక్షించే దేముడన్న నమ్మకంతో వస్తారు ఫ్రెండ్! మీరు మీ అమూల్యమైన కాలంలో ఒక్కక్షణం వెచ్చించి పాపని నోరు తెరవమని పరీక్షించి వుంటే ఈ జ్వరానికి కారణం మలేరియా కాదనీ, టాన్సిలైటిస్ అనీ తెలిసివుండేది" అంటూ కారువైపు నడుస్తూ.... "రండి వెళదాం" అన్నాడు.

చిత్తరువులా నిలబడిపోయిన వసుమతి అతడి పిలుపుకి ఉలిక్కిపడి నిద్రలో నడిచినట్టు వెళ్ళి కారులో కూర్చుంది. చిన్న కుదుపుతో కారు కదిలింది.

కారు ఊరివైపు వెళ్తూంటే అతనన్నాడు, "ముందు మీ డ్రిల్లు టీచర్ దగ్గర వాకబు చేశాను. అతడిని వదిలిపెడ్తాననుకోకండి. అంత బాధ్యతా రహితంగా ఒక లేడీ టీచర్ని, స్టూడెంట్‌నీ గాలికి వదిలేసి వెనక్కి వచ్చేస్తాడా... కమిటీలో పెట్టిస్తాను... అన్నట్టు మీకు థాంక్స్ చెప్పటం మరచిపోయాను కదా! నిజంగా థాంక్స్... తన స్టూడెంట్సుపట్ల ఇంత శ్రద్ధ తీసుకునే మాస్టర్లు అరుదు"

వసుమతి సిగ్గుతో "నేను ఏసిందేముంది? ప్రార్థనంటే నాకిష్టం" అంది.

"ఈజిట్? ... అవునవును. ప్రార్థనంటే ఇష్టం ఎవరికుండదు? షీ ఈజ్ నైస్ గర్ల్" అన్నాడు. అప్పుడొచ్చింది ఆమెకి అనుమానం. అయిదు నిముషాల క్రితం ఒక మేధావిలా డాక్టర్‌తో వాదించి, ఇప్పుడు చిన్నపిల్లాడిలా మాటలకోసం తడుముకుంటూ షీ ఈజ్ నైస్ గర్ల్ అంటాడు. ఇంతకీ ఇతడెవరా అని? కానీ ఎలా అడగాలో తెలియక వూరుకుంది. అంతలో అతడే "మీ ఇల్లు ఎక్కడో చెప్పండి, ముందు దింపేస్తాను" అన్నాడు. ఆమెకు అలా అవకాశం దొరికి "ముందు ప్రార్థనని... " అంది

అతడు అయోమయంగా "ప్రార్థనేమిటి? ప్రార్థన నాతోపాటే?నా ఇంట్లో ..." అని ఏదో జ్ఞాపకం వచ్చినట్లు ఆగి, "ఓ! నన్ను నేను పరిచయం చేసుకోలేదు కదూ. నా పేరు భార్గవ- విజయభార్గవ! కపాడియా ఇన్‌స్టిట్యూట్‌లో పని చేస్తున్నాను ..." కారు స్లో చేస్తూ... అన్నాడు. "... ప్రార్థన నా కూతురు".

3

"పంచదార నాలుగు చెంచాలు".

"చిన్నవా పెద్దవా?"

"ఇందులో వ్రాసిలేదు"

శ్రీనూ బుర్ర గోక్కుని, పెద్ద చెంచాతో రెండూ, చిన్న చెంచాతో రెండూ వేశాడు.

"ఊ! ఇంకా"

జిన్నీ చేతిలో పుస్తకంవైపు చూసి చదివి, "అంతే బావా, ఇంకేమీ లేదు పంచదార వేసిన రెండు నిముషాలకి పాలు మరుగును అని వ్రాసుంది అంతే. ఆ తరువాత కోడిగుడ్డు వేయాల్ట" అంది. ఇద్దరూ స్టౌ వైపు చూస్తూ కూర్చున్నారు. ఒకటి- రెండు నిముషాలయినా పాలమీద నుంచి పొంగు రాలేదు.

"మనమో తప్పు చేసేం" అన్నాడు శ్రీనూ.

"ఏమిటి".

"స్టౌ వెలిగించటం మరచిపోయాం".

"అదిందులో వ్రాసిలేదే"

"నీ మొహం. అట్లాటివన్నీ వ్రాయరు"

ఇంతలో 'ఏం చేస్తున్నార్రా' అన్న పిలుపు వినిపించింది. భార్గవ లోపలికి వస్తూ "మీరిద్దరూ చేరారేమిటి? ప్రార్థనేది?" అన్నాడు.

"డాన్సు క్లాసుకి వెళ్ళింది"

అతడికి కూతురు, తన మొదటి స్టేజి ప్రదర్శన తొందరలోనే జరగబోతూందని చెప్పిన విషయం గుర్తువచ్చింది. దానిపేరు ఏదో వుండాలి రుబ్బురోలు పత్రం... అలాటి పేరే ఏదో - ఆఁ "ఆరంగేట్రం" అందుకే ప్రొద్దునే వెళ్ళిపోతూంది.

"ఏమిటీరోజు అంత స్పెషల్"

"పన్నక్క బర్తడే..."

"భోజనానికి ఇవ్వాళ్ళ మా యింటికి రావాలోయ్" అన్నాడు భార్గవ శేఖరాన్ని చూసి.

"ఏమిటి విశేషం?" అని అడిగాడు అతడు.

వాళ్ళిద్దరికీ వారం రోజుల్లోనే పరిచయం దగ్గరయింది. విభిన్న ధృవాలు ఆకర్షింపబడటంలో విడ్డూరంలేదు.

"ప్రార్థన పుట్టినరోజు" అన్నాడు భార్గవ.

"ఓ! అయితే తప్పకుండా వస్తాను" అన్నాడు శేఖరం. "కానీ గురూగారూ! మీకు అంతకన్నా మంచి విషయం చెప్పదల్చుకున్నాను".

"ఏమిటి?"

శేఖరం తలవంచి రహస్యం చెబుతున్నట్టు "మన సైంటిఫిక్ ఆఫీసరు కమలగార్ని ప్రేమిద్దామనుకుంటున్నాను" అన్నాడు.

భార్గవ ఆశ్చర్యంగా అతడివైపు చూసి, "ఎవరూ! కమలగారా! ఆవిడకి ముప్ఫై అయిదేళ్ళు కదోయ్!" అన్నాడు.

"ప్రేమింపబడటానికి అదే సరి అయిన వయసని నేను నమ్ముతున్నాను. అప్పటికి వాళ్ళకి ప్రేమ తాలూకు నాన్సెన్సికల్ అభిప్రాయాలు పోతాయి".

"కానీ సోడాబుడ్డి కళ్ళద్దాలూ అవీ... ఆవిడేం బావుంటుందోయ్?"

"అమ్మమ్మ! అలా అనకండి. ఆవిడ తాలూకు విజ్ఞానం అంతా ఆ కళ్ళద్దాల్లోనే వుంది. సోడాబుడ్డి కళ్ళద్దాల వాళ్ళ ప్రపంచం చాలా లిమిటెడ్‌గా వుంటుంది.

ఎక్కువ ప్రపంచాన్ని చూడలేకపోవడంవల్ల... అలాటివాళ్ళు ప్రేమలో పడ్డారంటే అదే ఝంఝా మారుతంలా మనల్ని వూపేస్తారు. అందులో ఆనందమే వేరు" అన్నాడు. భార్గవ ఇంకా నమ్మకం కుదరనట్టూ "మరి మొన్న లాబ్ సూపర్‌వైజర్ రాంబాయమ్మగార్ని ప్రేమించానన్నావ్" అన్నాడు.

"ఆవిడ్ని కాదు గురూగారూ- ఆవిడ్ని కాదు! మీరు నన్ను సరిగ్గా అర్థం చేసుకోవటం లేదు. ఆ క్షణం ఆవిడ అంతలావు బౌండు పుస్తకాన్ని అలా ఏకాగ్రతతో చదివే భంగిమని ప్రేమించాను. ఆవిడకన్నా బరువుగా వున్న పుస్తకాన్ని, ఆవిడ చదివే తీరు ముచ్చటేసింది. మీకు తెలుసుగా- విజ్ఞానం ఎక్కడున్నా..."

"నీ విశ్వజనీయమైన ప్రేమకు జోహార్లు"

"థాంక్యూ- థాంక్యూ"

"ఇంతకీ రాత్రి డిన్నర్‌కి వస్తున్నావా?"

"ఒంటరిగాడ్ని. మీరు పిలవాలేగానీ, మధ్యాహ్నం భోజనానికి కూడా రమ్మంటే వచ్చేస్తాను".

"వద్దొద్దు" అంటే భార్గవ అతడివైపు తేరిపార చూసి, "పెళ్ళి చేసుకో కూడదటోయ్?" అన్నాడు కాస్త మందలిస్తున్నట్టూ.

శేఖరం అదే నమ్రతతో "పెళ్ళి అనేది కేవలం భోజనం కోసమే కాదనేది నా ఉద్దేశ్యం గురూగారూ. దానికే అయితే వంట మనిషి చాలు" అన్నాడు.

"కానీ ఇంట్లో మనకోసం ప్రేమగా ఎదురు చూసేవాళ్ళు ఒకరుంటారు కదోయ్"

"ఎదురు చూడటమే ప్రేమయితే, మంచి ఆల్సేషన్ కుక్కని పెంచుకోవటం ఉత్తమం".

"నీకెలా చెప్పాలో తెలియటం లేదోయ్! ప్రేమంటే..."

"మీరు చెప్పలేరని నా ఉద్దేశ్యం గురూగారూ. నా ప్రేమని అర్థం చేసుకోలేక నా లాబ్ సూపర్‌వైజర్ తెల్లజుట్టు రాంబాయమ్మ తనో ఫిజిక్సు పోస్టు గ్రాడ్యుయేట్‌ని అన్న విషయం కూడా మర్చిపోయి అచ్చ తెలుగులో 'దొంగసచ్చినోడా' అని తిట్టింది".

"విషయం అంతవరకూ వచ్చిందీ".

"నా తప్పేంలేదు గురూగారూ! అంతలావు బౌండ్ పుస్తకాన్ని వళ్ళో వేసుకుని, కిటికీ పక్కన కూర్చొని చదివేస్తూంటే ముచ్చటేసి దగ్గిర కెళ్లి 'ఇంతింత బరువైన వాటిని మోస్తున్న మీ శరీరం ధన్యమైంది' అన్నాను. అందులో 'దొంగసచ్చినోడా' అని తిట్టాల్సిన అవసరం ఏముందో నా కర్థం కాలేదు".

"అవును, నిశ్చయంగా లేదు. కానీ నువ్వు నీ తెలుగుని కొద్దిగా సంస్కరించుకోవటం మంచిదని నా ఉద్దేశ్యం. అలాగే ఆడవాళ్ళు మోసే వాటి గురించీ, వాళ్ళ కళ్ళద్దాల్లోని జ్ఞానం గురించీ ఆలోచించటం మానేసి- అఫ్‌కోర్స్ నువ్వు నిజాయితీగానే ఆలోచిస్తున్నావనుకో- కానీ వాళ్ళు నిన్ను అర్థం చేసుకోలేక పోయినప్పుడు వాళ్ళని క్షమించి, వాళ్ళ మానాన వాళ్ళని వదిలిపెట్టేసి, నువ్వు నీ పనులు చూసుకోవటం మంచిదని నా ఉద్దేశ్యం".

"మీకూ రాంబాయమ్మగారిలాగే నాపట్ల నీచమైన అభిప్రాయం వున్నట్టుంది గురూగారూ! కానీ చేరి పూర్తిగా పదిహేను రోజులు కాకపోయినా అప్పుడే కపాడియా కేన్సర్ ఇన్‌స్టిట్యూట్‌ని ఇప్పుడొస్తున్న నష్టాలనుంచి రక్షించే మార్గాన్ని ఒక అకౌంటెంట్‌గా కనుక్కున్నాను. తెలుసా?"

"ఏం కనుక్కున్నావు?"

"మొన్నరాత్రి నిద్రపట్టక సెక్సుపుస్తకం చదివినట్టూ సామ్సన్ కంపెనీ బ్యాలెన్సు షీటు బోర్లాపడుకుని చదవసాగాను. మనం పేటెంట్ ఇచ్చిన కాన్స్-క్యూర్ మందుని వాళ్ళు ఎంతకు అమ్ముతున్నారో తెలుసా గురూగారూ- మిల్లీగ్రాము రెండొందలకి.... భారతదేశంలో కెల్లా అదే ఖరీదైన మందు".

"అవును. ఖరీదైన వ్యాధికి ఖరీదైన మందు".

"మిల్లీగ్రాము రెండొందలు ఖరీదుచేసే ఈ మందులో వాడబడే ముఖ్యమైన పదార్థం సల్ఫా-2. దీని ఖరీదు నూట అరవై రూపాయలు. మీరు మొన్న సంభాషణలో ఒక మాట వాడారు.... మెరాప్టోపూరిన్ గానీ మెథొట్రెక్సేట్ గాని తొందర తొందరగా విడిపోయే రక్తకణాల వేగాన్ని ఆపుతాయని... అదే యీ సల్ఫా-2 నా? దీనికి బదులు ఇంకో చౌక అయిన పదార్థాన్ని వాడలేమా? ఇది కనుక్కున్నాం అనుకోండి. కాన్స్-క్యూర్ ధర రెండొందల్నుంచీ రెండ్రూపాయలకి పడిపోతుంది. నోబుల్ బహుమతి మనకే వస్తుంది. ఏ నిష్పత్తిలో పంచుకునేది తరువాత ఆలోచిద్దాం. నాకు మాత్రం ఈ ఆలోచన వచ్చిన దగ్గర్నుంచీ మరి నిద్ర పట్టటంలేదు. ఏ హేమమాలినినో ఊహించుకుంటూ గడపాల్సిన ఆ చలిరాత్రి..."

భార్గవ మాట్లాడలేదు. ఆ యువకుడినే కన్నార్పకుండా చూస్తున్నాడు.

"ఏమిటి గురూగారూ- ఆలోచిస్తున్నారు?"

"ఇంత విషయ పరిజ్ఞానం వున్నవాడివి ఎప్పుడూ అమ్మాయిల గురించి మాట్లాడతావేం?" అన్నాడు భార్గవ నవ్వుతూ.

"శరీరం అనే రిఫ్రిజిరేటర్‌లో మెదడు అనే భాగం వేడెక్కకుండా కాపాడే కంప్రెషరు స్త్రీ తాలూకు ఆలోచన" అన్నాడు ఆచార్య రజనీష్. మగువా- మద్యమూ, మాంసమూ– ఈ మూడు– బైదిబై మాంసం అంటే గుర్తొచ్చింది. ఈ రాత్రి డిన్నర్‌లో మాంసం వండించండి. నిర్మొహమాటంగా చెబుతున్నాను- పుట్టింది క్షత్రియవంశమైనా నాన్ వెజిటేరియన్ అంటే చెవికోసుకుంటాను. అందులోనూ 'మటన్' అంటే..."

* * *

డైనింగ్ టేబిల్ మధ్యలో పొగలు సెగలు కక్కుతున్న గిన్నెలో వున్న మాంసంకూర తాలుకూ వాసన ఆ గది అంతా వ్యాపించివుంది.

శేఖరం చిన్న ముక్కని నోట్లో పెట్టుకుని పీలుస్తూ "ఈ ఎముక లోపల వుండేదాన్ని ఏమంటారు" అని అడిగాడు.

శ్రీను "మూలగ" అన్నాడు, ఇంత చిన్న విషయం తెలీదా అన్నట్టూ.

"భలే రుచిగా వుంటుంది కదూ! కేవలం రుచికోసమే పెట్టాడేమో దేముడు దీన్ని ఎముక మధ్యలో".

"కాదు" భార్గవ అన్నాడు. "ఎముక మధ్యలో నల్లగా, స్థబ్దుగా ఏ ప్రాముఖ్యతా లేనట్టూ పడివుండే ఈ గుజ్జులాంటి పదార్థమే మనిషి జీవితాంతం బ్రతకటానికి కావల్సిన 'రక్తాన్ని' తయారుచేసి ఎముకల్లో వుండే సన్నటి రంధ్రాలగుండా శరీరంలోకి పంపిస్తుంది. ఈ 'మూలగ'నే ఇంగ్లీషులో MARROW అంటారు. శరీరంలో ఏ పదార్థం పాడయినా ఫర్లేదు కానీ ఈ 'మారో' పాడయితే మాత్రం మందులేదు"

శేఖరం చేతిలో ఎముక కంచంలో పడేసి– "ఈ క్షణం నుంచీ నేను మూలగ ముట్టనని శపథం చేస్తున్నాను" అన్నాడు. అందరూ నవ్వారు. ఇంతలో జిన్నీ నాలుక బయటపెట్టి "సీ" అని అరిచింది. ఆ పిల్ల నాలుక ఎర్రగా ఉంది. భార్గవ కంగారు చూసి ప్రార్థన నవ్వుతూ "ఛెర్రిస్ డాడీ" అంది. "ఫ్రూట్ సాలిడ్‌లో వేసే ఛెర్రీని పళ్ళమధ్య పెట్టుకుని నాలుకతో లాగితే రక్తంలా వస్తుంది. స్కూల్లో తనకి ఎవరో చెప్పార్ట. మొదట నేనూ కంగారుపడ్డాను".

జిన్నీ అందరివైపు తాను తెలివైన దాన్నే కదా అన్నట్టు చూసింది. భార్గవదాన్ని చివాట్లు పెట్టాడు. శేఖరం జిన్నీ తరఫున వాదించాడు. మొత్తానికి నవ్వుల మధ్య డిన్నరు పూర్తయింది.

అతడు వెళ్ళిపోయేసరికి తొమ్మిదయింది.

రాత్రి నిశ్శబ్దంగా ఆ గృహాన్ని తన బాహువుల్లోకి తీసుకుంటూంది.

చదువుతూన్న పుస్తకాన్ని పక్కనపెట్టి వళ్ళు విరుచుకుంటూ కుర్చీలోంచి లేచాడు భార్గవ. జిన్ని అతడితోనే పడుకుంటూంది. శ్రీనూకీ ప్రార్థనకీ వేర్వేరు గదులున్నాయి. అన్ని గదుల్నీ కలిపే లింకు తెగిపోయి అయిదు సంవత్సరాలయింది.

అతడు తన గదిలోంచి బయటకొచ్చాడు. కిటికీలోంచి పడే వెన్నెల పక్కమీద— ప్రార్థన మీద ఒకేలా విశ్లేషిస్తోంది. చూస్తుండగానే పన్నెండేళ్ళు నిండాయి. ఇంకో అయిదారేళ్ళలో 'ఆడపిల్ల' అయి వెళ్ళిపోతోంది. అతడి గుండెల్లోనుంచి ఆర్ద్రతతో కూడిన ఆప్యాయత తన్నుకొచ్చింది. వెళ్లి పక్కనే మోకాళ్ళ మీద కూర్చున్నాడు. ప్రార్థన నిద్రపోలేదు. మెలకువగానే వుంది. తండ్రిని చూసి నవ్వి మెడచుట్టూ చేతులు వేసి కళ్ళు మూసుకుంది. కూతురి నుదుటిమీద ముద్దు పెట్టుకున్నాడు భార్గవ.

"డాడీ"

"ఊఁ"

"ఐ లైక్ యూ డాడీ"

"ఐటూ– పన్నూ"

అతడు లేచి కూతురి మెడవరకూ దుప్పటి కప్పి, బయటకొచ్చేసేడు. ప్రార్థన పైకప్పు కేసి, తిరిగే ఫానుకేసి చూస్తూ అలాగే వుండి పోయింది. ఆ అమ్మాయికెందుకో అప్రయత్నంగా నవ్వొచ్చింది. పళ్ళమధ్య ఇరుక్కున్న జెల్లీని నాలుకతో బయటకిలాగి, చిన్నపిల్లలా నాలుక బయటపెట్టి చూసుకుంది. ఎర్రగా వుంది. మళ్ళీ ఇంకొకసారి చేసింది. మరింత ఎర్రగా.

నవ్వుకుంటూనే పక్కకి వత్తిగిల్లి పడుకుని, మరికొన్ని నిముషాల్లో నిద్రలోకి జారుకుంది.

రక్తాన్ని ఘనీభవింప జేసే ప్లాస్మా సరీగ్గా లేకపోవటంవల్ల ఆ తరువాత చాలా సేపటివరకు ఆ అమ్మాయి చిగుళ్ళనుంచి రక్తం అలా స్రవిస్తూనే వుంది. ఒక పాయ నోటినుండి బయటకొచ్చి తలదిండు మీదకు రెండు మూడు చుక్కలు రాలింది కూడా.

4

"టాన్సిల్స్ అంటే ఏముంది? మూడు నాలుగు నిముషాలకన్నా ఎక్కువ పట్టదు తీసెయ్యటానికి" అన్నాడు పరీక్ష పూర్తిచేసి డాక్టర్.

"వచ్చేనెలలో డాక్టర్ రాబర్ట్‌సన్ వస్తున్నాడు. ఆయన నాకు బాగా స్నేహితుడు. ఆయనతో చేయిద్దాం" అన్నాడు కుర్చీలోంచి లేస్తూ భార్గవ. డాక్టరు అతడివైపు విస్మయంతో చూసి "ఈ చిన్న ఆపరేషన్‌కి అమెరికా డాక్టర్ రావాలా?" అన్నాడు.

"ఆయనేదో పనిమీద వస్తున్నాడు. నా పని అంటే మరింత ఆనందంతో చేస్తాడు" అంటూ డాక్టర్ చెప్పినదాన్ని సరిదిద్దాడు. డాక్టర్ కుర్చీలోంచి లేచి,"ఏమైనా ఇది మా ఇండియన్ డాక్టర్స్ అందరికీ అవమానకరమైన విషయం" అన్నాడు నవ్వుతూ. భార్గవ కూడా నవ్వి అతనికి షేక్ హేండిస్తూ "పోనీండి, మా అమ్మాయి పెద్ద అయిన తరువాత స్నేహితులందరికీ గర్వంగా చెప్పుకుంటుంది. నాకు చిన్నప్పుడు టాన్సిల్స్ వస్తే మానాన్న అమెరికా నుంచి డాక్టర్‌ను తెప్పించాడు", అని అంటూ కూతురివైపు తిరిగి "వెళదామా" అని అడిగాడు. ప్రార్థన కుర్చీలోంచి లేచి "గుడ్‌బై అంకుల్" అంది.

"గుడ్‌బై".

తండ్రీ కూతుళ్ళు వచ్చి కారులో కూర్చున్నారు. భార్గవ కారు స్కూల్‌వైపు పోనిచ్చాడు.

"డాడీ"

"ఊఁ"

"హాయ్... డాడీ- వన్ మినిట్ డాడీ ...కారాపు" కంగారుగా అనటంతో భార్గవ సడన్‌బ్రేక్ వేశాడు. ప్రార్థన అద్దంపైనుంచి వెనక్కి చూస్తూ "మాటల్లోనే వస్తూంది, వసూ టీచర్" అని చప్పున డోర్ తీసుకుని దిగి రోడ్డుకి అటువైపు నున్న వసుమతిని పిలిచి, ఆమె చూడకపోవటంతో అటు పరుగెత్తింది. భార్గవ అటే చూస్తూన్నాడు. పిల్లలకి టీచర్ రోడ్డు క్రాస్ చేయటం ఎలాగో చెప్పలేదా అనుకొంటూ.

ఈలోపులో ప్రార్థన ఆమెని కారు దగ్గరికి తీసుకొచ్చి తను మధ్యలో కూర్చుంటూ "రండి టీచర్" అని ఆహ్వానించింది. వసుమతి కూడా కూర్చున్నాక కారు కదిలింది.

"బావున్నారా" అడిగాడు భార్గవ. ఆమె తలూపింది. ఆమెకిలా కూర్చోవటం ఇబ్బందిగా వుంది. అప్పుడంటే పరిస్థితులు వేరు. ఇప్పుడు స్కూల్లో ఎవరయినా చూస్తే బావోదు. అందులోనూ శారద టీచర్ చూసిందంటే మరీనూ. ఆమెకి ఆపరేషన్ చేసి యుట్రెస్ తీసేసేక ఈ మధ్య ఈ రకమైన పుకార్లు ప్రచారం చెయ్యటం ఎక్కువైంది.

"ఆ రోజు మీకు కృతజ్ఞతలు చెప్పుకోవడం మర్చిపోయాను" అన్నాడు భార్గవ. ఆమె సిగ్గుపడుతూ "చేసిందేముంది. నిజానికి ఇక్కడికే తీసుకొచ్చేస్తే సరిపోయేది. ఏదో సాధించేదాన్లా తెలివి తక్కువగా అక్కడ ఆస్పత్రికి తీసుకెళ్ళి వర్షంలో చిక్కుపడిపోయేట్టు చేసాను" అంది.

"చేసిన పని గురించి కాదు నేను అంటున్నది, పడిన కంగారు గురించి. పిల్లలపట్ల ఎంతో అభిమానం వుంటే తప్ప ఆ కంగారు రాదు" ఇంతలో స్కూలు వచ్చింది. ముందు వసుమతి, తరువాత ప్రార్థనా కారు దిగారు.

అంతలో మరియమ్మ అక్కడికి వచ్చింది. వసుమతి ఆవిడని చూసి "ఎలా వుంది మరియమ్మా మీ అబ్బాయికి" అంది. ఏసుపాదాన్ని నాల్గురోజుల క్రితమే ఆస్పత్రిలో అడ్మిట్ చేసారు. అతనికి అకస్మాత్తుగా ఎడమవైపు రొమ్ములో నొప్పి వచ్చి క్లాసులోనే విలవిల లాడుతూ పడిపోయాడు. ఆస్పత్రిలో రకరకాల పరీక్షలు చేసి అక్కడే వుండాలన్నారు. ఆ రోగం పేరేమిటో మరియమ్మకు సరిగ్గా అర్థంకాలేదు. కానీ అది మాత్రం చాలా పెద్ద రోగమని తెలుసుకుంది. ఆ వయసులో ఆవిడ ఆశలన్నీ కొడుకు మీదే. అందులోనూ వాడూ అల్లరిచిల్లరగా తిరిగేవాడు కాదు. అటువంటి వాడు ఒక్కసారిగా ఆస్పత్రి పాలయ్యేసరికి ఆవిడ తట్టుకోలేక పోతూంది. స్కూలువాళ్ళూ, ఇంటి చుట్టుప్రక్కలవాళ్ళూ చందాలు వేసుకొని ఇస్తున్నారు. క్లాసుపిల్లలు కూడా తలాకొంత తెచ్చి ఇచ్చారు. కానీ అవి ఏ మూలకి?

వసుమతి ప్రశ్నకి సమాధానంగా "అలాగే వుందమ్మా! అబ్బాయి చాలా నీరసించిపోయాడు" అంది మరియమ్మ చేతులు నులుముకుంటూ, వసుమతి భార్గవవేపు తిరిగి, "మీరేమైనా చెయ్యగలరా? మీరూ డాక్టరేగా" అని అడిగింది.

"ఉహూ. నేను డాక్టర్‌కాదు, కానీ చెప్పండి– ఏమిటి సంగతి?" అన్నాడు భార్గవ అసలు విషయం తెలియక.

"మా క్లాస్‌మేటు ఏసుపాదం డాడీ! తనకీ నాకే ఫస్టుమార్కులు.... చాలా మంచబ్బాయి" అంది ప్రార్థన కల్పించుకుని. వసుమతి జరిగింది చెప్పింది. భార్గవ మరియమ్మవేపు సానుభూతితో చూస్తూ "నాకు తెలిసిన వాళ్ళు ఒకరిద్దరు ఆస్పత్రిలో వున్నారమ్మా. తప్పకుండా కనుక్కుంటాను" అన్నాడు. ఆ కొద్దిపాటి సానుభూతికే ఆవిడ కళ్ళనీళ్ళు పెట్టుకుంటూ చేతులు జోడించి, "నిన్నూ, నీ పిల్లాపాపల్ని ప్రభువు రక్షిస్తాడు. నీ మేలు మేము మర్చిపోము" అంది.

అంతలో వసుమతి భయపడినంతా జరిగింది. శారద వాళ్ళని చూసి, ఏమీ పనిలేకపోయినా, ఏదో పని వున్నట్టూ అక్కడికి వచ్చింది. వసుమతి మరి

తప్పుదన్నట్టు "మన ప్రార్థన తండ్రి, డాక్టర్ భార్గవ" అంది. ఆమె పరిచయం పూర్తికాలేదు–

"నమస్తే డాక్టర్ గారూ! నాకు వంట్లో అసలు బావోటం లేదండీ, రెండ్రోజులనుంచీ దగ్గూ ఆయాసం.."

భార్గవ కారు తలుపు చప్పుడయ్యేలా వేసుకుని "నేను డాక్టర్‌ను కాను. సారీ" అని స్టార్ట్ చేసుకుని వెళ్ళిపోయాడు. వసుమతి వస్తున్న నవ్వుని ఆపుకుంది. ప్రార్థన క్లాసుకి వెళ్ళిపోయింది. శారద వసుమతితో కలిసి నడుస్తూ "పరాయి మొగవాళ్ళతో మాట్లాడేటప్పుడు మనం ఇలాగే మన రోగాల గురించి మాట్లాడాలమ్మాయ్. అప్పుడు వాళ్ళకి మనమీద దృష్టి వుండదు" అంది. మగవాళ్ళ బారినుంచి తప్పించుకోవటానికి ఆవిడ కనుక్కున్న కొత్త థియరీ బాగానే వుంది కానీ, నల్లగా లావుగా పొట్టిగా వుండే ఆవిడకి ఈ ఆయుధపు అవసరం ఎందుకు వస్తుందో వసుమతికి అర్థంకాలేదు.

* * *

భార్గవ తన ఛాంబర్‌కి వెళ్ళేసరికి ఎమ్.డి. నుంచి పిలుపు వచ్చిందని చెప్పారు. సాధారణంగా శంకర్‌లాల్ ఎవరినీ పిలవడు ఎంతో పని వుంటే తప్ప. సైంటిస్టులు డిస్టర్బ్ కాకూడదు. ఇంత ప్రొద్దున్నే తనని పిలవటానికి కారణం ఏమై వుంటుందా అనుకుంటూనే భార్గవ అతడి గదిలోకి ప్రవేశించాడు.

లోపల చాలా చల్లగా వుంది. కాళ్ళ క్రింద తివాచీ మెత్తగా తగులుతూంది. శంకర్‌లాల్ రివాల్వింగ్ కుర్చీలో కూర్చుని వున్నాడు. భార్గవని చూడగానే "ప్లీజ్ కమిన్. రండి" అన్నాడు. భార్గవ వెళ్ళి కూర్చున్నాడు.

"ఎలా వుంది మీ పరిశోధన" ఇంగ్లీషులో అడిగాడు.

"నడుస్తూంది" అన్నాడు భార్గవ. ఎక్కువ మాట్లాడటం అతడికి అలవాటు లేదు. శంకర్‌లాల్ ఎందుకు పిలిచాడా అని అతడు ఆలోచిస్తూనే వున్నాడు.

"మీకొక గుడ్‌న్యూస్ భార్గవా! ఈ సంవత్సరం మీకు పద్మశ్రీ లభించబోతూంది. కానీ– ఈ విషయాన్ని కాస్త రహస్యంగా వుంచండి" అన్నాడు నవ్వుతూ. "మీ పేరు నేను రికమెండ్ చెయ్యబోతున్నాను– నూటికి తొంభైశాతం వచ్చేసినట్టే...."

తొంభైశాతం కాదు. అతడు రికమెండ్ చేస్తే నూటికి నూరుశాతం వచ్చేసినట్టే. సైన్సుకి సంబంధించినంత వరకూ దేశంలో కొందరు ప్రముఖులు 'ఎవరిని' రికమెండ్ చేస్తే వారికి ఈ బిరుదుల్ని ఇస్తుందీ ప్రభుత్వం.

"కానీ నేను కొత్తగా చేసిందికానీ, కనుక్కున్నది కానీ ఏమీలేదే" అన్నాడు భార్గవ. లాల్ వెంటనే - "అందుకే అడిగాను మిస్టర్ భార్గవా! మీరు ప్రస్తుతం చేస్తున్న పరిశోధన ఎంతవరకూ వచ్చిందీ- అని".

భార్గవ నవ్వి-

"జీవకణాన్ని వైరస్ ఎలా నాశనం చేస్తుందో చిన్న కథలాగా చెప్పుకోవచ్చు. వైరస్ వంట్లో ప్రవేశించగానే, దానికీ లోపలి జీవకణానికీ మధ్య యుద్ధం జరుగుతుంది వైరస్ గానీ, ఈ పోరాటంలో గెలిస్తే అది జీవకణాన్ని స్వాధీనం చేసుకుని అక్కడ తానే స్వయంగా తన సైనికుల్ని ఉత్పత్తి చేయటం ప్రారంభించటం మొదలు పెడుతుంది. ఒక కణం రెండుగా చీలటానికి బదులు మూడొందల అపాయకరమైన కణాలుగా చీలిపోవటం ప్రారంభిస్తుంది.... అదే కేన్సర్ అని కొందరి భావం".

"శరీరంలో ఒక వైరస్ అణువు మూడువందల అపాయకరమైన కణాల్ని సృష్టించే సమయానికి ఒక యాంటీ బాడీని(వ్యతిరేకపదార్థాన్ని) అదే శరీరంలోకి ఇంజెక్టు చేస్తామనుకోండి. ఏమవుతుంది? ఏ శక్తి జీవాన్ని తయారు చేస్తుందో మనకు తెలియదుగాని- ఆ వున్నాడో లేడో తెలియని దేవుని ఫార్ములాని అనుసరించే ఆ వ్యతిరేక శక్తికూడా శరీరంలోకి అభివృద్ధి చెంది, వైరస్‌తో పోరాడుతుంది. కేన్సర్ నిరోధానికి నేను కనుక్కోబోతున్న మందు అదే...."

శంకర్‌లాల్ బిగ్గరగా నవ్వుతూ, "భలే బావుంది భార్గవా! ఈ కథ ఏ చందమామకైనా పంపండి. చాలా బావుంటుంది" అన్నాడు.

విజయభార్గవ మొహం ఎర్రగా కందిపోయింది. అతికష్టంమీద తనని తాను నిగ్రహించుకున్నాడు. ఈ లోపులో లాల్ అన్నాడు.

"డాక్టర్ భార్గవా! నేను మిమ్మల్ని పిలిచిన విషయం సూటిగా చెప్తాను వినండి. కాన్స్-క్యూర్ మందు కనిపెట్టబడి పది సంవత్సరాలు కావొస్తూంది. పోటీ ఉత్పత్తిదారులు దీనిమీదకు నెమ్మదిగా వస్తున్నారు. మన ఇన్‌స్టిట్యూట్ ఇంకో మందు తొందర్లో సామ్సన్ అండ్ సామ్సన్ కంపెనీకి ఇవ్వాలి. దాన్ని మీరు కనుక్కోవాలి. కనుక్కోగలరు కూడా- వెంటనే ప్రయత్నించండి".

అన్యాపదేశంగా అతను చెపుతున్నది అర్థమయింది. "మీరు కనుక్కోండి - మీకూ పద్మశ్రీ ఇప్పించే బాధ్యత నాది" అంటున్నాడు.

భార్గవ నవ్వి "నేనూ ఆ ప్రయత్నం మీదే వున్నాను. కానీ అదంత సులభం కాదు" అన్నాడు.

"మీరనే యాంటీ-మాటర్ థియరీ గురించి కాదు నేను అడుగుతున్నది. మీరు కనుక్కోవలసింది కేవలం సల్ఫా-3ని మాత్రమే" అంటూ నవ్వాడు.

సల్ఫా-2 పాతబడింది కాబట్టి ఇంకో పేరుతో అదే మందు తన పరిశోధన ఫలితంగా మార్కెట్‌లోకి రిలీజ్ చెయ్యాలి. దీనికి మోహన్‌లాల్ ఇన్‌స్టిట్యూట్ ఆఫ్ కాన్సర్ రిసెర్చి కొత్త ముద్ర వేస్తుంది. దాన్ని ప్రభుత్వం ఆమోదిస్తుంది.

అతడు లేచి నిలబడి, "మీరు చెప్పవలసింది ఇంకేమైనా వుందా?" అని అడిగాడు.

"అదికాదు భార్గవా..."

"మీరు చెప్పవలసింది ఇంకేమైనా వుందా" తాపీగా అన్నాడు. శంకర్‌లాల్ మాట్లాడలేదు. భార్గవ లేచి "వెళ్ళొస్తాను" అన్నాడు. శంకర్ లాల్ వాడిపోయిన మొహంతో అతడివేపే చూడసాగాడు. భార్గవ బైటి కొచ్చేసేక, ఇంటర్‌కమ్ నొక్కి సెక్రటరీతో, "డాక్టర్ భార్గవ పెర్సనల్ ఫైలు ఒకసారి పంపించు" అన్నాడు.

భార్గవ తన హాల్లోకి వచ్చేశాడు. అతడి మనసు చికాగ్గా వుంది. కానీ మరుక్షణమే అతడు తన పరిశోధనలో మునిగిపోయాడు. ఒకసారి ఆ లోకంలోకి వెళ్తే అతడు మాములు మనిషి కాదు. ఈసారి ఎలుకలు మరీ వెంటనే చచ్చిపోయాయి. ఇన్‌స్టిట్యూట్ చేసే కుందేళ్ళ సప్లయ్ తక్కువ. అదో చికాకు.

అతడు ఆ రోజు పని కట్టేసేసరికి అయిదయింది. అప్పుడు జ్ఞాపకం వచ్చింది మరియమ్మ చెప్పిన సంగతి. ఆస్పత్రికి ఫోన్‌చేసి పాత మిత్రుడిని పలకరించి, అబ్బాయి విషయం అడిగాడు. "చాలా పెద్దపని పెడుతున్నాననుకో. కానీ ఆ ముసలావిడని చూస్తే జాలేసింది. కాస్త ఎంక్వయిరీ చేసి చెప్పు, పన్నెండేళ్ళ కుర్రవాడు. పేరు ఏసుపాదం- ముందు ఓ.పి. చూడాలనుకుంటా. రేపు మళ్ళీ ఫోన్ చెయ్యనా-".

"పేరు ఏసుపాదం కదూ".

"అవును".

"కొద్దిగా కుంటుతూ వుంటాడు".

"అనుకుంటా".

"చూడక్కర్లేదు. అతడు నా వార్డులోనే వున్నాడు".

"ఏమిటీ కంప్లెయింట్?"

"సారీ భార్గవా! అతడిది ఎడ్వాన్స్‌డ్ స్టేజీ ఆఫ్ లింఫోబ్లాస్టిక్ లుకేమియా".

భార్గవ చేతిలోంచి ఫోన్ జారిపోయింది. మనసంతా చికాకైన భావన. ఆ కుర్రవాడిని అతడు చూడను కూడా లేదు. కానీ ... కానీ...

మరియమ్మ దీనవదనం కళ్ళముందు కదలాడింది. ప్రొద్దున్నే ఆమె ఆశీర్వదించింది– "నిన్నూ, నీ పిల్లల్ని ప్రభువు చల్లగా చూస్తాడు బాబూ" అని.

ప్రభువు!!

ఒక చిన్నారి గులాబీ పూర్తిగా విచ్చుకోకముందే దాని రేకుల్ని నిర్ధాక్షిణ్యంగా నలిపివేసే కాన్సర్‌ని సృష్టించింది ఆ ప్రభువే అయితే అతడి చల్లదనం నాకక్కర్లేదు.

5

కొన్ని కొన్ని సంఘటనల ప్రభావం మనిషి మీద విపరీతంగా వుంటుంది. పర్సు జేబులో పెట్టుకోవడం మర్చిపోవడం వల్ల రైలుమిస్సయి ఆ రైలుకి తరువాత ఆక్సిడెంటవ్వొచ్చు. కేవలం పర్సువల్ల మనిషి రక్షింపబడవచ్చు.

ఒక సిటీబస్సు ఎక్కబోయి, ఆ డ్రైవరు ఆపక ఇంకో బస్సు ఎక్కవలసివస్తే, అందులో చిన్నప్పుడు తెలిసిన అమ్మాయి కనబడి ఆ పరిచయం వివాహానికి దారితీసి జీవిత గమనాన్నే మార్చెయ్యవచ్చు. ఇలాటి ఉదాహరణలు ఎన్నో.

ఆ రోజు సాయంత్రం టీచర్స్ రూములో వసుమతితో పాటూ డ్రాయింగ్ టీచర్ పద్మావతి, శారద కాక మరో ఇద్దరు టీచర్లు కూర్చుని వున్నారు. అయిదున్నరయింది. చీకటి పడబోతూంది.

పద్మావతి టీచర్ పుస్తకాలు ఎక్కువ చదువుతుంది. అందులోనూ ఇంగ్లీషు నవలలు మరీను. ఆ రోజు పేపరు బల్లమీద వుంటే యధాలాపంగా తీసి చూస్తూ 'అరె' అంది. అందరూ అటు చూసేరు.

"ఐయాన్ రాండ్ పాసెస్ అవే" అంది హెడ్డింగ్ చదువుతూ.

"ఐయాన్ రాండ్ ఎవరు?" అని అడిగాడు ఒక డ్రాయింగ్ టీచర్.

"ఫౌంటెన్ హెడ్ అని, ఒక గొప్ప నవల రైటర్".

ఎవరూ మాట్లాడలేదు. ఆ వార్తతో పద్మావతి బాగా డిస్టర్బ్ అయినట్టూ ఆమె మొహమే చెపుతుంది. ఆమె అంటే అందరికీ గౌరవమే. ఎవరి విషయాల్లోనూ జోక్యం కల్పించుకోకుండా ఒక మూల కూర్చొని పుస్తకం చదువుకోవటమో, తనపని తాను చేసుకోవటమో చేస్తూ వుంటుంది. తనలో తానే ఆలోచిస్తున్నట్టూ

ఆమె అంది... "చాలా గొప్ప రైటర్, సూడో కమ్యూనిస్టుల్ని దుయ్యబడుతూ నిలబడ్డ ఒకే ఒక రైటరు".

శారద ఎందుకో తెలీదు కానీ ఇబ్బందిగా కదిలింది.

"ఫోటో చూశాను. అరవయ్యేళ్ళ వయసులో కూడా మొహంలో ఒక ధీమా.... వర్ఛస్సూ వున్నాయి. ఆ స్టైయిల్ మామూలు వాళ్ళకి రాదు. క్రితం సంవత్సరం మనదేశం రావటం జరిగిందట. అది నిజమో కాదో తెలీదు కానీ మన ఎయిర్‌పోర్ట్‌లో ఒక అరగంట ఆగినప్పుడు చాలామంది అభిమానులు వెళ్ళి చూశార్ట కూడా".

శారద చప్పున "క్రితం సంవత్సరం ఎప్పుడు?" అని అడిగింది. పద్మావతి ఆమెవైపు అనుమానంగా చూస్తూ "క్రితం వేసవిలో" అంది.

"ఆ! నాకు తెలుసు. నా ఫ్రెండ్ రమ్మంటే నేనూ వెళ్ళాను" అంది. అందరూ ఆమెవైపు ఇంటరెస్టింగ్‌గా చూశారు. ఉన్నట్టుండి ఆమె ప్రాముఖ్యత అక్కడ పెరిగింది.

"చాలా మందేమీ రాలేదు. ఓ పదిమంది దాకా వుంటాం".

"ఏదీ ఐయాన్ రాండ్ వచ్చినప్పుడా?" విస్మయంగా అడిగింది పద్మావతి.

"ఐయాన్ రాండే! మీరంతగా పొగిడే వర్ఛస్సు అతడిలో నాకేమీ కనపడలేదు. అఫ్‌కోర్స్! మీరు కేవలం ఫోటోలో చూశారు కాబట్టి మోసపోతున్నారు.. నేను చూశాను, మాట్లాడాను కూడా. అసలు అంతమందిలోనూ నన్నూ, నా ఫ్రెండ్‌ని గుచ్చి గుచ్చి చూశాడు. నా ఫ్రెండ్‌కి ఆటోగ్రాఫ్ ఇస్తున్నప్పుడు వేళ్ళు నొక్కాడట కూడాను".

"ఎవరి సంగతి మీరు చెప్తున్నది? ఐయాన్ రాండ్ సంగతా?"

"అవును, ఆ మహాశయుడి సంగతే. ఫౌంటెన్ హెడ్ సంగతి నా కింకా జ్ఞాపకం. ఆ నవల మీరెందుకు వ్రాశారు అని అడిగాను. నీలాటి అమ్మాయిల అభిమానం సంపాదిద్దామని- అన్నాడు లేకిగా" అంది ఆనాడు జరిగిన సంఘటన జ్ఞాపకం చేసుకుంటూ శారద. మిగిలిన టీచర్లు యిద్దరూ శారదవైపు అడ్మిరేషన్‌తో చూస్తున్నారు. ఐయాన్ రాండ్‌ని ఆకర్షించటం అంటే సామాన్యమైన విషయం కాదు. అందులోనూ ఆమె చెపుతున్న విషయం మరింత ఇంటరెస్టింగ్‌గా వుంది. ప్రపంచ ప్రఖ్యాతి గాంచిన ఒక ప్రముఖ వ్యక్తి బలహీనతతో తనుకున్న అతి దగ్గర సంబంధం గురించి.

"మీరు చెపుతున్నది ఐయాన్ రాండ్ గురించేనా?"

"ఆహాఁ? మా ఫ్రెండ్ ఆటోగ్రాఫ్‌లో అతడేం వ్రాశాడో తెలుసా? 'నాకు మూడు అన్న నెంబర్ అంటే చాలా యిష్టం. సీరాక్ హోటల్ మూడు పదాల పేరున్న హోటలు.. మూడొకట్లు నా రూమ్ నెంబర్? నా మూడో నవల బాగా పాపులరయింది. నాన్ని మధ్యాహ్నం మూడింటికి ప్రారంభించాను" అని వ్రాశాడు. మేం అందులో అర్థం అంత గ్రహించలేం అనుకున్నాడు కాబోలు. ఆ రోజు మూడింటికి ఫోన్ చేశాం. హుషారుగా మాట్లాడబోయాడు. తల వాచేటట్లు చివాట్లు పెట్టాం ఫోన్ లోనే. నాకు యింకా జ్ఞాపకం వుంది... అదీ ఐయాన్ రాండ్ చరిత్ర".

"కానీ ఐయాన్ రాండ్ మొగవాడు కాదే. ఆమె ఒక రచయిత్రి..."

ఆ గదిలో బాంబు పేలినట్టయింది. ఇంకా ఏదో చెప్పబోతున్న శారద నోరు సగం తెరిచింది అలాగే వుండిపోయింది. గదంతా నిశ్శబ్దమై పోయింది.

వసుమతి ఒక్కసారి బిగ్గరగా నవ్వబోయి, అతికష్టంమీద ఆపుకుంది. అయినా తెరలు తెరలుగా నవ్వు వస్తూంటే చేతిరుమాలు అడ్డుపెట్టుకుంది. శారద ఆమెవైపు కోపంగా చూడబోయింది. పద్మావతి తన పుస్తకాలు సర్దుకొని ఆమె దగ్గిరకివచ్చి నిలబడి తాపీగా, "కొందర్ని చూస్తే కోపం వస్తుంది. కొందర్ని చూస్తే అసహ్యమేస్తుంది.... మరికొందర్ని చూస్తే మొహంమీద ఉమ్మెయ్యాలనిపిస్తుంది. మిమ్మల్ని చూస్తే మాత్రం నాకు జాలేస్తుంది" అనేసి అక్కణ్ణుంచి విసవిస వెళ్ళిపోయింది.

నవ్వుతో ఎర్రబడ్డ తన మొహం కనిపించకుండా వసుమతి తల దించుకుంది. ఏమీ తోచనట్టూ శారద అటూ ఇటూ చూసి ఆ గదిలోంచి బైటకొచ్చేసింది. ఆట స్థలమంతా నిర్మానుష్యంగా ఉంది. పిల్లలు ఇళ్ళకి వెళ్ళిపోయారు. కసీ, ఉక్రోషం కలగలుపుగా ఆమె నల్లటి మొహం మరింత వికృతమైంది. అత్త తిట్టినందుకుగాక తోటికోడలు నవ్వినందుకు అన్న సామెత అక్షరాలా వర్తించినట్టూ ఆమెకి వసుమతీమీద పీకెలదాకా కోపం వచ్చింది. నేలమీద పడివున్న బొగ్గు తీసుకొని విరిగిన గోడమీద బరబరా వ్రాసింది.

'వసుమతి ప్లస్ భార్గవ రాసక్రీడ = జూనియర్ ప్రార్థన' అని.

ఆమె తను వ్రాసిన అక్షరాల వైపు పైశాచిక ఆనందంతో చూసుకుంది. తననెవరూ గమనించటం లేదుకదా అని మళ్ళీ ఇంకొకసారి చుట్టూ చూసి, సంతృప్తి చెంది, అక్కణ్నుంచి వెళ్ళిపోయింది. ఆ తరువాత అరగంటకు వసుమతి స్కూల్‌నుంచి ఇంటికి బయలుదేరింది. అప్పటికే చీకట్లు దట్టంగా అలుముకోవటం వల్ల గోడమీద రాతలు ఆమెకు కనపడలేదు.

స్కూల్‌కి దూరంగా ఒక చిన్న గదిలో ఒంటరిగా వుంటూంది ఆమె. ఆ గదిలో సామాన్లు కూడా ఏమీలేవు. గోడమీద మాత్రం, ఒకరి తరువాత ఒకరుగా వెళ్ళిపోయిన 'తండ్రి, తమ్ముడు, చెల్లి, తల్లి ఫోటోలు వున్నాయంతే.

గదికి వచ్చి ఫ్లాస్కులో వున్న టీ తాగి, పిల్లల ఎక్సర్‌సైజు పుస్తకాలు ముందేసుకుని కూర్చుంది. ఆమె పుస్తకాలు దిద్దటం పూర్తి చేసేటప్పటికి టైమ్ ఎనిమిదయింది. మరీ ఆలస్యంచేస్తే బావోదని ఆమె తయారయి బయల్దేరింది.

ఆ రోజే ప్రార్థనా, ఆమె తండ్రి వసుమతిని భోజనానికి పిలిచింది. ఆమె వెళ్ళే సరికి ప్రార్థన ముందు వరండాలో నిలబడి చూస్తూంది. టీచర్‌ని చూడగానే ఉత్సాహంగా మెట్లు దిగుతూ "రండి టీచర్" అంది. వసుమతి గేటు తెరుచుకుని లోపలికి ప్రవేశించింది.

చుట్టూ బాగా ఖాళీస్థలం వున్న ఇల్లు అది. ఖాళీలో వున్న మొక్కలు సరయిన పోషణ లేక అస్తవ్యస్తంగా పెరిగినా, అదో రకమైన శోభనిచ్చినయ్. 1910 సంవత్సరపు కట్టడం అది. క్రింద పోర్షను మేడ అయినా పై రెండు గదుల మీదా పెంకులున్నాయి. కప్పు చాలా ఎత్తుగా వుండటంవల్ల హుందాగా వుంది. పైన గోడ అక్కడక్కడా పెచ్చులూడిపోయినా అంతగా పట్టించుకోలేదు భార్గవ. ఇంటి పక్కనించి పైకి చెక్కమెట్ల కట్టడం వుంది. బ్రిటిషు కాలంనాటి కలెక్టరాఫీసులా వుంటుంది ఆ ఇల్లు. ఈ రకమైన వాతావరణం అంటే భార్గవకు చాలా యిష్టం.

"చాలా సేపట్నుంచి చూస్తున్నాను టీచర్ మీ కోసం" అంది ప్రార్థన. ఆ పాపకి టీచర్ తమ మాట మన్నించి ఇంటికి రావటం, ప్రెసిడెంట్ సాధారణ స్నేహితుడి ఇంటికి వచ్చినట్టు వుంది. వసుమతి జిన్నీని దగ్గరికి తీసుకుంటూ "ఎంతమంది చెల్లెళ్లు నీకు?" అనడిగింది.

"మేమిద్దరమే టీచర్? శ్రీనూ కూడా మాతోనే వుంటాడు" అంది ప్రార్థన.

"శ్రీనూ ఎవరూ?"

ఆమె వళ్ళో కుందేలు పిల్లలా కూర్చొని వున్న జిన్నీ కదలకుండానే "... పాలూ నీళ్ళలాగా మా జీవితాల్లో పెనవేసుకుపోయిన శ్రీనూ నాకు బావ. ఏ శక్తీ మమ్మల్ని వేరుచెయ్యలేదు" అంది. ఒక్కసారిగా వళ్ళో బాంబు పడినట్టూ వసుమతి ఆ మాటలకి బెదిరి జిన్నీవైపు చూసింది.

ప్రార్థన ఆమె కంగారు గుర్తించి, "భయపడకండి టీచర్! జిన్నీ, శ్రీనూ అప్పుడప్పుడు అలానే మాట్లాడతారు" అంది.

"అప్పుడప్పుడా" అంది అయోమయంగా వసుమతి.

"అవును టీచర్; వారానికి రెండు మూడు రోజులు అలా మాట్లాడు కుంటారు. తర్వాత మళ్ళీ మామూలుగా అయిపోతారు. కారణం తెలీదు. డాడీ డాక్టర్‌కి చూపించారు కూడా, అయినా తగ్గలేదు".

"డాడీ ఏరీ?"

తొందర తొందరగా మాట్లాడుతున్న ప్రార్థన ఒక్కసారిగా ఆగి ఆ ప్రశ్నకి జవాబు చెప్పటానికి తటపటాయిస్తూ "ఇంకా రాలేదు" అంది. వసుమతికి కూడా ఇది ఇబ్బందికరమయిన పరిస్థితే– విందుకు పిలిచిన హోస్టు ఇంట్లో లేకపోతే గెస్టు వచ్చి కూర్చోవటం– కానీ ఆమె వెంటనే, ప్రార్థన పరిస్థితి గమనించింది. తన రాకవల్ల ఆ చిన్న పిల్ల మొహంలో కనపడిన సంతోషం, తండ్రి లేకపోవటంవల్ల పడ్తున్న ఇబ్బందీ– అన్నీ చూడగలుగుతూంది. ఒక టీచర్‌గా పిల్లల మనస్తత్వాన్ని చదవగలగటం ఆమెకు కష్టమేమీ కాదు. తనే ఆ పరిస్థితి నుంచి ఆ పిల్లల ఆలోచనను మార్చటానికి ప్రయత్నిస్తూ, "నాకు మీ ఇల్లు చూపించరా ఏం?" అనడిగింది. ఆమె ట్రాప్‌లో వాళ్ళు సరీగ్గానే పడ్డారు– ముగ్గురూ ఉత్సాహంగా "రండి టీచర్, రండి" అని అన్ని గదులూ చూపించారు.

వసుమతికి తన గది జ్ఞాపకం వచ్చింది. ఈ పిల్లలు చాలా ఒద్దికతో, క్రమశిక్షణతో తమ చేతనయినంతలో ఈ యింటిని అందంగా తీర్చి దిద్దుతున్నారు. చాలా మంచి పిల్లలు. కాని ఎక్కడో ఏదో లోపిస్తూంది. ఆ లోపాన్ని నిస్తేజంగా వున్న ఆ గదుల గోడలూ, వంటిల్లూ చెపుతున్నాయి.

"డాడీ వచ్చేసరికి ఆలస్యం అవుతుందేమో, మనం భోజనం చేసేద్దామా" అంది ప్రార్థన.

సాధ్యమయినంత వరకూ పెద్దమనిషి తరహా ఆ ఇంటి బాధ్యతలు స్వీకరించటానికి ఆ పన్నెండేళ్ళ పాప చేసే ప్రయత్నాలు చూస్తూ వుంటే వసుమతికి లోలోపల నవ్వొస్తూంది. దాన్ని కనపడనివ్వకుండా "ప్రతిరోజూ ఇలాగే అవుతుంటుందా?" అనడిగింది.

"అవుతూ వుంటుంది. ఎప్పుడైనా మరీ అవసరం అయితే తప్ప ఫోన్ ఇవ్వరు".

"డిస్టర్బ్ అవుతుందనేమో".

"ఫోన్ చెయ్యనా"

"ఉహు. వద్దు వద్దు" అంది వసుమతి. "మీరు చేసెయ్యండి భోజనం. నేను ఉంటాను".

ప్రార్థన వప్పుకోలేదు. కానీ మరో అరగంట గడిచేసరికి ఆకలికి ఆగలేక పోయింది. ముగ్గురికీ వడ్డించింది వసుమతి.

"కూరలో కొంచెం ఉప్పు తక్కువైంది జిన్నీ" అన్నాడు శ్రీనూ భారంగా.

"నన్నపార్థం చేసుకోకు శ్రీనూ. నీ జ్ఞాపకాల్లో పడి ఉప్పు వేయటం మర్చిపోయి వుంటాను".

"నేనంత దుర్మార్గుణ్ని కాదు జిన్నీ..."

"అంత త్యాగాన్ని నేను భరించలేను శ్రీనూ! నేను ముత్తయిదువగానే నన్ను ఈ లోకంనుంచి వెళ్ళిపోనీ".

ప్రార్థన అరచేతిలోనికి నీళ్ళు తీసుకొని వాళ్లిద్దరి తలమీద నూనె మర్దించినట్టు మర్దించింది. వసుమతి అదిరిపోయి వాళ్ళవైపు చూడసాగింది. వారానికి రెండ్రోజుల పాటూ సోకే ఈ గాలి ఏమిటో ఆమెకి అర్థంకాలేదు.

అంతలోనే పిల్లల భోజనాలు పూర్తయ్యాయి.

రాత్రి తొమ్మిదిన్నరయింది. పిల్లలు నిద్రకు జోగసాగారు. వసుమతి ఇప్పుడు నిజంగా ఇరకాటంలో పడింది. "నేను వెళతాను, మళ్ళీ ఇంకొకసారి వస్తాను" అంది.

"వద్దు టీచర్, ప్లీజ్" అంది అర్థిస్తున్నట్టు. "డాడీ వచ్చేస్తూవుంటారు. ఇంత ఆలస్యం ఎప్పుడూ చెయ్యలేదు. బహుశా ఏదో మీటింగ్ వుండి వుంటుంది".

* * *

మీటింగు జరిగి, మెట్లు దిగుతూంటే, శేఖరం అన్నాడు.

"నేను జీవితంలో భయపడేది మూడింటికే గురూగారూ! అందులో ఒకటి, మైకు పట్టుకుని వదలని మనిషి".

"మిగతా రెండూ ఏమిటి?"

"రెండోది పందికొక్కు"

భార్గవ నవ్వాపుకొని "…. పందికొక్కా" అనడిగాడు.

"అవును. చిన్నప్పుడు నిద్రపోతూంటే నా కాలి చిటికెన వేలు కొరికింది. అప్పట్నుంచీ అదంటే భయం"

"… మూడోది"

"మ్మ్‌మ్మ్‌మ్మ… మూడోది చెప్పక తప్పదంటే చెపుతాను. స్త్రీ అంటే అందరూ కాదు, దేపంజాతి స్త్రీ"

భార్గవ విస్మయంతో "పద్మినిజాతి వగయిరా వుందని తెలుసుకానీ దేపంజాతి వుందని నేనెక్కడావినలేదే..." అన్నాడు.

"ఉంది గురూగారూ ఉంది. తన గురించి సెల్ఫ్ పిటీతో ఎప్పుడూ ఆలోచిస్తూ- అందరూ ఎప్పుడూ తన గురించే మాట్లాడుకుంటున్నారని దురభిప్రాయపడే స్త్రీలని దేపంజాతి స్త్రీలు అంటారు. తమ కాంప్లెక్స్ నుంచి బయటపడాలని ఇతరుల సానుభూతిని కోరుతూ వుంటారు వీరు. ఉదాహరణకి మీరు 'రాముడు చాలా గొప్పవాడు. పితృవాక్య పరిపాలనాదక్షుడు. బ్రతికితే రాముడిలా వ్యక్తిత్వంతో పదిరోజులు బ్రతికినా బావుణ్ను. సీతని అడవులకి పంపించటం ఒక్కటే అతను చేసిన తప్పు' అన్నారనుకోండి. ఆ రాముడి దగ్గరికి వీళ్ళు పనిగట్టుకుని వెళ్లి "ఫలానా అన్నాబత్తుల సోమశేఖరం మీ గురించి ఏం అన్నాడో తెలుసా రాముడు గారూ?

మీరు సీతని అడవులకి పంపటం మీకు వ్యక్తిత్వం లేకపోవటాన్ని సూచిస్తుందట. పితృ వాక్యాన్ని ఎంత గొప్పగా అమలు జరిపారో, ఒక చాకలివాడి మాటని కూడా మీరు అంత గొప్పగానూ అమలు జరుపుతారట" అంటారు. అలా అనేసి రాముడి సానుభూతి పొందటానికి చూస్తారు. ఇలాంటి మనుష్యుల మొహంలో ఎప్పుడూ జాలితో కూడిన నవ్వు వుంటుంది. కళ్ళు విచారంగా, సాడిస్టిక్‌గా వుంటాయి. ఆంత్రోపాలజీ ప్రకారం ఇలా దేగకళ్ళనూ, పందికొక్కు పళ్ళనీ సంతరించుకున్న స్త్రీలని 'దేపంజాతి స్త్రీలు' అంటారు..."

భార్గవ నవ్వాపుకోలేక "నువ్వు ఎప్పుడూ సీరియస్‌గా ఆలోచించవా శేఖరం?" అనడిగాడు.

"పొరపాటు పడుతున్నారు గురూగారూ! సీరియస్‌గా ఆలోచించడము వేరు, సీరియస్‌గా వుండటం వేరు. సీరియస్‌గా ఆలోచించేవాళ్ళు ఎప్పుడూ నవ్వుతూ వుండకూడదని రూలేం లేదు".

"కానీ నువ్వు కేవలం స్త్రీలనే దుయ్యబట్టడం బావోలేదు. పురుషుల్లో దేపంజాతి వాళ్ళు లేరనా?"

"ఎందుకులేరూ? తప్పకుండా వున్నారు. కానీ వీళ్ళని 'డయోకాన్' జాతి పురుషులంటారు".

"డయో-కానా? అంటే?"

"డయోరియా ఆఫ్ స్పీచ్... కాన్‌స్టిపేషన్ ఆఫ్ థాట్"

మళ్లీ నవ్వులు. శేఖరం అన్నాడు- "మన చంపాలాల్ ఆ జాతికి చెందినవాడే. ఏదో పని మీరు చేసుకుపోతూంటే మీ గురించి దుష్ప్రచారం చెయ్యవలసిన

అవసరం ఏముంది చెప్పండి? నా వుద్దేశ్యం అతడు డయోకాన్ పురుషుడి సంపర్కంవల్ల దేపంజాతి స్త్రీకి పుట్టినవాడై ఉంటాడు".

భార్గవ మొహంలో నవ్వు మాయమైంది. బాధాపూరిత స్వరంతో అన్నాడు– "అవును, నేనూ వింటున్నాను. నా థియరీని హేళన చేస్తూ అందరి దగ్గరా అంటున్నాడట కదా".

శేఖరం మాట్లాడలేదు.

"కెమిస్ట్రీకి సంబంధించిన అణువు (ఆటం)కీ జీవశాస్త్రానికి సంబంధించిన అణువు(సెల్) కీ ముడిపెట్టటం హాస్యాస్పదమైన విషయమే. కానీ సైన్సులో మనకు తెలిసినంతవరకూ ఏదీ హాస్యాస్పదం కాదు...

...ఇక్కడ నేను చెప్పేది ఎవరూ అర్థం చేసుకోవటానికి ప్రయత్నము చెయ్యటంలేదు. వైరస్ అయినా, క్రోమోజోము అయినా ఏది అయినాసరే అణువులతోనే నిర్మితమై వుండాలి కదా– ఇనుము, ఉదజని, ఆమ్లజని, కాల్షియం ఏదయినాగానీ వీటితోనే జీవకణం ఏర్పడి ఉండాలి. జీవకణానికీ మరణించిన కణానికీ గల భౌతికమైన తేడా ఇంకా శాస్త్రజ్ఞులు కనుక్కోలేదు. జీవకణపు అణువుల్లో వున్న ప్రోటాన్లూ, ఎలక్ట్రాన్లలో ఏదయినా దారుణమైన మార్పు జరిగి వుండాలి, లేదా అణువుల స్థానభ్రంశమైనా జరిగి జీవకణం చచ్చిపోయిఉంటాయి. జీవకణంలో ఎక్కడో మధ్యలో సూక్ష్మాతి సూక్ష్మమైన మార్పుచాలు దాన్ని చంపివేయటానికి అన్నది నిర్వివాదాంశం! అది కనుక్కుంటే మహమ్మారిలా వ్యాపిస్తూన్న ఈ కేన్సర్‌ను నాశనం చేయవచ్చు. కణాల వ్యాప్తిని నిరోధించవచ్చు. అదే కేన్సర్‌కి మందు.

అసలు మరణం అంటే కణపు అణువుల్లో జరిగే ఇంటర్‌ఛేంజా? అన్నది. దీన్ని తెలుసుకోవటానికి ఇప్పటికి రెండొందల కుందేళ్ళనీ, వెయ్యికి పైగా ఎలుకల్నీ చంపాను గానీ రహస్యం బోధపడలేదు" అంటూ నవ్వాడు విషాదంగా. ".. ఈ పరిస్థితిల్లోనే నాకు కొద్దిగా ఓదార్పు కావాలి. కొద్దిగా ఓదార్పూ– నేనున్నాననే ఒక స్నేహితుడూ...." అంటూ శేఖరం చేతిమీద చెయ్యివేసి "నువ్వు నా పక్కనుంటావా శేఖరం? ఐ యామ్ బాడ్లీ ఇన్ నీడ్ ఆఫ్ సమ్ వన్ లైక్ యూ" అన్నాడు శేఖరం కదిలిపోయి "తప్పకుండా" అన్నాడు. ఆర్ద్రత నిండిన కంఠంతో.

ఏదో తెలియని ఆత్మీయ భావంతో యిద్దరూ కొద్దిసేపు మాట్లాడలేదు. చీకటిలో రోడ్డు నల్లత్రాచులా మెరుస్తూంది. వాతావరణాన్ని తేలికచేస్తూ శేఖరం "అయితే మీరు నాకు స్నేహితుడూ, బ్రదరూ కాదు" అన్నాడు.

"మరి?"

"డాడీ"

భార్గవ కెవ్వున అరిచినంత పనిచేసి "వ్వాట్" అన్నాడు.

"అవును. ప్రార్థన 'అన్నయ్య' అంది కాబట్టి మీరు మా కందరికీ డాడీ అన్నమాట. ఊరందరికీ మరదలు అంటారే- అలాగే ఊరంతటికీ తండ్రి అన్న మాట".

భార్గవ ఇబ్బందిగా ... "నాకు ఇంకా నలభై నిండలేదు శేఖరం" అన్నాడు.

"ఇంకేం మరీ మంచిది. కంగ్రాచ్యులేషన్స్ నాన్నగారూ! మీరు నాకు మంచి పార్టీ ఇవ్వాలి. చెప్పండి ఈ రోజే ఇస్తారా?"

"ఏమిటి?"

"డిన్నర్"

హఠాత్తుగా ఏదో స్ఫురించినట్టూ భార్గవ కారు సడెన్‌బ్రేక్ వేసి, "మైగాడ్ మేము ఆమెని డిన్నర్‌కి పిలిచాం... ఈ రోజే-" అంటూ వాచీ చూసుకున్నాడు కంగారుగా.

* * *

"మీరు నన్ను క్షమించారని తెలుసు. కానీ ఇంకొకసారి అడుగుతున్నాను. అసలు నేను చేసిన పని తలుచుకుంటుంటే నాకే సిగ్గుగా వుంది. అతిథిని ఇంటికి పిలిచి నేను లేకపోవటం-"

"మీరు దాన్ని గురించి మర్చిపోరా ఏం?" అంది వసుమతి కూరగిన్నె అతడివేపు జరుపుతూ. ఆమె చాలా ఇబ్బందిపడిన మాట నిజమే. శ్రీనూ, జిన్నీ ముందే నిద్రపోయారు. ప్రార్థన చాలా సేపటివరకూ మెలకువగా వుండటానికి ప్రయత్నించి సోఫాలోనే నిద్రపోయింది. ఆ తరవాత వసుమతి ఒక్కతే అంత పెద్ద ఇంట్లో తనని భోజనానికి పిలిచిన మహాశయుని కోసం ఇబ్బందిగా ఎదురు చూడసాగింది. ఆమెకి కోపం రాలేదు- కానీ చాలా ఇబ్బందికరంగా వుండింది. ఆ ఇబ్బందికన్నా భార్గవ రాగానే మొదలుపెట్టిన క్షమాపణల పరంపర మరింత ఇబ్బందికరమైంది. భార్గవ కారు శబ్దం వినపడగానే ఆమె ప్రార్థనని నిద్ర లేపటానికి ప్రయత్నించింది- కానీ ఆ పాపకి నిద్రాభంగం కలిగించటం ఇష్టంలేకపోయింది. దాంతో ఆ ప్రయత్నం విరమించుకుంది.

ఇది జరిగిన పదినిముషాలకు ప్రార్థనకి మెలకువ వచ్చింది. లేచి డైనింగ్ రూమ్‌కి వస్తూంటే తండ్రి కంఠం వినిపించింది. ఆమె అక్కడే ఆగి చూసింది.

డైనింగ్ టేబిల్ దగ్గర భోజనం చేస్తూన్న వాళ్ళిద్దరి మీదకు బయట్నుంచి వెన్నెల జల్లులా పడుతూంది. ప్రార్థనకి ఆ దృశ్యమెంతో అపురూపంగా తోచింది. ఆ దృశ్యంలో గొప్పతనమేమీ లేదుగాని, లేని వాళ్ళకే తెలుస్తుంది ఆ గొప్పతనం! తన చిన్న ప్రపంచంలో తనకి అందరికన్నా ఇష్టమైన ఇద్దరు వ్యక్తులు తన పరోక్షంలో అలా స్నేహితుల్లా దగ్గిర దగ్గిరగా కూర్చుని మాట్లాడుకోవడం ఆ పాపకి చాలా బావుంది. చప్పుడు చెయ్యకుండా వెనక్కి వెళ్ళి తన ప్రక్క చేరుకుంది. ఆ తరువాత టీచరు వెళ్ళటానికి ఉద్యుక్తురాలై తన గదిలోకి వచ్చినప్పుడు కూడా నిద్రనే నటించింది.

.....

"మీరు నన్ను క్షమించాలి".

"మీరింకోసారి అలా అంటే నేను నిజంగా క్షమించను" కాస్త చొరవ తీసుకుని అన్నది వసుమతి. ఆమె స్వతహాగా ఎక్కువ మాట్లాడదు. కానీ అతడూ తన 'టైపే' అవటంతో ఆమె బిడియం తగ్గింది.

కారులో ఆమెని డ్రాప్ చేస్తున్నాడు అతడు.

"మీరెప్పుడూ ఇలాగే ఆలస్యంగా వస్తారా?" అని అడిగింది.

"ఉహూ. పని లేకపోతే తొందరగా యింటికి వచ్చేస్తాను. కానీ సాధారణంగా 'లాబ్'లో ఆలస్యం అవుతూ వుంటుంది" అన్నాడు. అమె మాట్లాడలేదు. ఆమె అలా అకస్మాత్తుగా మౌనం వహించేసరికి అతడు విస్మయం చెంది, "ఏమిటాలోచిస్తున్నారు?" అడిగాడు.

"ఆ పిల్లల గురించి..."

అతడు మరింత ఆశ్చర్యంతో, "వాళ్ళ గురించి ఏముంది?" అని అడిగాడు.

"ఏమీలేదా?" ఆమె విషాదంగా నవ్వింది. "–ఇరవై సంవత్సరాల క్రితం నేనూ యిలాగే వున్నాను– ఇంట్లో బిక్కు బిక్కు మంటూ, ఆలస్యంగా వచ్చే తండ్రి కోసం ఎదురుచూస్తూ. మీకు చిన్నపిల్లల మనస్తత్వం గురించి చెప్పేంత పెద్దదాన్ని కాదు. మీ ప్రపంచంలో అంతా సైంటిస్టులూ, మేధావులూ, గొప్పవాళ్ళూ వుండవచ్చు. కానీ మీ చిన్న పిల్లల ప్రపంచంలో అంతా తమ తల్లిదండ్రులే! నా తండ్రి తన జీవితమంతా ప్రపంచం కోసమే అన్నట్టూ తిరిగాడు. అదో గొప్ప త్యాగమనుకున్న భ్రమలో కుటుంబానికి ఎప్పుడూ ఏమీ చెయ్యలేదు. నా అనుభవంతో చెపుతున్నాను

భార్గవగారూ!ఎంత తపించిపోయే వాళ్ళమో మేము– ఆ తరువాత అదే కోపంగానూ, అయిష్టంగాను మారింది ఆయనపట్ల!! ప్రపంచాన్ని సంస్కరిస్తున్నానన్న భ్రమలో కవిత్వం రాస్తూ కుటుంబాన్నే మర్చిపోయిన ఆయన– చివరి క్షణాల్లో కుటుంబ సభ్యుల సానుభూతి పొందలేకపోయాడు...”

ఎందుకో తెలీదు కానీ ఆమెకు దుఃఖం వచ్చింది. బహుశా గతం తాలూకు జ్ఞాపకాలు కల్గించిన దుఃఖం కావొచ్చు. అతికష్టంమీద తమాయించుకుని “– అంత దయనీయమైన పరిస్థితి ఎవరికీ రాకూడదు. ఇదంతా మీకు చాలా చిన్న విషయంగా కనబడవచ్చు, కానీ ఆ కోణంలోంచి ఆలోచిస్తే–” అనబోతూంటే భార్గవ కల్పించుకుని, “అర్థమైంది” అన్నాడు. ఆమె తలెత్తి చూసింది.

“రేపట్నుంచి ఆరింటికే వస్తాను ఇంటికి”.

ఆమెకి నవ్వొచ్చింది. “ఇదే మా ఇల్లు, ఆపండి” అన్నది. కారు ఆగేక, ఆమె దిగి తన ఇంటివైపు నడిచింది.

అతడు కారు రివర్స్ చేస్తున్నాడు. అతడి దృష్టి బొమ్మమీద పడింది. అప్రయత్నంగా దాన్ని స్పృశించాడు. కారు కుదుపుకి బొమ్మ నెమ్మదిగా అటూ ఇటూ వూగుతూంది.

6

పెండ్యులమ్‌లా వూగుతున్న వైరు వైపు చూస్తున్నాడు అతడు. అతడి ముందో బీకరు వుంది.

1952లో అమెరికన్ సైంటిస్టు స్టేన్లీ మిల్లర్ చేసిన ప్రయోగం అది. ఇంకా జరుగుతూనే వుంది.

భూమి పుట్టిన కొన్ని కోట్ల సంవత్సరాలకి, తదేకమైన సూర్యరశ్మి సోకి యెక్కడో సముద్ర గర్భంలో ఒక జీవకణము ఉద్భవించి వుండవచ్చు. అప్పుడు విశ్వంలో హైడ్రోజన్, హీలియం, ఆక్సిజన్, నియాన్, సిలికాన్, కార్బన్, ఐరన్, సల్ఫర్, ఆర్గాన్ తప్ప మరేమీ లేవు.

ఒక చిన్న బీకరులో, భూమి పుట్టినప్పుడు ఏ వాతావరణం వుందో అదే వాతావరణాన్ని సృష్టించి– నియాన్, ఆక్సిజన్ లాటి వాటిని అందులో వుంచి, ఆగకుండా శక్తిని పంపుతూ వుంటే ఈ మూల పదార్థాల ద్వారా ‘జీవం’ సృష్టించబడుతుందా అన్న ప్రయోగం అది.

"సర్"

ఆలోచనల్లో నుంచి చెదిరి అతడు పక్కకి తిరిగాడు.

"మీకు ఫోన్ కాల్"

అతడు ఆశ్చర్యపోయాడు. తమకి ఎంతో అవసరమయితే తప్ప ఫోన్స్ రావు. అందులోనూ తనకి.

వెళ్ళి అందుకొని "హల్లో" అన్నాడు.

అంతే. ఆ కంఠం గురించే చూస్తున్నట్టూ అవతల్నుంచి ఒక్కసారి ఏడుపు వినిపించింది. అది ప్రార్థనది. "... నాన్నా.... తొందరగా రా నాన్నా! వచ్చెయ్యి తొందరగా" అని ఫోన్ పెట్టేసింది. అతడు స్థబ్దుడయ్యాడు.

అతడినే చూస్తున్న శేఖరం "ఏమైంది" అని అడిగాడు.

"ఏమో తెలీదు. ప్రార్థన స్కూల్‌నుంచి ఫోన్ చేసింది. ఏడుస్తూంది" అని బయటకు పరుగెడుతూ "నువ్వూ వస్తావా... ప్లీజ్..." అన్నాడు.

ఇద్దరూ పది నిముషాల్లో స్కూలు చేరుకున్నారు. గేటు దగ్గిరే ప్రార్థన బిక్క మొహంతో నిలబడి వుంది. దూరంగా నలుగురు కుర్రాళ్ళు ప్రహరీ గోడనే చూస్తూ నవ్వుకుంటున్నారు.

ఆ గోడమీద అక్షరాల్ని చూస్తూనే విజయభార్గవ మొహం అమితమైన కోపంతో ఎర్రబడింది. అతికష్టంమీద తనని తాను తమాయించు కున్నాడు. తనే ఇంత షాక్ అయితే... ఆమె?

"ఏదీ మీ టీచర్?"

"ఏడుస్తూ ఇంటికి వెళ్లిపోయింది డాడీ".

అతడు కారు ఎక్కి సర్రున పోనిచ్చాడు. శేఖరాన్ని గానీ, కూతుర్ని గానీ పట్టించుకోలేదు.

శేఖరం కూడా వెళ్లిపోతూన్న భార్గవని పట్టించుకోలేదు. గోడమీద అక్షరాల్నే చూస్తూ "ఇది ఎవరు వ్రాశారో తెలిసిందా?" అడిగాడు.

"ఉహు లేదు. హెడ్ మిస్ట్రెస్ వీటిని చెరిపిస్తాన్నన్నారు. కానీ... కానీ..." ఆ పాప ఏడుపు ఆపుకోలేకపోయింది. అతడు ఆమెని ఓదారుస్తున్నట్టూ దగ్గిరకు తీసుకుని గోడవైపు మళ్ళీ ఇంకొకసారి చూశాడు. చూసి, ప్రార్థన వైపు తిరిగి, మీ స్కూల్లో కథలు వ్రాసేవాళ్ళు ఎవరైనా వున్నారా?" అని అడిగాడు.

ఆ స్థితిలో కూడా ప్రార్థన ఆశ్చర్యపోయి, "మా శారద టీచర్ వుంది.... ఏం?" అని అడిగింది.

శేఖరం మాట్లాడలేదు. ఆలోచనల్లో పడ్డాడు. భార్గవ ప్లస్ వసుమతి రాసక్రీడ = జూనియర్ ప్రార్థన.

ఈజీక్వల్టు అన్నదాన్ని గుర్తుగా వేసిన వాళ్ళు ప్లస్‌ని అక్షరాల్లో ఎందుకు వ్రాస్తారు? ప్రింటింగ్‌లో ప్లస్ అంత బావోదని సాధారణంగా అలా వాడతారు. అలా వాడేవారు రచయితలైనా కావాలి, లేకపోతే ప్రింటింగ్ గురించి బాగా తెలిసిన వాళ్ళై వుండాలి. స్కూల్లో మొదటివాళ్ళు వుండటానికే ఎక్కువ ఛాన్సు వుంది.

"శారద టీచర్ అంటే ఎవరికీ పడదు. తనే వ్రాసి వుంటుంది".

"మనం అంత తొందరగా ఒక నిర్ధారణకి వచ్చెయ్యకూడదు. రెడ్ హాండెడ్‌గా పట్టుకోవాలి. చిన్న నాటకం ఆడదాం పద. ఆ డేపంజాతి స్త్రీని దూరంనుంచే నాకు చూపించు".

ఇద్దరూ టీచర్స్ రూమ్‌వైపు బయల్దేరారు. ప్రార్థన కూడా తన పాత మూడ్ నుంచి బయటపడి పూర్వపు ఉత్సాహం తెచ్చుకుంది.

టీచర్స్ రూమ్‌కి కాస్త అవతల ప్రార్థనని నిలబెట్టి, శేఖరం లోపలికి వెళ్ళాడు. గదిలో ఒక మూల ఇంకెవరో టీచర్ పని చేసుకుంటూంది. మధ్య టేబిల్ దగ్గిర శారద ఒక్కత్తే వున్నది.

"నమస్తే, నా పేరు ఎస్. ఎస్. బత్తుల. మాది కన్నడి దేశం!" అన్నాడు. "మీ కథలు చదువుతూ వుంటాను. చాలా బావుంటాయి".

శారద అమితమై ఆనందంతో బాధపడుతున్న దాన్లా నవ్వింది. నిజానికి ఆమె కథలు వ్రాసినవి యాభయ్- ప్రచురితమైనవి అయిదు.

"మీ కథలు కన్నడంలోకి అనువదించాలనుకుంటున్నాను. దానికి మీ పర్మిషన్ కావాలి. మీకు యాభై శాతం రాయల్టీ ఇస్తాను".

శారద మొహం సంతోషంతో వెలిగిపోయింది. "తప్పకుండా దానికే ముందండీ?" అంది.

"మీ కభ్యంతరం లేకపోతే అనుమతి ఉత్తరం వ్రాసిస్తారా?"

శారద నోట్‌బుక్‌లోంచి కాగితం చింపి, "ఏం వ్రాయమంటారు?" అనడిగింది.

"నా కథల్ని శ్రీ ఎస్. యస్. బత్తుల కన్నడంలోకి అనువదించటానికీ, 'రాసక్రీడ' అనే పేరుతో పుస్తక రూపంలో ప్రచురించటానికి అనుమతి ఇవ్వటమైంది".

అతడు చెపుతూంటే ఆమె వ్రాసి సంతకం పెట్టి ఇచ్చింది. "థాంక్స్" అన్నాడు. అతడు లేస్తూ "మీలాగే మీ సంతకం కూడా అందముగా వుంది. కంగ్రాట్స్! మీ ఆటోగ్రాఫ్ జీవితాంతం ఉంచుకుంటాను".

ఆమె ముసిముసిగా సిగ్గుపడి "థాంక్స్" అంది.

"నెలరోజుల్లో పుస్తకం పూర్తవగానే వచ్చి కలుస్తాను. అంతవరకూ శలవు" అని బయటకు వచ్చేసాడు. అతడి చేతిలో ఆమె రాసిన కాగితం వుంది. గోడమీద వ్రాసింది ఆవిడే అన్నది నిర్ధారణ అయిపోయింది. ఆమె అతడికి వ్రాసి యిచ్చిన అనుమతి పత్రంలో 'రాసక్రీడ' అని వుండాల్సినచోట స్పష్టంగా 'రాసక్రీడ' అని వ్రాసి వుంది.

* * *

"ప్లీజ్ ఏడవకండి" అన్నాడు భార్గవ ఇబ్బందిగా. ఆ సైంటిస్టుకి ఆడవాళ్ళు ఏడుస్తూంటే ఏం చేయాలో తెలీదు.

వసుమతి ఇంకా వెక్కుతూనే వుంది.

అనునయిస్తున్నట్టూ ... "ఇలాటి సమయాల్లోనే మీరు ధైర్యం తెచ్చుకోవాలి. ఇంత చిన్న విషయంమీద రాజీనామా చేసేస్తారా? లక్షమంది లక్ష అనుకుంటారు. ముందు ఆ గోడ మీద అంత దారుణంగా వ్రాసింది యెవరో కనుక్కోనివ్వండి. వాణ్ని హైడ్రోక్లోరిన్ ఆసిడ్‌లో ముంచెయ్యకపోతే నా పేరు భార్గవ కాదు" అన్నాడు.

* * *

"వ్రాసిందెవరో కనుక్కున్నాం. అంతటితో అయిపోలేదు. మీ టీచర్ నాకు తెలీదు కానీ, భార్గవ మాత్రం చాలా సెన్సిటివ్. ఏదో రకంగా సర్దిచెప్పాలి" అన్నాడు శేఖరం.

ప్రార్థన కాస్త టైములోనూ బాగా తేరుకుంది. టీచర్ గురించీ, తండ్రి గురించీ గోడమీద చూసేసరికి ఆ పాప ముందు బాగా బెదిరిపోయి ఏడవటం ప్రారంభించినా, శేఖరం పక్కనుండటంతో కొండంత ధైర్యం వచ్చిపడ్డట్టయింది.

"నాదే తప్పు, టీచర్‌ని నాన్న డిన్నర్‌కి పిలిచాడని అబద్ధం చెప్పాను. ఈ సంగతి శారదా టీచర్‌కి తెలిసే ఇది వ్రాసి వుంటుంది" అంది ప్రార్థన.

"భార్గవ మీ వసుమతిగార్ని డిన్నర్‌కి పిలవనే లేదా?"

"ఊహు. నాన్నకి ఎలానూ జ్ఞాపకం వుండదని నేనే, మేమిద్దరం కలిసి పిలిచామని టీచర్‌కి చెప్పాను".

"నీ తెలివి తగలెయ్య- ఎందుకు పిలిచావు?"

"ఎందుకంటే... ఎందుకంటే..." తడబడింది ప్రార్థన. "ఎందుకో టీచర్‌ని యింటికి పిలిస్తే బావుంటుందనిపించింది".

"ఇంకేముంది డిన్నరయ్యాక ఈయన ఆవిడని కారులో దిగపెట్టటం ఆ దేపంజాతి స్త్రీ చూసి వుంటుంది. దాంతో ఉక్రోషం ఆపుకోలేక ఇలా వ్రాసి ఉంటుంది..."

* * *

"ఆ వ్రాసిన వాళ్ళెవరో నా కారులో మీ బొమ్మ చూసి ఉక్రోషం ఆపుకోలేక ఇలా వ్రాసి వుంటారు" అన్నాడు భార్గవ. వసుమతి కాస్త స్థిమితపడింది. కానీ ఇంకా విచారంగానే వుంది. "కారులో బొమ్మ కట్టటమేమిటి?" అనడిగింది అర్థంకాక.

"మీరిచ్చిన బొమ్మని ప్రార్థన నా కారులో కట్టిందిగా- మీరు చూళ్ళేదా?"

ఆమె విస్తుపోయి... "నేను బొమ్మను యివ్వడం ఏమిటి? ఆ బొమ్మ ప్రార్థన తయారుచేసిందే. నేనిచ్చానని చెప్పింది- ఎందుకబ్బా?" అంది.

"మీరిచ్చారని అంటేగాని కట్టుకోనని అనుకున్నదేమో! ప్రార్థనలో ఇంత ఆర్టు వుందని నేను అనుకోలేదు సుమా! దాన్ని చూసినప్పుడల్లా 'ఎంత బావుంది ఈ బొమ్మ' అనుకునేవాడిని..." అని, కొంచెం సాహసించి, "... అలా అనుకున్నప్పుడల్లా మీరే గుర్తు వచ్చేవారు" అన్నాడు.

* * *

"ఎప్పుడూ తనే గుర్తొస్తుంది నాకు. తనతో కబుర్లు చెప్పాలనీ, తను మా ఇంటికి మాటిమాటికీ రావాలనీ అనిపిస్తుంది. అందుకే డిన్నర్ అని అబద్ధమాడేను" వప్పుకుంది ప్రార్థన.

"ఒక్కదానికేనా? జిన్నీకి, శ్రీనూకి కూడా అలానే అనిపిస్తుందా?"

"మా అందరికీ"

"అలా అయితే మనమో పని చెయ్యొచ్చు".

"ఏమిటి?"

దానికి సమాధానం చెప్పకుండా శేఖరం గంభీరంగా "ప్రోటానుచుట్టూ ఎలక్ట్రాను తిరిగితే అది అణువు అవుతుంది. అమ్మాయి చుట్టూ అబ్బాయి తిరిగితే అది ప్రేమ అవుతుంది" అన్నాడు.

ప్రార్థన బిక్కమొహంవేసి "నాకు భయమేస్తుంది. ఏమీ అర్థం కావటం లేదు" అంది.

* * *

"నాకేమీ అర్థంకావటంలేదు" అంది వసుమతి.

తనన్న మాటలకు ఆమెలో అణువిచ్ఛేద సిద్ధాంతం, న్యూటన్ మూడోచలన సూత్రంలాంటి రియాక్షన్స్ ఏమీ రాకపోయేసరికి భార్గవ మరింత ధైర్యంచేసి గొంతు సర్దుకుని... "విశ్వం అనంతం కాదు, పరిమితం కాదు వసుమతిగారూ! అయితే దానికి అవధులు లేవు. అదే ఐన్‌స్టీన్ కనిపెట్టిన సాపేక్ష సిద్ధాంతం" అన్నాడు.

వసుమతి తెల్ల మొహం వేసి "మీకేమైనా మతిపోయిందా" అనబోయి బావోదని వూరుకుంది. భార్గవ ఆమె మొహంలో భావం చూసి బుర్రగోక్కుని "ఇదేమిటి? 'ఆపేక్ష' సిద్ధాంతం చెప్పబోయి సాపేక్ష సిద్ధాంతం చెప్పేను" అనుకున్నాడు.

* * *

"ఇందులో అర్థం కాకపోవటానికి ఏమీలేదు. సైంటిస్టులు మనసులో మాట కూడా సరిగ్గా చెప్పలేరు. మనమే సాయపడాలి. లేకపోతే ఆపేక్ష సిద్ధాంతం చెప్పబోయి సాపేక్ష సిద్ధాంతం చెప్పేస్తారు" అన్నాడు శేఖరం.

"ఆపేక్ష సిద్ధాంతం ఏమిటి?"

"ప్రేమ అనంతంకాదు. పరిమితం. అయితే దానికి అవధుల్లేవు- అదే అన్నాబత్తుల సోమశేఖరం కనిపెట్టిన ఆపేక్ష సిద్ధాంతం. న్యూటన్ గురుత్వాకర్షణ శక్తిలాగే ప్రేమాకర్షణ శక్తికూడా! స్త్రీ పురుషులిద్దరూ తమతమ ద్రవ్యరాసుల గుణలబ్దానికి (అమంగళం అప్రతిహతమవుగాక) అనులోమ నిష్పత్తిగల, తమ మధ్య దూరం స్క్వేర్‌కి విలోమ నిష్పత్తి ఫోర్సుతో ఆకర్షించుకుంటారు. దూరం సున్నా అయితే ప్రేమ ఇన్‌ఫినిట్ అవుతుంది".

ప్రార్థన అతడి మొహంలోకి తేరిపార చూసి, "నీకు పిచ్చెక్కిందన్నయా" అంది.

"పిచ్చికాదు. ఆ దేపంజాతి స్త్రీని చెప్పుతో కొట్టి బుద్ధి చెప్పేలా చెయ్యాలంటే మనందరం, అంటే నువ్వూ, నేనూ, జిన్నీ , శ్రీనూ కలిసి ఒక మహత్తరమైన పనికి పూనుకోవాలి. ఈ శుభకార్యంలో మీరందరూ మొగపెళ్ళి తరఫువాళ్ళూ, నేనేమో ఆడపెళ్ళి తరఫువాడినీ అన్నమాట. ఇది చాలా క్లిష్టమైన పనే అనుకో. కాని మనందరం తల్చుకుంటే సాధ్యం కానిదేముంది, మరి సంప్రదింపులు ప్రారంభిద్దామా.."

మొదట ప్రార్థనకి అర్థం కాలేదు. క్రమక్రమంగా అర్థం కాగానే ఆ పాప మొహం ఆనందంతో విచ్చుకుంది!!

* * *

ఇది జరిగిన వారం రోజులకి టీచర్స్ రూమ్‌లో వసుమతి అందరికీ కార్డులు పంచుతూ శారద దగ్గర కొచ్చి తనకీ ఒకటి అందించింది.

"ఏమిటిది?"

"వచ్చేనెల పదో తారీఖున ముహూర్తం".

"దేనికి?"

"జూనియర్ ప్రార్ధన చట్టబద్ధంగా ఈ భూమ్మీదకు రావటంకోసం పెళ్ళి అనే మంగళప్రదమైన రాసక్రీడ తాలూకు ముహూర్తం. పెళ్ళికిమీరు తప్పక రావాలి. ప్లీజ్...." అన్నది. అమె మొహంలో మారే రంగుల్ని పరిశీలిస్తూ.

మొదట పెద్ద చప్పుడు. తర్వాత బుసకొట్టిన శబ్దం వరుసగా వినిపించాయి. మొదటి శబ్దం శారద స్థూలకాయం కుర్చీలో పడటంవల్ల వచ్చింది. రెండోది బి.పి. ఎక్కువయి ఆవిడ తీసే ఊపిరివల్ల వచ్చింది.

రెండు

రాత్రి పన్నెండింటికి... చీకటి దట్టంగా అలుముకొని వున్న ఆ ప్రదేశంలో ఒక చిన్న కదలిక – చెత్తా చెదారం మధ్యనుంచి అటూ ఇటూ చెదిరి – ఒక చిన్న తల బయటికి వచ్చింది.

ఆ తర్వాత ఆ చెత్తలోంచి దాని శరీరం పూర్తిగా బయటికి వచ్చింది. అప్పుడు దాని ఆకారం చూస్తే ఎవరికైనా వళ్ళు గగుర్పొడుస్తుంది. చిన్నసైజు బావురుపిల్లిలా వుందది. శరీర పరిమాణానికి ఏ మాత్రం పొందికలేని చిన్నతల– మధ్యలో సన్నగా చీలిన నోరులాంటి ప్రదేశం నుంచి పై పదవి కండరం కాస్త పైకి వెళ్ళగానే కనపడే రంపంలాంటి కోరలు– ఇవి కాదు భయపెట్టేవి ... దాని కళ్ళు.

అప్పుడే ఎగరటం నేర్చుకుంటున్న పక్షిపిల్ల ఒకటి, కొత్తగా నడక నేర్చుకున్న ఉత్సాహంలో గాలిలో ఎగిరి తల్లిదండ్రుల్నించి దూరమయి రెక్కల్లో శక్తి వున్నంతరకూ ఎగిరి ఎగిరీ– జాలిగా అరుస్తూ ఆకాశంలోంచి టప్మని నేలకు జారిపోయి ఆ కుప్పమీద పడింది.

ఆ నిశ్శబ్దంలోంచి తిరిగి చిన్న కదలిక.

అపాయాన్ని పసిగట్టిన పక్షిపిల్ల లేవలేక కదల్లేక నిస్సహాయంగా చూసింది.

కసుక్కుమంటూ రెండు పళ్ళు దాని లేత శరీరంలోకి దిగాయి.

ఆ శరీరం కొద్దిసేపు కొట్టుకోవటానికి విఫల ప్రయత్నం చేసి, తర్వాత అచేతనమయింది.

* * *

"ఎప్పుడు పెట్టుకుందాం ఆపరేషన్?" రాబర్ట్‌సన్ కుర్చీలోంచి ముందుకు వంగుతూ అన్నాడు.

భార్గవ వాచీ చూసుకొని, "ఇరవై ఎనిమిదో తారీఖునైతే బావుంటుంది" అన్నాడు.

"గుడ్. బైదిబై నీ మ్యారేజి ఎప్పుడన్నావ్?"

"పదో తారీఖు"

"సారీ, అంతరకూ వుండలేకపోతున్నాను".

"నేనే సారీ చెప్పాలి నీకు. సరదాగా మా దేశం వచ్చిన వాడికి స్వార్థంతో పని చెపుతున్నాను. ఒకోసారి నా ఆలోచన్లు నాకే సిల్లీగా అనిపిస్తాయి".

"పదిహేను నిముషాల ఆపరేషన్ కోసం నువ్వు నన్నేదో ఇబ్బందిలో పెట్టినట్టు మాట్లాడతావేం? ఇక ఆ సంగతి ఆలోచించటం మానేసి, మనకు కావల్సిన ఆపరేషన్ థియేటర్ చూడు".

"చూసేను. గ్రాండ్స్ నర్సింగ్‌హోమ్, ఈ ఊళ్ళోకెల్లా అధునాతన మైనది. ఇరవై ఎనిమిదో తారీఖు సాయంత్రం బుక్ చేసేను".

"గుడ్" అంటూ లేచాడు రాబర్ట్‌సన్. భార్గవ కూడా లేచి నిలబడ్డాడు. వయసు, విజ్ఞానం తెచ్చిన హుందాతనం, దానికితోడు విశిష్టమైన పొడవూ. రాబర్ట్‌సన్ ప్రక్కనే పొడవైన భార్గవ పొట్టిగా కనపడుతున్నాడు.

"గుడ్, ఒకరోజు టైము వుంటుంది కదా. వచ్చిన తరువాతే ప్రిలిమినరీస్ అవీ చూసుకుందాంలే..." ఇద్దరూ కారు దగ్గరకు చేరుకున్నారు. (ఆపరేషన్‌కి ముందు చేసే పరీక్షల్ని ప్రిలిమినరీస్ అంటారు) షేక్‌హాండిస్తూ రాబర్ట్‌సన్ నవ్వాడు– "నాకే గమ్మత్తుగా వుంది. చాలా కాలం తర్వాత టాన్సిల్స్ ఆపరేట్ చెయ్యబోతున్నాను".

భార్గవ నవ్వలేదు. అతడికి మొహమాటంగా వుంది. ముందేదో హుషారులో మిత్రుడిని అడిగేసేడు కానీ ఇప్పుడు సిగ్గుపడుతున్నాడు– ప్రపంచంలోకెల్లా మొదటి ముగ్గురు ప్రముఖ సర్జెన్లలో ఒకరైన రాబర్ట్‌సన్‌ని ఇంత చిన్న పనికి ఆహ్వానించటం...

* * *

"ఆపరేషన్ అయ్యాక ఆ అమెరికన్ డాక్టర్ రెండ్రోజుల్లో వెళ్ళిపోతే ఫర్లేదా" అనుమానం వెలిబుచ్చింది వసుమతి.

"ఆపరేషన్ అయ్యాక పదినిముషాల్లో వెళ్ళిపోయినా ఫర్లేదు. పాపకి ఐస్‌క్రీం తినిపించి యింటికి తీసుకొచ్చెయ్యొచ్చు. అంత చిన్న ఆపరేషన్ యిది".

"ఐస్‌క్రీం ఎందుకు?"

"గొంతులో రక్తం తొందరగా అరికట్టబడటానికి"

వసుమతి ఏదో చెబ్దామనుకొని మళ్ళీ మానేసి, "ఆపరేషన్ ముందు రోజంతా ఆస్పత్రిలో వుండాలా?" అని అడిగింది.

"అసలు దానికి ఆపరేషన్ అన్నంత పెద్ద పేరే అనవసరం. ముందురోజు మామూలుగా స్కూలుకి వెళ్ళవచ్చు కూడా".

"మీరు ముందురోజే కాంప్ నుంచి వచ్చేస్తారుగా"

"వచ్చేస్తాం. ఏం?"

వసుమతి ఊరిస్తున్నట్లుగా "మీరొచ్చిన రోజు చెప్తాను. ఆ సాయంత్రం ఏ ప్రోగాం పెట్టుకోకండి" అంది.

"ఏమిటి?"

"ఉహు- తర్వాత చెప్తానన్నాగా. మీరు అసలు వూహించలేరు, అంతా నేనే స్వయంగా చేస్తున్నాను. మీరు చూస్తే అదిరిపోతారు".

భార్గవ నవ్వి "నీ నోటివెంట ఆ మాట వినటం చాలా గమ్మత్తుగా వుంది" అన్నాడు.

ఆమె అర్థంకాక, "ఏ మాట" అంది.

"అదిరిపోవటం... అన్నమాట. అది స్త్రీ శరీరానికి సంబంధించిన మాట అనీ, సాధారణంగా మొగవాళ్ళే ఉపయోగిస్తారనీ అనుకుంటున్నాను"

ఆమె సిగ్గుపడి, చిరుకోపంతో "మీకు మీ సోమశేఖరం మాటలు బాగా వంటబట్టినట్టున్నాయే" అంది. భార్గవ నవ్వేడు. ఆమె అతడి చేతిమీద చెయ్యివేస్తూ "మర్చిపోకండేం. మళ్ళీ ఆ సాయంత్రం ఏ ప్రోగ్రామో వుందని దాటెయ్యవద్దు" అంది.

"అంత ముఖ్యమైనదా 'నీ' ప్రోగ్రాం".

"ఆం మనిద్దరి జీవితాల్లోనూ చాలా ముఖ్యమైనది".

"ఏమిటి"

"ఉహూ, ఇప్పుడు చెప్పను".

* * *

ఇరవై ఏడో తారీఖు.

ప్రొద్దున్న పదింటికి.

గ్రాండ్స్ నర్సింగ్‌హోమ్‌లో...

తెల్లటి దుస్తులు వేసుకున్న లావుపాటి నర్సు ప్రార్థన చూపుడు వేలుమీద సూదితో చప్పున పొడిచి, లోపల్నుంచి పొంగిన రక్తాన్ని అద్దం మీదకు తీసుకుంది.

అట్టమీద క్లిప్పుకున్న కాగితంలో ఆ విషయాన్ని నోట్ చేసుకుంటూ ఉండగా ఇంకో నర్సు వచ్చి ఆవిడకి ఫోన్ వచ్చిందని చెప్పింది.

లావు నర్సు వరండాలోకి వెళ్ళి ఫోన్ అందుకుంది. అట్నుంచి ఫోన్ చేసింది, ఆమె బాయ్‌ఫ్రెండు. సాయంత్రం పార్కులో కలవాలా, సినిమాకి వెళ్ళాలా అన్న విషయం మీద పావుగంటా, ఏ చీర కట్టుకుని రావాలా అన్న విషయం మీద పావుగంటా చర్చించుకున్న తరువాత తిరిగి ప్రార్థన దగ్గిర కొచ్చింది.

ఈ లోపులో ప్రార్థన చుక్కచుక్కగా వస్తున్న రక్తాన్ని ఆపటానికి చేతి రుమాల్తో చాలా అవస్థపడాల్సి వచ్చింది. రక్తం క్లాట్ ఆపటానికి దాదాపు ఇరవై నిమిషాలు పట్టింది.

లోపలికి వచ్చిన నర్సు తను చెయ్యవలసిన రెండు పరీక్షల్లో ఒకటి మాత్రమే చేశానని గుర్తొచ్చి నాలుక్కర్చుకుని, పాప చేతిని తీసుకొని చూసింది. సూదితో పొడిచినచోట మామూలుగానే వుంది.

ప్లాస్టిక్ గొట్టం పక్కన పడేసి... మళ్ళీ రెండో పరీక్షకోసం ఇంకోసారి గుచ్చటం ఎందుకని, 'బ్లడ్ క్లాటింగ్ టైమ్!' అని వున్న చోట... 'నాలుగు నిముషాలు' అని వ్రాసి, రిపోర్టు తీసుకెళ్ళి డాక్టరుకి అందించింది.

డాక్టర్ రాబర్టుసన్ రిపోర్టు చేతుల్లోకి తీసుకొని పరిశీలించాడు.

బ్లడ్ క్లాటింగ్ టైమూ, బ్లడ్ బ్లీడింగ్ టైమూ, వైట్ సెల్ కౌంట్ ఈజ్నోఫీల్ గ్రాన్యులోసైటిస్...

రిపోర్టు జూనియర్ డాక్టరుకి అందజేస్తూ "ఓ.కే." అన్నాడు.

2

ప్రొద్దున్న ఆరింటికే ఆస్పత్రి చైతన్యాన్ని సంతరించుకుంది. ఇద్దరు నర్సులు హడావుడిగా తిరుగుతున్నారు. నర్స్ రిసెప్షన్ కౌంటర్ వెనుకనున్న ఆఫీసు నుంచి ప్రార్థన తాలూకు కేస్‌షీటు తీసుకుని థియేటర్‌లోకి వెళుతూంది. ప్రార్థన తాలూకు బ్లడ్ రిపోర్టు, బ్లడ్ క్లాటింగ్ టైమ్ (రక్తస్రావం ఆగటానికి పట్టేసమయం), రక్తం ఏ గ్రూపుకి చెందిందీ వగైరా అంశాలున్న రిపోర్టు అది.

ఆకాశం కొద్దిగా మేఘావృతమై వుంది. సూర్యుడు ఇంకా తూర్పునుంచి పూర్తిగా బయటకి రాలేదు.

అత్యవసరం అయితే తప్ప అంత తెల్లవార్నే ఆపరేషన్ చెయ్యటం ఆ ఆస్పత్రికి కొత్త అవటంవల్ల కాస్త కొత్తగా వుంది తప్పితే మిగతా అంతా మామూలుగానే సాగిపోతూంది.

డాక్టరు రాబర్టుసన్ అయిదున్నరకే తన సామాను తీసుకొని ఇటునుంచి ఇటే విమానాశ్రయానికి వెళ్ళిపోవటానికి హోటల్ ఖాళీచేసి వచ్చేసేడు.

పావు తక్కువ ఆరింటికి ప్రార్థనని తీసుకొని భార్గవ, వసుమతి వచ్చారు. రాత్రి నుంచీ ఏమీ తినకపోయినా ప్రార్థన హుషారుగానే వుంది. టాన్సిల్స్ ఆపరేషన్ అయిపోతే యెన్ని ఐస్‌క్రీములు తిన్నా ఫర్లేదని తండ్రి చెప్పాడు. ఆమె ఐస్‌క్రీము అంటే పడి ఛస్తుంది. కానీ ఎప్పుడు తిన్నా జలుబు చేస్తుంది. దానికి కారణం టాన్సిల్సేనట. అందుకే ఈ ఆపరేషన్ అంటే సహజంగా వుండాల్సిన భయం లేకపోగా, ఎప్పుడు అవుతుందా అని తొందరగా వుంది.

ప్రార్థన రాగానే, ఆమెని తీసుకుని వెళ్ళి, ఒక నర్సు మొట్టమొదట స్టైరైల్ వాటర్‌తో నోటిని శుభ్రం చేసింది.

ఈ లోపులో నర్సు ప్రార్థన తలని కొద్దిగా వెనక్కి వంచి, కళ్ళ మీద దూదివుంచి బ్యాండేజి కట్టింది. పేషెంట్ ఆపరేషన్ థియేటర్‌లోకి వెళ్ళగానే అక్కడి వాతావరణాన్నీ, లైట్లనీ, మాస్కులు కట్టుకున్న డాక్టర్లనీ, కత్తుల్నీ చూసి ఒక్కసారిగా 'షాక్' తగలకుండా కళ్ళకి బ్యాండేజి.

"పడుకుంటావా?"

ప్రార్థన తలూపి, వెల్లకిలా పడుకుంది.

తరువాత చక్రాలు కదులుతున్న చప్పుడు. స్ట్రెచర్ తోసుకు వెళుతూంటే పాపకి గమ్మత్తుగా వుంది. స్ట్రెచర్ మలుపు తిరగటం తెలుస్తూంది. ఒక్కసారి చల్లటిగాలి తగిలింది. రూంలోంచి వరండాలోకి వచ్చినట్టూ గ్రహించింది. ఆపరేషన్ గది తలుపులు తెరుచుకోవటం తెలుస్తూంది. స్ట్రెచర్ మళ్ళీ ఇంకో మలుపు తిరిగింది.

అకస్మాత్తుగా కళ్ళమీద వెయ్యి కాండిల్స్ లైట్లు నాలుగైదు పడటంతో ఒక కొత్త వాతావరణంలోకి ప్రవేశించినట్టూ మార్పు వచ్చింది. అదోరకమైన మందుల వాసన. బ్యాండేజీ సందులోంచి లైటు కిరణాలు సన్నటి సూదుల్లాగా కనపడుతున్నాయి. తిరుగుతున్న వజ్రంమీద లైటు పడినట్టూవుంది. కుడికన్ను క్రిందనుంచి కొద్దిగా

కనిపిస్తూంది. ప్రార్థన దొంగతనంగా తల కొద్దిగా పైకెత్తి చూసింది. మూతికి గుడ్డ కట్టుకొని రాబర్టుసన్ అంకుల్ గమ్మత్తుగా కనపడ్డారు. అంతలో ఒక చెయ్యి వచ్చి ఆమెని సరీగ్గా పడుకోబెట్టింది. సన్నటి స్వరంతో ఎవరో ఏదో అడుగుతున్నారు. స్టీలు కత్తులు ఒకదాని కొకటి తగిలి, రాపిడి అయిన ధ్వని.

రాబర్టుసన్ దగ్గరకొచ్చి అడిగాడు. "హౌఆర్యూ బేబీ".

"బ్లయిండ్" అంది.

ఎప్పుడూ సీరియస్‌గా వుండే అనస్తటీస్టు కూడా ఆ మాటలకి నవ్వాడు. ప్రార్థన దగ్గిరకొచ్చి "ఇప్పుడు నీకో ఇంజెక్షన్ ఇస్తాను పాపా! ఓ.కే. ... " అన్నాడు.

"ఊఁ" అంది ప్రార్థన.

అతడు తన చెయ్యి అతడి చేతుల్లోకి తీసుకోవడం తెలుస్తూంది. ఒక్కసారిగా చురుక్కుమని మంట. ఏదో లోపలికి గుచ్చుకున్నట్టూ... అదృష్టవశాత్తూ వీన్ మొదటిసారే దొరికింది.

"నొప్పిగా వుందా?"

"ఊహూ. లేదు".

"అస్సలుండదు".

ప్రార్థన మాట్లాడలేదు.

"నీకు డాడీ అంటే ఇష్టమా? మమ్మీ అంటేనా?"

"డాడీ అంటే ... ఉహూ.. కాదు. నిన్న రాత్రినుంచీ మమ్మీ అంటే".

"ఏం నిన్న రాత్రి ఏమయ్యింది?"

"మమ్మీ నన్ను డాన్స్‌కి తీసు ... కెళ్ళింది"

"నిన్న డాన్సు బాగా జరిగిందా?"

"బాగా ... జరిగిం..ది"

"డాన్స్ ఎవరు చేసేరు నువ్వేనా?"

"ఆఁ .. నేనే... చేశా...ను"

"చప్పట్లు కొట్టారా?"

"కొట్టారు, బా..గా..కొ...ట్టా...రు"

"ఏమిటి?'

"చప్పు...చ..చ.." అంతే.

– ఆమె ఆపు చెయ్యటంతో థియేటర్‌లో గాఢమైన నిశ్శబ్దం ఒక క్షణం రాజ్యమేలింది.

కొద్దికొద్దిగా ఇస్తూన్న పెంటథాల్ మందుని ఆపుచేసి, సూది శరీరానికి అలాగే వుంచి సిరంజి తీసేశాడు.

బ్యాండేజి పైకెత్తి, కనుగుడ్డు లోపలి భాగం పరిశీలించి, పాప పూర్తిగా మత్తులోకి వెళ్ళిపోయిందని గ్రహించాడు.

అనస్తటీస్టు చేసే ఈ పనులని రాబర్టుసన్ మౌనంగా గమనిస్తున్నాడు.

(చాలామంది అనుకుంటారు. మత్తు ఇంజెక్షన్ ఇవ్వగానే మనిషికి స్పృహ తప్పుతుందనీ- ఆపరేషన్ మొదలవుతుందనీ! సినిమాలు తప్పుదారి పట్టిస్తున్న అభిప్రాయం ఇది!!! స్పృహ తప్పటం వేరు, మత్తెక్కటం వేరు. శరీరం మత్తెక్కకపోతే స్పృహ తప్పినా బాధ తెలుస్తుంది)

సూదికి మరో సిరెంజి అమర్చి పాప శరీరంలోకి స్కాలిన్ ఇంజెక్ట్ చేసేడు.

ప్రార్థన శరీరం భూకంపం వచ్చినట్టూ రెండు క్షణాలపాటూ ప్రకంపనాలకి లోనై అటూ ఇటూ కదిలి, ఒక్కసారిగా పక్షవాతం వచ్చినట్టూ చచ్చుబడి పోయింది. కండరాలన్నీ పనిచెయ్యటం మానేసి, ఛాతి కండరాలు కూడా కదలకపోవటంవల్ల ఆమె వూపిరి ఆగిపోయింది. ఆపరేషన్‌లో ఇది రెండో అంశం. శరీరాన్ని 'పారలైజ్' చెయ్యటం!

అనస్తటీస్టు చేతులు మిషన్‌కన్నా వేగంగా కదిలినయ్. ఊపిరి ఆగిపోయిన తర్వాత రోగిని ఆ స్థితిలో ఎక్కువసేపు వుంచకూడదు.

చేతినుంచి స్కాలిన్ సిరెంజిని తీసేసి, అదే సూదికి గ్లూకోజ్ సెలైన్ అమర్చాడు. ఆమె శరీరంలోకి ఆ ద్రవం సవ్యంగా ప్రవహిస్తూందని సంతృప్తి పడ్డాక, వేగంగా కదిలి ఎండో-ట్రాకియల్ ట్యూబ్‌ని చేతుల్లోకి తీసుకొని, మరొక చేత్తో ఆమె నోటిని వేళ్ళతో తెరిచాడు. గొట్టాన్ని ఆమె నోట్లోకి కొద్దికొద్దిగా జొనిపాడు. స్కాలిన్ ఇంజక్షనువల్ల దృఢత్వం కోల్పోయిన ఆమె కండరాలు ఆ గొట్టానికి వెంటనే దారి నిచ్చాయి. గొంతుగుండా గొట్టం లోపలికి వెళ్ళి ఊపిరితిత్తుల ద్వారాన్ని చేరుకుంది. ఆ గొట్టపు రెండో చివర బాయిల్స్ ఆపరేషనుకి అమర్చబడివుంది.

అతడు దాన్ని ప్రారంభించగానే ఆక్సిజన్, నైట్రాస్ ఆక్సైడ్‌ల మిశ్రమ వాయువు సన్నటి ఒత్తిడితో ఆమె ఊపిరితిత్తుల్లో కృత్రిమంగా ప్రవేశించి, తిరిగి శ్వాస ప్రారంభమయింది.

ఈ ఆక్సైడే శరీరానికి స్పర్శజ్ఞానాన్ని పోగొట్టేది. అది ఊపిరితిత్తులలోకి ప్రవహిస్తున్నంతకాలం పేషెంట్ మత్తులోనే వుంటుంది. దీనితో పాప శరీరం ఆపరేషన్‌కు సిద్ధమయింది.

అన్నీ సవ్యంగా వున్నాయో లేవో చూసుకుని, బి.పి. ఆపరేటస్‌ని మరోమారు పరీక్షించుకుని, అనస్తటీస్టు పక్కకు తొలగి, సర్జెనువైపు తిరిగి 'రెడీ సర్' అన్నాడు.

అప్పుడిక సర్జెను పని ప్రారంభం అయింది.

ఒక నర్సువచ్చి పేషెంట్ శరీరాన్నంతా ఆకుపచ్చటి దుప్పటితో కప్పేసింది. కేవలం ముఖం దగ్గిర మాత్రం నోరు కనపడేటట్టూ రంధ్రం వుందంతే. అక్కడున్న వాళ్ళందరూ ఆకుపచ్చటి డ్రస్‌లోనే వున్నారు. రక్తం ఎర్రరంగు కొట్టొచ్చినట్టూ కనపడకుండా వుండటానికి ఆకుపచ్చరంగు దోహదం చేస్తుంది. లేకపోతే ఆపరేషను చేస్తున్నప్పుడు చిందే ఎర్రటిరక్తం ఎంతటి డాక్టరునయినా మానసికంగా బలహీనుణ్ని చేస్తుంది. ఆకుపచ్చమీద ఎరుపు నల్లగా కనపడుతుంది.

రాబర్టుసన్ ఒక క్షణం పాప నోటిని పరీక్షించి, స్పిరిట్‌తో ముందు చుట్టూ శుభ్రం చేశాడు. ట్యూబ్‌ని కాస్త పక్కకి తొలగించి, నోటిలో గాగ్‌ని పెట్టాడు. నాలుకని అది క్రిందకు నొక్కి వుంచి, కొండనాలుక ఇరువైపులా స్పష్టంగా కనపడేటట్టూ చేస్తుంది.

అసిస్టెంట్స్ ఇద్దరూ అతడు చేసేపనిని జాగ్రత్తగా గమనిస్తున్నారు. చాలా సున్నితంగా, కానీ వేగంగా, చురుగ్గా కదిలే అతడి చేతివేళ్ళ సామర్థ్యాన్ని తమ స్మృతుల్లో భద్రపర్చుకుంటున్నారు. రాబర్టుసన్ ఒక్కసారి గొంతు లోపలిభాగాన్ని పరిశీలించి, చేతిలోకి వల్‌సెల్లవమ్‌ని తీసుకొని దాంతో పాప గొంతులో కుడివైపు ఉబ్బెత్తుగా వున్న మొదటి టాన్సిల్‌ని పట్టుకుని కాస్త ముందుకు లాగాడు. తాటికాయ నుంచి చూపుడువేల్తో తోస్తే ముంజె బైటికి వచ్చినట్టూ టాన్సిల్ ముందుకు వచ్చింది.

నాలుక మీద నుంచి కత్తి గొంతు దగ్గరికి తీసుకువెళ్ళి సుతారంగా దాన్ని కోసేడు.

మొట్టమొదటి శత్రు సైనికుడు చీకట్లోంచి బయటికొచ్చినట్టూ మొదటి రక్తపుచుక్క బయటకొచ్చింది.

* * *

స్... స్సస్

ఎలక్ట్రికల్ బ్లడ్ సక్కర్ సన్నటి శబ్దం చేస్తూంది.

రాబర్టుసన్ కుడిచేత్తో దాన్ని పాప నోటి లోపలకు దూర్చాడు. ఆ గొట్టంలోంచి గాలి వేగంగా లోపలికి పీల్చుకోబడుతుంది. దాన్ని కొండనాలుక పక్కకు

తీసుకువెళ్ళగానే, బయటకొచ్చిన రక్తమంతా దాని గుండా గొట్టంనుంచి బయటికి వెళ్లిపోయింది.

అతడు గొట్టాన్ని నర్సుకు అందించి, నైఫ్ తీసుకొని, యింకో చేతిలో వల్‌సెల్లమ్ మరోమారు తీసుకొని టాన్సిల్‌ని పట్టుకోబోయాడు.

ఈ లోపులో తిరిగి రక్తం బయటకొచ్చింది.

అసిస్టెంట్స్ ఇద్దరూ ముఖముఖాలు చూసుకున్నారు. టాన్సిల్ కత్తిరించకుండానే అతడు సక్కర్ ఉపయోగించటం వారికి కొత్తగా వుంది. అతడూ అలా చేసేవాడు కాదు- కానీ అనుకున్న దానికన్నా ఎక్కువగా రక్తం బయటకు వచ్చింది.

అతడు ఈసారి దాన్ని పట్టించుకోకుండా వల్‌సెల్లమ్‌ని కొద్దిగా వెనక్కి లాగి, దాంతోపాటూ వచ్చిన టాన్సిల్‌ని కత్తితోకోసి, స్టిక్కర్ ఉపయోగించి బయటకు లాగేసి బేసినులో పడేసేడు.

పాప అనారోగ్యానికీ, మాటిమాటికీ వస్తున్న జ్వరానికీ కారణం అనుకుంటున్న చిన్న కండరం ముక్క బేసినులో తేలుతూంది.

అసిస్టెంట్స్ ఇద్దరూ తేలిగ్గా గాలి పీల్చుకున్నారు.

రాబర్టుసన్ మరోమారు సక్కర్ తీసుకుని ముందుకు వంగాడు. అడ్డుగా వున్న రాయి తొలగించగానే నూతిలోంచి జలపడినట్టూ - పాప గొంతులో కండరం తొలగించిన చోటునుంచి రక్తం ఉబికి ఉబికి వచ్చింది.

సక్కర్ ద్వారా దాన్ని బయటికి పీల్చేసి, పొడి అయిన గొంతు గాయం దగ్గిర దూదిపెట్టి, గట్టిగా ఒత్తి పట్టుకున్నాడు.

పక్కనున్న నర్సులూ, అసిస్టెంట్లూ రిలాక్స్ అయ్యారు. కుడివైపు ఆపరేషను దాదాపు అయిపోయినట్టే. అనస్తటీస్టు పాప గుండెల్లోంచి వెళుతున్న గాలిని మరొకసారి పరీక్షించుకొని సంతృప్తి చెందాడు.

ఆ తర్వాత ఒత్తి పట్టుకున్న దూదిని గాయం దగ్గిర్నుంచి తొలగించి బేసిన్‌లో పడేసేడు రాబర్టుసన్.

మరో టాన్సిల్‌ని పరీక్షంచటం కోసం ఈసారి ఎడమవైపుకు వంగబోతూ, గొంతును చూసి అదిరిపడ్డాడు. అతడు దూది తీసీ తియ్యగానే గొంతులో జల వూరినట్టూ మళ్ళీ రక్తం బయటకొచ్చి నోరంతా ఎర్రగా అయింది. మళ్ళీ సక్కరు ఉపయోగించి శుభ్రం చేసేడు. సెలైన్‌లో ముంచిన దూదిని గాయం దగ్గర పెట్టి బలం అంతా ఉపయోగించి గట్టిగా వత్తి పట్టుకుని రక్తం రాకుండా నిరోధించాడు. ఈసారి మూడు నాలుగు నిముషాలు అలానే వుంచి మళ్లీ తీసేసేడు. దూది వుంచినంతసేపూ బాగానే వుంటుంది- తీసెయ్యగానే స్రవిస్తుంది.

అనస్తటీస్టు అతడిపక్కగా వచ్చి "హావ్ యూ గాట్ ఎనీ ప్రోబ్లమ్ సర్" అని అడిగాడు.

పాప మీదనుంచి కళ్ళు తిప్పకుండా అడిగాడు రాబర్టుసన్. "హౌ ఈజ్ బీ.పీ.?"

అనస్తటీస్టు తన పరికరాలవైపు చూసుకుని "ఇట్స్ ఓ.కే." అన్నాడు. అంటూ పాపవైపు తిరిగి, "మైగాడ్"అన్నాడు. "బ్లడ్ ఈజ్ వూజింగ్" పాప నోరు రక్తసిరక్తమై వుంది. నాలుక తెగిన కందరంలా ఎర్రటి చిక్కదనంతో కనపడుతూంది.

రాబర్టుసన్ మళ్ళీ సక్కరు ఉపయోగించి పొరపాటున ఏదైనా రక్తనాళం తెగిపోయిందా అని పరీక్ష చేశాడు. అయితే అటువంటిదేమీ లేదు. గాయం చిన్నదిగానే వుంది కానీ స్రావం ఆగటంలేదు. ఈసారి దూదితో గాయాన్ని మరింత గట్టిగా నొక్కిపట్టాడు. ఆ బలానికి పాప గొంతు నొక్కుపడిపోతుందా అనిపించేలా వుంది. ఐదు నిముషాలు అలాగే వత్తి పట్టుకుని గడియారం వంక చూసేడు.

ఏడున్నర!

మైగాడ్ అనుకున్నాడు. విమానం తొమ్మిదింటికి. అదికాదు అతడు ఆలోచిస్తున్నది- ఆపరేషను ప్రారంభించి అప్పుడే గంట కావస్తుంది.

అలా నొక్కి పట్టుకునే అతడు పాపవైపు చూసేడు. అకస్మాత్తుగా అతడి చెవుల్లో ఒక ధ్వని వినిపించింది.

దదిత్తై ... దిత్తై... దత్తరి దత్త తాహా తద్దిగిడ్తై దిత్తై దత్తరి దత్తతాహం....

రెండు కాళ్ళు తన కర్ణపుటాలమీద నేరుగా నృత్యం చేస్తున్నట్టు- క్రితం రాత్రి భార్గవ సన్నటి స్వరంతో తనకి ఇచ్చిన వివరణ గుర్తొచ్చింది. "మా పురాణాల్లో రాక్షసులు వుంటారు. వారిని- సంహరించడానికి దేముడు చేసే ప్రళయతాండవం ఇది. దిదిత్తై... దిత్తై" కూతురి నృత్యాన్ని వివరించాడు.

అతడెన్నో ఆపరేషన్లు చేసేడు. ఇంతకన్నా ఎక్కువ ప్రమాదకరమైన స్థితుల్లో పడ్డాడు. కానీ ఈ స్థితి వేరు. పాప లేతదనం, పాప ముగ్ధత్వం, పాప నృత్యం అన్నీ గుర్తొస్తున్నాయి. తాను అనవసరంగా- తన అహాన్ని సంతృప్తి పరచుకోవటానికి ఈ అపరేషనన్ చేస్తానన్నాడా? ఇండియన్ డాక్టర్ల ముందు తన గొప్పతనం నిరూపించుకోవాలన్న సాడిజం తన మనసులో ఏ మూలో రవ్వంత వుందా? ఆ పాపంవల్లే తననీ రోజు ఇలా దేముడు శిక్షించబోతున్నాడా? నో... దానికీ పాప బలికాకూడదు.

అతడికి కళ్ళు తిరుగుతున్నట్టు అనిపించింది. పాప గొంతు దగ్గర గాయాన్ని బలంగా దూదితో నొక్కిపట్టి వుంచిన చేతులు కంపిస్తున్నాయి. బేసిన్‌వేపు చూసేడు. బేసిన్‌నిండా దూది రక్తంతో తడిసి ముద్దలు ముద్దలుగా పడివుంది. ఈ ఉదయం పాప శరీరం నుంచి యీ విధంగా రక్తమంతా తోడెయ్యటానికే నేనిక్కడ నిర్దేశింపబడ్డానా అనుకున్నాడు.

అయిదు నిముషాలు అయింది. అతడు దూది తొలగించి గాయం వేపు చూసేడు. గాయం తెల్లగా వుంది. సంతృప్తిగా అమ్మయ్య అనుకోబోయేడు. అంతలో తెలుపు నెమ్మదిగా ఎర్రబడటం ప్రారంభించింది. పుట్టలోంచి చీమలు నెమ్మదిగా బైటకొచ్చినట్టూ ఆ ఎర్రదనం నలువైపులకు వడివడిగా పాకిపోయింది. అతడి మొహం పాలిపోయింది. ఒక చెమటచుక్క జుట్టులోంచి నుదుటిమీదకు జారి ధారాపాతమయింది. జీవితంలో మొట్టమొదటిసారి అయ్యాడతడు –

పానిక్!

* * *

"అబ్బ, వళ్ళంతా నొప్పులే బాబూ" అంది ఆమె. అప్పుడు టైము పావుతక్కువ ఎనిమిదయింది. పక్కమీద పడుకున్న అతడు పక్కకి తిరిగి ఆమె వేపు చూసి నవ్వేడు. అతడు మెడికల్ కాలేజీ స్టూడెంటు. వైద్యం అయిదో సంవత్సరం, అయిదు సంవత్సరాల్నుంచీ చదువుతున్నాడు.

"అప్పుడే లేచావేం" అని అడిగాడు.

"తొమ్మిదింటికి ఆస్పత్రికి వెళ్ళాలి".

"ఆఁ– బోరు–మానేద్దూ".

"బోరే. ఏముంది ఎప్పుడు చూసినా బ్లడ్ టెస్టూ... యూరిన్ టెస్టూ. ఆ ఉద్యోగం అంటేనే బోరుకొడుతుంది".

"పోనీ లాబ్ నుండి జనరల్‌కి మార్పించుకోరాదూ–"

"అది మరీ బోరు బాబూ. డాక్టర్లతోపాటూ పేషెంట్ల సరసాలు కూడా భరించాలి".

"అవును. ఇక్కడయితే స్టూడెంటు కుర్రాళ్ళ కంటికి ఎప్పుడూ ఫ్రెష్‌గా కనిపిస్తూ వుండవచ్చు. టెస్టలు ముఖ్యం. టెస్టులదేముంది– మీరేం వ్రాసిస్తే అది వేదం. అందులో ఈ మధ్య టెక్నీషియన్స్ కూడా మీ మీదే అంతా వదిలిపెట్టి రెస్ట్ తీసుకుంటున్నారుగా, ఇక మీదే రాజ్యం".

"ఏం రాజ్యమో, రాత్రంతా నిద్రలేకుండా చేసేవు. ఇప్పుడు వెళ్ళి ఆస్పత్రిలో ఏం పని చెయ్యను? యూరిన్ రిపోర్టులో ఈజ్నోఫిలిస్ అని వ్రాసినా ఆశ్చర్యపోనక్కరలేదు" బ్రా తొడుక్కుంటూ అంది.

ప్రజల్ని పరిరక్షించాల్సిన పవిత్రమైన వైద్యరంగాన్ని ఇంత తేలిగ్గా తీసుకునే వీళ్ళకోసమా నేను ఉదయిస్తున్నది అనుకున్న సూర్యుడు మేఘాల చాటుకి తప్పుకున్నాడు. మినుక్కు మినుక్కు మంటూ ఆరిపోతున్న దీపాన్ని అరచేతులు అడ్డుపెట్టయినా రక్షించటానికి అహర్నిశలూ పోరాడే రాబర్టుసన్ లాంటి డాక్టర్లు ఇంకా చాలామంది వున్నందుకే ఈ వృత్తికి గౌరవం వుంటుంది. వాళ్ళకోసమే సూర్యుడు ఉదయిస్తాడు.

ప్రాణం వేరే సంగతి. దాన్ని వుంచేదీ, తీసుకునేదీ, నిర్ణయించేది డాక్టర్లు కాదు.

*　　*　　*

"ఒకసారి కేస్‌షీట్ ఇవ్వండి" అని డాక్టర్ అడగ్గానే సిస్టర్ దాన్ని అందించింది. ప్రార్థన తాలూకు కేస్‌షీట్ వెంట రాబర్టుసన్ కళ్ళు పరుగెడుతున్నాయి. ఆపరేషన్ మధ్యలో కేస్‌షీట్ స్టడీ చెయ్యవలసి రావటం చాలా దురదృష్టకరమైన విషయం. అయినా తప్పదు.

బ్లడ్ క్లాటింగ్ టైమ్.

బ్లడ్ బ్లీడింగ్ టైమ్, రక్తం గడ్డకట్టే టైమ్ .. అంతా సరిగ్గానే వుంది. మరెక్కడ తప్పు?

ఆఖరిసారి ప్రయత్నిద్దామని, డాక్టర్ తిరిగి గాయం మీదనుంచి కాటన్ తీశాడు. మళ్ళీ బుసబుసా రక్తం!

ఈ లోపులో అనస్తటీస్టు కంగారుగా అరిచేడు. "ప్రెస్ ఇట్!! ప్రెస్ ఇట్!!!" రాబర్టుసన్ ఒక్కసారిగా షాకై వెంటనే తిరిగి వత్తేడు. అనస్తటీస్టు ఆందోళనగా "బి.పి. ఈజ్ డ్రాపింగ్. బి.పి. పడిపోతూంది" అన్నాడు. హాలంతా ఒక రకమైన ఉద్వేగం నిండుకుంది.

అందరికళ్ళూ పరికరంవైపు తిరిగినయ్.

తొంభై నాలుగు.... ఎనభై ఎనిమిది.... ఎనభై మూడు.. డెభ్భై తొమ్మిది...

అనస్తటీస్టు పేషెంట్ శరీరంలోకి మరింత వేగంగా సెలైన్ వెళ్ళే ఏర్పాటు చేశాడు. అయినా లాభం లేకపోయింది. 'మైగాడ్' అనుకున్నాడు మనసులో.

రెండు చేతుల్తోనూ స్పాంజి హోల్డర్‌ని పట్టుకుని చేతుల్లో వున్న బలం అంతా ఉపయోగించి దూదితో ఆమె గొంతు లోపలి భాగాన్ని నొక్కసాగాడు. అసలు తన బలానికే గాయం మరింత పెద్దదవుతుందేమోనన్న అనుమానం వేసిందతడికి. కానీ వేరే మార్గం లేదు. బి.పి. పడిపోవటం ఇంకా ఆగలేదు. కానీ పాయింట్‌కీ పాయింట్‌కీ మధ్య కాలం ఎక్కువ అవుతూంది.

ఆపరేషన్లలో రక్తం 'క్లాట్' అవకపోతే ఇక డాక్టర్ల అవస్థ వర్ణనాతీతం. సలహా చెప్పే వారుండరు. ఆలోచించటానికి టైమ్ ఉండదు. కళ్ళముందే రోగి నెమ్మది నెమ్మదిగా, మృత్యువు వేపుకు సాగిపోతూంటే నిస్సహాయంగా చూస్తూ వుండాలే తప్ప యింకేమీ చెయ్యలేరు. తను కత్తితో కోసిన చోటునుంచే ప్రాణం రక్తం రూపేణా బయటకు పోతూంటే ఎంతటి డాక్టర్‌కయినా దుఃఖం రాకమానదు.

అందులోనూ ఈ స్థితి మరీ ఘోరమైంది. ప్రాణం మీద కొచ్చే అపెండిసైటిస్సూ కాదు. ప్రాణాలు తీసే హార్టుడిసీజూ కాదు. హాయిగా ఆడుతూ పాడుతూ తిరిగే ఓ పాపకు తీరిగ్గా తిని కూర్చుని టాన్సిల్స్ ఆపరేట్ చెయ్యబోవటం.

పాప మొహం దగ్గర గుడ్డ అంతా నల్లగా మారి వుంది. ఆకుపచ్చ గుడ్డమీద రక్తం పడీ... పడీ...

ఉన్నట్లుండి ఆ గది చైతన్యవంతమైంది. రాబర్టుసన్ సిస్టర్‌వేపు తిరిగి "మాచింగ్ టెస్ట్ ప్లీజ్. క్విక్" అన్నాడు. నర్సు పాప రెండో చెయ్యి గుడ్డ క్రిందనుంచి బయటికి తీసి, నరానికి సూదిగుచ్చి రక్తంలాగసాగింది. బి.పి. మళ్లీ తగ్గింది. అందరూ ఆందోళనగా వున్నారు. నర్సు రక్తం తీసుకుని దాదాపు పరుగెత్తింది.

వరండాలో వడివడిగా వెళుతూన్న నర్సుని చూసి, దూరంగా నిలబడ్డ వసుమతికి ఏమీ అర్థంకాలేదు. భార్గవ ఎక్కడో కారు దగ్గర శేఖరంతో మాట్లాడుతున్నాడు. ఆపరేషన్ పూర్తయ్యాక డాక్టర్‌ని అట్నుంచి అటే విమానాశ్రయానికి తీసుకువెళ్ళటానికి చర్చిస్తున్నారు వాళ్ళు.

"ఐస్‌క్రీమ్ ఎంతసేపటికి పెట్టొచ్చు?"

"ఏం?"

"నేను తెస్తానని చెప్పాను".

"ఎయిర్‌పోర్ట్ నుంచి వచ్చేటప్పుడు తెద్దాంలే".

లోపల బ్రద్దలవుతూన్న అగ్నిపర్వతాల సంగతి తెలియక, వాళ్ళు ఐస్‌క్రీముల గురించి మాట్లాడుకుంటున్నారు.

బయట ఈ సంభాషణ జరుగుతూంటే రక్తాన్ని తీసుకెళ్ళిన సిస్టర్ లాబ్ చీఫ్ పేథాలజిస్ట్‌కి అంతా చెప్పి, శాంపిల్ ఇచ్చింది. అంతా హడావుడి- ప్రతి క్షణమూ విలువైనదే.

చీఫ్ అనుభవజ్ఞుడు, పాపని పరీక్ష చేసిన నర్సు సంగతి అతడికి తెలుసు. నూటికీ, కోటికీ ఒక్కరుంటారు. మొత్తం వృత్తికే పేరు తెచ్చే వారు! జరిగిందేమిటో స్పష్టంగా తెలుస్తూంది. కానీ అతడు తన భావాల్ని వ్యక్తం చెయ్యలేదు. మనసులోనే దాచుకున్నాడు. మౌనంగా నర్సు దగ్గిర్నుంచి శాంపిల్ తీసుకుని తమ దగ్గిరవున్న రక్తంతో మాచింగ్ చెయ్యటం ప్రారంభించాడు.

చాలా సినిమాల్లోనూ, పుస్తకాలలోనూ హీరోతో డాక్టర్లు "మీ గ్రూపు సరిపోయింది" అంటూ వుంటారు. అది తప్పు. గ్రూపు సరిపోవటం ఒక్కటే సరిపోదు. పేషెంటు రక్తం, ఈ ఫారిన్ రక్తాన్ని తనలోకి ఆహ్వానించగలిగి వుండాలి. అందుకే 'మాచింగ్ టెస్ట్'.

అతడు టేబిల్ మీదకు వంగి పని ప్రారంభించాడు. సరిగ్గా అయిదు నిమిషాల తర్వాత అతడి పని ముగిసింది. కావల్సిన బ్లడ్‌ని ఆపరేషన్ థియేటర్‌కి పంపిన రెండు నిముషాలకు నర్సు వచ్చింది- ప్రార్థనకు టెస్టులు నిర్వహించిన నర్సు.

లాబ్ చీఫ్‌కి నలభై అయిదేళ్ళుంటాయి. బలంగా ఎత్తుగా సైన్యంలో పనిచేసేవాడిలా వుంటాడు. రాత్రంతా నిద్రలేక మొహం పీక్కుపోయివున్న నర్సుని పరకాయించి చూసి, "కేస్ నెంబర్ 126 టెస్టు చేసింది నువ్వేనా" అని అడిగాడు.

"ఎవరూ?"

"ప్రార్థన అనే పాప".

"ఆ... అవును. ఏం?"

"క్లాటింగ్ టెస్టు చెయ్యలేదా?"

"చే... చేశాను".

"నువ్వు అబద్ధం చెపుతున్నావు".

"లేదు, నిజమే చెపుతున్నాను".

చీఫ్ చిన్న గొట్టాన్ని ఎత్తి పట్టుకున్నాడు. కూల్‌డ్రింకులో వేసుకొని పీల్చే గొట్టం (స్ట్రా) లా వుందది. చీపురుపుల్ల అంత మందంతో ప్లాస్టిక్ గొట్టం. దీన్ని కాన్యులా అంటారు.

(వేలి దగ్గిర సూదితో పొడిచి వస్తున్న రక్తాన్ని సన్నటి ఈ గొట్టంలోకి పీలుస్తారు. ఒక నిముషం తరువాత కొసముక్క విరుస్తారు. ఇలా నిమిషం తరువాత మరో ముక్క విరుస్తారు. ఇలా నిముషం తర్వాత నిముషం చీపురుపుల్లని విరిచినట్టూ విరుచుకుంటూ పోతారు. ఏ ముక్క దగ్గిర రక్తం జీళ్ళపాకంలా సాగుతుందో- అన్నో నిముషం తరువాత ఆ రోగి రక్తానికి గడ్డకట్టే గుణం వుందన్నమాట. దీన్నే క్లాటింగ్ టెస్టు అంటారు. ప్రతి ఆపరేషను ముందూ తప్పక చెయ్యవలసిన పరీక్ష ఇది.)

లాబ్ చీఫ్ అన్నాడు- "ప్రతి విషయంలోనూ నేను జాగ్రత్తగా వుంటాననీ, లెక్క చూసుకుంటాననీ నీకు తెలుసుకదా. నువ్వు చేసిన తప్పు ఏమిటంటే- వాడకుండా వదిలేసిన 'కాన్యులా' ని తిరిగి తీసుకొచ్చి స్టోరులో పెట్టేయటం- నిజం చెప్పు. చెప్తే నిన్ను పోలీసులు అరెస్టు చెయ్యకుండా చూస్తాను".

ఆమె బెదిరిపోయి 'పోలీసులా' అంది.

"అవును. నువ్వు చేసిన తప్పువల్ల అక్కడ ఏమైందో తెలుసా?"

"ఏమైంది?"

"పాప చచ్చిపోయింది".

నర్సు ఆకులా వణికిపోయింది.

"నిజం చెప్పు, ఏమైంది? ఉన్నదన్నట్టూ చెప్తేనే నిన్ను రక్షించగలను" గద్దించాడు. పాప చచ్చిపోయిందనేసరికి పూర్తిగా బెదిరిపోయి వెక్కుతూ- "టెస్టు చెయ్యబోతూంటే ఫోన్‌కాల్ వచ్చింది. దాంతో-" అని మరి చెప్పలేకపోయింది. అతడు చెయ్యిచాచి ఆమె చెంపమీద ఎంత బలంగా కొట్టేడంటే- దానికి ఆమె నిలదొక్కుకోలేక తూలి క్రింద పడింది. ఆ చర్యకి నర్సులు, అసోసియేషన్ వారు చెయ్యబోయే స్ట్రైయికు గురించి, తన పనిష్మెంట్ గురించీ ఆలోచించలేదు. ఈ నిశ్శబ్దంలోంచీ బాంబు పడ్డట్టూ అతడి మాటలు వినిపించినయ్..."నీలాటి ఒక్క పురుగువల్ల మొత్తం వృత్తికే చెడ్డపేరు వస్తుంది. అక్కడ ఆపరేషన్ థియేటర్‌లో ఏం జరుగుతుందో నాకు తెలీదు. ఒకవేళ అక్కడ రోగికి ఏమైనా అయిందంటే మాత్రం నిన్ను చంపి కాకులకూ గ్రద్దలకూ వేసేస్తాను. దేముణ్ణి ప్రార్థించుకో".

* * *

బాటిల్ మీద బాటిల్ - మొత్తం అయిదు బాటిల్స్ రక్తం ఎక్కించబడింది. అప్పటివరకూ స్పాంజి హోల్డర్‌ని అలాగే గాయం దగ్గర నొక్కి పట్టుకొని వున్నాడు-

సర్జన్. ఒక చేత్తో అమ్లజని సరిచేస్తూ మరోచేత్తో బి.పి. పరీక్షించాడు. రక్తం శరీరమంతా ప్రవహించి, కావల్సిన ప్లేట్‌లెట్స్‌ని గాయం దగ్గరికి చేర్చింది. ఇదంతా అంతర్గతమయిన చర్య.

సర్జెనూ, అనస్తటీస్టూ ఒకరి మొహం ఒకరు చూసుకున్నారు. అనస్తటీస్టు తల పంకించాడు. గాయంమీద దూదిని సుతారంగా వెనక్కి తొలగించి చూశాడు సర్జెను. సిస్టర్ సక్కర్ రెడీగా పట్టుకుని వుంది. కొద్దిగా రక్తం బయటకు వచ్చింది. దాన్ని నెమ్మదిగా తుడిచాడు. మరి కొద్ది రక్తం రాబోయి... ఆగిపోయింది!

ఆ గదిలో ఒక్కసారిగా 'స్' మన్న శబ్దం వచ్చింది.

చీఫ్ సర్జెనూ, అతడి అసిస్టెంట్లూ, నర్సులూ అందరూ ఒక్కసారి అప్పటివరకూ బిగపట్టిన గాలిని సంతృప్తిగా విడవటంతో వచ్చిన శబ్దం అది.

* * *

మిగతాదంతా తొందరగా జరిగిపోయింది.

బి.పి. నూటికిపైగా పెరిగింది.

"రెండో టాన్సిల్స్ ఇప్పుడిక ముట్టుకోవద్దు" అన్నాడు రాబర్టుసన్.

"రక్తాన్ని మళ్ళీ రి-ఇన్వెస్టిగేట్ చేయిద్దాం".

"షల్ ఐ రికవర్ ది పేషెంట్".

"యస్-"

నైట్రస్ ఆక్సైడ్ ప్రవాహాన్ని ఆపుచేసి ప్రోస్టిక్‌మిన్ ఇంజెక్షన్ చేసేడు. రిఫ్లెక్సెస్ ప్రారంభమై పాప శరీరం కంపించింది. ఆమె ఊపిరి తీసుకోవటం ప్రారంభించగానే ఆక్సిజన్ కూడా తీసేసేడు. కంపనం ఆగిపోయింది. ఆ తరువాత అయిదు నిముషాలకు ప్రార్థనకి మగతగా మెలకువ వచ్చింది.

* * *

"నమస్తే నేను వెళ్ళొస్తాను" చేతులు జోడించి అన్నాడు రాబర్టుసన్.

వసుమతి కూడా నమస్కారం చేసింది.

"సారీ, ఒకవైపు మాత్రమే చెయ్యగలిగాను. బ్లడ్ తొందరగా క్లాట్ అవలేదు".

వింటున్న వసుమతి మొహంలో ఆందోళన కొట్టొచ్చినట్టూ కనపడింది. అయితే ఈ విషయాన్నంతా ముందే వివరంగా తెలుసుకున్న భార్గవ తేలిగ్గా "పాప

అనీమిక్‌గా వుందట, మనం ముందు ఆ విషయం చూసుకోలేదు. అనవరంగా అందర్నీ కంగారు పెట్టేసేం" అన్నాడు.

"నో- నో- చూసుకోవటం మా బాధ్యత. క్లాటింగ్ టైమ్ పరీక్షలో ఏదో పొరపాటు జరిగింది" అని వసుమతి వైపు తిరిగి, "మీకు ఈ ఊళ్ళోనే డాక్టర్ అన్నాజీరావు తెలుసా" అని అడిగాడు.

ఆమె తలూపింది.

"అతడితో మాట్లాడాను ఇప్పుడే. మీకు తీరిగ్గా వున్నప్పుడు పాపని ఒకసారి తీసుకెళ్ళండి. పూర్తిగా పరీక్ష చేస్తారు".

భార్గవ "అదేమిటి- నాకు చెప్పకుండా ఆమెకి చెపుతున్నారు?" అంటూ నవ్వేడు.

"పిల్లల విషయంలో తండ్రులకన్నా తల్లులు జాగ్రత్తగా వుంటారు".

వసుమతి మనసులోనే సంతోషించింది. 'పరాయి' అన్న సంగతి మామూలు మాటల్లో కూడా అందరూ విస్మరిస్తున్నందుకు. ఆ ఆనందంలో కూడా డాక్టరు మాటలు ఆమె మనసును తొలుస్తూనే వున్నాయి. అంతలో ఆమె తనకు తానే ధైర్యం చెప్పుకుంది. ఈ విషయాలన్నిటిలోనూ భర్త ఎక్స్‌పర్టు. అతడు ఇంత ధైర్యంగా వున్నాడంటే బహుశా తాను చాలా చిన్న విషయానికి అనవసరంగా భయపడుతూందేమో.

"నేను అట్నుంచి అటే ఇన్‌స్టిట్యూట్‌కి వెళ్ళిపోతాను. అక్కణ్ణుంచి నీకు ఫోన్ చేస్తాను" అన్నాడు భార్గవ. ఆమె తలూపింది. ఈ మధ్య అతడికి చాలా పని వుంటూంది. మామూలు రోజుల్లో ప్రొద్దున ఏడింటికే వెళ్ళిపోతున్నాడు.

ఆమె వరండాలో నిలబడి చూస్తూంది. కారు కదిలింది. శేఖరం డ్రైవ్ చేస్తున్నాడు. వెనుకసీట్లో రాబర్టుసన్ కూర్చొని వున్నాడు. మిగతా వారు అతడికి వీడ్కోలు చెపుతున్నారు.

ఎందుకో అనిపించింది ఆమెకి, విమానం దాటిపోయి అతడు వెనుదిరిగివస్తే బావుణ్ణు అని.

3

"**ఇంకా** ఎన్ని గుచ్చాలి బాబో, నాకు చేతులు నొప్పెడ్తున్నాయి-" అంది జిన్నీ.

"ఎన్ని గుచ్చితే అంత బావుంటుంది" అంది ప్రార్థన. ఈ లోపులో శ్రీనూ గ్లాసులో బియ్యం పోసి తీసుకొచ్చాడు.

"ఇది దేనికి?"

"అగరొత్తులు గుచ్చటానికి" అంటూ బల్లమీద పెట్టాడు.

"గ్లాసులో పాలు పోస్తారు, బియ్యం పొయ్యరు" అంది జిన్నీ.

"మొన్న సినిమాలో చూశా, ఊదొత్తులే పెట్టారు" అంటూ వాదించాడు శ్రీనూ. ప్రార్థన ఇద్దరిమధ్యా రాజీ కుదర్చటానికి ప్రయత్నిస్తూ "పోనీ రెండూ పెడ్తా-సరేనా" అంది.

జిన్నీ వెళ్ళి ఫ్రిజ్‌లో పాలు గ్లాసులో పోసి తీసుకొచ్చింది. శ్రీనూ అదిచూసి "ఐసుపాలు పొయ్యరు, వేడిపాలు పోస్తారు" అని వెక్కిరించాడు.

"అవునా ఏన్నక్కా?"

ప్రార్థన క్కూడా ఈ విషయం సరీగ్గా తెలీదు. "పోనీ రెండు గ్లాసులూ పెడ్దామా- ఒకట ఫ్రిజ్‌లో పాలూ, ఒకటి వేడి పాలూ" అని అడిగింది జిన్నీ.

"అక్కర్లేదు, మొన్న టీ.వి.లో నాగేశ్వర్రావన్లే- 'గ్లాసులో ఈ వేడి పాలలాగే జీవితం లతా' అని న కు తెల్సు. వేడివే పెట్టేది" ధీమాగా చెప్పాడు శ్రీనూ.

మంచం చుట్ట్బా పూలు కట్టటం పూర్తయింది.

ముగ్గురూ దు ర ంగా నిలబడి తాము చేసిన పనివంక సంతృప్తికరంగా చూసుకున్నారు.

జిన్నీ కిటికీ తే తెరిచింది, కిటికీలోంచి కనబడ్తూన్న ఆకాశం వేపు చూసి, "ఇంకేం చంద్రు కూడా వచ్చేసేడూ".

"చంద్రుడెందుకు? ఫ్రార్థనకి అర్థం కాలేదు.

'ఇంత చిన్న విష ం తెలీదా' అన్నట్టూ శ్రీనూ ఆమెవైపు చూసి "పాట పాడటానికి... " అని, జిన్నీ వైపు తిరిగి, "ఏ సినిమారా జిన్నీ" అనడిగాడు.

"అమ్మాయి కోరికలు

"అమ్మ పాడితే పాడు ందేమో గానీ నాన్న చచ్చినా పాడడు".

ఈ లోపులో ప్రార్థన రిన్ని పూలు తెచ్చి పక్కమీద జల్లింది.

అసలీ ఆలోచన వచ్చి ది జిన్నీకి!

భార్గవ, వసుమతి ప్ద్దున్న రిజిస్ట్రార్ ఆఫీసుకి వెళ్ళి- అట్నుంచి గుడికి వెళ్ళి- సాయంత్రం స్నేహితులకి పార్టీ ఇచ్చి ఇంటికి వచ్చేసరికి గదిని ఇలా

సినిమాలోలా అలంకరిద్దామని అనగానే ప్రార్థన వెంటనే వప్పుకుంది. జిన్నీ ఏం చెప్పినా వెంటనే దాన్ని వద్దనే శ్రీనూ కూడా దీనికి సరేనన్నాడు.

రిజిస్ట్రార్ ఆఫీసులో సంతకం పెడుతున్నప్పుడు కూడా వసుమతీ భార్గవ ఒకే విషయం గురించి ఆలోచిస్తున్నారు. చాలా చిన్న సమస్యలు. అవే ఇబ్బంది పెడతాయి. ఆ రాత్రి ఏదయినా హోటల్లో రూమ్ తీసుకుందామన్నాడు భార్గవ. వద్దంది వసుమతి. జీవితంలో ఇదే మొదటి రాత్రి అని తెలుసు. అయినా అతడితో కలిసి బయట ఎక్కడో గడపటం యిష్టంలేదు. పెళ్ళయిన మొదటిరోజే తండ్రిని తల్లి ఎక్కడో బయటికి తీసుకుపోయిందన్న భావం ఆ చిన్నపిల్లల మనసులో పడటం ఇష్టంలేదు.

తన వాళ్ళంటూ ఎవరూ లేని లోటును వసుమతి మొదటిసారి ఫీలయింది. అనవసరంగా పెద్దరికాన్ని తెచ్చుకుంది గానీ ఆమె వయసెంతనీ? చాలా చిన్న కోర్కె ఆమెది. ఈ ఒక్కరోజు తన పక్కన వుండి తనతో అన్ని పనులూ చేయించే ఒక్క ముత్తయిదువన్నా వుండి వుంటే బావుణ్ణు అని. ఆ ఇంటిలో పరిచయమైన మొదటిరోజే పిల్లలు ఆమెకు స్నేహితులయ్యారు. కానీ ఈ మొదటిరోజు ఆమెని యిబ్బంది పెడ్తూనే వుంది. ఆ రోజే ఆ ఇంట్లో కొత్త హోదాలో ప్రవేశించటం, రాత్రి వుండిపోవడం.

అయితే ఆమె భయం తొందర్లోనే పోయింది. రిసెప్షన్ నించి వచ్చేటప్పటికి రాత్రి తొమ్మిదయింది. పిల్లలు భోజనాలు చెయ్యకుండా వేచి వున్నారు. రిసెప్షన్‌లో కడుపు పూర్తిగా నిండిపోయినా, వాళ్ళ సంతృప్తి కోసం డైనింగ్ టేబుల్ దగ్గిర కూర్చున్నారు ఇద్దరూ.

బయటనుంచి రాగానే భార్గవకి తన గదిలోకి వెళ్ళటం అలవాటు. అతడో క్షణం గదిని చూసి అవాక్కయినా, వెంటనే మామూలుగా దుస్తులు మార్చుకొని వచ్చేసేడు. ముసి ముసిగా నవ్వే జిన్నీని కళ్ళతో కోప్పడబోయి వూరుకున్నాడు. ఆ అమ్మాయి ఒక్కతే నవ్వుని దాచుకోలేకపోతూంది.

భోజనాలు పూర్తయ్యాక వసుమతి మళ్ళీ ఇబ్బందిలో పడింది. పిల్లలు పడుకునే వరకూ ఎక్కడా వుండాలా అని. జిన్నీ శ్రీనూలది ఒక గది. ప్రార్థనది వేరే గది. అందరూ తలో గదిలోకి వెళ్ళిపోయారు. ఆమె డైనింగ్ టేబుల్ సర్దటమనే కొత్త బాధ్యతని ఆనందంగా స్వీకరించి అక్కడే అరగంట గడిపి, గడియారం పదికొడ్తూ వుండగా భార్గవ గది సమీపించి లోనికి అడుగు పెట్టింది.

....

ఆ అలంకరణలో 'పనితనం' లేదు. చిన్న పిల్లలు కట్టిన మాలలు అస్తవ్యస్తంగా మంచానికి వేలాడుతున్నాయి. వెలిగించిన అగరొత్తులు కొసవరకూ వచ్చి చివర్లు వెలుగుతున్నాయి. కానీ ఆమె చూస్తోంది వాటినికాదు, అసలా గది లోపలి భాగాన్ని చూడగానే ఆమె ఒక క్షణం అచేతనురాలైంది. అంతలో వెనుక అలికిడై వెనుదిరిగి చూసింది. దొంగతనంగా గుమ్మం తలుపు చాటునుంచి చూస్తూన్న జిన్నీ పట్టుబడిపోయి, తల్లిని వెక్కిరించి దొంగలా లోపలికి వెళ్ళిపోయింది.

వసుమతికి వున్నట్టుండి ఎందుకో దుఃఖం వచ్చింది. అయితే ఆ దుఃఖం విచారంవల్ల వచ్చినది కాదు. కొద్దిగా విచారమూ, కొద్దిగా ఉద్వేగమూ, భరించలేని ఆనందమూ అన్నీ కలవటం వల్ల వచ్చిన కన్నీళ్ళు అవి. ముగ్గురు పిల్లలు- తమకు తెలిసీ తెలియని జ్ఞానంతో అల్లిన ఆ పొదరిల్లుని చూసి- 'నా గురించీ ఆలోచించే వారున్నారన్న' ఆనందంతో కళ్ళచేరిన చెమ్మ అది. అతికష్టంమీద తనని తాను సంబాళించుకుంది.

ఆమెని మరి యిబ్బంది పెట్టటం ఇష్టం లేనట్టూ భార్గవ తలుపు వేసేసేడు.

* * *

అప్పుడు రాత్రి పదకొండయింది.

అతడి పక్కన కూర్చుని వుంది.

అతడు ఆమెవంకే చూస్తున్నాడు. చాలా సామాన్యమైన స్త్రీ ఆమె. ఆ శరీరం విద్యుల్లత కాదు. ఆ లలాట మర్ధచంద్రమూ, ఆ కపోలము దర్పణమూ కావు. జడ భృంగావళి కాదు. కేశాలు చామరాలుగానీ, కనుబొమ్మలు స్పర్శ చాపాలు గానీ కావు.

అయినా ఆమె అతని భార్య.

నాసిక తిలప్రసూనమూ, నేత్రము కందళీ కుట్మలమూ, చూపు ఉత్పలపంక్తి, దంతము ముత్యమూ- పలుకు వేణునాదమూ- ఇవేవీ కావు.

అయినా ఆమె అతని భార్య.

నఖములు కుందకళికలై, స్థనములు చక్రవాకములై, నాభి ఆవర్తమైనదై, వళుల నిచ్చెనులై, పృష్టము కాంచన పట్టమై, నితంబము పులినమై, ఊరువులు కదళీకాండములై, హసము వెన్నెలై, పుష్పమై, ఫేనమై, కైవరమై ప్రభవించిన అప్సరస కాదు.

కానీ అతని భార్య.

అది చాలు.

చాలామంది అనుకుంటారు– ఆకర్షణ వల్ల ప్రేమ పుడుతుందని! అది తప్పు. ప్రేమ కేవలం రెసిప్రొకేషన్ వల్లే పుడుతుంది, తొలి స్పర్శలోనో, తొలిరాత్రి అనుభవంలోనో, అవతల్నుంచి వచ్చే రెసిప్రొకేషన్‌తో అది పెరిగి అన్ని రంగాలకూ విస్తరించి రెండు జీవితాలు పెనవేసుకోవటానికి తోడ్పడుతుంది. చూడటానికి చాలా చిన్న విషయంగా కనబడినా ఇందులో ఎంతో వాస్తవముంది. ప్లెటానిక్ లవ్‌కి కూడా ఈ వాస్తవం అన్వయిస్తుంది. అయితే అందులో రెసిప్రొకేషన్ భావాలకి సంబంధించినది.

వాస్తవంపట్ల అవగాహన లేని మరో విషయం... అహర్నిశలూ పనిచేసే మనిషి ఐహికవాంఛల గురించి. పని– వాంఛ డైరెక్ట్ ప్రొపోర్షనేటని చాలామంది భావించారు. పనిచేసే కొద్దీ అలసట దూరమై సమయం ఎలా ఊరుతుందో వాంఛ కూడా అలానే పెరుగుతుంది. అతడి సంబంధాలు మొదటి భార్యతో సరిగ్గా లేవన్న విషయం వాస్తవమే. పోతే అతడికి నైతిక విలువలపట్ల పెద్దగా నమ్మకంలేదు. కానీ నమ్మకం లేకపోవటము వేరు, వదులుకునే శ్రమ తీసుకోవడం వేరు. ఇంతకాలం గడిచిపోయే జీవితాన్ని అలాగే గడిచిపోనిచ్చేడు. ఆ నిర్లిప్తతని ఛేదిస్తూ ఇప్పుడు ఎదురుగా ఈమె వుంది. మనసనే సముద్రంలో కోరిక ఉత్తుంగ తరంగమై కాలం వేసిన చెలియలికట్టని దాటుతూంది. ఈమె తన జీవితంతో ఎలా కలిసిపోతుందో చూడాలి. పెదవిమీద నవ్వూ, కడుపుమీద ముడతా సంసిద్ధతని సూచిస్తున్నాయి.

ఆమె అతడివేపు చూసింది. ఆమె భావాలు వేరు. ఆమె దీన్ని గురించి చదివిందే తప్ప తెలీదు. మనసు వణుకుతూంది. దాంట్లోనూ కొద్దిగా ఆనందం లేకపోలేదు. అయితే ఈ ఆనందం కన్నా– తనకంటూ ఒక ఇల్లు తన గురించి కూడా ఇకనుంచీ ఆలోచించే వాళ్ళున్నారన్న సంతృప్తి ఎక్కువ. సంతృప్తి నుంచి కోరిక పుడుతుంది. అసంతృప్తి నుంచి పుట్టే ఆవేశం కన్నా – సంతృప్తినుంచి పుట్టే ఆవేశం ఆహ్లాదకరమయినది.

అందుకే అతడు ఆమె భుజాలమీద చేతులు వేయగానే అప్రయత్నంగా దగ్గరికి జరిగింది. అతడు మొట్టమొదటిసారి ఆమెని నుదుటిపైన పాపటి దగ్గర చుంబించాడు. ఒక అధికారాన్ని శాసిస్తున్నట్టూ ఒక ప్రేమని పంచి ఇస్తున్నట్టూ, ఒక ఆర్తిని ఇద్దరం పంచుకుందామన్నట్టూ వుందా తొలిముద్దు. అంతే. ఆ తర్వాత ఉవ్వెత్తుగా లేచిన కెరటం అతడిని ఉక్కిరి బిక్కిరి చేయబోయింది. చేతుల్నీ, తలనీ ఒకేసారి క్రిందికి జార్చేడు. అతడి ఆత్రంలో అనుభవం వుంది.

అతడు ఆమె అతడినుంచి విడివడి సాలోచనగా "ఏదో శబ్దం రావటంలేదూ" అనడిగింది.

అంతలో చెవులు రిక్కించి విన్నాడు. అంతా నిశ్శబ్దంగా వుంది. ఇద్దరూ ఒకర్నొకరూ చూసుకున్నారు. కొంచెం సేపు మౌనంగా వుండి అతడు ఆమెవేపు కదలబోయాడు. అప్పుడు వినిపించింది... ఈసారి ప్రస్ఫుటంగా...

ఊఊఊమ్ అని...

సన్నటి మూలుగు.

ఇద్దరూ వడివడిగా పక్కగదిలోకి వెళ్ళారు. ప్రార్థన నిద్రలోనే మూలుగుతుంది. భార్గవ ఆమె వంటి మీద చేయివేసి చటుక్కున తీసేసేడు.

వళ్ళు కాలిపోతూంది.

ముందు ఏదయినా ఇంజెక్షన్ చేద్దామా అనుకుని, మళ్ళీ ఆ ప్రయత్నం విరమించుకుని జ్వరం తగ్గటానికి మాత్ర వెతికాడు. ఈ లోపులో వసుమతి ప్రార్థనని నిద్రలేపింది. టాబ్లెట్ వేసీ వేయగానే నిద్రలోకి జారుకుంది. ప్రార్థనకి ఇలా వున్నట్టుండి జ్వరం వచ్చి తిరిగి తగ్గిపోవటం మాటిమాటికీ జరుగుతున్నా ఇప్పుడొచ్చినంత తీవ్రంగా అంతకు ముందెన్నడూ రాకపోవటంతో ఆమె కంగారుపడింది.

"పదిరోజులయి పోయిందప్పుడే. మనం డాక్టర్ దగ్గిరకి తీసుకువెళ్ళనే లేదు" అంది.

"ఏ డాక్టర్ దగ్గిరకి?"

"రాబర్టుసన్ చెప్పారుగా?"

"ఎందుకు? తగ్గిపోతుంది!" అంటూ కూతురి మీద మళ్ళీ ఇంకొకసారి చెయ్యివేశాడు. మునుపటంత తీవ్రత లేదుగానీ, ఇంకా వేడిగానే వుంది. వసుమతి మంచం దగ్గరగా కుర్చీలాక్కుని వేసుకుంటూ... "నేనిక్కడ వుంటాను" అంది. భార్గవ ఏదో అనబోయి ఆమె మొహాన్ని చూసి "సరే" అన్నట్టూ తల పంకించి వెనుతిరిగేడు.

అతడు పడుకున్నాడన్న మాటేగానీ నిద్ర పట్టలేదు. గంటో రెండు గంటలో గడిచి వుంటాయి. లేచి గడియారం చూస్తే మూడైంది. ప్రార్థన గదిలోకి వచ్చాడు. వసుమతి కుర్చీలో కూర్చునే ఒక చేతిని ప్రార్థన చేతిమీద వేసి నిద్రపోతూంది. అతడు కూతుర్ని మరోసారి స్పృశించాడు. టెంపరేచర్ తగ్గిపోయింది. వసుమతిని లేపి సరిగ్గా పడుకొమ్మని చెపుదామనుకుని మళ్ళీ మనసు మార్చుకుని ఆ గదిలోంచి బయటి కొచ్చేసేడు.

అతడు తిన్నగా తన గదికి వెళ్ళలేదు. లోపల పూలు ఇబ్బంది పెడుతున్నాయి. తలుపు తెరుచుకుని బయటకొచ్చాడు. విశాలమయిన కాంపౌండులో విసిరేసినట్టున్న పురాతనమైన ఇల్లు.

అతడు ఆ చీకటిలో అలానే చాలాసేపు నిలబడ్డాడు. ఆకాశం మేఘావృతమై వుంది. చల్లటిగాలి రివ్వున వీస్తూంది, ఏ క్షణమైనా వర్షం మొదలయ్యేలా వుంది. ఎందుకో అతడికి సోమశేఖరం గుర్తొచ్చాడు ఆ క్షణాన.

4

'డాక్టర్ అన్నాజీరావు హెమటాలజిస్టు'

అన్న బోర్డుకి ఎదురుగా కూర్చుని ఉన్నారు ఇద్దరూ. టైము పదకొండు కావొస్తూంది. ఆ ఆస్పత్రి వరండా నానా గందరగోళంగా వుంది. ఒక తల్లి పిల్లాడ్ని తీసుకుని బయటకు వచ్చింది. వరండాలో దూరంగా తల్లులూ, పిల్లలూ, పెద్దవాళ్ళూ కూర్చుని వున్నారు. రోగులు ఎవరో, తీసుకొచ్చిన వాళ్ళెవరో తెలియటంలేదు. పావుగంట తర్వాత వాళ్ళకి పిలుపు వచ్చింది. ప్రార్థన చెయ్యి పట్టుకుని ఆమె లోపలికి ప్రవేశించింది.

విశాలమైన గది మధ్యలో తెల్లటి టేబుల్ వెనుక కూర్చుని వున్నాడు డాక్టర్. అతడిని చూడగానే ఎవరికయినా సదభిప్రాయం కలుగుతుంది. తెల్లటిజుట్టు, విశాలమయిన నుదురు- ఎత్తుగా బలంగా వున్నాడు.

ప్రార్థనని చూడగానే 'ఓ నువ్వా' అన్నాడు చిర్నవ్వుతో.

"మొన్న నీ డాన్సుకి వచ్చాను. నా మనవరాలు నీ క్లాసే. పట్టుపట్టి నీ డాన్సుకి తీసుకొచ్చింది మమ్మల్నందర్నీ! తెలుసుగా రజిత"

వసుమతి తేలిగ్గా ఊపిరి పీల్చుకుంది. డాక్టర్ తెలిసిన వాడవటం ఆమెకు రిలీఫ్ నిచ్చింది.

"కంగ్రాట్స్ పాపా! నీ డాన్స్ చాలా బావుంది" పక్కనున్న కుర్చీ మీద కూర్చోబెడుతూ అన్నాడు అన్నాజీరావు. తర్వాత తల్లి వేపు తిరిగి "రాబర్ట్‌సన్ వెళ్ళిపోతూ కేసు పూర్తిగా స్టడీ చెయ్యమని చెప్పాడు. ప్రార్థన అంటే ఎవరో అనుకున్నాను" అని ఆగి "మొత్తం అరగంటసేపు పట్టవచ్చు. మీరు కాస్త బయట కూర్చుంటారా" అని ఇంగ్లీషులో అన్నాడు మర్యాదగా. "ఎంతోసేపు అక్కర్లేదు- అరగంట".

వసుమతి క్షణం తటాపటాయించింది. పరీక్ష జరిగినంతసేపూ తను పక్కనే వుండవచ్చు అనుకుంది. అయినా ఏమీ మాట్లాడకుండా బయటి కొచ్చేసింది.

అన్నాజీరావు ప్రార్థనవేపు తిరిగి నవ్వేడు. "నువ్వు చేసిన అన్ని ఐటమ్స్‌లోకి అదే బావుందమ్మాయ్-ఏమిటది- వేవ్? అదే... అలో కెరటమో - ఏది ఏమిటది?" అనడిగాడు తల గోక్కుంటూ.

ప్రార్థన నవ్వేసి 'తరంగం' అంది.

లోపల ఈ సంభాషణ జరుగుతూ వుంటే బయట వసుమతి నర్సుని 'ఐసోలేషన్ సెల్' గురించి వాకబు చేసింది. మోహన్‌లాల్ కపాడియా పేరిట వచ్చిన డోనేషన్లతో ఆ ఆస్పత్రిలోనే ఐసోలేషన్ సెల్ నిర్మించబడింది. మామూలు ప్రపంచానికి 'దూరంగా' వుంచవలసిన పేషెంట్లని అక్కడ వుంచుతారు. ఆరోగ్య నిరోధకశక్తి బలహీనమైనప్పుడు చిన్న సూక్ష్మక్రిములు చాలా సులభంగా రోగిని స్వాధీన పర్చుకుంటాయి. దాన్ని నిరోధించటం కోసం రోగిచుట్టూ కృత్రిమ వాతావరణం సృష్టించాలి. అదే ఐసోలేషన్ సెల్.

అక్కడ అన్ని తలుపులూ వేసి వున్నాయి. వరండాలు నిర్మానుష్యంగా వున్నాయి. వసుమతి నర్సు దగ్గరకెళ్ళి 'ఏసుపాదం' గురించి వాకబు చేసింది.

"సెల్ నెం.12" అంది నర్సు డెస్క్‌మీద రిజిష్టర్ చూడకుండానే.

లోపల ఒక దోమతెర కప్పిన పక్క లాంటిది వుంది. దానికి కొద్దిదూరంలో అద్దం కిటికీ పక్క స్టూల్ మీద మరియమ్మ కూర్చుని బైబిల్ చదువుకుంటూంది. ఆ ముసలామె కుర్చున్న ఆ భంగిమలోనే విషాదం వుంది. ఆ గది నిశ్శబ్దం భయం కొల్పేలా వుంది.

అలికిడికి మరియమ్మ తలతిప్పి "ఎవరూ" అని అడుగుతూ లేచి నిలబడింది.

'నేను, వసుమతిని' అంది సన్నటి స్వరంతో, అడుగు ముందుకు వేసి! ఇప్పుడు తెరలోపల్నుంచి ఏసుపాదం కనిపిస్తున్నాడు. చూసి ఆమె ఉలిక్కిపడింది. తన స్టూడెంటేనా ఇతడు? నెలరోజుల క్రితం వరకూ క్లాసులో ఫస్ట్ వచ్చిన వాడేనా? మసక కాంతిలా, పచ్చగా పాలిపోయిన అతడి శరీరం తెల్లటి పక్కకి అతుక్కుపోయి అస్థి పంజరంలా కనపడుతూంది. సన్నటి హిస్‌మన్న ఆక్సిజన్ శబ్దం వస్తూంది. అతడి కళ్ళు తెరలోంచి చూస్తూనే వున్నాయ్. కానీ కనురెప్పల్లో కదలిక లేదు. కనుగుడ్లు మాత్రం కొద్దిగా కదిలినయ్.

"ఈ కసువు వూడ్చే పనిమనిషిని చూడటానికి ఇంత కాలానికి నువ్వొన్నా వచ్చావమ్మా, సంతోషం" అంది మరియమ్మ. ఆ వృద్ధురాలి కళ్ళు ఏడ్చీ ఏడ్చీ ఎర్రబడ్డాయి, మొహంలో ముడతలు మరింత ఎక్కువయ్యాయి.

"ఒక్కరు, ఒక్కరంటే ఒక్కరు వచ్చి పలకరించిన పాపాన పోలేదు".

వసుమతి ఇరుకునబడ్డట్టూ "ఎ.... ఎలా వుంది?" అని అడిగింది.

"బ్రతకదమ్మా, వాడు బ్రతకడు. ఈ ముసలితనంలో నన్ను ఒంటరి దానిగానే బ్రతకమని వ్రాసిపెట్టాడా ప్రభువు".

"ఇంత సీరియస్‌గా వుందని నాకు తెలీదు" నెమ్మదిగా అంది వసుమతి.

ఈ లోపులో ఆ ముసలామె కాస్త తమాయించుకుంది. "బైబిల్‌లో ప్రభువు చెప్పాడమ్మా. మనం మనచుట్టూ మనని ఓదార్చే జనం ఉండాలని ఎప్పుడు కోరుకుంటామో, అప్పుడే ఒక్కరూ దగ్గిరకు రారట".

ఆమె మరో పది నిముషాలు మాట్లాడింది. వసుమతి ఆమె దగ్గిర శలవు తీసుకుని వచ్చేస్తూంటే, "నా కొడుకని చెప్పటం కాదుగానీ అమ్మా వాడు రత్నం. నిజంగా రత్నమే. అటువంటి వాడిని తన దగ్గిరకి ఇంత చిన్న వయసులో పిలిపించుకోవాటానికి ఆ ప్రభువుకి మనసెలా వొప్పిందో" అంది గద్గదమైన కంఠంతో... వసుమతి ఏమీ మాట్లాడలేకపోయింది.

దోమతెర లోపల ఆ కుర్రవాడు వీళ్ళవైపు చూడటంలేదు. ఒక అతీతమైన స్థితిలో మెలకువగావుండే, పైకప్పుకేసి చూస్తున్నాడు. ఆమెకి మాటిమాటికీ అతడే గుర్తొస్తున్నాడు. ఆ కళ్ళల్లో ఆర్తి, ఆ మొహంలో దీనత్వం... దేముడు అతడిని తక్కువకులంలో పుట్టించాడు. సమాజం బీదవాడుగా నొక్కి పెట్టింది. ఆ ఇరుకు సందుల్లోంచి, చదువు అనే ఆయుధంతో బయటికి రాబోతున్న ఆ బ్రైట్ స్టూడెంటుని– ఆ అమాయకపు కుర్రవాణ్ణీ విధి ఎంత కర్కశంగా తన బాహువుల్లోకి లాక్కోబోతూంది? పేరు కూడా మంచిదే పెట్టారు లింఫోబ్లాస్టిక్ లుకేమియా.

ఆమె అక్కడ మరి వుండలేక ఆమె దగ్గిర శలవు తీసుకుని వచ్చేసింది.

ఆస్పత్రి అంటే ఆమెకు అసహ్యం పుడుతూంది. ఆమె దగ్గర్నుంచి అందర్నీ వరుసగా లాక్కుంటూనే వుంది. తల్లినీ, తండ్రినీ, చెల్లినీ, తమ్ముణ్ణీ.

* * *

ఆమె తిరిగి పేథాలజీ డిపార్టుమెంట్ దగ్గిరకు వచ్చేసరికి మొత్తం నలభై నిముషాలయింది. ఆలస్యం అయిందని కంగారుపడుతూ బైట సిస్టర్‌ని అడిగింది.

"ప్రార్థన అనే పాప తల్లి మీరేనా?"

"అవును".

"మీ కోసమే డాక్టరుగారు చూస్తున్నారు, వెళ్ళండి".

ఆలస్యం అయినందుకు తనని తాను తిట్టుకుంటూ వసుమతి తలుపు తోసుకుని లోపలకు ప్రవేశించింది. లోపల డాక్టరు ఎవరితోనో ఫోన్లో మాట్లాడుతున్నాడు.

ప్రార్థన గదిలో లేదు.

వసుమతి విస్మయంతో చుట్టూ చూసింది. అన్నాజీరావు కూర్చోమని చేత్తో సైగచేసి, మరో రెండు నిమిషాలు మాట్లాడి ఫోన్ పెట్టేసేడు. ఆ డాక్టరు మొహంలో మునుపటి ఉత్సాహం, హుషారు లేకపోవటాన్ని ఆమె గమనించింది. అతడి నుదుటిమీద ముడుత ఇప్పుడు మరింత స్పష్టంగా కనిపిస్తూంది. ముఖ్యంగా- ఆమెని చూసి అతడు మునుపటిలా నవ్వలేదు. ఆమె వళ్ళు అకారణంగా జలదరించింది.

"మిసెస్ భార్గవా" అన్నాడు. "ఒక పరీక్ష చెయ్యడానికి మీ అనుమతి కావాలి".

"అంతా... అంతా బాగానే వుందికదా" కంఠాన్ని ఎంత మామూలుగా వుంచుకోవటానికి ప్రయత్నించినా అందులో ఆతృత ధ్వనించింది.

"అంతా బాగానే వుంది మిసెస్ భార్గవా" అంటూ డెస్క్ మీద నుంచి ఒక కాగితం ఆమె ముందుకు తోశాడు. దీనిమీద మీ సంతకం కావాలి. ఒక స్పెషల్ పరీక్ష నిర్వహించటానికి-"

ఆమె కాగితాన్ని చేతుల్లోకి తీసుకోకుండా "ప్రార్థన ఎక్కడుంది?" అని అడిగింది.

"లోపల రూమ్‌లో.... మీరు కావాలంటే చూడవచ్చు. కానీ ఈ ఒక్క పరీక్షా చేస్తేనే అంతా పూర్తవుతుంది. ఈ పరీక్షకి మాత్రం మీ సంతకం కావాలి" అంటూ కాగితాన్ని మరింత ముందుకు తోసేడు.

ఆమె మొహం పాలిపోయింది. మామూలు పరీక్షలకోసం ఈ సంతకాలు తీసుకోరని తెలుసు- ఆ కాగితం అందుకోవటానికి బలం చాలలేదు. "ఏ పరీక్షకోసం ఈ సంతకం?" అని మాత్రం ఎలానో అనగలిగింది.

"బోన్ మారో టెస్ట్... ఎముక లోపలి మూలగని పరీక్ష చెయ్యాలి".

ఆమె ఒక్కసారిగా బల్లమీద తూలింది. తిరిగే గోళాలు సమస్తం ఆగిపోయినట్టూ- భూమి అగ్ని గోళమై పేలిపోయినట్టూ వణికిపోయింది.

గది గోడలు గిర్రున తిరగసాగేయి. మూసిన కళ్ళముందు ఓ దృశ్యం కదలాడింది. ఇంద్రధనుస్సు ఛాయలో ఏడు గుర్రాలు పూన్చిన రథంలో దేవదూతల

మధ్య ఇద్దరు పిల్లలు కూర్చుని వున్నారు. వాళ్ళ తలమీద బంగారు కిరీటాలు ధగ ధగమంటున్నాయి. రథం మేఘాల మధ్య నుంచి సాగి అదృశ్యమైపోయింది.

* * *

ఇంతలో డాక్టర్ అన్నాజీరావు భుజంతో తలుపు తోసుకుని లోపలికి వచ్చాడు. అతడు తన శరీరానికి చేతులు దూరంగా వుంచుకున్నాడు. అతడి వెనుకే ఇద్దరు సిస్టర్స్ వచ్చారు. ఒకామె లావుగా భయంకరంగా వుంది. ఒకామె మొహంలో మాత్రం చిరునవ్వు, కాస్త దయ కనబడుతున్నాయి.

వాళ్ళని చూడగానే ప్రార్థన కళ్ళలో భయం కొట్టొచ్చినట్టు కనపడింది. నర్సు అందించిన టవల్‌తో చేతులు తుడుచుకున్నాక, అతిజాగ్రత్తగా గ్లౌస్ తొడుక్కున్నాడు డాక్టరు. ప్రార్థన కన్నార్పకుండా అతడి చర్యలే చూస్తుంది. ఆ పాపకి ఎందుకో అంతకు ముందురోజు జరిగినట్టే తల్లో తండ్రో వచ్చి దొంగతనంగా ఆస్పత్రి నుంచి తీసుకువెళ్లిపోతే బావుణ్ణు అనిపించింది. ఈ లోపులో నర్సు ట్రే దగ్గరకి జరిపింది. దాన్ని చూడగానే పై ప్రాణాలు పైనే పోయాయి. లైట్ల కాంతి ఆ స్టెయిన్‌లెస్ స్టీల్ పరికరాలమీద వికృతంగా మెరుస్తుంది.

ఆ ట్రే దగ్గరకి వస్తుంటే ప్రార్థన పక్కమీద లేచి కూర్చోబోయింది. కానీ అంతలోనే ఒక లావుపాటి చెయ్యివచ్చి ఆమెని వెనక్కి నొక్కి పెట్టింది.

"ప్లీజ్..." అన్నాడు డాక్టరు. కానీ అతడికంఠంలో అభ్యర్థన కన్నా ఆజ్ఞే ఎక్కువగా వుంది.

"నాకు ... నాకు నాన్న కావాలి" అంది నిస్సహాయంగా.

అతడు దాన్ని వినిపించుకోకుండా "కాల్ అనదర్ సిస్టర్..." అన్నాడు. లావుపాటి నర్సువెళ్ళి ఇంకొకామెతో తిరిగి వచ్చింది.

అన్నాజీరావు ప్రార్థనవేపు తిరిగి నవ్వేడు. ప్రార్థన కళ్ళలో భయం కొట్టొచ్చినట్టు కనబడింది. "మీరేంచేస్తారిప్పుడు" అని అడిగింది.

అదే నవ్వుతో "ఒక్క నిమిషం ఓపికపట్టమ్మా, అయిపోతుంది" అన్నాడు డాక్టరు వంగుతూ. ఆమె గింజుకుంటూ "ఊహు, నేను వెళ్లిపోతాను- నేను వెళ్ళిపోతాను" అన్నది.

"ప్రార్థనా- చిన్నపిల్లలా బిహేవ్ చేయకు".

ఆమె కంటివెంట నీరు జలజలరాలింది. మేక కసాయివాడి వంక చూసినట్టు చూసింది. ఇది మామూలు సూదిగుచ్చటం కాదని ఆమెకి తెలిసిపోయింది. తను

మరీ చిన్నపిల్లలా ప్రవర్తిస్తున్నానని అనుకుందిగానీ– భయం ఆ భావాన్ని డామినేట్ చేస్తుంది. ముఖ్యంగా ఆమెచేతులు (సూదులు గుచ్చటంవల్ల) నొప్పిగా వున్నాయి. ఇప్పుడిక ఎక్కడేంచేస్తారో తెలియటంలేదు.

ఇంతలో కాళ్ళదగ్గర ఏదో కదిలినట్టు అయితే అటు చూసింది. లావుపాటి నర్సు తోలుబెల్టుతో తన కాళ్ళు కట్టెయ్యబోతూంది. అది చూసీ చూడగానే కాళ్ళు వెంటనే వెనుక్కు లాక్కోబోయింది, కానీ– రెండో నర్సు చప్పున వాటిని పట్టుకుంది. ప్రార్థన నిస్సహాయంగా, అలానే పక్కకి వత్తిగిలి పడుకోవాల్సి వచ్చింది.

"ఒక్క నిముషం ప్రార్థనా! బి ఎ గుడ్ బేబీ....." డాక్టరు అటుతిరిగి అన్నాడు. చిన్న కత్తితో ఇంజెక్షన్ బాటిల్ చివర బ్రద్దలు కొడుతున్న శబ్దం వినిపించింది. కొత్తగా వచ్చిన నర్సు ప్రార్థన గౌను మోకాళ్ళ పైకిఎత్తింది. ప్రార్థన రెసిస్ట్ చెయ్యబోయి ఆగిపోయింది. ఇంతలో డాక్టరు ఇటు తిరిగి, దూదితో ఆమె తొడపైన రాసేడు. చల్లటి స్పిరిట్‌లాంటి ద్రవం కాలిమీదనుంచి పొత్తి కడుపుమీదకు ధారగా జారింది. ఈ కొత్తరకం పరీక్ష అంత బాధగా లేక పోవటం అమెకి సంతృప్తినిచ్చింది. ముఖ్యంగా రక్తపరీక్షలోలా సూదులు గుచ్చక పోవటం, ఇది ఇంత సులభంగా అయిపోతుందని అనుకోలేదు.

ఆమె రిలీఫ్‌తో కళ్ళు విప్పింది. ఎదురుగా ముగ్గురు నర్సులూ నవ్వుతూ కనపడ్డారు. కానీ వాళ్ళ మొహాలమీద నవ్వు అతికినట్టు, కేవలం తనకోసమే నవ్వుతున్నట్లూ కృత్రిమంగా వుంది. చప్పున ఆమెకేదో అనుమానం వచ్చి డాక్టరువేపు చూసింది.

డాక్టరు ఒక ఆకుపచ్చటి గుడ్డని తనకాలి పైభాగాన కప్పటం గమనించింది. డాక్టరు వెనుదిరిగి ట్రేలోంచి మరో పరికరాన్ని తీసుకున్నాడు. చెక్కలకి స్క్రూలు బిగించేముందు రంధ్రం చేయటం కోసం వడ్రంగులు ఉపయోగించే 'బర్మాలా' వుందది. ప్రార్థన దాన్ని చూసి, రాబోయే ప్రమాదాన్ని గమనించి జింక పిల్ల బెదిరినట్టు బెదిరిపోయింది. ముగ్గురు నర్సులూ షార్ప్‌గా రియాక్టు అయ్యారు. కాలి దగ్గర ఇనుపగొలుసు బిగిసినట్లు వత్తిడి ఎక్కువయింది. లేవబోయిన పాపని ఒక నర్సు వెనక్కి నొక్కి పెట్టింది. ఈలోపులో డాక్టరు సిరెంజి తీసుకుని ఇటు తిరిగాడు. దాదాపు మూడు 'రత్నం' పెన్నుల మందంలో వున్నదా సిరెంజి.

"నో ..." ఊపిరితిత్తుల్లో వున్న శక్తినంతా కూడదీసుకుని గట్టిగా అరిచింది. కాళ్ళదగ్గిరా, ఛాతీమీదా మరింత వత్తిడి ఎక్కువయింది.

అంతలో ఒక నిప్పుల్లో కాల్చిన ఇనుప ముక్క దూర్చినట్టూ, చర్మాన్ని చీల్చుకుని సూది లోపల ప్రవేశించింది.

ఆ తరువాత కొన్ని నిముషాలకి ఎముక తొలుస్తున్న శబ్దం ప్రారంభమయింది. అదృష్టవశాత్తూ ప్రార్థనకి అది వినిపించలేదు. భయంతో అంతకుముందే స్పృహ తప్పింది.

* * *

డాక్టర్ విజయభార్గవ కారు ఆస్పత్రి కాంపౌండ్‌లోకి ప్రవేశించి మొక్కల పక్కగా ఆగింది. అతడు దిగి పేథాలజీ వేపు నడిచాడు. అతడికి తన భార్య ఎక్కడనుంచి ఫోన్ చేసిందో తెలియలేదు. సరాసరి అన్నాజీరావు ఛాంబర్‌కి వచ్చాడు. అక్కడ ఆమె కనపడలేదు. ఎదురుగా వస్తున్న నర్సుని అడిగాడు.

"ఆయన థియేటర్‌లో వున్నారు" అంది. అతడికి ఏం చెయ్యాల్లో తోచలేదు. ప్రార్థన పరీక్ష పూర్తిచేసి అతడు థియేటర్‌కి వెళ్ళిపోతే, తల్లీ, కూతుళ్ళు ఇద్దరూ యింటికి వెళ్ళిపోవచ్చు కదా. మళ్ళీ తనకి ఫోన్ చెయ్యటం దేనికీ? అందులోనూ ఇక్కడికి రమ్మని?

అతడు థియేటర్‌వేపు నడిచాడు.

వరండా అంతా ఖాళీగా వుంది. డాక్టరు బహుశా ఇంకా థియేటర్‌లో వున్నాడేమో అనుకుని, కూర్చోవటం కోసం ఆంటీ రూమ్ తెరిచాడు.

అక్కడ వుంది వసుమతి. అటువేపు తిరిగి కిటికీలోంచి బయటికి చూస్తూ ఏదో ఆలోచిస్తున్నదల్లా చప్పుడుకి వెనక్కి తిరిగి భర్తని చూడగానే గాలిలా అతడి దగ్గరికి వచ్చింది. అతడి భుజాలు పట్టుకుని వూపేస్తూ "-ఏమండీ" అని మాత్రం అనగలిగింది. ఈ హఠాత్ పరిణామానికి అతడు నిశ్చేష్టుడయ్యాడు. ఏదో తెలియని భయంతో వళ్ళు జలదరించింది. "ఏమిటి? ఏమైంది వసుమతీ?" అన్నాడు కంపిస్తున్న గొంతుతో. ఆమె మాట్లాడలేదు. ఆమె తన మెడచుట్టూ వేసిన చేతుల బరువుకి అతడు నిలదొక్కుకోలేక ముందుకు వంగవలసి వచ్చింది. ఆమెని సరీగ్గా నిల్చోపెడుతూ "ఏమిటి- ఏమైంది?" అని మళ్ళీ ఇంకోసారి అడిగాడు.

అంతలో తలుపు తెరుచుకుని అన్నాజీరావు బయటకొచ్చాడు. పరాయివ్యక్తి వచ్చాడని కూడా ఆమె భర్తనుంచి దూరంకాలేదు. ఆమెని అలాగే పొదివి పట్టుకొని అతడు డాక్టర్‌వేపు తిరిగాడు. "మీరయినా చెప్పండి, ఏమిటి అసలు విషయం?"

అన్నాజీరావు ఆమెవేపు చూసి "మీరు చెప్పలేదా?" అని అడిగాడు. వసుమతి జవాబు చెప్పలేదు. అసలు ఆమె ఈ మాటలు విన్నదో లేదో కూడా అనుమానమే.

"నేను కొంచెం సేపు బయట వుంటాను" జనాంతికంగా అని, అన్నాజీరావు బయటికి నడవబోయాడు. భార్గవ చప్పున అతడిని ఆపుచేసి "అసలేమయింది, చెప్తారా లేదా?" అన్నాడు ఇరిటేషన్ నిండిన గొంతుతో.

"వెల్ ...." అన్నాడు డాక్టరు. "విల్ యూ ప్లీజ్ సిట్ డౌన్"

భార్గవ కోపంతో "విల్ యూ ప్లీజ్ టెల్‌మి" అని అరిచాడు.

అన్నాజీరావు అతడివేపు తలెత్తి చూసేడు. డాక్టర్‌గా పుట్టటం మనిషి చేసుకున్న దురదృష్టం ... తప్పదు. అతడి పెదాలు స్పష్టంగా కదిలాయి. "భార్గవా...." అన్నాడు, "ప్రార్థనకి లుకేమియా".

సగం తెరుచుకున్న భార్గవ నోరు అలానే వుండిపోయింది. కళ్ళలోకి రక్తం కెరటంలా ప్రవహించింది. ఉన్నట్టుండి ఆ గది చల్లబడుతున్నట్టు, అన్నివేపుల్నుంచీ కుదించుకుపోతున్నట్లు భావన కలిగింది. ఆ గదిలో ముగ్గురు వ్యక్తుల్నీ నిశ్శబ్దం తన కబంధ హస్తాల్లోకి తీసుకుని వికటాట్టహాసం చేసింది. ఆ అచేతనావస్థలోంచి ఒక్కసారి స్పృహ వచ్చినట్టు కదిలాడు భార్గవ. మెరుపులా డాక్టర్‌ని చేరుకుని పిచ్చి ఆవేశంలో అతడి భుజాలూ, టై పట్టుకుని వూపేస్తూ "ఎంత ధైర్యం మీకు? నా మీద ప్రాక్టికల్ జోకు వేస్తారా?... ఆ" అంటూ పిచ్చిగా నవ్వబోయాడు. గొంతు గద్గదికమయింది. అతడి పట్టు విడిపించు కోవటానికి అన్నాజీరావు పెనుగులాడసాగేడు. వసుమతి చప్పున కదిలి వాళ్ళిద్దరి మధ్యకూ చేరుకుని బలవంతంగా భర్త చేతులు విడిపించే ప్రయత్నం చేసింది. ఎప్పుడూ ఎంతో గంభీరంగా పెద్దమనిషిలా వుండే అతడు ఈ విధంగా మారిపోవటంలో ఆమెకి ఆశ్చర్యం కలగలేదు. పైకి కనబడకపోయినా, ప్రార్థనని అతడు ఎంతగా ప్రేమిస్తున్నాడో- ప్రార్థనంటే ఎంత అభిమానమో ఆమెకు తెలుసు. అయినా ఆ పాపంటే అభిమానం లేనిదెవరికి? ఈ వార్త తెలియగానే ఆమెకైతే భూమే కంపించింది. కానీ ఇప్పుడు అతడిని వోదార్చవలసిన బాధ్యత వుంది. అసలు ప్రార్థనలాటి పాపకి అనారోగ్యం ఏమిటి? లేత చిగుర్ని తినటానికి పురుగుకెలా మనసొప్పుతుంది. విరిసీ విరియని గులాబీని కోయటానికి మనిషికెలా బుద్ధి పుడుతుంది? చిన్నారి పాపల్ని తన దగ్గిరకి అంత తొందరగా తిరిగి పిలిపించు కోవటానికి దేవుడికి ఎందుకు కోరిక కలుగుతుంది?

అన్నాజీరావు ఇబ్బందిగా అతడి చేతుల్లోంచి టై విడిపించుకోవటానికి ప్రయత్నం చేయసాగేడు. వసుమతి కూడా స్ట్రగుల్ అయింది. అతడు మామూలు మనిషి

అవటానికి రెండు నిముషాలు పట్టింది. అయినా ఐదు నిముషాల క్రితం భార్గవకీ, ఇప్పటి భార్గవకీ అసలు సంబంధం లేదు. ఎన్నో సంవత్సరాల వృద్ధాప్యం మీదపడినట్టు వున్నాడు. ముఖంమీద ముడతలు స్పష్టంగా కనపడుతున్నాయి.

అతి కష్టం మీద తనని తాను కంట్రోలు చేసుకుంటూ "ప్రార్థనకి లుకేమియా అని ఎలా తెలిసింది?" అని అడిగాడు.

"డయాగ్నైజ్ చేసేం భార్గవా"

భార్గవ వెంటనే అడిగాడు - "ఏ రకం లింఫోసైటిక్?"

"సారీ భార్గవా! ఐయామ్ రియల్లీ సారీ- అక్యుట్ మైలోబ్లాస్టిక్ లుకేమియా"

అయిపోయింది. చివరి ఆశ కూడా తెగిపోయింది.

"అక్యూట్ మైలోబ్లాస్టిక్ !! అక్యూట్ ....? అక్యూట్...."

"అవును భార్గవా! ఆమె రక్తంలో తెల్ల కణాల కౌంటు 50,000 పైగా వుంది" ఇంగ్లీషులో అన్నాడు అన్నాజీరావు.

కిటికీలోనుంచి వచ్చిన బలమైన గాలితెరకి టేబిల్‌మీద పుస్తకం రెపరెప లాడింది.

యాభైవేలు.

ప్రతీ ఒక్క చిన్న రక్తపు చుక్కలోనూ, యాభైవేల నిర్జీవమైన రక్తకణాల చొప్పున అవి వేగంగా శరీరం అంతా ప్రవహిస్తూ గుండెనీ, కాలేయాన్నీ, మెదడునీ, మొత్తం శరీరాన్నీ, ప్రాణాన్నీ నిర్జీవం చెయ్యటానికి కంకణం కట్టుకుని క్షణక్షణానికీ విపరీతంగా పెరిగిపోతూ ప్రళయ కాలహోమాన్ని సృష్టిస్తున్నాయ్. దిదిత్తై... దిత్తై.... మంటూ విలయతాండవం చేసిన కాళ్ళు చచ్చుబడిపోతాయి. రామ పట్టాభిషేకాన్నీ, బాలగోపాలాన్నీ అభినయించిన లేతచేతులు నిర్జీవమైపోతాయి. డాక్టర్లకేం ? రెండక్షరాల్లో చెప్పేస్తారు...సారీ... సారీ... అని.

అతడు ఎడమచేతి పిడికిలి బిగించి కుడిచేతిలో కొట్టుకున్నాడు. అంతలో అనుమానం వచ్చిన వాడిలా చప్పున తలెత్తి అడిగాడు...

"యూ సెడ్ ... మైలోబ్లాస్టిక్ లుకేమియా".

"అవును భార్గవా".

"కానీ మైలోబ్లాస్టిక్ లుకేమియా రక్త పరీక్షలో బయటపడదు. అదైతే టాన్సిల్స్ ఆపరేషన్‌కి ముందే బయటపడి వుండేది".

అన్నాజీరావు మాట్లాడలేదు.

"బోన్ మారో ఆస్పిరేషన్ (ఎముక లోపలి మూలగ పరీక్ష) చెయ్యకుండా నా కూతురికి మైలోబ్లాస్టిక్ అని ఎలా నిర్ధారణ చెయ్యగలిగారు?" కరుగ్గా అడిగాడు.

"ఆ పరీక్ష కూడా జరపబడింది భార్గవా".

"కానీ ఆ పరీక్ష చెయ్యటానికి నేను మీకు అనుమతి ఇవ్వలేదు".

"నేను ఇచ్చాను" అన్న స్వరం పక్కనుంచి వినపడేసరికి భార్గవ విసురుగా అటు తిరిగాడు. వసుమతి తప్పు చేసేనేమో అన్న అనుమానంతో బెదిరి, తడబడుతూ మళ్ళీ ఇంకొక్కసారి "నే - నేను ఇచ్చాను" అన్నది. అతడు దాన్ని పట్టించుకోకుండా "స్లైయిడ్స్ ఎక్కడున్నాయ్" అని అడిగాడు.

"లాబ్‌లో"

"నేను ఒకసారి చూడాలనుకుంటున్నాను".

అన్నాజీరావు కొద్దిగా తటపటాయించి, "అలాగే" అన్నాడు. ఇద్దరూ లాబ్ లోకి వెళ్ళారు. హెమటాలజిస్టు అందించాడు. గ్లాసుమీద చిన్న కాగితం అతికించి వుంది- 'ప్రార్థన నెం. 287462' అని. అతడికి బాధేసింది. ప్రార్థనకి కూడా ఒక నెంబరు ఇవ్వబడటం.

స్లైయిడ్‌ని మైక్రోస్కోప్ కింద అమర్చి నెమ్మదిగా కదిపాడు. లెన్సు కదుల్తున్న కొద్దీ ఆకారాలు మరింత స్పష్టమవసాగేయి. అతడు ఒక కన్ను మూసి, రెండో కన్నుతో గొట్టంలోకి చూడసాగేడు. అతడి వెన్ను జలదరించింది. స్పష్టమయిన జీవాకృతిలో కళకళలాడుతూ వుండవలసిన కణాల స్థానే విభిన్న రాక్షసాకృతిలో వేలవేల న్యూక్లియోలు వున్నాయి.

అతడికి దుఃఖం వచ్చింది. అది దుఃఖం కూడా కాదు, వ్యధ. వ్యధ దుఃఖంకన్నా బాధాకరమయినది. క్రింది అద్దంలోంచి పడుతున్న సూర్యకాంతిలో నిస్తేజంగా వున్న ఆ కణాల్నిచూసి అతడు బెదిరిపోయాడు. అది తన స్వంత రక్తమైనా కూడా అతడు అంత వ్యధ చెంది వుండేవాడు కాదేమో. అతడి ముఖంలో వస్తూన్న మార్పుని వారిద్దరూ గమనిస్తున్నారు.

"నేను చెప్పినది కరక్టే అనుకుంటాను" అన్నాడు డాక్టరు టై సర్దుకుంటూ. ఆ మాటలు అగ్నికి ఆజ్యం తోడైనట్టు అతడిని మరింత ఇరిటేట్ చేశాయి. తన చుట్టూ జరుగుతున్న కుట్రలో అందరూ తోడైనట్టు ఉక్రోషం వచ్చింది. ఒక్కసారిగా స్టూల్‌ని వెనక్కి విసురుగా తోస్తూ చేతితో మైక్రోస్కోప్‌ని విసిరేసేడు. అది గోడకి తగిలి పెద్ద శబ్దంతో భళ్ళున పగిలిపోయింది.

ఆ గదిలో వున్న ఇద్దరూ క్షణం పాటు స్థాణువులయ్యారు. ముందు తేరుకున్నది వసుమతే. ఒక్క వూపులో వెళ్ళి భర్త చేతులు పట్టుకొని "మీకేమైనా మతి పోయిందా?" అని అరిచింది.

సడెన్‌గా అతడిలో మార్పు వచ్చింది. ఉన్నట్టుండి కామ్ అయి ఆమెవంక, తనని పట్టుకున్న ఆమె చేతులవంకా చూసేడు. అతడిలో అకస్మాత్తుగా వచ్చిన ఆ స్థబ్దతని చూసి ఆమె బెదిరి అతడిని వదిలేసింది. 'మతిపోయిందా' అని తను తొందరపడి అనేసింది. ఐతే అతడు దాన్ని గురించి పట్టించుకోలేదు.

"ప్రార్థన ఎక్కడుంది?" అని అడిగాడు.

"ఐసి-4లో"

మోహన్‌లాల్ కపాడియా జ్ఞాపకార్థం ఆస్పత్రిలో కట్టబడిన ఒక రింగు ఐసి-4. కేన్సర్ రోగులకి అక్కడ చికిత్స జరుగుతుంది.

అన్నాజీరావు అడుగు ముందుకు వేసి భార్గవని అనునయిస్తున్నట్టొ చెయ్యి వేశాడు.

"పరీక్ష పూర్తవగానే ప్రార్థనని ఆస్పత్రిలో ఇన్‌పేషెంట్‌గా అడ్మిట్ చేశాను. రక్తంలో క్షణ క్షణానికి పెరిగిపోతున్న తెల్లకణాల కౌంట్‌ని వెంటనే తగ్గించాలి. మీకు తెలుసుగా డాక్టర్ మహేంద్రజైన్! దేశంలోకెల్లా ప్రసిద్ధి చెందిన కేన్సర్ స్పెషలిస్టు. అతడి అధ్వర్యంలో ట్రీట్‌మెంట్ మొదలవబోతూంది భార్గవా! మీరూ డాక్టరే. ఈ పరిస్థితుల్లోనే మనం ధైర్యంగా వుండాలి...."

వసుమతి కృతజ్ఞతా పూర్వకంగా అతడివైపే చూసింది. అతడి నెమ్మదీ, మర్యాదా ఆమెకు నచ్చినయ్. ఆ పరిస్థితుల్లో ఇంకెవరున్నా ఎంతో రభస జరిగి వుండేది. ఆమె అతడితో ఏదో అనబోతూ వుంటే అప్పటివరకూ ఏదో ఆలోచిస్తున్న భార్గవ కళ్ళు తెరచి, "నేను ముందు ప్రార్థనని చూడాలి" అంటూ అక్కడున్న వారిని పట్టించుకోకుండా తలుపు తెరుచుకుని వడివడిగా బయటకు నడిచాడు. వసుమతి అతడిని అనుసరించబోయి, ఆగి- డాక్టర్‌వైపు చూసింది. అన్నాజీరావు కదలకుండా నిలబడి వున్నాడు. అతడి ముఖంలో నిర్లిప్తత ఆమెకు బాధ కలిగించింది. భర్త అతడితో మర్యాద కోసమయినా ఏమీ చెప్పకుండా అలా వెళ్ళిపోవటం భర్తమీద కోపాన్ని కలిగించింది కూడా. ఆమె దృష్టి మైక్రోస్కోపు మీద పడింది. ఆమె ఏదో అనబోతుంటే "మీరు వెళ్లి ముందు పేషెంట్‌ని చూసిరండి" అన్నాడు అతడు. ఆమె తలూపి బయటకు వచ్చింది.

ఐసి-4 మిగతా ఆస్పత్రికి దూరంగా వుంది. పొడవైన వరండా ఎంత నడిచినా తరగటం లేదు. అతడు ముందుకు నడిచి, ఒక సెల్ ముందు ఆగాడు.

ఆ గదిలో ప్రార్థన వుంది. కళ్ళు తెరిచే పైకప్పుకేసి చూస్తూ వుంది.

తన కూతుర్ని చూడగానే అతడి గుండె లోతుల్లోంచి ఆప్యాయత పొంగి పొర్లింది. అప్పటివరకూ వున్న కోపమూ, కసీ పోయి- వాటి స్థానే జాలీ, వేదనా నిండుకున్నాయి. క్రితం రోజు యిదే సమయానికి తనకోసం బుట్టెడు మల్లెపూలని గదిలోకి దొంగతనంగా చేరవేసి దారాల్తో మాలకట్టిన పాప ఇరవై నాలుగు గంటల్లో పూలమధ్య పడుకుని వెళ్ళిపోవటానికి ఆయత్తమవుతూంది. పూవులాగా రాలిపోతూంది. ఈ భావం రాగానే అప్పటివరకూ తమాయించుకున్నవాడు ఇక ఆపుకోలేక ఒక్క అడుగులో మంచం దగ్గరికి వెళ్ళి కూతుర్ని కౌగిలించుకున్నాడు. ఆమెకూడా దానికోసమే చూస్తున్నట్టూ చప్పున అతడి మెడచుట్టూ చేతులు వేసి జాలిగా 'నాన్నా' అంది. ఆ ఒక్క పదంలోనూ- "చూసేవా నాన్నా! నువ్వు లేనప్పుడు వీళ్లంతా కలిసి నన్నేంచేసేరో" అన్న భావం వుంది. అతడు వెంటనే మాట్లాడలేదు. గుండెల్లోంచి ఉబికి ఉబికి వచ్చే వేదనని కనపడనివ్వకుండా తమాయించుకోవటం కోసం ఏదో పనివున్నట్టూ ఆమె తలదగ్గిర దిండు సర్దే నెపంమీద తల తిప్పుకున్నాడు. అలా కొద్దిక్షణాలు వుండి నెమ్మదిగా తలెత్తాడు. తెల్లగా పాలిపోయిన కూతురి మొహంమీద పట్టుకుచ్చులా పడుతున్న జుట్టుని వెనక్కితోసి నుదుటిని చుంబించి "ఎలావుంది పన్నూ" అని అడిగాడు.

ప్రార్థన వెంటనే జవాబు ఇవ్వలేదు. వదిలేస్తే తండ్రి ఎక్కడ వెళ్ళిపోతాడో అన్నట్టుగా అతడి చెయ్యి గట్టిగా పట్టుకుని "నాన్నా- నిజమేనా" అని అడిగింది.

అతడి గుండె ఒక్కక్షణం ఆగిపోయినట్టయింది. "ఏ... ఏదమ్మా?" అని అడిగాడు.

"నేను ఈ రాత్రి కూడా ఇక్కడే వుండాల్ట" ఫిర్యాదు చేస్తున్నట్టూ అన్నది.

"అవునమ్మా".

"ఊహూ, నేనిక్కడ వుండను డాడీ"

"ఎంతమ్మా! ఒక్కసారి కళ్ళు మూసుకుంటే చాలు ... తెల్లారి పోతుంది"

"కానీ స్కూలు కెళ్ళకపోతే ఎలా డాడీ? వచ్చేనెలే పరీక్షలు కూడా! నేను బానే వున్నాను కదా".

"ఎంతమ్మా, ఇంకా రెండు పరీక్షలు చేసి వదిలేస్తారు".

అతడికి ఆ వర్షంరోజు ప్రార్థనని వసుమతి పిక్నిక్‌కి తీసుకువెళ్ళినప్పటి సంగతి గుర్తొంచ్చింది. ఆ పబ్లిక్ హెల్త్ సెంటర్‌లో డాక్టర్‌ని డబాయించాడు. టాన్సిల్స్ అని చూడకుండా మలేరియాకి మందిచ్చినందుకు.... ! మరి తను చేసింది ఏమిటి? కేన్సర్ ఇన్‌స్టిట్యూట్‌లో పనిచేస్తూ కళ్ళముందు తిరుగుతున్న పాపకి కేన్సర్ అని గుర్తించలేకపోయాడు.

అతడు పాప చేతిద్వారా ఎక్కించబడుతూన్న ద్రవం వున్న బాటిల్ వైపు చూశాడు.

ప్లేట్‌లెట్స్. (కొత్తరక్తం)

అతడు కూతురి శరీరంమీద చెయ్యివేసి, ఆప్యాయంగా నిమిరాడు. లోపలికి ప్రవహిస్తున్న ప్లేట్‌లెట్స్ ఏమీ సాధించలేవని అతడికి తెలుసు! ఈ శరీరంలో, తను వేసిన చెయ్యి క్రింద వడివడిగా ప్రవహించే రక్తంలో వున్న వేల వేల నిర్జీవ తెల్లకణాలు క్షణక్షణానికి అభివృద్ధి చెందుతూ వేగంగా పెరిగిపోతూ, ఏమైనా కొద్దిగా 'మంచి' ప్లేట్‌లెట్స్ వుంటే వాటిని కూడా చంపేస్తున్నాయని తెలుసు!! పాపని రక్షించటానికి ప్రయత్నం చేసే ప్లేట్‌లెట్స్ నిస్సహాయంగా ఆ పోరాటంలో మరణిస్తున్నాయని తెలుసు!!! మనిషికి కేన్సర్ గురించి అంతా తెలుసు, రాకుండా నిరోధించడమే తెలీదు.

ప్లేట్‌లెట్స్ కాక ఇంకా ఏం వాడుతున్నారా అని అతడు తల తిప్పి చూసేడు. గోడదగ్గర వున్న బల్లమీద మూడుసీసాలు వున్నాయి.

అతడు కూతుర్ని వదిలి బల్ల దగ్గరకు నడిచాడు. చిన్న ఇంజక్షన్ బాటిల్‌లో వున్న ఆ సీసాని చేతిలోకి తీసుకుని దానిమీద వున్న పేరు చూసేడు.

కేన్స్‌క్యూర్!

భరించలేని నిస్సహాయతతోనూ, ఉక్రోషంతోనూ, అతడి మొహం కందిపోయింది. అలాగే మరో క్షణంవుండివుంటే ఏమయ్యేదో తెలీదు. కానీ- వెనుకనుంచి 'హల్లో' అని వినిపించింది.

గుమ్మం దగ్గిర మహేంద్రజైన్ నిలబడి వున్నాడు. దేశంలో కెల్లా గొప్ప కేన్సర్ స్పెషలిస్టు అతడు- చూడటానికి గమ్మత్తుగా వున్నాడు. కొద్దిగా పొట్టిగా, గుండ్రంగా వున్నాడు. కళ్ళు చిన్నవైనా చురుగ్గా వున్నాయి. నుదురు మాత్రం విశాలంగా వుండి, తెలివితేటల్ని సూచిస్తుంది. ఏ రోగికైనా అతడిని చూస్తే ధైర్యం, నమ్మకం కలుగుతాయి. కానీ బైటచూస్తే మాత్రం ఎవరూ అతడిని డాక్టరు అనుకోరు. మిఠాయిషాపు యజమాని అనుకుంటారు. కేన్సర్ రంగంలో అతడు

చేసిన కృషి అపూర్వం అని చెప్పుకుంటారు. ముఖ్యంగా చిన్నపిల్లల్లో వచ్చే లింఫోసైటిక్ లుకేమియాని నిరోధించటంలో అతడు అగ్రగామి.

మహేంద్రజైన్‌ని చూడగానే భార్గవ బైటకి వచ్చాడు. పాప ముందు ఏమీ మాట్లాడటం అతడి కిష్టంలేదు. వాళ్ళిద్దరూ బైటికి వస్తూంటే వసుమతి కూడా రావటం కనిపించింది.

"భార్గవా" అన్నాడు డాక్టర్ మహేంద్ర. "కూతురి అనారోగ్యం గురించి మాకు ఎంత తెలుసో, ఈ ఫీల్డులోనే వున్నారు కాబట్టి మీకూ అంతే తెలుసు. మనం చెయ్యగలిగినంతా చేద్దాం".

భార్గవ విసుగ్గా "ఏమిటి మీరు చెయ్యగలిగింది?" అని అడిగాడు. అతడు అలా అడిగేసరికి మహేంద్ర ఉలిక్కిపడి చూసేడు. వసుమతికి భర్త ప్రవర్తన అర్థం కాలేదు. దేనికైనా ఒక లిమిట్ వుంది. అసలీ రోగాన్ని డాక్టర్లే సృష్టించారన్నట్టూ ప్రవర్తిస్తున్నాడు అతడు.

"నా ప్రశ్నకి సమాధానం చెప్పలేదు మీరు" రెట్టించాడు భార్గవ.

"వెల్" అన్నాడు మహేంద్ర. "ముందు మనం కెమోథెరపీ (మందులు) ద్వారా పాపలో క్షణక్షణానికి పెరిగిపోతున్న తెల్లకణాల్ని నిరోధించాలి".

భార్గవే అన్నాడు. "నాకేమీ తెలీదనుకొని, నేనూ ఒక మామూలు తండ్రినే అనుకొని సమాధానం చెప్పండి. కెమోథెరపీలో మీరు వాడేది ఏమిటి?"

"ఏముంది భార్గవా! మన దేశంలోకెల్లా అత్యంత ప్రతిభావంతమైన మందు – కేన్సక్యూర్".

భార్గవ అతడివైపు సూటిగా చూసి "దాని సైడ్ అఫెక్టు గురించి అడుగుతున్నాను నేను. మీరు చెప్పలేకపోతే నేను చెప్తాను వినండి. మీరు శరీరంలోకి పంపించే మందు కేవలం కేన్సర్ కణాన్ని మాత్రమే చంపి వూరుకోదు. అది గుండెనీ కాలేయాన్నీ కూడా తినటం ప్రారంభిస్తుంది. దాంతో పేషెంటు జుట్టు వూడిపోతుంది. వీటన్నిటికన్నా ముఖ్యమైనది .... 'బాధ'. మీరు కేన్సర్ నిరోధానికి మందు ఎక్కిస్తున్నకొద్దీ ఆ శరీరం బాధతో విలవిల లాడిపోతుంది. ఆ నరకయాతన శత్రువులకి కూడా వద్దు అనేలా వంకర్లు తిరిగిపోతుంది. పోనీ ఇదంతా చేసిన తరువాత అయినా పాప బ్రతుకుతుందా అంటే ... చెప్పండి డాక్టర్! కెమోథెరపీవల్ల ఎంతమంది పేషెంట్లు కేన్సర్ నుంచి కవర్ అయ్యారు?"

"దాదాపు ఎనిమిది శాతం".

"నేనడుగుతున్నది చిన్న పిల్లల్లో సాధారణంగా వచ్చే లింఫోసైటిక్ లుకేమియా గురించికాదు, నా కుతురికి వచ్చిన మైలోబ్లాస్టిక్ లుకేమియా గురించి".

"... ఒక శాతం".

"అంటే నూటికి ఒకరన్న మాట. అదీ ఎంత కాలం? అయిదారు సంవత్సరాలు. రక్తంలో తిరిగి బలం పుంజుకుని మళ్లీ విజృంభిస్తుంది".

మహేంద్ర విసుగ్గా "అయితే ఏం చెయ్యమంటారు? ట్రీట్‌మెంట్ మానెయ్యమంటారా?" అని అడిగాడు. వసుమతి చప్పున కదిలి అతడితో ఏదో అనబోయింది. ఈ లోపులో భార్గవే అన్నాడు. "నా కూతురు బ్రతికే ఛాన్సు నూటికి ఒక వంతు మాత్రమే వున్నప్పుడు అందుకోసం ఆ శరీరాన్ని నిప్పుల్లో కాల్చినట్టూ బాధ పెట్టటానికి నేను వప్పుకోను. పోనీ ఇంత చేసినా ఆ తరువాత నా కూతురు ఎంతకాలం బ్రతుకుతుంది? మరో అయిదు సంవత్సరాలు! నా కూతురి జీవితకాలాన్ని అయిదు సంవత్సరాలపాటు పొడిగించటానికి మాత్రమే ఇదంతా చెయ్యవలసి వస్తే దానికి నేను వప్పుకోను..."

మహేంద్ర అతికష్టంమీద తన కోపాన్ని అణచుకుని "మంచిది భార్గవా! ఈ రోజే మీ కూతుర్ని మీ ఇంటికి తీసుకు వెళ్లిపోవచ్చు" అన్నాడు తాపీగా.

వసుమతి గాలిలా వాళ్ళ మధ్యకు దూసుకొచ్చి, "మీకేమయినా మతిపోయిందా" అని అడిగింది.

"సరీగ్గా ఇదేమాట అయిదు నిమిషాలక్రితం కూడా అన్నావు".

"అంటాను ఒకసారి కాదు- వెయ్యిసార్లు అంటాను. చావు బ్రతుకుల మధ్య నున్న పాపకి మందులు కూడా వాడకుండా వదిలేస్తారా?" హిస్టీరియా వచ్చినదానిలా అడిగింది.

"కానీ కాన్స్-క్యూర్ పేషెంట్‌ని బ్రతికించదు వసుమతీ! చావుని పోస్ట్‌పోన్ చేస్తుందంతే".

"చాలు. ఈ లోపులో ఇంకేదయినా మందు కనుక్కోబడవచ్చు".

"అది కూడా కేవలం నూటికి ఒకరిమీదే ఫలిస్తుంది".

"ఆ ఒక్కరూ ప్రార్థనే కావొచ్చు".

"మూర్ఖంగా వాదించకు. కెమోథెరపీ గురించి నీకు తెలీదు. చిత్రహింస అనుభవించాల్సి వస్తుంది".

ఆమె స్వరం హెచ్చించి, "వాదిస్తున్నది మీరు! కన్న కూతుర్ని మందులు వాడకుండా చంపెయ్యటంకన్నా- కష్టమో, నష్టమో, బాధ భరించటమే మంచిది" అన్నది.

అతడు వెంటనే రియాక్టు అయి, "అవును. బాధ భరించటమే మంచిది" అంటూ బిగ్గరగా నవ్వి, "అయిదు సంవత్సరాలపాటూ బాధ భరించటమే మంచిదట- హహ్హహ్హా..." అని సడెన్‌గా నవ్వాపి, "ఇదంతా ఇంత సులభంగా నువ్వెలా చెప్పగల్గుతున్నావో తెలుసా?" అని అడిగాడు.

"ఎలా?"

"అనుభవించేది నువ్వుకాదు కాబట్టి! ప్రార్థన నీ కన్నకూతురు కాదు కాబట్టి!! హహ్హా... హహ్హహ్హా..... కన్నకూతురట... కన్నకూతురు" అని తిరిగి పిచ్చిగా నవ్వసాగేడు.

ఆ క్షణం ఆమె తన స్థితి మర్చిపోయింది. తనో సామాన్యమైన స్కూల్ టీచర్‌ననీ, అతడో రిసెర్చి స్కాలర్ అనీ, తమ వివాహం అయి ఒకరోజు కూడా కాలేదనీ, అతడు తన భర్త అని మర్చిపోయింది. సాచిపెట్టి అతడి చెంపమీద బలంగా కొట్టింది. కొట్టిన మరుక్షణం తనెంత తప్పుచేసిందో ఆమె తెలుసుకుంది. లోపల్నుంచి దుఃఖం పొంగి పొర్లింది. తనని తాను సముదాయించుకోలేక చేతుల్లో మొహం దాచుకుని కిటికీవైపు తిరిగి భోరున విలపించసాగింది.

ఈ హఠాత్ పరిణామానికి డాక్టర్ మహేంద్ర కూడా స్థాణువయ్యాడు. బయట ఆస్పత్రి సిబ్బంది మాత్రం తన పని తాను చేసుకుపోతూంది. ఇలాటి హృదయ విదారకమైన ఏడుపులు అక్కడ సర్వసామాన్యమే - ఆస్పత్రి కాబట్టి...

* * *

శేఖరం బండిని ఇంటిముందు ఆపి లోపలికి ప్రవేశించాడు. లంచ్ అవర్లో ఎవరో చెప్పారు. భార్గవ ఫోన్‌చేస్తే వెళ్ళాడని. విషయం ఏమిటో కనుక్కుందామని బయలుదేరాడు.

బహుశా రెండో టాన్సిల్ ఆపరేషన్ గురించి వసుమతి భార్గవకి ఫోన్‌చేసి వుంటుందని అనుకున్నాడు. టాన్సిల్స్ గుర్తురాగానే ప్రార్థనకి తాను వాగ్దానం చేసిన ఐస్‌క్రీమ్ కూడా గుర్తొచ్చింది. వెళ్తూ వెళ్తూ దార్లో ఐస్‌క్రీమ్ కొన్నాడు. అతనికి అన్నిట్లోకి బట్టర్‌స్కాచ్ ఇష్టం. దాన్ని ప్యాక్‌చేసి బయలుదేరాడు.

ఆస్పత్రి ఆవరణలోకి అతడు ప్రవేశించి బండి ఆపు చెయ్యబోతూంటే వరండాలోంచి వస్తూ భార్గవ కనపడ్డాడు. భార్గవ ఆకారాన్ని చూసి అతడు ఆశ్చర్యపోయాడు. జుట్టంతా చెదిరిపోయి వుంది. మనిషి ఏదో నిద్రలో నడుస్తున్నట్టు వస్తున్నాడు.

శేఖరాన్ని చూసి "నన్ను కాస్త లాబ్ దగ్గిర దింపుతావా" అని అడిగాడు. శేఖరం విస్మయంగా "ఏమిటి విషయం" అన్నాడు.

భార్గవ విసుగ్గా "అది చెప్తేగానీ దింపవా ఏమిటీ" అని అన్నాడు. శేఖరం నొచ్చుకుని, మారు మాట్లాడకుండా అతడి చేతుల్లోంచి తాళాలు తీసుకుని అతడి కారువైపు నడిచాడు. ఇద్దరూ కూర్చున్నాక డ్రైవ్‌చెయ్యసాగేడు. భార్గవ నుదుటిమీద చెయ్యి వేసుకుని సీటు వెనక్కివాలి కళ్ళు మూసుకున్నాడు. అయిదు నిముషాలు డ్రైవ్ చేసిన తరువాత శేఖరం తిరిగి అడిగాడు. "అసలేమైంది" అని.

భార్గవ కళ్లు తెరవకుండానే "ప్రార్థనకి కేన్సర్ శేఖరం... అక్యూట్ మైలో బ్లాస్టిక్ లుకేమియా" అన్నాడు.

కీచుమన్న శబ్దంతో కారు ఆగిపోయింది. వెనుకనుంచి వస్తూన్న స్కూటరిస్టు ఆ వేగానికి తట్టుకోలేక వచ్చి బంపర్‌ని ఢీ కొనబోయి అతి కష్టంమీద తప్పించుకుని తిడుతూ వెళ్ళిపోయాడు. శేఖర్ వీటిని పట్టించుకోకుండా భార్గవవైపు తిరిగి "నిజమేనా... మీరు చెపుతున్నది- నిజమేనా" అని అడిగాడు. భార్గవ మాట్లాడలేదు. అసలు ఈ లోకంలో లేనట్టే కళ్ళు మూసుకుని వున్నాడు. రెండు నిముషాల తరువాత అతడు కళ్ళు విప్పేసరికి కారు తిరిగి ఆస్పత్రి ఆవరణలో వుండటం గమనించి, చివుక్కున శేఖరం వైపు తిరిగి "ఏమిటిది" అన్నాడు.

అతడెంతో మాట్లాడదామనుకున్నాడు. కానీ మాట రాలేదు. ఎలాగో శక్తి తెచ్చుకుని "ఒకసారి చూసి వెళ్లిపోదాం" అనగలిగాడు. ఈ వార్త అతడిని ఎంత కదిలించి వేసిందో అతడి కంఠమే చెపుతూంది.

భార్గవ ఒకసారి గొంతు పెద్దదిచేసి, "నేను వెళ్ళిపోలేక కాదు- నిన్ను సాయం అడిగింది" అన్నాడు.

శేఖరం అతడివైపు చిత్రంగా చూసి, "ప్రార్థనంటే నాకెంత ఇష్టమో నీకు తెలుసు కదా" అన్నాడు.

"ఇష్టమే ఇష్టంలేనిదెవరికి? అందుకే ఇష్టం వచ్చినట్టు చేసుకోండి, కెమోథెరపీ అన్న పేరుతో సూదులు పొడవండి. రెడియోథెరపీ అన్న పేరుతో శరీరాన్ని కాల్చండి. కాదన్నదెవరు..."

కారు ఆస్పత్రి ఆవరణలో పక్కగా ఆపుచేస్తూ "మీరేం మాట్లాడుతున్నారో నాకు అర్థం కావటంలేదు. ఈ ఆస్పత్రి కాకపోతే యింకో ఆస్పత్రిలో చేర్పిద్దాం" అన్నాడు.

"ఏ ఆస్పత్రి అయినా ఒకటే.."

"మీకీ దేశపు ఆస్పత్రులమీద నమ్మకం లేకపోతే అందరం చందాలు వేసుకుని అయినా ప్రార్థనని విదేశాలకు పంపిద్దాం. ప్రార్థన బ్రతకాలి. ఆరు మూడైనా మూడారయినా... ప్రార్థన బ్రతకాలి".

"విదేశాలా?" బిగ్గరగా నవ్వాడు భార్గవ. "ఈ ప్రపంచంలో ఎక్కడా కేన్సర్‌కి పూర్తిగా మందు కనుక్కోబడదు, ఎందుకో తెలుసా శేఖరం, కేన్సర్ చాలా పెద్ద బిజినెస్. డబ్బున్న వాళ్ళకి వచ్చేది. అది చాలా ఖరీదయిన వ్యాధిగా వుండిపోవాల్సిందే? కేన్సర్‌ని నాశనం చెయ్యటానికి ఒక చౌక అయిన మందుగానీ మూలికగానీ కనుక్కోబడిన మరుక్షణం అమెరికాలో కోట్ల కోట్ల రూపాయల్తో స్థాపించబడ్డ రిసెర్చి ఇన్‌స్టిట్యూట్‌లు మూలబడ్తాయి. ఎందరో కేన్సర్ స్పెషలిస్టులు వీధినపడ్తారు. మొత్తం ఆర్థిక వ్యవస్థ దెబ్బతింటుంది. అందుకే ఎంత ఖర్చయినా అసలు మందు కనుక్కోకుండా నొక్కెయ్యటానికి ప్రయత్నిస్తున్నారు. ఎవరికీ తెలియని సత్యం ఇది! నేను దీన్ని బయటపెడితే నాకు పిచ్చెక్కిందంటారు".

"అంటే ప్రార్థనకి ఏ మందు ఉపయోగించవద్దంటారా?"

"మరణాన్ని ప్రశాంతంగా ఆహ్వానిద్దామంటాను".

"ఆస్పత్రి నుంచి స్మశానానికి తీసుకెళ్ళి చుట్టూ కూర్చుని ప్రార్థన చేద్దామంటారా" కోపమూ, వ్యంగ్యమూ మిళితమైన స్వరంతో అడిగాడు.

"ఆస్పత్రి కన్నా స్మశానమే మంచిది నా దృష్టిలో" నిర్లిప్తంగా అన్నాడు భార్గవ.

శేఖరం కారుదిగి, డోరు చప్పుడయ్యేలా వేశాడు. "ఎవరో అనక్కర్లేదు- నేనే అంటున్నాను. మీకు పిచ్చెక్కింది" అని. మరేమీ మాట్లాడకుండా ఇంటెన్సివ్ కేర్ వైపు నడిచాడు. భార్గవ కూడా అంత విసురుగానూ కారు స్టార్టు చేసి పోనిచ్చాడు.

శేఖరం ప్రార్థన వున్న గదికి చేరుకొనేసరికి అక్కడ పరిస్థితి మరీ ఘోరంగా వుంది. వసుమతి ఇంకా షాక్ నుంచి తేరుకోలేదు. శేఖరం తనని తానే మహేంద్రజైన్‌కి పరిచయం చేసుకున్నాడు.

"మీరు రావటం మాకెంతో ఆనందాన్నిస్తూంది మిస్టర్ శేఖరం! మీ స్నేహితుడు ఇక్కడంతా మెస్ చేసి వెళ్ళాడు..." అంటూ జరిగింది వివరించాడు.

శేఖరం బాధగా, "ఈ విషయంలో మీరేమీ అనుకోకండి. ఈవేళ కాకపోతే రేపైనా భార్గవని నేను ఒప్పిస్తాను" అన్నాడు.

మహేంద్రజైన్ వసుమతివైపు తిరిగి, "ఎటువంటి పరిస్థితుల్లోనూ మీరు ధైర్యం కోల్పోకండి. మీరు మావైపు స్థిరంగా వుంటే మేమూ కాన్ఫిడెన్సుతో 'రెమిషన్' కోసం ప్రయత్నించగల్గుతాం".

ఆమెకు అర్థంకాలేదు. తను స్థిరంగా వుండటం ఏమిటి? పాప బాగవటం కావాలి... అస్పష్టంగా తలూపింది.

శేఖరం అడిగాడు "మీరు మాటిమాటికీ రెమిషన్ అన్న పదాన్ని ఉపయోగిస్తున్నారు! దాని అర్థం ఏమిటి?"

"లుకేమియా (బ్లడ్ కాన్సర్)లో ముఖ్యమైన లక్షణం- పనికిరాని తెల్లకణాలు పెరిగిపోవటం. వాటిని ఆపుచెయ్యకపోతే శరీరంలోని రక్తాన్నంతా అవి ఆక్రమించుకుంటాయి. అలా ఆపుచెయ్యగలగటాన్నే రెమిషన్ అంటారు. ముందు దాన్ని సాధించాలి- తర్వాత ఏం చేసినా"

శేఖరం అర్థమయిందన్నట్టు తలూపేడు.

"రండి, చూద్దురుగాని"

శేఖరం తటపటాయించాడు. అతడు పైకి జీవితాన్ని చాలా తేలిగ్గా తీసుకొనేవాడుగానూ, అమ్మాయిల గురించి మాట్లాడేవాడుగానూ కనిపించినా, అంతరాంతరాల్లో చాలా సున్నిత హృదయుడు. ప్రార్థన విషయం తెలిసినప్పటినుంచీ అతడి మనసు మనసులో లేదు. కానీ అతడిలో గొప్ప విషయం ఏమిటంటే, మనసుని ముఖంలో ప్రతిబింబించక పోవటం, కేవలం నవ్వునే అవతలివారికి పంచటం. ప్రార్థనని చూడలేదని తెలుసుకానీ లోపలకు వెళ్ళకపోతే బావోదు అని వెళ్ళాడు.

ప్రార్థన అతడిని చూసి విచ్చుకున్న నవ్వుతో "హలో" అంది. అతడి కళ్ళు తడి అయ్యాయి. "హల్లో" అన్నాడు. ప్రార్థన చేతికి ఐ.వి. ఫ్లూయిడ్ గొట్టం వుంది కానీ దానికి అలవాటు పడినట్టు వుంది. "ఏమిటి నువ్వుకూడా వచ్చేసేవు?" అని అడిగింది.

శేఖరం తడబడి - "నీకు జ్వరం వచ్చిందా" అన్నాడు.

"ఎవరు చెప్పారు? ఇదిగో చూడు" అంటూ ఖాళీగా వున్న రెండో చేతిని ఎత్తింది. అతడు దాన్ని అందుకున్నాడు.

"చల్లగా వుంది కదూ"

"ఆ చల్లగానే వుంది"

"చూడు ఇంతదానికి స్కూలు మానిపించేసింది. ఇదే టీచర్‌గా వున్నప్పుడయితే ఒక్కరోజు రాకపోతే కోప్పడేది".

తల పక్కకి తిప్పుకుని వసుమతి అతికష్టంమీద తనని తాను నిగ్రహించుకుంది.

ఈ లోపులో డాక్టర్ స్విచ్ ఆన్ చెయ్యగానే బరువు తూచుకునే మిషన్ చప్పుడు చేసినట్టు శబ్దం అయి, రెండు సెకన్లలో ఎలక్ట్రాన్ అక్షరాలు కనపడ్డాయి.

వసుమతి ఆ గదిలోంచి బయటకు వెళ్లిపోయింది. ఆమె ముఖం జేగురు రంగులోకి మారింది. ఈ హఠాత్ సంఘటనకి కారణం అర్ధంకాక శేఖరం కూడా బయటకొచ్చాడు. వసుమతి స్తంభం పక్కగా నిలబడి తనని తాను కంట్రోల్ చేసుకోవటానికి ప్రయత్నిస్తుంది.

"ఏమైంది?.....ఏమంది?" అని అడిగాడు అనునయిస్తున్నట్టు.

"ఆ మిషనులో అంకెలు చూసేవా శేఖరం?"

"చూసేను".

"ఎంతుంది".

"54,000".

"ప్రొద్దున ప్రార్థనని తీసుకొచ్చినప్పుడు నా కళ్ళముందే ఈ పరీక్ష చేసేరు. అప్పుడు కౌంటు ఎంతుందో తెలుసా శేఖరం 50,000. కేవలం యాభైవేలు" అని, ఏడుస్తూ ఆమె "డాక్టరు నర్సుతో చెపుతుంటే విన్నాను. కౌంటు లక్ష దాటితే మనిషి దక్కదట" అంది.

శేఖరం స్థాణువయ్యాడు. అతడు ఛార్టెర్డు అకౌంటెంటు. లెక్కల్లో పుట్టి లెక్కల్లో పెరిగినవాడు! మూడు గంటల్లో నాలుగువేల చొప్పున పెరుగుతున్న కణాలు లక్ష అవటానికి ఎంతకాలం పడుతుందో క్షణంలో లెక్కకట్టాడు. మరణం ఎంత దూరంలో వుందో అంత సరీగ్గా లెక్కకట్టి చెప్పగలిగిన ఆ మిషన్‌ని చూసి అతడివళ్ళు జలదరించింది. అభినందించాలా?

సైన్స్- బ్లడీ సైన్స్.

కొంచెంసేపు ఒంటరిగా వుండాలన్న కోర్కె బలీయమైంది. వసుమతి అక్కడే వున్నదనీ- ఆమెకు ధైర్యం చెప్పవలసిన బాధ్యత తన మీద వున్నదనీ కూడా ఆలోచించలేదు. అతడి కళ్ళముందు ప్రార్థనే కదలాడుతూంది. ఆ రోజు డైనింగ్ రూమ్‌లో వాష్‌బేసిన్ దగ్గిర చెయ్యి కడుక్కుంటూ వుంటే నీళ్ళు పోస్తూ 'నేను నిన్ను అన్నయ్యా అని పిలవచ్చునా' అని తడబడుతూ అడిగే ప్రార్థన ముఖమే కనపడుతూంది. పాపా! మమ్మల్నందర్నీ ఇంత దుఃఖంలో, వ్యధతో ముంచెయ్యటం కోసమేనా అమ్మా దేవుడు నిన్ను అంత ముగ్ధగా, అపురూపంగా, బ్రిలియెంట్‌గా సృష్టించింది?

అతడు తన బండి పార్క్ చేసిన చోటికి నడిచాడు. ఈ ప్రపంచం నుంచీ, మనుషుల్నుంచీ అయితే దూరంగా వెళ్ళగలడుగానీ, మనసునుంచి ఎలా

పారిపోగలడు? అయినా వెళ్లిపోవాలి....ఎక్కడా ఆగకుండా అలానే వెహికల్‌మీద గంటలతరబడి డ్రైవ్ చేయాలనిపిస్తూంది అతడికి. అంత పిచ్చిగా వుంది. విసురుగా కూర్చొని స్టార్టు చేయబోయాడు. కాళ్ళ దగ్గర తడి తగిలి, వంగి చూసేడు.

ప్యాక్ చేసిన ఐస్‌క్రీమ్ కరిగి కాగితంలోంచి చుక్కలు చుక్కలుగా జారిపోతూంది.

5

సామ్సన్ అండ్ సామ్సన్.

పన్నెండెకరాల విస్తీర్ణంలో కట్టబడ్డ మూడంతస్తుల భవనం! ఎత్తుగా పక్కనే బాయిలర్, దానికి కొద్దిదూరంలో వాటర్ కూలింగ్ ప్లాంట్. ఒక పక్క చిన్న ఆఫీసు. ఒక డిజైనర్ గీసినట్టు పెద్ద పెద్ద పైపులైన్లు. సంవత్సరానికి అరవైకోట్ల అమ్మకాల్తో ఆరుకోట్ల లాభాల్తో నడుస్తూన్న మందుల కంపెనీ సామ్సన్ అండ్ సామ్సన్.

ఇద్దరు కేంద్ర మంత్రులకు అందులో వాటాలున్నాయి. రాష్ట్ర ముఖ్యమంత్రి దగ్గర బంధువులు ఇద్దరికీ అందులో పెద్ద పెద్ద పొజిషన్‌లున్నాయి. ఆ కంపెనీలో స్ట్రయికులు లేవు. ట్రేడ్ యూనియన్‌లు అందులో ప్రవేశించటానికి ప్రయత్నించి అంతగా సఫలీకృతం కాలేక పోయాయి. నలభై శాతం బోనస్-ప్రకటిస్తూన్న భారతదేశపు చాలా తక్కువ ప్రభావవంతమైన కంపెనీల్లో ఒకటి-సామ్సన్ అండ్ సామ్సన్.

పది సంవత్సరాల క్రితం అది చాలా సామాన్యమైన కంపెనీ. మోహన్‌లాల్ కపాడియా ఇన్‌స్టిట్యూట్ ఆఫ్ కేన్సర్ రిసెర్చి నుంచి కేన్స్-క్యూర్ మందు తాలూకు పేటెంట్ కొనుక్కొన్న తరువాత దాని దశ తిరిగింది. షేరు ధర పాతిక నుంచి నూటయాభైకి పెరిగింది. మరిన్ని రంగాల్లో విస్తృతమైంది.

సామ్సన్ అండ్ సామ్సన్ కంపెనీ మానేజింగ్ డైరెక్టరు పేరు ఆర్. ఎస్. కె. నాయుడు. ఆరడుగుల ఎత్తు. భారీ విగ్రహం. అతడంటే అందరికీ హడల్. కానీ మనిషి మాత్రం సౌమ్యుడు. సగంకాలం తిరుపతి, భద్రాచలం, పుట్టపర్తిలాంటి ప్రదేశాల్లో గడుపుతూ వుంటాడు. మిగతా సగంకాలం ఢిల్లీలో వుంటాడు. ఒక మార్వాడీ అమ్మాయిని చేసుకున్నాడు. ఇప్పటి మాటకాదది. పాతిక సంవత్సరాల క్రితం సంగతి. ఆ వివాహం జరిగేక అతడిని అదృష్టం వరించింది అని చెప్పుకుంటారు. అతడి క్వాలిఫికేషన్స్ సంగతి ఎవరికీ తెలీదు. గత చరిత్ర గుర్తురాదు. ఆ అవసరం కలిగించదు. ఏయే దేశంలో ఏయే మందు ఎంతకి

అమ్ముడు పోతుందో- ఏ మందు దిగుమతి చేసుకుంటే ఎంత లాభం వస్తుందో అతడు నోటిచివర లెక్కకట్టి చెప్పగలడు. బోర్డు మీటింగ్‌లో కూర్చుంటే ఏ డైరెక్టర్‌కి ఏ అవసరం వుందో వాళ్లు చెప్పకుండానే తెలుసుకోగలడు. ముఖ్యమంత్రితో రాజకీయాలు, సాయిబాబా భక్తులతో తాత్వికచర్చలు, భారతదేశపు చీఫ్ డ్రగ్ కంట్రోలర్‌తో స్త్రీ సంబంధమైన విషయాలు ఒకే లెవల్లో అంటీముట్టకుండా మాట్లాడగలడు. అందుకే ఆరెస్కే నాయుడు తన కొత్త "మాత్ర"తో వస్తున్నాడంటే మిగతా కంపెనీలు భయపడతాయి. 'కొత్త' టానిక్ పరిచయం చేస్తున్నాడంటే తమ అడ్వర్‌టైజ్‌మెంట్ బడ్జెట్ సరిచేసుకుంటాయి.

అంతవరకూ ఎందుకు?

అనుబంధ సంస్థగా ఒక కంపెనీ పెట్టాడు. పాలని మైదాలో కలిపి బాగా వేడిచేసి నల్లబడేవరకు ఇగిర్చి ఆ పొడిలో 'కోకో' గింజల పొడి కలిపి పంచదార చేర్చాడు- అంతే.

"న్యూట్రా కోకోమాల్ట్" తయారయింది.

దానికి ఐ.ఎస్.ఐ. మార్క్ సంపాదించాడు. మరుసటి రోజునుంచి రేడియోలో ప్రకటనలు ప్రారంభమయ్యాయి. "మీ పాప ఆరోగ్యకరమైన బోసి నవ్వులు మీ ఇంట్లో ప్రతిబింబించాలనుకుంటున్నారా? ఇప్పట్నించే వాడటం ప్రారంభించండి.... న్యూట్రా కోకోమాల్ట్. అనారోగ్యంనించి తొందరగా కోలుకోవటానికి అయిదు రకాల విటమిన్లు కలిసిన మాల్టు న్యూట్రా కోకోమాల్టు. రోజంతా మిమ్మల్ని హుషారుగా వుంచటానికి కాఫీకన్నా మేలయినది... న్యూట్రా కోకోమాల్టు".

అంతే ఆర్నెల్లకల్లా అది అమ్మకంలో టాప్ అయింది. అర్ధరూపాయి మైదాలో రెండు రూపాయల పాలు కలిపి పన్నెండు రూపాయలకి అమ్మగలిగే ఘనత అతడికే దక్కింది. డబ్బాడు మాల్టుకన్నా అర్థపావు గోధుమలు ఇంకా ఎక్కువ బలం ఇవ్వగలవన్న సత్యాన్ని గ్రహించలేని ప్రజలు, ఈ పానీయాల్ని తాగి రోజురోజుకి పెరుగుతున్న తమ కండల్నీ, బలాన్నీ చూసుకొని సంతృప్తి పడుతున్నారు. ప్రజల అజ్ఞానాన్ని పారద్రోలే బాధ్యత ప్రభుతానిది కాదు. (ఇప్పటికీ మీరు చేస్తున్నది అదే- ప్రియమైన పాఠకులారా! మీ వంటింట్లో డబ్బాలమీద కంపోజిషన్‌ని ఒకసారి పరీక్షించి చూసుకోండి) ఒక మందుగానీ, ప్రొడక్టుగానీ, దానిధర, ఎలా నిర్ణయించాలో నాయుడికి బాగా తెలుసు. ఎవరెవర్ని ఎలా ఎలా ఆకట్టుకోవాలో కరతలామలకం. ఎన్ని తెలియకపోతే అతడు 'కాన్స్‌క్యూర్' ని మిల్లీగ్రాము రెండొందలకి అమ్మగలడు.

* * *

అక్కడ అంతా నిశ్శబ్దంగా వుంది. లోపల ఫ్యాక్టరీలో కూడా ఎవరి పని వారు మౌనంగా చేసుకుపోతున్నారు.

పులి నిద్రపోతున్నప్పుడు బోనుచుట్టూ పేరుకున్న నిశ్శబ్దంలాంటి నిశ్శబ్దం అది. భార్గవ లోపలికి వెళ్లడాన్ని గార్డు గమనించలేదు. అతడు ఫెన్సింగ్ దాటి అట్టపెట్టెల మధ్యకు చేరుకున్నాడు. ఖాళీ పెట్టెలు అవి. పెట్టెలమీద మాత్రం పెద్ద అక్షరాలతో వ్రాసివుంది.

కాన్స్-క్యూర్ అని.

అతడు వాటిని దాటి లోపలికి వెళ్లబోతూంటే వెనుకనుంచి "హేయ్ ఎవరది?" అన్న కంఠం ఒకటి బొంగురుగా వినిపించింది. భార్గవ ఉలిక్కిపడి వెనుదిరిగాడు.

భార్గవ గుండెల్లో రాయి పడ్డట్టయింది. అనుమతి లేకుండా అక్కడి వరకూ రావటం తప్పని తెలుసు. దానికి కూడా సరి అయిన కారణం లేదు. అందుకని వెంటనే సరి అయిన సమాధానం చెప్పలేకపోయాడు. అతడి మౌనం అవతలి వ్యక్తికి అనుమానం తెప్పించింది.

"ఆగక్కడే..." అని అరచి దగ్గరకు రాబోయాడు. అతడికి అనుమానం బాగా దృఢమైనట్టూ అతడి వైఖరే చెపుతూంది. భార్గవకి ఏం చెయ్యాలో పాలుపోలేదు. తన పేరూ, ఉద్యోగం చెప్పొచ్చు.

కానీ అక్కడికి ఎందుకు వచ్చాడో చెప్పాలి. అది చెప్పలేడు. తన పేరు చెపితే ఈ విషయం శంకర్‌లాల్ వరకూ వెళుతుంది. తనకి కాన్స్-క్యూర్ పట్ల నమ్మకం లేదన్న సంగతి అతడికి తెలుసు. అటువంటి పరిస్థితుల్లో తనిక్కడికి చాలా అనధికారంగా వచ్చాడన్న విషయం అతడి వరకూ వెళ్ళటం బావోదు. తన పేరు చెప్పకపోతే చాలా దారుణమైన పరిస్థితులు ఎదుర్కోవలసి వుంటుంది. సామ్సన్ అండ్ సామ్సన్ కంపెనీ సెక్యూరిటీ ఎంత కాఠిన్యమయినదో తనకి తెలియంది కాదు.

భార్గవ ఈ ఆలోచనల్లో ఉండగానే ఆ గార్డు దగ్గరికి వచ్చాడు. భార్గవ చుట్టూ చూసేడు. పారిపోవటానికి చోటులేదు. ఎత్తయిన గోడ, మీద ఫెన్సింగు. అయినా తను పారిపోవటానికి ప్రయత్నిస్తున్నాడని తెలిస్తే వాళ్లు 'షూట్' చేసినా చెయ్యొచ్చు. అందులోనూ నాయుడుగారి కంపెనీ. చంపి ఏ బాయిలర్‌లోనో పడేస్తే బట్టలతో సహా ఆసిడ్‌లో కరిగిపోతాయి.

అతడో నిర్ణయానికి వచ్చాడు. తనపేరు చెప్పకుండా– ఆఫీసువేపు వెళ్లబోయి, దారితప్పి ఇటు వచ్చాను అని చెప్తాడు. అది అంత నమ్మశక్యం కాని విషయమైనా, ఈ పరిస్థితులలో తప్పదు. అదే మంచిది. ఆఫీసుకి తీసుకెళ్లి రెండు మూడు ప్రశ్నలు వేసి వదిలేస్తారు. వెళ్లిపోవచ్చు.

అతడు ఆ నిర్ణయానికి వచ్చి రెండు అడుగులు తనూ ముందుకు వేసేడు. దాంతో అవతలవ్యక్తి చటుక్కున ఆగిపోయి, చేతిలోని 'వాకీ టాకీ' (దూరంగా వున్న తన వాళ్ళతో మాట్లాడటానికి వాడే వైర్‌లెస్ లాటి యంత్రం) నోటి దగ్గరికి తీసుకుని ఏదో మాట్లాడటం ప్రారంభించాడు.

భార్గవకి అర్థంకాలేదు. సామ్సన్ అండ్ సామ్సన్ చాలా పెద్ద కంపెనీ కావచ్చు. కానీ సెక్యూరిటీ విషయాలు మరీ ఇంత పకడ్బందీగా వున్నాయా? ఒక పరాయి వ్యక్తిని చూస్తే వాకీ టాకీలో చెప్పవలసిన అవసరం ఏముంది? అకస్మాత్తుగా భార్గవకి భయం వేసింది. ఏదో జరుగబోతూందని ఎందుకో అనిపించింది. పారిపోవాలి.... అక్కణ్నించి పారిపోవాలి.

భార్గవ ఆలోచనల్ని దూరంనుంచే పసిగట్టినట్టున్నాడు గార్డు, 'ఆగు' అని అరుస్తూ దగ్గరకు రాబోయాడు. ఇంతలో దూరంగా మరోవ్యక్తి రావటం కనిపించింది. భార్గవ వెనక్కి తిరిగి ఫ్యాక్టరీలోకి వెళ్ళబోయాడు. వెనుకనుంచి బిగ్గరగా విజిల్ వినిపించింది. రెండు అడుగులు వేసి భార్గవ ఆగిపోయాడు.

ముందునుంచి మరో గార్డు వస్తున్నాడు.

భార్గవ పని బోనులో పడ్డట్టు అయింది. తనెంత తప్పు చేశాడో అర్థమయింది. మొదటి గార్డు వచ్చినప్పుడే దగ్గిరకు వెళ్ళి వివరాలు చెప్పి వుంటే బావుండేది. ఇప్పుడిక తన పేరు చెప్పటానికి కూడా వీల్లేదు.

అంతలో ఒక చిత్రం జరిగింది.

చెవులు చిల్లులు పడేలా సైరన్ వినిపించింది.

ఆ ఊళ్లో అందరికీ సామ్సన్ అండ్ సామ్సన్ మందుల కంపెనీ నుంచి ఆ టైమ్‌కి వినబడే సైరన్ గురించి తెలుసు. ముందు సన్నగా వుండి తరువాత ఎక్కువై క్రమక్రమంగా సన్నబడుతుంది. అది వెలువడగానే వాచీలు సరిచేసుకోవటం కూడా ప్రజలకి అలవాటే. చిన్న పిల్లల ఏడుపులాగా వుండే ఆ సైరన్‌ని పిల్లలు ఆడుకొనేటప్పుడు ఇమిటేట్ చేస్తూ వుంటారు కూడా.

అందువల్ల ఆ సైరన్ అతడికి ఏమీ అనిపించలేదు.

కానీ దగ్గరికి వస్తున్న గార్డులు మాత్రం ఆగి, జేబులోనుంచి మాస్కులు తీసి మొహానికి తగిలించుకోవటం చూసేడు. ప్రతిరోజూ ప్రొద్దున్నే పాలు సరఫరాచేసే ప్లాస్టిక్ సంచుల్లా వున్నాయి అవి. వాటిని తలమీదనుంచి క్రిందికి జార్చుకుని మెడదగ్గిర తాడు బిగించుకుంటున్నారు. వాళ్ళు అదేదో చాలా అలవాటయిన విద్యగా, ఆ సమయానికి ఆటోమాటిక్‌గా చెయ్యవలసిన చర్యగా దాన్ని చేస్తున్నారు. ఇంతకాలం అతడు ఈ సైరన్‌ని షిఫ్టు మారటానికి వేసే సైరన్ అనుకునే వాడు.

అతడు తనచుట్టూ అంతా నిర్మానుష్యంగా వుండటం గమనించాడు. ముగ్గురు గార్డులు మూడువైపులా వున్నా, వారు తమ తమ పనులలో నిమగ్నమై వున్నారు. ఆ తరువాత అంతకన్నా మంచి అవకాశం వస్తుందనుకోలేదు. చటుక్కున నాలుగోవేపు పరిగెత్తాడు.

సైరన్ వున్నట్టుండి ఆగిపోవటంతో అక్కడ అకస్మాత్తుగా నిశ్శబ్దం వ్యాపించింది. ఎండ ఇంకా తగ్గలేదు. సైరన్ మొత్తం రెండు నిముషాలపాటూ మ్రోగిందీ అనుకుంటే- ఈ కొద్దిపాటి సమయంలోనూ తను చాలాదూరం పరుగెత్తుకుంటూ వచ్చాననుకున్నాడు అతడు. ఈ లెక్కన ఇంకో నిమిషంలో ఆఫీసు దగ్గర వుంటాడు. పరుగెత్తే హడావుడిలో వున్న భార్గవ వెనుకే గార్డులు ఆగిపోవటం, గాలి పీల్చకుండా మొహానికి మాస్కులు తగిలించుకోవటం గమనించలేదు.

అతడు మరో అడుగు వెయ్యగానే స్ స్ స్ మన్న శబ్దం ఒక్కసారిగా వినిపించింది. అతడు తలతిప్పి చూడబోయాడు. కానీ అప్పటికే ఆలస్యం అయింది. కడుపులోంచి, లావా పొంగినట్టు ఏదో ద్రవం బైటకొస్తూన్న అనుభూతి కలిగింది. కళ్ళు తిరిగాయి. కాలు పట్టుతప్పి క్రిందికి జారిపోయాడు. కడుపులో ద్రవం వాంతి రూపంలో బైటకొచ్చింది. అప్పటికే అతడికి స్పృహ తప్పింది. గొట్టంలోంచి వస్తూన్న గాలి అతడిని చుట్టుముట్టింది.

స్పృహలో లేకుండానే, హిస్టీరియా వున్న మనిషి కొట్టుకున్నట్టూ కాళ్ళూ చేతులూ కొట్టుకున్నాడు. నోట్లోంచి వస్తూన్న ద్రవం అలా ఉబికి ఉబికి వస్తూనే వుంది.

అయితే అది కడుపులో జీర్ణంకాని పదార్థంకాదు - రక్తం.

* * *

అతడు వెళ్ళేసరికి ఇల్లంతా నిర్మానుష్యంగా వుంది. వంటింట్లో జిన్నీ, శ్రీనూ తమకు తామే వడ్డించుకుని నిశ్శబ్దంగా తింటున్నారు.... జుట్టంతా చెదిరిపోయి,

పది లంఖణాలు తీసినవాడిలా వచ్చిన అతడిని చూసి ఆ చిన్నపిల్లలిద్దరూ బెదిరిపోయారు.

"ఏమైంది నాన్నా"

భార్గవ కుర్చీ లాక్కుని వాళ్ళపక్కనే మౌనంగా కూర్చున్నాడు - చాలాసేపు మాట్లాడలేదు.

"ఏమైంది నాన్నా" తిరిగి అడిగింది జిన్నీ.

వాళ్ళకి అర్థమయ్యేటట్టూ ఎలా చెప్తాడు? 'ఇంకో పదిరోజుల. తర్వాత మీ అక్కయ్య ఈ లోకంలో వుండదు' అని వాళ్ళకే భాషలో చెప్పగలడు?

"అమ్మా, పన్నక్కా ఏరి?"

"ఇంకా ఆస్పత్రిలోనే వున్నారు".

"ఇంకా ఎందుకు?"

అతడు వివరించి చెప్తున్నట్టుగా అన్నాడు. "చూడు జిన్నీ పన్నక్కకి సీరియస్‌గా వుంది. చాలా సీరియస్‌గా... మీరు అల్లరి చేయకూడదు ... కంగారు పడకూడదు".

"ఏమైంది డాడ్?"

"ప్రొద్దున్న తనకి మారో ఆపరేషన్ చేసారు".

"మారో అంటే మూలగ కదూ" అంది జిన్నీ.

భార్గవ ఆశ్చర్యంతో "నీకెలా తెలుసు?" అని అడిగాడు.

"శేఖరం అంకుల్ భోజనానికి వచ్చినప్పుడు చెప్పావు గుర్తులేదూ? అప్పట్నుంచే తను మూలగ తిననని ఒట్టేసుకున్నాడు. అదేగా-"

"అవును, అదే దాన్నే పరీక్ష చేస్తారు".

"ఎముక్కి కన్నంపెట్టి తీస్తారా?"

"అవును".

"బాగా నొప్పిగా వుంటుందా?"

అప్పటివరకూ నిశ్శబ్దంగా వున్న శ్రీనూ తలెత్తి అడిగాడు "పన్నక్కకి బాగా జ్వరంగా వుందా?"

"ఉంది".

"తగ్గుతుందా?"

ఆ పిల్లవాడు చాలా మామూలుగా అడిగినా సూటిగా తగిలినట్టయి భార్గవ తడబడి, తమాయించుకుని, "త... తగ్గుతుంది" అన్నాడు. తింటున్నది ఆపి "డాడ్" అన్నాడు శ్రీనూ. ఏమిటన్నట్టు చూసేడు భార్గవ.

"మొన్న పన్నక్కకి రక్తం పాడయిందని కొత్త రక్తం ఎక్కించారు?"

"అవును".

"అలాగే ఎముకలకి కన్నంపెట్టి మొత్తం మూలగ లాగేసి, కొత్త మూలగ ఎక్కిస్తే"

మనసులోనే వాళ్ళ తెలివికి ఆశ్చర్యపడుతూ, "దాన్ని ఇంగ్లీషులో మారో ట్రాన్స్‌ప్లాంటేషన్ అంటారు. ఇంకా మనదేశానికి రాలేదు".

"వస్తే పన్నక్కకి నయం అయిపోతుందా?"

"రోగం లేతగా వుంటే నయం అవుతుంది. కేన్సర్ కణాలు బాగా పెరిగిపోతే అవదు" అన్నాడు. ప్రార్థనది టెర్మినల్ కేస్ అన్న విషయము వాళ్ళకి చెప్పదల్చుకోలేదు. (మరణం నిర్ధారణ అయి, రోగి కొద్ది కొద్దిగా కృశిస్తూ వుంటే దాన్ని టెర్మినల్ కేసు అంటారు.)

పిల్లలిద్దరూ చాలాసేపు మాట్లాడలేదు. ఏమనుకున్నాడో ఏమో శ్రీనూ తింటున్న ముక్కని కంచంలో పడేసి, "ఈ రోజునుంచి నేను మూలగ తినను" అన్నాడు.

జిన్నీ "నేను కూడా" అంది.

ఈ ఇబ్బందికరమైన స్థితిని తప్పించటానికి "సర్లెండి, సర్లెండి. తొందరగా తయారవండి, మనం ఆస్పత్రికి వెళ్ళాలి" అన్నాడు.

వాళ్ళు ఆస్పత్రికి వెళ్ళేసరికి వసుమతి బయట వరండాలో నిలబడి వుంది. కారిడార్‌లో ఇద్దర్నీ చెరోవైపునా చేతులు పట్టుకుని వస్తూన్న భార్గవని చూడగానే ఆమెకి అంతక్రితం జరిగిన సంఘటన జ్ఞాపకం వచ్చి తప్పుచేసిన దానిలా బాధపడసాగింది. భార్గవ మొహం మాత్రం మామూలుగా వుంది. వాళ్ళు ఆమెని చూడలేదు.

వాళ్ళు ముగ్గురూ అలా ప్రార్థన మంచం దగ్గిర నిలబడి మాట్లాడుతూ వుంటే ఆమె దూరంగా నిలబడి చూడసాగింది. ఒక్కరోజులో ఆ కుటుంబానికి ఎంత దగ్గిరగా వచ్చి ఎంత దూరంగా వెళ్ళిపోయింది తను... వాళ్ళంతా ఒకటి. తను ఒక్కతే వేరే అన్న భావం ఎంత కాదనుకున్నా కలుగుతుంది.

లోపల ప్రార్థన పిల్లలిద్దర్నీ చూసి "హాయ్" అంది నవ్వుతూ.

'హాయ్ పన్నక్కా'.

ఈ లోపులో భార్గవ కేస్‌షీట్ చూసేడు. సెల్ కౌంట్ 56,000 ఇన్‌టేక్ ఆఫ్ కాన్స్-క్యూర్ ఎంతుందా అని చూసేడు. 3 డోసెస్, అతడి భృకుటి ముడిపడింది. పేషెంట్‌ని చేర్చి ఇంకా పూర్తిగా ఆరు గంటలు కాలేదు. అప్పుడే మూడు డోసులు.

టెంపరేచర్ చూసేడు. నూట ఒకటి.

భార్గవ అవన్నీ పరీక్షిస్తూంటే పిల్లలు ప్రార్థనతో మాట్లాడసాగేరు.

"పరీక్షలు మార్చి ఆఖరులో అట. ఈ రోజు బోర్డులో పెట్టారు".

"నిజమా? తొందరగా వచ్చెయ్యాలయితే".

ఈ లోపులో వసుమతి లోపలికి వచ్చింది. భార్గవ ఆమెతో, "నువ్విక్కడే వుండాల్సి వుంటుందేమో రాత్రికి" అన్నాడు.

ఆమె బాధపడింది. అతడనకముందే ఆ మాట తను అనాల్సింది. అయినా తనెప్పుడూ లేటే... జరిగిపోయిన దానికి క్షమాపణ చెప్పుకోవాలి. అదొకటి వుంది. ఎలా ప్రారంభించాలో తెలియటంలేదు. దాన్ని ఇతడు పట్టించుకోకపోవడం మరింత బాధ కలిగిస్తూంది.... నేనూ మీలో ఒకదానినే, నన్నూ మీలో ఒకరిగా గుర్తించండి, ప్రార్థన మీ అందరికన్నా ఎక్కువగా నాకు కావాలి, మీకు ఇదెలా చెప్పటం?

ఆమె మౌనాన్ని అతను మరోలా అర్థం చేసుకుని "పోనీ పిల్లల్తో ఇంట్లో నువ్వుండు, నేను ఇక్కడ వుంటాను" అన్నాడు. ఆమె కంగారుగా "లేదు లేదు, నేనుంటాను" అన్నది.

అతడు మరేమీ మాట్లాడకుండా, "మంచిది. ఈసారి వచ్చినపుడు పక్కబట్టలు తీసుకొస్తాను" అని, పిల్లలవైపు తిరిగి "వెళదామా" అన్నాడు. వాళ్ళు ప్రార్థనవైపు తిరిగి చెయ్యివూపి, తండ్రితో కలిసి బయటకు నడిచారు. అందరూ అలా వెళ్ళిపోయేసరికి వసుమతి గోడకి ఆనుకుని నిలబడి క్రింది పెదవిని పంటితో నొక్కిపట్టి రాబోతున్న దుఃఖాన్ని ఆపు చేసుకుంది. ఆ చిన్నపిల్లలు కూడా తన ఉనికిని గుర్తించలేదు. ప్రార్థనకి తన దగ్గరున్నంత చనువు వీరికి లేదు. అది వేరే సంగతి, కానీ.... కానీ....

రూము ముందున్న వరండాలోంచి ఆమె క్రిందికి చూస్తూ నిలబడింది. పిల్లలిద్దరూ చెరోవైపూ అతడి చేతులు పట్టుకుని నడుస్తున్నారు. ఇంకా సాయంత్రం కాలేదు. ఎండ వేడిగా మొహానికి కొడుతూంది. వాళ్ళు కారు దగ్గరికి చేరుకుంటున్నారు. ఆమె అలానే నిలబడి వుంది.

ఇరవై నాలుగ్గంటల్లో జీవితం ఎంతగా మారిపోయిందో తల్చుకుంటూంటే బాధగా కన్నా భగవంతుడి లీలలపట్ల ఆశ్చర్యంగా వుంది.

* * *

ఆమె అలా వరండా చివర నిలబడి వెళ్ళిపోతున్న భర్తనీ, పిల్లల్నీ చూస్తున్న సమయానికి, మరోవైపు నుంచి శారద ప్రార్థన వున్న గదిలోకి ప్రవేశించింది.

"ఏమ్మా, బావున్నావా?"

ప్రార్థన ఆమెని చూసి సంభ్రమంతో లేవబోయి, చేతికున్న ఐ.వి. ఫ్లూయిడ్ తాలూకు గొట్టం అడ్డుపడగా, మళ్ళీ పడుకుంటూ "రండి టీచర్" అంది సంభ్రమంతో. తన చిన్న అనారోగ్యాన్ని పరామర్శించటానికి టీచర్ స్వయంగా రావటం ప్రార్థనకి సంతోషాన్ని కలుగచేసింది. ఆ సంభాషణలో వచ్చింది 'శారద' అన్న విషయం మర్చిపోయింది.

"ఏసుపాదాన్ని చూడటానికి వచ్చానమ్మా. నువ్వు ఇక్కడే వున్నావని చెప్పాడు .... పాపం నీకూ కేన్సరటగా..."

ఆ పాపకి ముందు ఆమె చెపుతున్నది అర్థం కాలేదు. చేసుకునేటంత వయసు కూడా లేదు. కేన్సరన్న పదం తెలుసు, దాని ప్రమాదం సంగతి తెలీదు. కేన్సరన్న పదంకన్నా శారద చెపుతూన్న తీరే ఆమెనెక్కువ భయపెట్టింది.

"అందులోనూ బ్లడ్ కేన్సరొస్తే మరీ కష్టమటగా. అయినా ఇదంతా నీ తప్పుకాదులే– ఒక్కొక్కరు అడుగుపెట్టిన వేళా విశేషం... ఆ రోజు చెప్పా పెట్టకుండా శుభలేఖలు పంచినప్పుడే అనుకున్నా – జాతకాలూ అవీ చూడకుండా ఈ పెళ్ళిళ్ళేమిటి? అని. అయినా గేలాలేసి పెళ్ళిళ్ళు చేసుకునేవాళ్ళు ఇలా గప్‌చిప్‌గానే చేసుకోవాలి. లేకపోతే చరిత్రలు బయటపడ్తాయి. అయినా మీ నాన్నగారికి తెలియకపోతే నువ్వయినా చెప్పొద్దా అమ్మాయ్.... పుట్టింట్లో వుండగా తల్లిని, తండ్రిని, తమ్ముణ్ణి చంపింది. ఇప్పుడు ఈ ఇంటికొచ్చి నిన్ను... అయినా నా కెందుకులే అమ్మాయ్! క్లాసులో బ్రిలియంట్ స్టూడెంట్‌కి ప్రాణంమీద కొచ్చిందంటే మనసు ఆగక వచ్చాను గానీ– లేకపోతే నాకు అవసరం ఏముంది! వెళ్ళొస్తానమ్మాయ్..." అని లేచి బయటకొచ్చి వరండాలో నిల్చుని అటు చూస్తున్న వసుమతిని పలకరించకుండా మరోవైపు నుంచి వెళ్ళిపోయింది.

క్రిందకి చూస్తున్న వసుమతి, భార్గవ కారు ఎందుకో గేటు దగ్గిర ఆగటం గమనించింది. అలా ఆగటానికి కారణం జిన్నీ. ఏదో జ్ఞాపకం వచ్చిన దానిలా "డాడీ ఒక్క క్షణం. ఇది ఇవ్వటం మర్చిపోయాను" అంది కంగారుగా. ఆ చేతిలో ఇంటి దగ్గర్నుంచి తెచ్చిన ప్యాకెట్ వుంది. భార్గవ విసుక్కుంటూ కారు వెనక్కి తిప్పి ఆపుచేశాడు.

అప్పుడు వినిపించింది– గుండెలవిసిపోయేలా కేక. ఆ కంఠం వసుమతిది.

* * *

ఆస్పత్రి గేటు నుంచి రివర్స్‌లో వెనక్కి వస్తున్న కారుని చూసి– వాళ్ళు మళ్ళీ వెనక్కి ఎందుకు వస్తున్నారో అర్థంగాక చూస్తూ నిలబడిన వసుమతికి, లోపల గదిలో ఏదో పడి భళ్ళున పగిలిన శబ్దం వినిపించింది. లోపలికి వెళ్ళింది. ఆమె ఇంకా పూర్తిగా లోపలికి వెళ్ళకుండానే 'ఏక్– క్ క్ క్' మన్న స్వరం– గొంతులో ఏదో అడ్డుపడితే ఊపిరి లోపలికి లాక్కోవటానికి కష్టపడ్డట్టూ– పామునోట పడ్డ కప్ప ఆఖరి క్షణంలో హృదయ విదారకంగా అరిచినట్టూ వినిపించింది.

వసుమతి లోపలికి పరుగెత్తబోయి గుమ్మం దగ్గిరే ఆగిపోయింది.

ప్రార్థన పక్కమీద లేదు.

ఒక్క క్షణంపాటు వసుమతికి చూస్తున్న దృశ్యం అర్థం కాలేదు. అర్థం అయ్యేసరికి ఆమె గుండె ఆగినంత పనయింది.

చేతికి గుచ్చిన సూది గాలిలో వేలాడుతుంది. దాని చివర రక్తం చుక్క అలాగే వుంది. పగిలిన ఐ.వి. ఫ్లూయిడ్ సీసా పెంకులు మంచానికి అటువైపు చిందర వందరగా పడివున్నాయి. ప్రార్థన ఒక చెయ్యి ఆ గాజు పెంకుల మీద పడి అక్కణ్నించి రక్తం స్రవిస్తూంది. అయినా ఆ బాధ తెలిసినట్టు లేదు. శరీరం అంతా నేలమీదకు పడిపోయినా, సీసా స్టాండుకి కట్టి వుండటం వల్ల ఒక సమాధిలోంచి పొడుచుకు వచ్చినట్టు పక్క వెనుకనుంచి పైకి కనబడుతూంది. ఒక కాలు కూడా పూర్తిగా క్రిందకి జారక, గాలిలో వేలాడుతూంది.

"పన్నూ" అంది వసుమతి వణుకుతూన్న కంఠంతో. రెండోసారి మళ్ళీ 'పన్నూ' అని అరుస్తూ గాలిలో లోపలికి దూసుకువెళ్ళి, పక్కకీ గోడకి మధ్య జారిపోయిన ఆ పాప శరీరాన్ని రెండు చేతుల్తో హిస్టీరిక్‌గా పైకి లాగింది.

ప్రార్థన ఛాతి గాలిలో ఎగిరెగిరి పడుతూంది. వసుమతి ఆ తలని వళ్ళోకి తీసుకుని గెడ్డాన్ని పట్టుకుని వూపబోయి, మొహాన్ని చూసి చటుక్కున ఆగిపోయింది.

ప్రార్థన కనుపాపలు లోపలివైపు వెనక్కి తిరిగిపోయి, తెల్లటి కనుగుడ్లు బయటికి కనపడుతున్నాయి.

"హెల్ప్" అని అరిచింది వసుమతి. ఆమె గొంతు కీచుగా ధ్వనించింది. తరువాత వరుసగా 'హెల్ప్... హె... ల్ .... ప్ ....' అని కేకలు పెడుతూనే వుంది. ఆస్పత్రి గోడలు ప్రతిధ్వనించేలా, పిచ్చెక్కినట్టూ ఆమె పెడుతూన్న కేకలు విని– ఆ కంఠాన్ని ముందు గుర్తించింది భార్గవ. కారు దగ్గర్నుంచి జువ్వలా పరుగెత్తాడు.

ఈ లోపులో పైన గదిలో హడావుడి మొదలయింది. ముందో నర్సు పరుగెత్తుకు వచ్చింది. తరువాత ఇద్దరు హౌస్ సర్జెన్లు వచ్చారు. బాగా కుర్రవాళ్ళలా వున్నారు. అందులో మరీ లేతగా వున్న కుర్రవాడు దాదాపు వసుమతి చేతుల్లోంచి పేషెంట్‌ని లాక్కొని పక్కమీద పడుకోబెట్టాడు. రెండో హౌస్ సర్జెన్ పాప కండిషన్ చూసి బెదిరిపోయినట్టూ అతడి మొహం చూస్తేనే తెలుస్తుంది. నర్సు మాత్రం అనుభవజ్ఞురాలిలా వుంది. చప్పున బి.పి. పరికరాల్ని దగ్గరకు లాగి చేతికి కట్టసాగింది. ఈ లోపున మొదటి హౌస్ సర్జెన్ స్టెత్‌తో పాప ఛాతి పరీక్షించి 'మైగాడ్' అన్నాడు. హార్ట్‌బీట్ చాలా ఫాస్టుగా వుంది. ఇండివిద్యువల్ సౌండ్స్ వినపడటం లేదు.

'డాక్టర్‌ని పిలవండి అర్జెంటుగా' అంది నర్సు తనే వాళ్ళమీద అధికారిలా. రెండో హౌస్ సర్జెన్ బయటికి పరుగెత్తాడు. ఈ లోపులో మొదటి అతడు పాపనే పరీక్షగా చూస్తూ "సైనోటిక్‌గా కనబడటం లేదూ" అన్నాడు. ఈ లోపులో ఇంకో నర్స్ పరుగెత్తుకు వచ్చింది. 'మౌత్ టు మౌత్ ఇవ్వనా' అని అడిగాడు.

వసుమతి గోడకి బల్లిలా అతుక్కుపోయి ఇదంతా చూస్తుంది. వీళ్ళందరూ పాపచుట్టు చేరి చేస్తున్నది ఏమిటో- మాట్లాడుతున్న ఇంగ్లీషు పదాలు ఏమిటో ఆమెకు అర్థంకాలేదు. సముద్రంలో పడి సీరియస్ అయినా, వళ్ళు కాలి సీరియస్ అయినా ఒకటే చికిత్సలా వుంది. ఆమెకు ఒకటి మాత్రం అర్థమైంది. పాప కండిషన్ అకస్మాత్తుగా సీరియస్ అయింది. ప్రస్తుతం చాలా ప్రమాదకరంగా వుంది. చుట్టూ నిలబడిన మనుష్యుల మధ్యనుంచి, వడిలిపోయిన తోటకూర కాడలా కనబడుతూంది.

ఇంతలో వైట్‌కోట్‌లో ఒక నలభయ్ ఏళ్ళ డాక్టర్ వచ్చింది- రాగానే "ఎనీ కార్డియాక్ హిస్టరీ?" అని అడిగింది.

"లేదు డాక్టర్"

"బి.పి."

నర్సు చెప్పింది.

"వెంటనే కార్డియోవర్షు చెయ్యాలి" అంటూ డాక్టర్ నర్సుకు ఇంగ్లీషులో తొందర తొందరగా సూచన్లు ఇచ్చింది. నర్సు బయటకు పరుగెత్తింది. ఈ లోపులో డాక్టర్ పాప గొంతు క్రింద అరచేత్తో పిడికిలి బిగించి 'ధబ్' మని గట్టిగా గుద్దింది. ఆ చప్పుడుకి వసుమతి కంపించి పోయింది. హౌస్ సర్జెన్ ఇంజెక్షన్ ప్రిపేరుచేసి,

చేతికి గుచ్చాడు. ముందుగా వెళ్ళిన నర్సు చక్రాల స్టాండు తోయించుకుని వచ్చింది. ఇంకో యిద్దరు తెల్లని కోటుల్లో వచ్చారు.

ముందు వచ్చిన డాక్టరు రెండు ఎలక్ట్రిక్ వైర్లు జాయింటు చేయబడి వున్న పాడ్‌లను ప్రార్థన వీపు వెనుక ఒకటి, ఛాతీ మీద ఒకటి అమర్చి "కొద్దిగా వెనగ్గా వుండండి" అంటూ స్విచ్ వేసింది. యాభయ్ వాట్స్ షాక్ మూడు సెకండ్లపాటు తగిలి పాప చేపపిల్లలా ఎగిరిపడి ఒక్కసారిగా శరీరం కుదించుకుపోయి, ఆ తరువాత చేతులు గాలిలో విసిరేస్తూ కీచుమని కేకపెట్టింది.

భార్గవ వరండాలో ఒకవైపు నుంచి పరుగెత్తుకుంటూ వెళ్ళేసరికి, మరోవైపు నుంచి డాక్టర్ మహేంద్ర కూడా దాదాపు అదే వేగంతో పరుగెత్తుకుంటూ గదిలో ప్రవేశించాడు.

వాళ్ళిద్దరూ చెరోవైపు నుంచీ ప్రవేశించే సమయానికి ప్రార్థన కాస్త రికవర్ అయింది. డాక్టర్ మహేంద్ర చకచకా మిగతావారికి సూచనలు ఇచ్చి ప్రార్థన చేతిని తీసుకుని పల్స్ చూసి, సంతృప్తిగా తలూపాడు. అతడు భార్గవని గమనించలేదు. వసుమతితో, "ఏమీ ఫర్లేదు. సడెన్‌గా హార్ట్‌బీట్ ఎక్కువయిందంతే" అన్నాడు. "రండి బయట మాట్లాడుకుందాం..." అన్నాడు ఆమెని గదిలో వుంచటం యిష్టం లేనట్టుగా.

వసుమతి కూతురి మొహంవైపు చూసి, పూర్వపు కళ గమనించి బయటకు నడిచింది. ఒక తోటీ గాజు పెంకులు తుడిచేసి వెళ్ళిపోయాడు మరో నర్సు ఇంకో బాటిల్ కోసం వెళ్ళింది.

ప్రార్థనతోపాటు గదిలో ఒక్క పాప మాత్రం మిగిలిపోయింది.

అది జిన్నీ!

ఆమె చేతిలో ఒక బొమ్మ వుంది.

తండ్రిని కారు ఆపమని, తీసుకొచ్చిన బొమ్మ అది. చాలా రోజుల క్రితం ఆ బొమ్మ తనకిమ్మని ప్రార్థన అడిగినప్పుడు- ప్రాణంపోయినా ఇవ్వనని పంతం పట్టిన పాప-

పడుకుని వున్న అక్కని డిస్టర్బ్ చేయకుండా, తలదిండు క్రింద తను తెచ్చిన బొమ్మని జాగ్రత్తగా పెట్టేసి, అక్కణ్నించి బయట కొచ్చేసింది.

వెంట్రెక్యులర్ ట్రాకికార్డియా" అన్నాడు మహేంద్ర. "మిసెస్ భార్గవా... ప్రార్థన పరిస్థితి ఏమీ బాగోలేదు. మందులకు అసలు రెస్పాన్స్ అవ్వటం లేదు".

"కానీ అరగంట క్రితం కౌంటు కాస్త తగ్గిందన్నారు" అంది వసుమతి ఆశాజనకంగా. ఆ పరిస్థితుల్లో ఆ మాత్రం నమ్మకం కూడా లేకపోతే ఆమె తట్టుకునేట్టు లేదు.

"అవును కాస్త గుణం చూపించింది. కాన్స్-క్యూర్ చాలా పవర్‌ఫుల్ మందు. రోజు విడిచి రోజు వాడాలి. కానీ ప్రార్థన శరీరంలో కేన్సర్ గంట గంటకూ వ్యాపించిపోతుంది. అందువల్ల..."

"అందువల్ల... మీరేం చేసేరు?"

కర్కశంగా వెనుకనుంచి కంఠం వినపడేసరికి మహేంద్ర తలతిప్పి భార్గవను చూసేడు. భార్గవ ప్రార్థన గదిలోంచి బయటకొచ్చి గుమ్మం దగ్గర నిలబడి వున్నాడు. అతడి కళ్ళు ఎర్రగా వున్నాయి. గదిని, గదిలో డాక్టర్లని ఎలక్ట్రికలు పరికరాల్నీ చూస్తేనే అతడికి జరిగింది అర్థమయింది.

మహేంద్ర భార్గవని చూసి, సంతోషంతో "ఓ, మీరూ వున్నారా? గుడ్" అన్నాడు.

భార్గవ నవ్వలేదు "ప్రార్థన సడెన్ అర్సితిమియాకి కారణమేమిటి?" అని అడిగాడు సూటిగా.

మహేంద్ర ఇబ్బందిగా చూసి, "వెల్- మీరూ డాక్టరే, మీకు తెలియనిదేముంది? ప్రార్థన కౌంట్ చాలా త్వర త్వరగా లక్షవైపు సాగిపోతూంది. ఏం చెయ్యాలో- దాన్ని ఎలా ఆపుచెయ్యాలో తోచటంలేదు. కాన్స్-క్యూర్ డబుల్ డోస్ ఇచ్చాను. దాంతో ఆమె గుండె వెంటనే రియాక్ట్ అయింది. అఫ్‌కోర్స్... ఇలాంటి తాత్కాలికమైన సైడ్-అఫెక్ట్స్ సాధారణమే. ఒక్కసారి అసలు రోగం తగ్గిపోతే మిగతావి వాటంతట అవే కంట్రోల్ అయిపోతాయి. ఈ జుట్టు రాలటం- చర్మం చిట్లిపోవటం వగైరా..." అన్నాడు.

"నే నడిగిన ప్రశ్నకి ఇంత వివరణ అనవసరం" అన్నాడు భార్గవ. అతడికి ఇంకా తన కూతురి బలహీనమైన స్వరం ఆర్ద్రంగా అరవటం వినిపిస్తూనే వుంది. తలచుకున్న కొద్దీ ఇరిటేట్ అవుతున్నాడు. "నేనడుగుతున్నది నా కూతురిలో ఇంత కొద్దిసేపట్లో ఇంత రియాక్షన్ ఎలా వచ్చిందీ అని".

"చెప్పానుగా, కాన్స్-క్యూర్ డబుల్ డోస్ వాడేమని"

"కానీ కాన్స్-క్యూర్ లాటి పవర్‌ఫుల్ మందు ఒక డోసు వేస్తే కనీసం ఇరవై నాలుగ్గంటలు వేచి చూడాలి కదా?"

మహేంద్ర అవునన్నట్టు తలూపి– "మామూలు కేసుల్లో అయితే అలాగే చూడాలి. కానీ ఇది అబ్‌నార్మల్ కేసు, అందుకని డబుల్ డోస్ ప్రయోగించి చూసేను" అన్నాడు.

"ప్రయోగించి చూసేరా" భార్గవ కంఠం కీచుమంది. "నా కూతురు బాతుగానీ, కోతిగానీ కాదు డాక్టర్– మీరు ప్రయోగాలు జరపటానికి" అన్నాడు వెటకారమూ, కోపమూ మిళితమైన స్వరంతో.

వసుమతి చప్పున అతడి దగ్గరకి వెళ్ళి అనునయిస్తున్నట్టుగా "ఏమండీ" అంది. అతడు ఆమెని పట్టించుకోకుండా, "నా కూతుర్ని ఇక్కడ చేర్పించింది రోగం నయం కావటానికి. అంతేకానీ, మీరు ప్రయోగాలు చెయ్యటానికి కాదు. నా కూతురికి ఇంతవరకూ ఏ గుండెజబ్బూ లేదు. మీ ప్రయోగం వల్ల అదొచ్చింది. దీనికి మీరేం సంజాయిషీ చెప్తారు" అన్నాడు.

మహేంద్ర ఒక అడుగు ముందుకువేసి, తాపీగా అన్నాడు– "ఒకటే సంజాయిషీ! మా ట్రీట్‌మెంట్ మీకు నచ్చని పక్షంలో ఇక్కణ్ణించి ఇంకో అన్‌కాలజిస్టు దగ్గిరకో లేకపోతే డైరక్టుగా శ్మశానానికో తీసుకెళ్ళమని".

"ఏమిటి– ఏమన్నారు మీరూ" అని భార్గవ అడుగు ముందుకు వేసేడు.

వసుమతి భయభ్రాంతురాలై "నో" అని అరుస్తూ వాళ్ళిద్దరి మధ్యకూ వెళ్ళింది.

మహేంద్ర తాపీగా– "చెప్పండి, తీసుకెళ్ళిపోతారా?" అని రెట్టించాడు. వసుమతి కంగారుగా "లేదు... లేదు" అంటూ అతడి దగ్గరగా వెళ్ళి "డాక్టరు గారూ! ప్లీజ్" అంది. అతడు ఆమెను పట్టించుకోకుండా భార్గవతో, "చెప్పండి" అన్నాడు ఇంకొకసారి. వసుమతి చేతిలో మందు చీటీ వుంది.

అతడు తాపీగా ఆ చీటీ అందుకుని మడత విప్పి చూసేడు.

కాన్స్–క్యూర్.

అతడు తిరిగి దాన్ని మడతపెట్టాడు.

తనకందిస్తున్నాడేమో అనుకుని ఆమె చెయ్యి సాచింది. అతడు ఆ చీటీని ముక్కలు ముక్కలుగా చింపి వరండా గోడమీద నుంచి క్రింది విసిరేసేడు. ఆమె అవాక్కయి, ఏదో అనబోతూ వుంటే అతనే అన్నాడు "తెచ్చినవన్నీ సర్దు-వెళ్ళిపోదాం".

"ఎ... ఎక్కడికి?"

"ఇంటికి .... పాపని తీసుకుని".

మళ్ళీ ఇదేమిట్రా భగవంతుడా! అనుకుంటూ అతడివేపు బేలగా చూసింది. భార్గవ జుట్టు చిందరవందరగా వుంది. పెరిగిన గడ్డం- కళ్ళ క్రింద ముడతలు... దాదాపు పిచ్చివాడిలా వున్నాడు. "ఇక్కడంతా డబ్బు! డబ్బు!! ఇది ఆస్పత్రి కాదు, డబ్బుల్ని పిండే కార్ఖానా... పదండి ... ప్రార్థనని తీసుకొని వెళ్ళిపోదాం" అని అతడు అంటూ వుండగా లోపల్నుంచి మహేంద్ర వచ్చాడు. భార్గవ అతడితో "మేము మా పేషెంట్‌ని తీసుకు వెళ్ళిపోవాలనుకుంటున్నాము" అన్నాడు.

మహేంద్ర విస్మయంతో "... ఎక్కడికి?" అని అడిగాడు. రాష్ట్రంలో ఇంకో కేన్సర్ ఆస్పత్రి లేదు... దేశంలోకెల్లా అదే గొప్ప ఆస్పత్రి.

"ఎక్కడికి తీసుకెళతారు"?

"శ్మశానానికి. ఇక్కడికన్నా అదే మంచిది".

డాక్టర్ మొహం ఎర్రగా మారింది. "నా కభ్యంతరం లేదు. వెంటనే డిశ్చార్జ్ చేస్తాను" అన్నాడు. వసుమతి కంగారుగా "ఆయన మాటలు పట్టించుకోకండి" అంది. ఇద్దరూ ఒకర్నొకరు శత్రువుల్లా చూసుకున్నారు.

"లేటెస్ట్ కౌంట్ ఎంత?" భార్గవ అడిగాడు వ్యంగ్యంగా. అతడి కంఠంలో హేళన గుర్తించకుండా, "58,000" అన్నాడు మహేంద్ర సిన్సియర్‌గా.

అతడు వసుమతివైపు తిరిగి, "చూసేవా, రెమిషన్ కాదుకదా- కాన్‌స్టన్సీ కూడా సాధించలేకపోయారు. ప్రొద్దున్నకి కౌంట్ 65,000 అవుతుంది. అంటే రోజుకు 15,000 చొప్పున పెరుగుతున్నాయి. ఈ లెక్కన ఇంకో మూడు రోజులు బ్రతుకుతుంది నా కూతురు. దీన్ని ఆపు చెయ్యటం కోసం ఈ రోజు డబుల్ డోస్ వాడారు వీళ్ళు. వీళ్ళదేం పోయింది! రేపు మూడు డోసులు వాడతారు. గుండె కాలిపోయి, స్ప్లీన్ కరిగిపోయి బాధపడేది నా కూతురు..." అంటూ ఒక నిశ్చయానికి వచ్చినట్టూ అతను అన్నాడు. "-ఆఖరు రోజుల్లో నా కూతురు ప్రశాంతంగా మరణించాలని కోరుకుంటున్నాను. అందుకే ఈ నరకకూపం నుంచి తీసుకు వెళ్ళిపోవాలనుకుంటున్నాను".

మహేంద్ర అతడివైపే సూటిగా చూస్తూ "మీకు మతిపోయింది" అన్నాడు. "ఇంకెవరైనా ఈ మాట అని వుంటే అరెస్టు చేయించి వుండే వాణ్ణి".

"నాకు కాదు పోయింది, మీకు! మీ అందరికీ!! నా కూతురికి నయం కాదు. మీరందరూ వేయి గొంతుకల్తో కాదన్నా అది పచ్చి నిజం"

"మీరంత నిశ్చయంగా ఎలా చెప్పగలరు?"

"కెమోథెరపీ మీద నాకు నమ్మకం లేదు కాబట్టి".

"అదీ, అలా చెప్పండి! మసూచిని నయంచేసే విధానంలోనే కేన్సర్‌ని నయం చేయగలం అన్న 'ఇమ్యూనోథెరపీ' మీదిది! మీ విధానంలో ఇలాంటి ముదిరిపోయిన అక్యూట్ కేసులు నయంకావు. అందుకని, పొరపాటున మా పద్ధతిలో ఈ కేన్సరు నయం అవుతే, ఇక మిమ్మల్నీ, మీ రిసెర్చినీ ఎవరూ గుర్తించరు... మీ ఉద్యోగాలు పోతాయి.... అదీ మీ స్వార్థం.... మీరెంత స్వార్థపరులంటే మా విధానంలో ఎక్కడ నయం అయిపోతుందో అని- చివరికి స్వంత కూతురి ప్రాణాలు బలిపెట్టటానికి కూడా సిద్ధపడ్డారు. దానికి మీరు అందంగా తొడుగుతున్న ముసుగు- "మీరు నయం చెయ్యలేరు" అని. మమ్మల్ని మాటిమాటికీ దెప్పి పొడవటం... మీ స్వార్థాన్ని చూస్తూంటే నాకు అసహ్యం వేస్తూంది. మీ వాదనని నిరూపించుకోవటం కోసం ఒక నిండు ప్రాణాన్ని – ఒక పాప జీవితాన్ని బలిపెడుతున్నారు. ఒక తండ్రి చెయ్యవలసిన పని కాదిది. డాక్టర్‌గా కాదు, సాటి మనిషిగా సలహా ఇస్తున్నాను".

వసుమతి స్థాణువైంది. ఆమె డాక్టర్ని చూడటం లేదు. భర్తనే చూస్తూంది. ఆ క్షణం అతడు డాక్టర్‌ని హత్య చేస్తాడన్నంత భయపడింది. అతడు తుఫానులో చెట్టుకొమ్మలా వూగిపోతున్నాడు. కేన్సర్ గురించిన రెండు థియరీలు, ఇద్దరు మనుష్యుల రూపంలో ఢీ కొని అగ్ని పర్వతాన్ని సృష్టిస్తున్నాయి... ప్రార్థన అంటే అతనికి ఎంత ఇష్టమో, డాక్టర్ మహేంద్ర అతడిని ఎంత దారుణంగా 'హర్ట్' చేసేడో ఆమె గ్రహించగలదు. చప్పున భర్త దగ్గిరగా వెళ్ళి 'ఏమండీ' అంటూ చెయ్యిపట్టుకుంది.

భార్గవ ఒక్కసారిగా ఆమెని విదిలించుకుని వెనుదిరిగాడు.

"ఏవండీ, ఎక్కడికండీ? ఒక్క క్షణం ఆగండీ-" అంటూ ఆమె చేస్తున్న అభ్యర్థనను మన్నించకుండా విసవిసా కారు దగ్గరికి నడిచి, పిల్లల్తో సహా వెళ్ళిపోయాడు.

ఆమె చిత్తరువులా నిలబడిపోయింది. డాక్టర్ కూడా వెళ్ళటానికి ఆయత్తమవుతూ, "నా ఆఫీసుకు రండి. డిశ్చార్జి సర్టిఫికెట్టు ఇస్తాను" అన్నాడు నిర్లిప్తంగా...

ఆమె గాలిలా అతడి దగ్గిరకు వెళ్ళి అతని చేతుల్ని పట్టుకుని, "ఇంతమంది మనుష్యుల మధ్య నేను మీకు చేతులెత్తి నమస్కరించలేను. ఈ నడి వరండాలో మీ కాళ్ళ మీద పడి ప్రార్థించలేను. కానీ మీ మీ పంతాలూ పట్టింపులతో ఈ స్థితి ఇలాగే కొనసాగిందంటే మాత్రం నేనింకొక్క క్షణంకూడా భరించలేను డాక్టర్ గారూ! నాకు పిచ్చెక్కిపోతుంది... నన్ను రక్షించండి. ప్లీజ్... నన్ను రక్షించండి".

అప్పటివరకూ ఎంతో నిగ్రహం చూపించిన ఆమె అలా ఒక్కసారిగా బావురుమనేసరికి మహేంద్ర కరిగిపోయాడు. "రండమ్మా నాతో రండి!" అంటూ తన గదివైపు కదిలాడు.

అతడి గదిలో ఆమె తేరుకోవటానికి అయిదు నిమిషాలు పట్టింది. అతనన్నాడు– "ఒక చిన్న పాపని బాధపెట్టటం మాకు మాత్రం ఇష్టమా? ఇంత చిన్న విషయం మీ భర్త అర్థం చేసుకోడేం?"

ఆమె మాట్లాడలేదు.

"మామూలు పేషెంట్లు అందరికన్నా ఈ కేస్‌ని చాలా జాగ్రత్తగా చూస్తూ మీ అమ్మాయిని నేనే స్వయంగా నా పర్యవేక్షణలో వుంచి ట్రీట్ చేస్తున్నాను. మీరే చూసేరు కదా! నా కసలు టైమ్ వుండదు. అయినా ప్రతి అరగంటకీ ఎక్కడున్నా నాకు రిపోర్టు అందచెయ్యమని చెప్పాను. ఇంత ఇంటరెస్టు తీసుకోవలసిన అవసరం నాకు లేదు. నాకు బయట ప్రైవేటు ప్రాక్టీసు కూడా లేదు... పోనీ ఆ ఇంటరెస్టుతో ఏమైనా చేస్తున్నానా అంటే– అది మీకు తెలుసు కదా".

ఆ విషయం నిజమే. ఇరవై నాలుగ్గంటలూ ఆస్పత్రి సేవకి అంకితమయిన కొద్ది డాక్టర్లలో మహేంద్ర ఒకరు. ఆ విషయం ఎవరూ కాదనలేరు. ఆమె తలెత్తి అతడికి క్షమాపణలు చెప్పుకోవాలనుకుంది. అతడు కిటికీలోంచి బయటకు చూస్తున్నాడు. తనలో తాను ఆలోచించుకొంటున్నట్టూ అన్నాడు... "నాకే గానీ ప్రార్థనలాంటి కూతురుండి, ఇదే పరిస్థితి ఎదురవుతే ఏం చేస్తాను?" అని వెనక్కి తిరిగాడు. "ఏ రిస్కూ తీసుకోను. కొస ప్రాణం వున్నా దాని కోసం చివరివరకూ పోరాడతాను. ఈ పోరాటంలో నా కూతురి చేతులూ, కాళ్ళూ, అందం అన్నీ కోల్పోవలసి వచ్చినా సరే, నేనా బొందిలో ప్రాణం నిలపటానికే శతవిధాలా ప్రయత్నిస్తాను. ఎందుకంటే 'ప్రాణం' అన్నిటికన్నా ముఖ్యం కాబట్టి..."

మంద్ర స్వరంతో అతడు తనని ఒక తండ్రిగా వూహించుకుంటూ మాట్లాడే ఆ మాటలు వింటుంటే ఆమె కనుల నీరు నిలచింది. ఆర్ద్రమైన మనసుతో అలానే చూస్తూ వుండిపోయింది.

"నేను మీకు మొదటిరోజే చెప్పాను– కేన్సర్ భయంకరమైనదనీ, ట్రీట్‌మెంట్ పేషెంట్‌ని చాలా బాధ పెడుతుందని... మీరు గుండె దిటవుతో వుండాలని కూడా అన్నాను. మేమిదంతా మీకు చెప్పకుండా చేస్తే మాదే తప్పు. కానీ మేమేమీ రహస్యంగా, మా లాభం కోసం చెయ్యటం లేదే ఇది..."

ఆమె తలూపింది.

"ఇప్పుడు జరుగుతున్నది చూస్తుంటే, మీ భర్త ఏ క్షణమైనా మీ పాపని ఇక్కణ్నుంచి తీసుకుపోయేటట్టు వున్నాడు. మీరు నన్ను అపార్థం చేసుకోకండి. ఏ క్షణం పేషెంటు వుంటుందో... ఏ క్షణం వెళ్ళిపోతుందో తెలియని పరిస్థితులలో ట్రీట్‌మెంట్ కష్టం. నాకేకాదు- ఏ డాక్టర్‌కైనా..."

ఆమె అర్థం చేసుకున్నట్టూ "డాక్టర్ గారూ... మీరటువంటి అనుమానం పెట్టుకోకండి" అంది. "మా పాప గురించి మీరందరూ ఇంత ఇంటరెస్టు తీసుకోవటం మా అదృష్టంగా భావిస్తున్నాం. పాప ఇక్కడే వుంటుంది. ఉంటుందని హామీ ఇస్తున్నాను" ఆవేశంగా అన్నది.

"మీరిస్తారు బాగానే వుంది. కానీ రేపేదైనా జరిగి, మీ భర్త ఈ ఆస్పత్రి మీద దావావేస్తే, అది వ్యక్తిగతంగా నా మీదకొస్తుంది. పేషెంట్‌ని తీసుకువెళ్ళిపోతానంటే ఆపుచేసిన డాక్టరెవరూ అంటే, అది మహేంద్ర అని ప్రతివాడూ సాక్ష్యం ఇస్తాడు. నా ఉద్యోగంపోతుంది. నేనెందుకు అంత రిస్కు తీసుకోవాలో నాకు అర్థంకావటంలేదు".

"అలా అనకండి ప్లీజ్..."

"దయచేసి నా స్థానంలో వుండి మీరు ఆలోచించండి".

ఆమెకి అతడు చెపుతున్న దాంట్లో నిజం స్పష్టంగా కనిపిస్తూంది. "ఏం చెయ్యాలో చెప్పండి, మీరేది చెయ్యమంటే అది చేస్తాను. మాక్కావలసిందల్లా పాపపట్ల ఇప్పుడు మీరెంత ఇంటరెస్టు చూపిస్తున్నారో అదే శ్రద్ధతో ట్రీట్‌మెంట్ కొనసాగటం".

"అలా అయితే పాపకి మీరే గార్డియన్‌గా లిఖిత పూర్వకమైన ఉత్తరం ఇవ్వాలి".

"నేనా..."

"అవును. కనీసం అది నా ఫైల్లో వుంటే- నాకు సేఫ్! నేను మీకు స్వార్థపరుడిలా కనపడవచ్చు. కానీ ఒక పేషెంట్ కోసం, నా ఉద్యోగాన్నీ, నా పొజిషన్నీ రిస్కు తీసుకోలేను. నన్ను క్షమించండి..."

"మీకెలా కావాలో చెప్పండి వ్రాసిస్తాను" అంది ఆమె ఒక నిర్ణయానికి వచ్చినట్టు.

"నిజానికి ఎలా కావాలో నాకూ తెలీదు. ఇలాటి కేసులు చూడటానికి ఒక లాయరున్నాడు".

"ఇంత చిన్న విషయానికి లాయరెందుకు డాక్టర్‌గారూ".

"మీరు మామూలు తెల్లకాగితంమీద వ్రాసిస్తే అది చెల్లదనీ, మిమ్మల్ని ఇరుకున పెట్టి అది వ్రాయించుకున్నామనీ రేపు మీ భర్త వాదించవచ్చు. అందుకని ప్రతీది చట్టబద్ధంగానే చెయ్యాలి.

ఆమె లేచి "సరే" అంది.

"రేప్రొద్దున రమ్మంటాను లాయర్ని..."

ఆమె తలూపి బయటకొచ్చేసింది. ప్రార్థన వున్న గదివైపు నడుస్తూ ఆమె అనుకుంది. "రేపు భార్గవ కాస్త మంచి మూడ్‌లో ఉన్నప్పుడు ఈ విషయం చెప్పాలి. ఉత్తరం ఇస్తేగానీ వాళ్ళు ట్రీట్ చెయ్యమని అన్నారంటే అతడు మరింత మండిపడవచ్చు... జాగ్రత్తగా సర్ది చెప్పాలి. పాపకి కాస్త గుణం కనిపిస్తే అంతా పొగమంచులా విడిపోతుంది. అంతవరకూ తనే వీటిని చక్కబెట్టాలి. ఒక భార్యగా తన బాధ్యత అది. ఈ పరిస్థితుల్లోనే తను బెదిరి పోకూడదు. భర్త మానసిక వ్యధతో తల్లడిల్లిపోతూవుంటే అతడి బాధని తనే స్వీకరించాలి. అతడికి వాటినుంచి విశ్రాంతి నివ్వాలి.

ఆమె అలా ఆలోచిస్తూ వెళ్ళిపోయాక డాక్టర్ మహేంద్ర ఫోన్ దగ్గరికి లాక్కొని తనకు తెలిసిన లాయర్‌కి ఫోన్ చేశాడు.

ప్రతివాద భయంకర వేంకట శేషాచలపతిరావు పంతులు.

ఉరఫ్ లాయర్ పంతులు.

పేరులోలా భయంకరంగా ఉండడు. సన్నగా, పొట్టిగా, గాలొస్తే పడిపోయేలా వుంటాడు. రైల్వే స్టేషన్‌లో కనబడితే కూలీ అనుకుంటాం. ఆస్పత్రిలో కనబడితే టి.బి. పేషెంట్ అనుకుంటాం.

కోర్టు మధ్యలో అతడు నల్లపిల్లిని కూర్చోపెట్టి తెల్లకుక్క అని నిరూపించగలడు. వాల్మీకి రామాయణం వాల్మీకి వ్రాయలేదని మేజిస్ట్రేటుతో జడ్జిమెంట్ ఇప్పించగలడు. అతడు రాజకీయాల్లో చేరుంటే రాష్ట్రపతి అయివుండేవాడు. స్మగ్లర్లలో చేరివుంటే పెద్ద పారిశ్రామికవేత్త అయి వుండేవాడు. అవేమీ చేయక లాయరుగా మిగిలిపోయాడు.

ఫోనెత్తి "హలో" అన్నాడు.

"నేను డాక్టర్ మహేంద్రని మాట్లాడుతున్నాను".

"చెప్పండి సార్"

"ఒక కేసుంది, కాస్త సాయం చెయ్యాలి".

"ఏది సార్? కేన్సర్ కేసా?"

ఒక డాక్టర్ ఫోన్ చెయ్యగానే ఒక లాయరు "ఏమిటి? కేన్సర్ కేసా?" అని వెంటనే ఎందుకు అడిగాడో తెలుసుకోవాలంటే కేన్సర్‌కీ కోర్టుకీ సంబంధం తెలుసుకోవాలి.

చాలా రకాల కేన్సర్‌లలో, ట్రీట్‌మెంట్ ఇవ్వటం ద్వారా మనిషి జీవితాన్ని అయిదారు సంవత్సరాలపాటూ పొడిగించవచ్చు. కొన్ని రకాల ట్రీట్‌మెంట్‌లకి లక్షనుంచీ ఎనిమిది లక్షలదాకా ఖర్చవుతుంది. ఉదాహరణకి ఎముకల్లో మూలగనంతా తీసేసి వేరే మూలగని ఎక్కించటానికి నాలుగైదు లక్షలు ఖర్చవుతుంది. ఒక మనిషిని (కేవలం) అయిదారు సంవత్సరాలపాటూ బ్రతికించటానికి ఇంత డబ్బు ఖర్చుపెట్టాలా? అన్నది ఎప్పుడూ సమస్యే. రోగికి బ్రతకాలని వుంటుంది. మిగతా కుటుంబ సభ్యులకు వుండదు. ఉండదంటే పూర్తిగా వుండదని కాదు- ఇరవై ముప్ఫై సంవత్సరాల్నుంచీ కూడబెట్టిన డబ్బునంతా ప్రయోజనం లేని (?) పనికి ఖర్చు పెట్టటానికి ఇష్టం వుండదు. అది పైకి చెప్పలేరు. మధ్యతరగతి కుటుంబాల్లో అయితే మనసుకీ మనిషికీ ఘర్షణ జరుగుతుంది. పెద్ద తరగతిలో అయితే స్వార్జితమా పిత్రార్జితమా అన్న సమస్య తలెత్తుతుంది. తన ఆస్తి తన కుటుంబసభ్యులు తన అనారోగ్యానికి ఖర్చు పెట్టటం లేదని కోర్టుకు వెళతాడో వృద్ధుడు. గార్డియన్, డబ్బున్న మైనర్ యొక్క కేన్సర్‌ని శ్రద్ధగా ట్రీట్ చేయడం లేదని కేసుపెడ్తాడు మరొకడు. చిన్న కుటుంబాల్లో మరీ కష్టం. రేడియం ట్రీట్‌మెంట్‌కి రెండు వేలంటాడు డాక్టర్. అంత డబ్బు వుండదు. రోగికి విషయం తెలియనివ్వరు. తలలో కేన్సర్‌కి తలనొప్పి మందు వాడతారు. ఇదంతా జరుగుతుందా? మనుష్యులింత హీనంగా వుంటారా- అంటే? వుంటారు. కేన్సరూ, చావు తాలూకు భయమూ, మనిషిని ఆ స్థితికి తీసుకెళతాయి, కోర్టుకు లాగుతాయి. అదే కేన్సర్‌కీ, కోర్టుకీ వున్న సంబంధం.

లాయరు పంతులుకి సెక్షన్లన్నీ నోటి చివర వుంటాయి. ప్రతి వాక్యం చివరా ఒక కేసు తాలూకూ వివరం చెబుతూ వుంటాడు. వినేవాడికి తన లీగల్ పరిజ్ఞానంతో స్పెల్‌బౌండ్ చేయటం అతడికి వెన్నతో పెట్టిన విద్య. "చెప్పండి సార్! ఏం చెయ్యాలి?" అని అడిగాడు.

"ప్రార్థన అని ఒక పన్నెండేళ్ళ పాపని ఆస్పత్రిలో చేర్చారు. తండ్రి పేరు భార్గవ. అతడు ట్రీట్‌మెంట్ వద్దంటున్నారు" అన్నాడు డాక్టర్ మహేంద్ర కేసు వివరాలు చెబుతూ.

"డబ్బు ఖర్చవుతాయనా?"

"కారణాలు ఏమయితేనేం... తల్లి మాత్రం చాలా మంచిది. నెమ్మదస్తురాలు. ఆమెకి సాయం చెయ్యాలి. అందుకే మీకు ఫోన్ చేసేను. వీలు అవుతుందా?"

"హిందూ మైనారిటీ అండ్ గార్డియన్‌షిప్ ఆక్టు, సెక్షన్ 6 ప్రకారం, అయిదు సంవత్సరాలు దాటిన పిల్లలకు న్యాచురల్ గార్డియన్ తండ్రే. తల్లికే విధమైన హక్కూ లేదు".

"అంత సులభంగా తేల్చేస్తే ఇక మీలాంటి లాయర్లెందుకు?"

పంతులు నవ్వేడు. "... నారాయణదాస్ వర్సెస్ సువర్ణా కౌర్ అన్న కేసులో తండ్రి పట్టించుకోకపోతే తల్లి కోర్టుద్వారా సంరక్షణ హక్కు పొందవచ్చునని పాట్నా కోర్టు తీర్పు యిచ్చింది 1969లో" అన్నాడు.

"కానీ ఈ కేసులో తండ్రి తనే సంరక్షణ వహిస్తానంటున్నాడు. ఏ పరిస్థితిలో కూడా తల్లికి హక్కులేదా?"

"ఒక రకంగా అయితే ఉంటుంది".

"ఎలా?"

"ఆ కూతురు అక్రమ సంతానం అయి, ఆమె పుట్టుక్కీ, తండ్రికీ ఏ సంబంధమూ లేకపోతే, సెక్షన్ సిక్స్, బి ప్రకారం తల్లికే సర్వహక్కులూ వుంటాయని రాజ్యలక్ష్మి వర్సెస్ రామచంద్రన్ అనే కేసులో 1967లో కోర్టు తీర్పు ఇచ్చింది".

"మిమ్మల్ని తగలెయ్య, ఇంతకన్నా మామూలు పద్ధతులేమీ లేవా?"

"ఎందుకు లేవు! మీరు పంపించండి, నేను చేసుకుంటాను. ఏ న్యాయసూత్రం చెప్పినా, పిల్లలకి అన్యాయం జరక్కూడదనే చెబుతుంది. ఈ విషయం 1977లో సుప్రీంకోర్టు ధృవపర్చింది".

"అవును, పాప ఆరోగ్యం ముఖ్యం. అందుకే నేనూ ఒక ఛాలెంజ్‌గా తీసుకుని ఈ కేసుని మీ దగ్గరికి పంపుతున్నాను. ఫీజు తీసుకోకండి".

"మీరు చెప్పారు కాబట్టి తీసుకోను".

"రేపు సాయంత్రానికల్లా ఆమెని గార్డియన్‌గా ధృవీకరిస్తూ నాకు కోర్టునుంచి ఆర్డర్లు కావాలి. తెప్పించగలరా?"

"లాయర్ పంతుల్ని మీరు తక్కువ ఎస్టిమేషన్ వేస్తున్నారు. ఒక పాప ప్రాణాన్ని రక్షించటం కోసం- కావాలంటే ప్రార్థన అనే అమ్మాయి, భార్గవ అనే వాడికి పుట్టలేదని నిరూపించి అయినా సరే కోర్టు ఆర్డరు తెప్పిస్తాను".

"గుడ్" అని ఫోన్ పెట్టేసేడు మహేంద్ర.

మూడు

శరీరంలో అనవసరమైన జీవకణం విపరీతంగా పెరిగిపోవటమే కేన్సర్!! మశూచి, టి.బి., ప్లేగు మనిషిని వంద సంవత్సరాల క్రితం పిశాచాల్లా భయపెట్టేవి. వాటి పేరు చెప్తేనే మనుషులు స్పృహతప్పి పడిపోయేవారు. కాలక్రమేణా మనిషి వాటికి మందు కనుక్కొన్నాడు. ఆ పోరాటంలో ఎంతోమంది తమ ప్రాణాల్ని కోల్పోయేరు. ప్రస్తుతం మనం టి.బి.ని చాలా సామాన్యమైన వ్యాధిగా చూస్తున్నాం. కానీ పాత వ్యాధులు నశిస్తూ వుంటే మనిషి క్రొత్త రోగాల్ని ఎదుర్కొనవలసి వస్తూంది. పరిస్థితి వత్తిడులు హార్టు అటాక్‌లనీ, వాతావరణ కాలుష్యం కేన్సర్‌నీ తయారు చేసేయి. ఈ రెండూ ప్రస్తుతం మనిషిని అమితంగా భయపెడుతూన్న మారణహోమాలు. ఈ కేన్సర్ అనే రాక్షసి దావానలంలా వ్యాపిస్తూ 'రాజు-కూలి' అనే తేడా లేకుండా కాల్చేసుకుంటూ పోతూంది. ప్రతి సంవత్సరం 3,00,000 మంది కేవలం ఈ వ్యాధివల్ల మరణిస్తున్నారు. వాతావరణ కాలుష్యం ఇలాగే కొనసాగి, ఈ లోపులో కేన్సర్‌కి మందు కనుక్కోబడకపోతే 1999 నాటికి వేలసంఖ్యలో మాత్రమే ప్రపంచ జనాభా మిగులుతుంది.

కేన్సర్ అన్న పదానికి అర్థం లాటిన్‌లో "పీత" (క్రాబ్). పీతలాగా అది అన్ని వైపులకీ పాక్కుంటూ పోతుంది. కాబట్టి దానికా పేరు పెట్టారు. దాదాపు డెబ్బై సంవత్సరాల క్రితం కేన్సర్‌తో యుద్ధం ప్రారంభమయింది. కానీ కేన్సర్‌కి మందు కనుక్కోబడటం కొన్ని "పెద్ద" కంపెనీలకీ, ఇన్‌స్టిట్యూట్‌లకీ ఇష్టంలేదు. ఒక చిన్న మారో టాన్స్‌ప్లాంటేషన్‌కి ఆరేడు లక్షల రూపాయల దాకా ఖర్చవుతుంది. బాగా డబ్బున్న వాళ్ళకి వచ్చే ఈ ఖరీదయిన జబ్బుకి ఓ వంద రూపాయలు ఖర్చుతో నయమయ్యే మందు కనుక్కోబడితే- అప్పుడింత పెద్ద పెద్ద ఆస్పత్రులూ, ఖరీదయిన ఫీజులు వసూలుచేసే డాక్టర్లూ ఏమవుతారు? అందుకే "కొన్ని చోట్ల" దీన్ని నొక్కెయ్యటానికి ప్రయత్నాలు జరుగుతున్నాయి. కానీ ఇది ఆగదు.

శరీరంలో అవసరమైన జీవకణాలు విపరీతంగా పెరిగిపోయి మనిషిని చంపటమే కేన్సర్! దీన్ని నిరోధించాలి అంటే మామూలు జీవకణానికీ, కేన్సర్ జీవకణానికీ తేడా కనుక్కోవాలి. అలా కనుక్కున్న సైంటిస్టు కోసం భవిష్యత్తులో నోబెల్ బహుమతి సిద్ధంగా వుంది.

మనిషి తనను ఛిద్రం చేసుకుంటూ- తనను సృష్టించేదేమిటో కనుక్కోవటానికి ప్రయత్నిస్తున్నాడు. లోతుకు వెళ్ళిన కొద్దీ సమస్య మరింత జటిలమవుతూంది.

ఉదాహరణకు రక్తంలో వుండే ఒక హిమోగ్లోబిన్ని తీసుకుంటే, దాని మాలిక్యూలర్ బరువు 67,000. కానీ అందులో వుండేవి నాలుగు ఇనుము పరమాణువులు మాత్రమే. వీటి బరువు (4 × 56) మొత్తం కణపు బరువులో మూడు వందలో వంతు (1/300). మరి మిగతాది? మిగతావన్నీ ఎమినో యాసిడ్స్. ఒక ఎమినో ఆసిడ్ బరువు సగటున 120. కాబట్టి ఈ లెక్కన ఒక కణంలో 550 ఎమినో ఆసిడ్స్ వుండి వుండాలి.

ఈ విధంగా సైంటిస్ట్‌లు లెక్క కట్టేసరికి ఒక అద్భుతమైన రహస్యం బయటపడినట్టూ అనిపించింది.

కానీ 1935లో ఆఖరి ఎమినో ఆసిడ్ కనుక్కోబడి మొత్తం పంతొమ్మిది రకాల ఎమినో ఆసిడ్స్ వున్నాయని నిర్ధారణ అయింది. సంక్షిప్తంగా వీటిని గ్లెయి-వాల్-లియా-ప్రొహిస్- ఇలా పంతొమ్మిది పేర్లతో పిలుస్తారు.

దీనిని బట్టి తేలిందేమిటంటే జీవకణంలో కేవలం ఒక్క ఎమినో ఆసిడ్ తన స్థానం మార్చుకోవటం ద్వారా మొత్తం కణం యొక్క రూపునే మార్చేస్తుందన్న మాట.

ఒక ప్రొటీన్ కణంలో ఈ అమరిక ఏ వరుసక్రమంలో వుంటుందో కనుక్కున్నందుకు 1958లో 'సింగర్'కి నోబెల్ బహుమతి వచ్చింది.

అప్పట్నుంచీ మనిషికీ, దేముడికీ యుద్ధం జరుగుతూనే వుంది. దేముడి సృష్టి రహస్యాన్ని కనుక్కోవటానికి మనిషి అనుక్షణం ప్రయత్నిస్తున్నాడు. ఒక్కో విషయం తెలుస్తూన్న కొద్దీ మనం ఎంత అజ్ఞానంలో వున్నామో బయట పడుతూంది. మొన్న మొన్న 1962లో 'మిల్లర్' కనుక్కొనేవరకూ మన శరీరంలో ప్రవేశించిన శత్రువుల్తో యుద్ధం చెయ్యటానికి కావల్సిన యాంటీ బాడీస్‌ని తయారుచేసేది మెడ క్రిందుగా వుండే థైమస్‌గ్లాండ్ అని మనకు తెలీదు. (ఇరవై సంవత్సరాల క్రితం మనం ఇంత అజ్ఞానంలో వున్నాం).

'పెరిగిపోవటానికీ' కేన్సర్‌కీ దగ్గిర దగ్గిర సంబంధం వుందని పైన చెప్పటం జరిగింది. సృష్టికి కారణభూతమయిన సెక్స్ హార్మోను తప్పుదారి పడితే, అది కేన్సర్‌ని సృష్టించటం మొదలు పెడుతుందని హైన్రిచ్ వేలెండ్ కనుక్కున్నాడు. ఇతడికి 1927 సంవత్సరపు నోబెల్ బహుమతి లభించింది. ఇది కేన్సర్ రంగంలో రెండో గెలుపు.

అప్పటివరకూ మామూలుగా వుండి, ఒక వయసు వచ్చేసరికి తొందరగా పెరిగే అవయవాలే కేన్సర్‌కి గురికావటం గమనార్హం. బాలికల్లో పన్నెండు నుంచీ పధ్నాలుగు సంవత్సరాల వయసులో ఆకస్మికంగా పెద్దవయ్యే స్థనాలూ, జననాంగాల్లో ఆ వయసులో వచ్చే మార్పులూ, పురుషుల్లో ప్రొస్టేట్స్‌లో వచ్చే మార్పులూ- ఇలా 'తక్కువ' సమయంలో పరిణతి చెందే అవయవాలే ఎక్కువ కేన్సర్‌కి లోనవుతాయి.

కేన్సర్ రంగంలో ఈ విధంగా శాస్త్రజ్ఞులు ముందుకు వెళుతున్నారు. ఎంత ముందుకు వెళ్ళినా రహస్యం శోధింపబడటం లేదు, అదంత సులభం కాదు. ఎందుకంటే ఆ రహస్యం కనుక్కున్న మరుక్షణం స్త్రీ పురుషులు లేకుండా జీవోత్పత్తి ప్రారంభానికి అంకురార్పణ జరుగుతుంది.

* * *

ఆఫ్రికా ఖండపు దక్షిన భాగాన ఒక ప్రాంతం పేరు బోచ్వానా. ఈ ప్రాంతమంతా చిట్టడవి. 'లింపోపో' అనే నది ఈ ప్రాంతం నుంచే ప్రవహిస్తుంది. ఇక్కడ మనుష్యులు 'చిమాంగ్‌వాతో' తెగకి చెందిన వాళ్ళు. ఈ దేశపు దక్షిణ ప్రాంతమంతా పెద్ద కల్హారా ఎడారి. ఈ ఎడారిలో వుండే బుష్‌మెన్ అనే ఆదిమవాసులు చాలా ప్రమాదకరమైన ఆటవికులు.

ఈ దేశం యొక్క పూర్వచరిత్ర ఎవరికీ తెలీదు.

మొట్టమొదటి మానవుడు ఈ ప్రదేశాల్లోనే పరిణతి చెందాడని చరిత్రకారులు చెపుతారు.

అయిదువేల సంవత్సరాల క్రితం బోయర్లు అనే తెగవారికీ, బుష్‌మెన్లకీ ఈ ప్రాంతంపై ఆధిపత్యం కోసం యుద్ధాలు జరుగుతూ వుండేవి. చాలా దారుణమైన యుద్ధాలు అవి. విషం పూసిన బాణాల్తోనూ, బల్లేల్తోనూ దాడులు జరిపేవారు.

ఎలా వచ్చాయో తెలీదు కానీ, దక్షిణ భారతదేశపు అడవుల్లో వుండే మరిశ జాతి కోయలకీ, చిమాంగ్‌వాతో తెగకీ దగ్గిర పోలికలు వచ్చాయి. కొన్నివేల సంవత్సరాల క్రితం బహుశా వీళ్ళు వలస వచ్చినవారై వుండాలి. అది వేరే సంగతి.

ఈ బుష్‌మెన్‌లు యుద్ధంలో శత్రువుల్ని జయిస్తే అతడిని మామూలుగా వదిలిపెట్టేవారు కాదు. శిరస్సు కత్తిరించి తెచ్చేవారు. నిండు పౌర్ణమి రోజు ఎనిమిది రకాల మూలికలతో మంటపెట్టిన రసాయనంలో ఆ తలని వేసేవారు.

రెండు నిమిషాలలో ఆ శిరస్సు చిన్న టెన్నీస్ బంతి పరిమాణంలోకి కుదించుకుపోయేది. అయినా ఆ మనిషి తాలూకు కళ్ళు జీవంతో ఉట్టిపడేవి. నుదురు, నోరు, ముక్కు అన్నీ స్పష్టంగా తెలిసేవి. పుట్టుమచ్చలు కూడా మాయమయ్యేవి కావు. కాని తల మాత్రం చిన్నదైపోయేది. ఈ 'కుదింపు'కి హేతువు వాళ్ళకి తెలీదు. ఆ బంతిలాంటి శిరస్సులని మాత్రం తమ విజయానికి చిహ్నంగా తమ ఇళ్ళకి తోరణాల్లా కట్టుకునేవారు ఆ ఆదిమవాసులు.

తరువాత చరిత్ర మారింది.

బోయర్లకీ, చిమాంగ్‌వాతో తెగలకీ జరిగిన యుద్ధంలో వీళ్ళు ఓడిపోయి, బ్రిటీష్ ప్రభుత్వ రక్షణ ఆశ్రయించారు. రెండు పిల్లులు- కోతికథలాగ బ్రిటీష వారు ఈ దేశాన్ని ఆక్రమించి పాలించటం మొదలుపెట్టారు. 1966లో బోచ్వానా స్వతంత్ర దేశమైంది.

ఆటవికులు, రెడ్ ఇండియన్లు, బుష్‌మెన్‌లు క్రమక్రమంగా అంతరించి, అక్కడ నాగరికత విస్తరిస్తూంది.

మనిషి, శరీరం కుంచించుకు పోయేటట్టూ చేసిన ఆ మూలికలేమిటో వివరించే సత్యం చరిత్ర పుటలలో నిక్షిప్తమై పోతూంది.

* * *

ఒక సైన్సు జర్నల్‌లో ప్రచురితమైన ఈ వ్యాసాన్ని లాబ్‌లో కూర్చొని అతడు చదువుతూ వుండగా శంకర్‌లాల్ దగ్గర్నుంచి పిలుపు వచ్చింది. అప్పుడే ఈ వార్త ఆఫీసంతా పాకిపోయినందుకు మనసులోనే ఆశ్చర్యపడుతూ అతడు ఎమ్.డి. గదిలోకి వెళ్ళాడు.

"కూర్చోండి భార్గవా! ఐయామ్ సారీ. మీ కూతురికీ..." అంటూ అతడేదో చెప్పబోతూంటే 'ఇట్సాల్ రైట్' అన్నాడు కూర్చుంటూ.

శంకర్‌లాల్ కొంచెంసేపు మౌనంగా వుండి "ఏ స్టేజిలో వుంది?" అని అడిగాడు.

"అక్యూట్... సిక్స్టీ థౌజండ్ కౌంట్".

"మైగాడ్"

భార్గవ మాట్లాడలేదు.

"నేను అకౌంటెంట్‌తో చెప్పాను. అడ్వాన్స్ ఎంత కావల్సినా తీసుకోండి. ఫ్యామిలీ ఇన్సూరెన్స్ క్రింద తర్వాత క్లెయిమ్ చేద్దురుగాని".

"థాంక్స్" క్లుప్తంగా అన్నాడు భార్గవ.

"డాక్టర్ మహేంద్రతో నన్ను మాట్లాడమంటారా?"

"ఎవరు మాట్లాడి మాత్రం చేసేదేముంది?"

అతడు ఎక్కడికక్కడ మాటల్ని తుంచేస్తూ ముభావంగా మాట్లాడటాన్ని శంకర్‌లాల్ మరోలా అర్థం చేసుకుని "పోనీ కొన్నాళ్ళు శలవు తీసుకుని వెళతారా? మీ కూతురి దగ్గర వుండండి" అన్నాడు సానుభూతితో.

"అక్కర్లేదు. ఇంకెంత? పన్నెండు రోజులు"

అతడు పచ్చినిజాన్ని అంత నిర్లిప్తంగా మాట్లాడటంతో శంకర్‌లాల్ అవాక్కయ్యాడు.

అతడికేం మాట్లాడాలో తోచలేదు. "మీ ఆస్పత్రి బిల్లు సరాసరి మనకి పంపమని వ్రాయమని చెప్పాను" అన్నాడు.

"థాంక్స్" అన్నాడు భార్గవ. "కానీ ఇప్పటికే అది ఎనిమిదివేలు అయింది. ఈ పదిరోజులలో ఇంకో యాభయ్ వేలదాకా అవుతుంది. ఒకటి రెండు రోజులు నా కూతురు ఎక్కువ బ్రతుకుతే, మరో అయిదారు వేలు ఎక్కువవుతుంది".

"మైగాడ్! మీరెంత దారుణంగా మాట్లాడుతున్నారు".

"ఉన్న నిజాన్ని పచ్చిగా మాట్లాడుతున్నాను. నాకు ఇన్సూరెన్స్ పదివేలకంటే ఎక్కువ రాదు".

"బోర్డులో పెట్టి మిగతా ఖర్చుకూడా రి-ఇమ్‌బర్స్ చేయిస్తాము".

ఈ మాటకి భార్గవ కాస్త చలించి, "థాంక్స్. మీకు నా కృతజ్ఞతలు ఎలా చెప్పుకోవాలో తెలియటం లేదు" అన్నాడు.

"సల్ఫా-3 కనుక్కోవటం ద్వారా" తాపీగా అన్నాడు శంకర్‌లాల్. భార్గవ ఉలిక్కిపడి చూసేడు.

"అవును భార్గవా! మన చంపాలాల్ ఫార్ములా సల్ఫా-2 చాలా అవుట్ డేటెడ్ అయిపోయింది. ఈ సంవత్సరపు పద్మశ్రీ రికమండేషన్ల తారీఖు కూడా దగ్గర పడింది. ఇక నీదే ఆలస్యం-"

భార్గవ విసురుగా కుర్చీలోంచి లేచాడు.

"ఒక తండ్రిగా సర్వస్వం ధారపోసయినా నా కూతుర్ని రక్షించుకోటానికి వెనుదీయను నేను. కానీ ఒక డాక్టర్‌గా, ఒక సైంటిస్ట్‌గా మీ కాన్స్‌క్యూర్ మందేమిటో తెలిసేక- నా కూతురి కోసం ఆ మందులువాడుతూ మిమ్మల్ని తిట్టుకోని క్షణం లేదు. రేపు నేను సల్ఫా-3 ఫార్ములా మీకిస్తే దానికో అందమైన పేరుపెట్టి మార్కెట్‌లోకి వదుల్తారు మీరు. ఎంతో మంది తండ్రులూ, తల్లులూ కొండంత ఆశతో దాన్ని వాడటం మొదలు పెడ్తారు. చివరికి రోగి చచ్చిపోతే- ఎలాగూ చచ్చిపోతాడు కాబట్టి, వాళ్ళ ఉసురు మీతోపాటు నాకూ తగులుతుంది. ఒక నిరర్థకమైన మందు వాడుతూ నేనెంత బాధపడుతున్నానో, అంత నిరర్థకమైన మరో మందు నా పేరు మీద మీకివ్వలేను, క్షమించండి..." అంటూ అక్కణ్ణుంచి వెళ్ళిపోయాడు.

అతడి వెనకే స్ప్రింగ్ డోర్స్ మూసుకుపోయాయి.

* * *

భార్గవ తిరిగి తన లాబ్‌కి రాబోతూంటే వరండాలో ఒక వ్యక్తి తగిలాడు. లూజు చొక్కా ఇన్-షర్ట్ వేసేడు. కాళ్ళకి మాసిన చెప్పులున్నాయి. చేతిలో చిన్న షార్టుహాండు పుస్తకంలా వుంది.

"గుడ్ ఈవెనింగ్. నేను 'గుడ్ మార్నింగ్' పత్రికా విలేఖరిని. రేపు పేపర్లో కేన్సర్ గురించి ఒక వ్యాసం ప్రచురిస్తున్నాం. మీలాంటి ప్రముఖుల అభిప్రాయాలు సేకరించి వేద్దామని వచ్చాను" అన్నాడు.

"క్షమించండి. నేను బిజీగా ఉన్నాను" అన్నాడు భార్గవ. నిజానికి అతడు ఇప్పుడు ఏ ఇంటర్వ్యూ ఇచ్చే మూడ్‌లో లేడు. శంకర్‌లాల్ అన్న మాటలే మనసులో మెదుల్తున్నాయి. అదీగాక- ఎంత తొలగించినా ప్రార్థన తాలూకు ఆలోచనలు వచ్చి ముసురుకుంటున్నాయి.

ఇంతలో వరండా ముఖద్వారం తెరుచుకుని విసురుగా చంపాలాల్ వచ్చాడు. అతడి మొహం కందిపోయి వుంది. వచ్చీ రాగానే పెద్ద కంఠంతో "ఏమిటి? కాన్స్-క్యూర్ గురించి ఎమ్.డి. దగ్గర ఏదో అన్నారట" అన్నాడు. అతడి స్వరంలో, ఈ రోజు అటో ఇటో తేల్చుకోవాలి అన్న నిర్ణయం కనబడుతూంది.

తను గదిలో వచ్చీ రాకముందే ఆ వార్త చంపాలాల్‌కి క్షణాల మీద చేరిపోవటం గమనించి భార్గవ విస్మయం చెందాడు. అతడికి పట్టలేనంత అసహ్యం కూడా వేసింది.

"అవును, అన్నాను తప్పా" అన్నాడు తాపీగా.

ఊహించని ఈ సమాధానానికి చంపాలాల్ ఒక క్షణం బిత్తరపోయి రెట్టించిన కోపంతో, "ఏమన్నారు మీరు? మళ్ళీ అనండి" అన్నాడు.

"అంటాను. తప్పేముంది? కేన్సర్ వ్యాధికి మీరు కనుక్కున్న మందు వాడటంవల్ల ఏ మాత్రమూ లాభంలేదని ఒకసారి కాదు. వెయ్యిసార్లు అంటాను".

"ఎంత ధైర్యం మీకు?" ఇంగ్లీషులో బిగ్గరగా అరిచేడు. చంపాలాల్. అతడి ఎర్రటి, లావాటి బుగ్గలు మరింత ఎర్రబడ్డాయి. "పది సంవత్సరాలుగా దేశంలోని డాక్టర్లు, స్పెషలిస్టులు ఇది తప్ప కేన్సర్‌కి ఇంకొక మందులేదని ముక్తకంఠంతో వప్పుకున్నప్పుడు దాన్ని మీరెలా కాదనగలరు?"

"కేన్సర్ వచ్చింది ఈసారి నా కూతురికి కాబట్టి"

కళ్ళు చిట్లించి "అయితే" అన్నాడు.

"నాకు సంబంధంలేని విషయం కాబట్టి నేను జోక్యం కలిగించుకోలేదు ఇన్నాళ్ళూ. చివరికి అది నా కూతురు మీదే వాడటం మొదలు పెట్టేసరికి వద్దన్నానంతే..."

"ఎందుకో..."

"అక్యూట్ మైలోబ్లాస్టిక్ లుకేమియాకి మీ మందు పనిచెయ్యదు కాబట్టి"

"ఈర్ష్య! ఇదంతా ఈర్ష్య! ఒక సైంటిస్టుకి కళ్ళముందే పద్మశ్రీ బిరుదు రావటం- అతడు కనుక్కున్న మందుకి కోట్లలో పేటెంట్ ధనం రావటం ఇదంతా చూసి కళ్ళు తిరిగిపోతున్నాయి. ఈ అక్కసుని యిలా వెళ్ళబుచ్చు కుంటున్నావు నువ్వు" ఈసారి హిందీలో అరిచేడు.

"నాకు కళ్ళు తిరిగిపోలేదు కాబట్టే వాస్తవాన్ని చూడగలుగుతున్నాను. కేన్స్ క్యూర్ కంపోజిషన్ ఏమిటి? అసలు దాంట్లో బేసిక్ డ్రగ్ ఏమిటి? డ్రగ్ కంట్రోలర్ నుంచి పద్మశ్రీ బిరుదు ఇచ్చిన వాళ్ళవరకూ ఒకరైనా దీన్ని ఆలోచించారా? ఒక్కక్షణం ఆలోచిస్తే చాలు అన్నీ బైటపడతాయి" అంటూ లోపలికి వెళ్ళాడు తన లాబ్‌లోకి.

వెళ్ళాడన్న మాటేగానీ మనసంతా చికాకుగా తయారయింది. సాయంత్రం మరి పని చెయ్యలేకపోయాడు.

సాయంత్రం ఆస్పత్రి క్కూడా వెళ్ళలేదు.

వెళితే భరించలేడని తెలుసు.

తెల్లవారేసరికి కౌంటు 70,000 అవుతుంది.

దాన్ని ఎవరూ ఆపలేరు.

రాత్రంతా నిద్రలేకుండా గడిపాడు.

తెల్లవారేక ఇంక వుండబట్టలేక ఆస్పత్రికి ఫోన్ చేసేడు. డ్యూటీ నర్సు ఎత్తింది ఫోన్. అతడు ఊహించినది కరక్టే. కౌంటు 72,000 వుంది. అతడు బాధగా కళ్ళు మూసుకున్నాడు. ఒక కన్నీటిచుక్క చెంప మీదకు రాలింది.

అమ్మా? ప్రార్థనా! ఎంత దయనీయమయిన స్థితి అమ్మా ఇది. నేనుండీ నీకేమీ చెయ్యలేకపోతున్నాను. కనీసం దగ్గరుండి ఓదార్పు కూడా చెప్పలేక పోతున్నాను. నన్ను క్షమించు చిట్టితల్లీ. మరు జన్మంటూ వుంటే అప్పుడు నువ్వు నాకు తల్లివై పుట్టు- గుక్కెడు పాలకోసం గొంతు ఆర్చుకుపోయేలా నేను రోదిస్తూ వుంటే నిర్దాక్షిణ్యంగా నన్ను ఏ పెంటకుప్ప మీదో పారెయ్యి. నేను ఇప్పుడు నీకు చేస్తున్న దానికి అదే నాకు సరి అయిన శిక్ష. ఈ రంగంలో సైంటిస్టుని అయ్యుండీ నేను నిన్ను రక్షించుకోలేక పోయినందుకు అది కూడా చిన్న శిక్షే అవుతుందేమో.

2

జీవితంలో కొన్ని కొన్ని సంఘటనలు మామూలుగా జరిగిపోతూ వుంటాయి. అయితే వాటి పరిణామాన్ని బట్టి వాటి ప్రాముఖ్యత పెరుగుతుంది. మనిషి మీద దాని ప్రభావం లేకపోతే వాటికి విలువే వుండదు.

ఆ రోజు విజయభార్గవ తొందరగా ఇన్‌స్టిట్యూట్‌కి వెళ్ళాడు. అక్కడ పనికూడా ఎక్కువగా లేదు. కాని ఇంట్లో వుండలేక- ఆస్పత్రిలో గడపలేక- ఇన్‌స్టిట్యూట్ కాస్త బావున్నట్టు తోచింది.

ఆ రోజు ప్రొద్దున్నే ఎనిమిదిన్నరకి బోర్డు మీటింగ్ ప్రారంభమయింది. అది పూర్తయ్యేసరికి పదకొండు అయింది.

పదకొండున్నరకి శంకర్‌లాల్ నుంచి పిలుపు వచ్చింది. బహుశా బోర్డు మీటింగ్‌లో తన ఇన్సూరెన్స్ తాలూకా సంగతి చెప్పటం కోసమేమో అనుకుంటూ వెళ్ళాడు.

ఎయిర్ కండిషన్డ్ రూమ్‌లో శంకర్‌లాల్ కూర్చుని వున్నాడు. అతడి మొహం ఎన్నడూ లేనంత ప్రశాంతంగా వుంది. భార్గవని చూడగానే లేచి, "రండి భార్గవా" అన్నాడు.

అతడు కూర్చున్నాక, "ఈరోజు ప్రొద్దున్న బోర్డు మీటింగు జరిగింది" అన్నాడు.

"అవును విన్నాను" అన్నాడు భార్గవ.

"సల్ఫా–3 మందు మీద రిసెర్చి కొత్తగా వచ్చిన డాక్టర్ చక్రవర్తికి ఇవ్వటానికి నిర్ణయం జరిగింది?"

భార్గవ చప్పున తలెత్తి చూసేడు. శంకర్‌లాల్ కళ్ళల్లో అదోలాటి భావం, 'మంచి ఛాన్సు పోగొట్టుకున్నావ్ సుమా' లాటి భావం...

భార్గవ తలూపి "పోన్లెండి, నాకు దానిమీద అంత ఇంటరెస్టు లేదు" అన్నాడు.

శంకర్‌లాల్ చాలా తాపీగా "మీకు అసలు ఈ ఇన్‌స్టిట్యూట్ మీదే ఇంటరెస్టు లేదని బోర్డు సభ్యులు అభిప్రాయపడ్డారు డాక్టర్ భార్గవా" అన్నాడు.

భార్గవ ఉలిక్కిపడి చూసేడు. "ఏమిటి, ఏమిటి మీరంటున్నది" అన్నాడు తడబడుతూ.

శంకర్‌లాల్ డ్రాయర్‌లోంచి ఒక న్యూస్ పేపర్ తీసి పైన పెడుతూ "ప్రొద్దున్న బోర్డు రూమ్‌లో ఈ పేపర్ ఒక తుఫానుని సృష్టించింది. మొత్తం మెంబర్లందరూ చిటపటలాడిపోయారు" అన్నాడు.

భార్గవ పేపర్‌వైపు చూసేడు. ఆ పత్రిక పేరు –

"గుడ్ మార్నింగ్"

ఏదో తెలియని భయంతో అతడి వెన్ను జలదరించింది. చటుక్కున ఆ పేపర్ని ముందుకు లాక్కుని చదవటం ప్రారంభించాడు. మొదటి పేజీలోనే తాటికాయంత అక్షరాలతో వుందా వార్త.

"డా॥ భార్గవ కాన్స్‌క్యూర్‌పై సవాల్"

"కాన్స్–క్యూర్ అనే మందు కేన్సర్‌ని అసలు తగ్గించదనీ అది అంతా మోసమనీ పది సంవత్సరాల నుంచీ ప్రజలు దివ్య ఔషధంలా వాడుతున్న ఆ మందు కేవలం బూటకమని డాక్టర్ భార్గవ అన్నారు. ఈ మందుని కనుక్కున్న పద్మశ్రీ చంపాలాల్, డాక్టర్ భార్గవ ఈ విషయంపై ఒకర్నొకరు దాదాపు తిట్టుకోవడం మా విలేఖరి ముందే జరిగింది. ఈ ఇద్దరు డాక్టర్లూ మోహన్‌లాల్ ఇన్‌స్టిట్యూట్‌లోనే పనిచేయటం గమనించతగ్గ విషయం. సామ్సన్ అండ్ సామ్సన్ కంపెనీకి 'కాన్స్–

క్యూర్' తాలూకు పేటెంట్‌ని అమ్మింది కూడా మోహన్‌లాల్ ఇన్‌స్టిట్యూటే అవటం మరో విశేషం..."

ఇలా సాగిపోయింది ఆ న్యూస్. భార్గవ దాన్ని చదవటం లేదు- కేన్సర్‌పట్ల ప్రముఖుల అభిప్రాయాన్ని ప్రచురించటానికి వచ్చిన విలేఖరి ఈ అవకాశాన్ని చాలా చక్కగా వాడుకున్నాడన్నమాట. అతడికి కుంచించుకుపోతున్న ఫీలింగు కలిగింది.

ఆ గది నిశ్శబ్దంగా వుంది.

ఆ నిశ్శబ్దంలోంచి శంకర్‌లాల్ కంఠం మంద్రస్థాయిలో వినిపించసాగింది.

"ఒక కార్యాలయంలో పనిచేసే ప్రతి మనిషికి కొన్ని ఎథిక్స్ వుండాలి భార్గవా! అఫీషియల్ సీక్రెట్స్ గురించయితే అసలు చెప్పనవసరం లేదు. కేన్స్-క్యూర్ ఎటువంటి మందూ అని నేను ఇక్కడ చర్చించబోవటం లేదు. మీరు చేసింది తప్పు! ఘోరమైన తప్పు!! ఈ ఇన్‌స్టిట్యూట్‌లో పనిచేస్తూ- ఈ ఇన్‌స్టిట్యూట్ పేటెంట్ చేసిన మందు గురించి బాధ్యతా రహితంగా ఒక పత్రికా విలేఖరి సమక్షంలో మీరు మాట్లాడిన మాటల్ని అంత తేలిగ్గా తీసుకోలేదు బోర్డు. ఈ పేపర్ చదివి, బోర్డులో ప్రతీ మెంబరూ ఈ అవమానం తమకే జరిగినట్టూ భావించారు. ఈ ఇన్‌స్టిట్యూట్‌కి మీ సర్వీసెస్ ఇక అనవసరం అని ఏకగ్రీవంగా నిర్ణయించారు. అసలింత బాధ్యతా రహితంగా ఒక పత్రికకు ఇంటర్వ్యూ ఇచ్చినందుకు మీ మీద చట్టరీత్యా చర్య తీసుకోమన్నారు కూడా, నేనే అడ్డుపడి దాన్ని ఆపుచేసేను. ఐయామ్ సారీ భార్గవా! మిమ్మల్ని ఉద్యోగం నుంచి తొలగిస్తున్నట్టూ ఆర్డరు సంతకం చేయటం నాకు విచారకరంగా వుంది. పోతే నోటీసు ఇవ్వకుండా తీసేస్తున్నందుకు గానూ సర్వీస్ కండిషన్స్ ప్రకారం మీకు రెండు నెలల జీతం ఇవ్వబడుతుంది. మీ కూతురి అనారోగ్యం విషయమై యామై సారీ, ఇన్సూరెన్స్ ఇవ్వటానికి బోర్డు వప్పుకోలేదు. ఇంకో గంటలో మీకు ఆర్డర్లు ఇవ్వబడతాయి. సాయంత్రం లోపులో డాక్టర్ చక్రవర్తికి మీ పని, యింతకాలం మీరు చేసిన రీసెర్చి తాలూకు పేపర్లూ అందజెయ్యండి. ఆ పేపర్లు మా ఇన్‌స్టిట్యూట్ తాలూకు ప్రోపర్టీ. పోతే మీకు రావాల్సిన గ్రాట్యూటీ, పి.ఎఫ్.లు కాక మరో అయిదువేలు అదనంగా ఇవ్వటానికి కష్టపడి బోర్డుని వప్పించాను. మిమ్మల్ని తక్షణం తొలగించే షరతుమీద దానికి వప్పుకున్నారు వాళ్ళు. భార్గవా! భవిష్యత్‌లో ఎక్కడయినా మీకన్నా అనుభవజ్ఞులు ఏదయినా సలహా ఇస్తే దాని గురించి వెంటనే నిరాకరించక కాస్త ఆలోచిస్తూ వుండండి. అదే నేనివ్వగల సలహా. ఐయామ్ సారీ, నౌ యూ కెన్ గో....

సాయంత్రానికల్లా ఛార్జీ వప్పచెప్పండి ఐ వాంట్ ఆల్ దిస్ టు బి ఫినిష్డ్ బై ఈవెనింగ్".

"ఇది ... ఇది అన్యాయం" భార్గవ దాదాపు అరిచాడు.

"ఇందులో అన్యాయం ఏమీలేదు భార్గవా! బోర్డు నిర్ణయాన్ని మీకు చెపుతున్నాను అంతే" శంకర్‌లాల్ తాపీగా అన్నాడు.

"తన ఇష్టం వచ్చినట్టూ నిర్ణయాలు తీసుకునే అధికారం బోర్డుకి లేదు".

"కానీ ఒక ఇన్‌స్టిట్యూట్‌లో పనిచేస్తూ, దాని గురించి బాధ్యతా రహితంగా మాట్లాడటం మీకు నైతికంగా ధర్మంకాదు. అందుకే మిమ్మల్ని ఉద్యోగంలోంచి తొలగించవలసి వస్తూంది".

"నేను మాట్లాడింది పత్రికా విలేఖరితో కాదు- తోటి సైంటిస్టుతో"

"కానీ మీరు మాట్లాడినదంతా న్యూస్‌లో వచ్చేసింది. ఇప్పుడిక ప్రజల్లో కలవరం మొదలవుతుంది. పార్లమెంటులో ప్రతిపక్షాలు వూరుకోవు. మినిస్ట్రీ ఆఫ కెమికల్స్‌ని ఒక వూపు వూపేస్తాయి. ఈ తుఫానుని ఆ మినిస్టర్ తట్టుకోలేక మన మీద విరుచుకు పడవచ్చు. ఇదంతా కేవలం మీవల్లా, మీ బాధ్యతా రహితమైన మాటలవల్లా వచ్చింది. మీరు ఎక్కడో బయట వుండి ఈ విమర్శ చేస్తే ఫర్వాలేదు కానీ ఈ ఇన్‌స్టిట్యూట్‌లోనే వుండి మరీ కామెంట్ చేసేరు. దాంతో వచ్చింది చిక్కు".

శంకర్‌లాల్ మాటల్లో మునుపటి ఆవేశం లేకపోవటం, అతడు తగ్గి మాట్లాడటం గమనించాడు భార్గవ. దాంతో మానసికంగా బలం పుంచుకొని అన్నాడు...

"మినిస్ట్రీ ఆఫ కెమికల్స్‌కి జవాబు చెప్పుకోలేనంత బలహీనమైన స్థితిలో మనం వుంటే అది నిజంగా సిగ్గుపడవలసిన విషయం. అయినా మన ఇన్‌స్టిట్యూట్‌కి ఆ మినిస్ట్రీని ఎలా 'సమాధానపర్చాలో' బాగా తెలుసు. అందువల్ల మనం భయపడవలసినదేమీ లేదు"

శంకర్‌లాల్ భార్గవని నమిలి మింగేసేలా చూసేడు. భార్గవ బెదరలేదు. చేతిలో కాగితాలు సర్దుకుని లేచి నిలబడి "మరి నేను వెళ్ళొచ్చా?" అని అడిగాడు.

శంకర్‌లాల్ మాట్లాడలేదు.

భార్గవ కుర్చీ జరిపి, తలుపు దగ్గిరకు వచ్చి తెరచి బయటకు నడవబోతూ అక్కడే ఆగి, శంకర్‌లాల్‌తో అన్నాడు- "మన సెక్యూరిటీని కాస్త జాగ్రత్తగా వుండమనండి. అసలు సెక్యూరిటీ వున్నది బయట్నుంచి లోపలికి ఎవరొస్తున్నారా

పరీక్షించటం కోసం. అంతేకానీ గేటు దగ్గర కునికిపాట్లు పడుతూ కూర్చోవటానికి కాదు" అని వెళ్ళిపోయాడు.

అతడి వెనుకే తలుపు మూసుకుంది.

శంకర్‌లాల్ మొహం ఎర్రగా కందిపోయింది. కొద్దిసేపుపాటు కదల్లేక పోయాడు. చివరికి తేరుకుని, పెర్సనల్ ఫోన్ దగ్గరికి లాక్కుని డయల్ చేసేడు. ఆ సంభాషణ ఆపరేటర్ వినటం ఇష్టంలేక కాదు, అసలా నెంబరుకి తను ఫోన్ చేస్తున్నట్టు మూడో కంటికి తెలియటం ఇష్టంలేక!

"హల్లో" అని అట్నుంచి విన్పించింది.

"నేను శంకర్‌ని మాట్లాడుతున్నాను"

"చెప్పు"

"భార్గవ విషయం..." అని ఇంకా ఏదో చెప్పబోయాడు.

"ఇంకా అతడి విషయం ఏముంది? బోర్డులో నిర్ణయం జరిగిపోయిందిగా".

"అదంత సులభంగా అమలు జరిగేటట్టూ లేదు".

శంకర్‌లాల్ తనకీ- భార్గవకీ జరిగిన సంభాషణ అంతా చెప్పి "ఈ పరిస్థితుల్లో భార్గవ కోర్టుకి వెళితే కష్టమేమో. అతడు అలా మాట్లాడటం వల్ల డైరెక్టర్‌ల సానుభూతి పూర్తిగా కోల్పోయిన మాట నిజమే. కానీ లీగల్‌గా అతడిని ఉద్యోగం నుంచి తొలగించటానికి అంత చిన్న కారణం సరిపోదేమో".

"మరి ఆ విషయం తెలిసిన వాడివి ఎందుకు అంత తొందరపడి ప్రొద్దున్న బోర్డులో ఈ విషయం ప్రవేశపెట్టేవ్ శంకర్‌లాల్".

"మీ కోసం... కేవలం మీ కోసం చేసేను. సల్ఫా-3 మందు గురించి అతడలా నిర్లక్ష్యంగా మాట్లాడినప్పటినుంచీ అతడికి ఎలా గుణపాఠం చెప్పాలా అని ఆలోచిస్తూనే వచ్చాను. ఇన్నాళ్ళకి అతడు సరైన చోట దొరికాడనుకున్నాను. ఈ న్యూస్ పేపర్ బోర్డులో పెట్టేసరికి నేననుకున్నట్టే బోర్డు మెంబర్లు వెంటనే రియాక్టయి అతడిని ఉద్యోగంలొంచి తొలగిస్తూ ఆర్డరిచ్చారు. కానీ ఇతడు ఇలా ఎదురు తిరుగుతాడనుకోలేదు".

"సల్ఫా-3 కాదన్నాడా?"

"పద్మశ్రీ ఆశ పెట్టినా కాదన్నాడు".

"అయితే గొప్పవాడే అయి వుంటాడు. అంత గొప్పవాడు మనకెందుకు శంకర్‌లాల్".

"నా ఉద్దేశ్యమూ అదే".

"అతడిని ఉద్యోగంలోంచి తొలగిస్తున్నట్టూ టైప్ చేసిన ఆర్డర్ చేతికి ఇచ్చేశావా?"

"ఇంకా లేదు".

"కొంతకాలం దాన్ని అట్టేపెట్టు".

"పెట్టి –"

"తరువాత ఆలోచిద్దాం".

"కానీ బోర్డు వూరుకోదు, ఏం చేసేవని అడుగుతుంది".

"ఇంకో నెలకి కదా బోర్డు సభ్యులు మళ్ళీ కలిసేది".

"ఈ లోపులో ఏం చెయ్యగలం?"

"తొందరపడకు. అయినా ఈ ఉద్యోగాలు వెయ్యటం, తీసెయ్యటం వీటిదేముందిలే చాలా చిన్న విషయాలు. అంతకన్నా ముఖ్యమైన నీతివాక్యాలు రెండు చెప్తాను. చిన్న స్లిప్స్ రెండింటిమీద వ్రాసుకుని బల్ల అద్దం క్రింద చెరోవైపునా పెట్టుకో, ముందు రెండు కాగితం ముక్కలు తీసుకో శంకర్‌లాల్. అనుభవం మీద నేను చెప్పే మాటలు అనుక్షణం నీకు పనికివస్తాయి, కాదనకు".

"తీసుకున్నాను".

"గుడ్. వ్రాసుకో... తెలివైనవాడు ఎప్పుడూ తొందరపడడు, అవకాశం కోసం ఎదురు చూస్తాడు".

"బావుంది. రెండోది?"

"తెలివైనవాడు ఎప్పుడూ అవకాశం కోసం ఎదురు చూడడు. తనే అవకాశాల్ని సృష్టించుకుంటాడు.... ఇది అద్దానికి రెండోవైపు పెట్టుకో".

"ఇదేమిటి? రెండూ పరస్పరం విరుద్ధంగా వున్నాయి?"

"ఆ రెంటినీ చెరోవైపునా పెట్టుకుని మధ్యలో కూర్చొని ఏది ఎప్పుడు వాడాలో తెలుసుకోగలిగేవాడే అసలు తెలివైనవాడు. ఇది మూడోది. దీన్ని వ్రాసుకోనక్కరలేదు శంకర్‌లాల్. దీన్ని మెదడులో వుంచుకో".

* * *

శంకర్‌లాల్ ఛాంబర్ నుంచి బయటకొచ్చేసేక భార్గవ తన లాబ్‌వైపు నడవసాగాడు. అతడి మనసంతా చికాకుగా వుంది. పేపరులో వచ్చిన వార్త అతడిని బాధపెడుతూంది. అవి అతడి భావాలే అయి వుండవచ్చు. కానీ ఇప్పుడు అందరికీ తెలిసిపోయాయి. తనని ఉద్యోగం నుంచి తొలగించలేరు. అది వేరే

సంగతి. కానీ డైరెక్టర్లందరూ తనకి వ్యతిరేకమయ్యారన్నది నిస్సందేహం. ఈ అపోహ పోగొట్టాలంటే ఏదో చెయ్యాలి.

"ఐయామ్ సారీ" అన్న మాటలకి నడుస్తున్నవాడల్లా ఆగి, ఆలోచనల నుంచీ తేరుకుని తలెత్తి చూసేడు. అకౌంట్స్ డిపార్ట్‌మెంట్ గుమ్మం దగ్గిర శేఖరం నిలబడి వున్నాడు. అతడి మొహం వాడిపోయి వుంది.

భార్గవ మొహం మీదకు నవ్వు తెచ్చుకుని, "ఏమిటి? అప్పుడే నాకు రావల్సిన జీతం అరియర్సూ, గ్రాట్యూయిటీ లెక్కకట్టి వుంచారా?" అని అడిగాడు. శేఖరం మాట్లాడలేదు. అతడు అకౌంట్స్ విభాగానికి అధికారి కాబట్టి రెండు గంటల క్రితమే ఈ విషయం తెలిసి, అప్పట్నుంచీ ఏం చెయ్యాలో, భార్గవకి ఎలా సానుభూతి చెప్పాలో, తెలియక కొట్టుమిట్టాడుతున్నాడు.

"అదృష్టవశాత్తు నన్ను ఉద్యోగంలోంచి ప్రస్తుతం తీసెయ్యటం లేదులే" అన్నాడు. ఆ మాటలకి శేఖరం మొహం విప్పారింది. "ఏం జరిగింది? ఏదయినా సంధికి వచ్చారా?" అని అడిగాడు ఉత్సాహంగా.

ఇద్దరూ కాంటీన్‌వైపు నడిచి, అక్కడ కూర్చున్నాక భార్గవ జరిగినదంతా చెప్పాడు. చెప్పి అన్నాడు – "ఈ పరిస్థితుల్లో ఇక్కడ పనిచెయ్యటం కష్టమే! కానీ తప్పదు. ప్రార్థన ఆరోగ్య దృష్ట్యా డబ్బు అవసరం చాలా వుంటుంది. పట్టుదలా, ఆత్మాభిమానం ఇలాటివేవీ ఇప్పుడు పనిచెయ్యవు. ఈ ఇన్‌స్టిట్యూట్ ఇస్తున్న హెల్తు ఇన్సూరెన్సే ఆస్పత్రి ఖర్చులకు ఆదుకుంటూంది. ఇప్పుడిక జీతం కూడా లేకపోతే మరీ కష్టం– ఎవరు నమ్మినా నమ్మకపోయినా కనీసం నువ్వయినా నమ్ము శేఖరం. ప్రార్థన ట్రీట్‌మెంట్‌కి వేల వేలలో ఖర్చవ్వచ్చు. నా దగ్గిర అంత డబ్బు లేకపోవచ్చు. కానీ నేనీ ట్రీట్‌మెంట్ వద్దంటున్నది డబ్బు ఖర్చుకి భయపడి మాత్రం కాదు, ప్రార్థన జబ్బు నయం చేయటానికి డబ్బే అడ్డంకి అయితే నా శరీరపు చివరి రక్తపు చుక్క అమ్మి అయినా సరే తనని రక్షించుకుంటాను".

శేఖరం కళ్ళలో నీళ్ళు చిప్పిల్లాయి. "ఛా, అంతమాట అనకండి. నేనూ అనవసరంగా అపోహ పడ్డాను" అన్నాడు.

"ఇప్పుడు నా వాదనలో నీకూ నమ్మకం కుదిరింది. కాబట్టి నాకో సాయం చేయ్యగలవా శేఖరం?"

"తప్పకుండా చేస్తాను. ఏమిటి చెప్పండి".

భార్గవ వెంటనే సమాధానం చెప్పకుండా కొంచెంసేపు తనలో తనే ఆలోచించుకుంటూ చివరికి అన్నాడు.

"కొంతకాలం క్రితం నీకో అనుమానం వచ్చిందన్నావ్ జ్ఞాపకం వుందా? కాన్స్-క్యూర్ ఖరీదు మిల్లీగ్రాము రెండొందల రూపాయలు ఎందుకు పెట్టారూ అని".

"అవును. సామ్సన్ అండ్ సామ్సన్ కంపెనీ బాలెన్స్ షీటు ఓ రాత్రి చదువుతూ వుంటే ఆ అనుమానం వచ్చింది" అన్నాడు శేఖరం.

"ప్రతి మందుల కంపెనీ, తన మందు సీసామీదా, టాబ్లెట్ కవర్ మీదా ఆ మందు ఎలా తయారు చేయబడిందీ ప్రింటు చెయ్యాలి. దాన్నే కంపోజిషన్ అంటారు. కానీ అందులో వాడే 'బేసిక్ డ్రగ్' తాలూకు వివరణ ఇవ్వక్కరలేదు. ఈ బేసిక్ డ్రగ్గే మందుకుగానీ, మాత్రకిగానీ వెన్నెముక. దీన్ని రహస్యంగా పెట్టుకోవచ్చు. కాన్స్-క్యూర్ విషయంలో ఆ బేసిక్ డ్రగ్ ఏమిటో తెలుసా శేఖరం?"

"సల్ఫా-2"

"కరెక్టు. ఇది కనుక్కున్నందుకే చంపాలాల్‌కి పద్మశ్రీ ఇవ్వబడింది" అన్నాడు భార్గవ. ప్రస్తుతం మనదేశంలో ఈ మందుల తయారీ ఒక విషవలయంగా తయారయింది. బియ్యం కిలో రెండ్రూపాయలకి ఇవ్వాలని నిర్ణయాలు చేసే ప్రభుత్వం, ప్రజలకి మరో ముఖ్యావసరమైన ఈ మందుల ధర విషయంలో చూసీ చూడనట్టుగా వుంటుంది. దేశంలోకెల్లా పెద్దవయిన మూడు నాలుగు మల్టీ నేషనల్ కంపెనీలు మొత్తం ఈ వ్యాపారాన్నంతా గుత్తకు తీసుకున్నాయి. నీట్‌గా, అందముగా వుండే మెడికల్ రిప్రజెంటేటివ్‌లు తమ వాక్ చాతుర్యంతో డాక్టర్లకి ఈ మందుల గురించి ఉద్బోధిస్తారు. ఆకర్షణీయమైన కమీషన్‌లు ఇవ్వబడతాయి. చాలా మంది డాక్టర్లకి స్వంతంగా మెడికల్ షాపులున్న విషయం కూడా సర్వజనితమైన విషయమే. ఇదంతా ఒక పెద్ద రాకెట్! మందు తయారీ గురించి ప్రజలకి తెలీదు. కాబట్టి మోసపోవటం సాధారణ విషయమే అయినా, డాక్టర్లు కూడా గుడ్డెద్దు చేలో పడ్డట్టు ఇవే కాస్ట్లీ మందులూ, టానిక్కులూ వ్రాయటం ఆశ్చర్యకరమైన విషయం. ఇదే ప్రస్తావన వచ్చినప్పుడు ఒక డాక్టరు నాతో అన్నాడు. 'పది రూపాయల టానిక్ వ్రాస్తేనే రోగి సంతృప్తి పడతాడు. దాని బదులు ప్రశస్తమైన గంజితాగు అంటే వేరే డాక్టర్‌ని వెతుక్కుంటాడు' అని. అది నిజమే అయివుండొచ్చు. ఇప్పుడు మన సబ్జెక్టు అదికాదు, కాన్స్-క్యూర్ గురించి. ఆశ్చర్యకరమైన విషయం ఏమిటంటే ఈ మందు కాటగిరీ-4లో పెట్టబడింది.

"కాటగిరీ-4 అంటే".

"ధరని నిర్ణయించటం కోసం, ప్రభుత్వం మొత్తం మందులన్నింటినీ నాలుగు కేటగిరీలుగా విభజించింది. ఒక మందు తాలూకు ఉత్పత్తికయిన ఖర్చు (కాస్ట్ ఆఫ్ ప్రొడక్షన్) ప్రతీ కంపెనీ డ్రగ్ ప్రైస్ కంట్రోలర్‌కి పంపాలి. దాన్ని బట్టి మార్కెట్‌లో ఆ మందు ఎంతకి అమ్మాలో నిర్ణయింపబడుతుంది. అయితే అసలు కీలకం అంతా అక్కడే వుంది".

"ఏమిటి?"

"కొన్ని మందులకి అడ్వర్‌టైజ్‌మెంట్ అక్కర్లేదు. తలనొప్పి మాత్రకి విపరీతమైన అడ్వర్‌టైజ్‌మెంట్ ఇవ్వాలి. అందుకని దీన్ని కాటగిరీ-3లో పెట్టింది ప్రభుత్వం".

"ఈ కేటగిరీలు ఏమిటో చెప్పలేదు మీరు".

"వస్తున్నా. ఇది చెప్పటానికి ముందు 'మార్క్ అప్' అంటే ఏమిటో చెప్పాలి. ఉత్పత్తి ఖర్చు (కాస్ట ఆఫ ప్రొడక్షన్)కి, అమ్మకం ధర (ప్రైస్)కి మధ్య తేడాని 'మార్క్ అప్' అంటారు. ఇందులోనే కంపెనీ తన లాభాలూ, అమ్మకం ఖర్చులూ, అడ్వర్‌టైజ్‌మెంట్ ఖర్చులూ సరిపెట్టుకోవాలి. ఒక్కొక్క కేటగిరీకి ఒక్కొక్క మార్క్ అప్ నిర్ణయించింది ప్రభుత్వం. అంతకన్నా ఎక్కువ ధరకి అమ్మటానికి వీల్లేదు.

కేటగిరీ 1 : 10 శాతం

కేటగిరీ 2 : 55 శాతం

కేటగిరీ 3: 100 శాతం

కేటగిరీ 4 : ఎంత ధరకయినా అమ్ముకోవచ్చు.

ఇదీ గవర్నమెంటు పాలసీ! ఉదాహరణకి ఒక తలనొప్పి మాత్ర తయారు చేయటానికి రూపాయి ఖర్చయిందనుకో- అది కేటగిరీ-3లోకి వస్తుంది. కాబట్టి- ఇంకో రూపాయి మార్క్ అప్ (వందశాతం) వేసుకుని రెండ్రూపాయలకి బజార్లో అమ్ముకోవచ్చు. అంతకన్నా- ఎక్కువకి అమ్మటానికి వీల్లేదు. అదే కేటగిరీ-2 తాలూకు మందు అయిందనుకో, 1-55 పైసలకన్నా ఎక్కువ అమ్మటానికి వీల్లేదు. మందుల ధరని కంట్రోల్‌లో వుంచటం కోసం ప్రభుత్వం ఎంతో సదుద్దేశ్యంతో చేసిన విధానం ఇది".

శేఖరం నవ్వేడు. "నేనేగానీ మందుల కంపెనీ పెట్టవలసివస్తే కేవలం కేటగిరీ-4 మందుల్నే ఉత్పత్తి చేస్తాను" అన్నాడు.

"కేటగిరీ-4లో లావు తగ్గటానికి, ఎత్తు పెరగటానికీ ఉపయోగపడే మాత్రలూ, టానిక్కులూ వస్తాయి. డబ్బులున్న వాళ్ళ ఫ్యాషన్స్ కోసం ఉపయోగపడేవి కాబట్టి

వీటి ధర గురించి ప్రభుత్వం పెద్దగా పట్టించుకోలేదు. ప్రతి మందుల కంపెనీ తన వస్తువుల్లో కనీసం కొన్నింటినయినా ఈ కేటగిరీ-4లోకి వెళ్ళేలా చూసుకుంటుంది. కేవలం కేటగిరీ-1లో మందుల్ని మాత్రమే తయారుచేసే కంపెనీలన్నీ దేశంలో దాదాపు మూతబడిపోవటమో, డైవర్సిఫై కావటమో జరిగింది. అన్నింటికన్నా ముఖ్యమైన విషయం ఇప్పుడు చెపుతున్నాను విను శేఖరం. కొన్ని సంవత్సరాల క్రితం అతి రహస్యంగా జరిగిపోయిందిది. కొన్ని లక్షల రూపాయలు నీళ్ళలా వెదజల్లబడ్డాయి. ఇందులో హెల్తు మినిస్ట్రీ, బ్యూరో ఆఫ్ ఇండస్ట్రియల్, కాస్ట్ అండ్ ప్రైస్ (ఐ.బి.సి.పి.), డ్రగ్ కంట్రోలరు ఆఫీసువాళ్ళూ మిళితమయ్యారు. మినిస్ట్రీ ఆఫ్ కెమికల్స్ వాళ్ళ చేతులు తడి ఆరని విధంగా తడపబడ్డాయి. మూడో కంటికి తెలియకుండా కేన్స్-క్యూర్ మందు కేటగిరీ-4లో పెట్టబడింది".

యధాలాపంగా వింటూన్న శేఖరం ఆ చివరి మాటకి ఒక్కసారిగా ఉలిక్కిపడి, "ఏమిటీ?" అని అరిచాడు. ఆ షాక్‌కి అతడి గొంతు కీచుమంది. "అవును శేఖరం, అత్యంత మేధావులు దాని రిపోర్టు తయారుచేసేరు. కేన్సర్ కేవలం డబ్బున్న వాళ్ళకి వచ్చే రోగం అని అందులో వాదించబడింది. కాన్స్-క్యూర్ కేవలం బాధని ఉపశమించేలా మందు మాత్రమే అని, అది వ్యాధి నిరోధక మందు కాదనీ రిపోర్టులో వ్రాయబడింది. ఒక 'లగ్జరీ' మందుగా దాన్ని కేటగిరీ-4లో పెట్టారు. ఆ తరువాత దాన్ని గురించే అందరూ మర్చిపోయారు. కానీ కాలం గడిచేకొద్దీ కేన్సరు పేరు చెప్పేసరికి కేన్స్-క్యూర్ అనివార్యం అయిపోయింది. ప్రతి డాక్టరూ దాన్నే ఉపయోగించటం మొదలుపెట్టాడు. ఫైల్ రికార్డుల్లో ఒకలాగా, నిత్య జీవితంలో ఒకలాగా అది చెలామణి అవుతూంది.

"దీన్ని - దీన్ని ఎలాగయినా ఆపుచెయ్యాలి".

భార్గవ పేలవంగా నవ్వేడు. "కష్టం శేఖరం. పలుకుబడితో చాలా లోతుగా పాతుకుపోయి వున్నవాళ్ళు వాళ్ళు! కేవలం సల్ఫా-2 గురించి మాట్లాడినందుకే ఉద్యోగం పోవాల్సిన పరిస్థితి ఏర్పడింది నాకు చూసేవు కదా...."

"ప్రతివాడూ 'మనకెందుకులే' అనుకోవటంవల్లే దేశం యిలా తగలబడుతూంది. ప్రాక్టికాలిటీని నమ్మేవాణ్ని నేను. ఎలాగయినా కాన్స్-క్యూర్ తాలూకు ప్రోజక్టు రిపోర్టు సంపాదిస్తాను. బేసిక్ డ్రగ్ అయిన సల్ఫా-2 బూటకం బయటపెడ్తాను. అప్పటికీ ప్రజలీ మోసం గ్రహించకపోతే ఇక అది వాళ్ళ ఖర్మ" ఆవేశంగా అన్నాడు శేఖరం.

"కాన్స్-క్యూర్ విషయం నువ్వు చూడు, సల్ఫా-2 విషయం నేను చూస్తాను" అన్నాడు భార్గవ.

"మీరా?"

"అవును. ఈ రోజే సామ్సన్ ఫ్యాక్టరీకి వెళ్ళి కాస్త సల్ఫా-2ని సంగ్రహిస్తాను. మన లాబ్‌లోనే పరీక్షిస్తాను. అసలదేమిటో?"

"ఈ రాత్రే చంపాలాల్ ఇంటికి వెళతాన్నేను. మన ఇన్‌స్టిట్యూట్‌లో ఆ రిపోర్టు దొరక్కపోవచ్చు. అందులోనూ యిన్ని లొసుగులున్న రిపోర్టు అంటే మనవాళ్ళు సెక్యూరిటీ విషయంలో చాలా జాగ్రత్తగా వుంటారు. అదీగాక మనకి కావల్సింది అసలు రిపోర్టు. అది చంపాలాల్ ఇంట్లోనే దొరుకుతుందని ఎందుకో నా కనిపిస్తూంది".

"చంపాలాల్ ఊళ్ళో లేడనుకుంటాను".

"అవును. అందుకే ఈ సాయంత్రం అయితేనే మంచిది".

"ఇంటికి వెళ్ళటం రిస్కేమో ఆలోచించు శేఖరం".

శేఖరం కుర్చీలోంచి లేస్తూ నవ్వేడు, "ఎక్కడ థ్రిల్ వుండునో అక్కడ అన్నాబత్తుల సోమశేఖరం వుండును" అన్నాడు. భార్గవ కూడా లేచాడు. ఇద్దరూ ఇన్‌స్టిట్యూట్ వైపు నడుస్తూ ఆ చెట్టుక్రిందకు వచ్చేసరికి మళ్ళీ అదే డేగ పెద్ద చప్పుడుతో రెక్కలు కొట్టుకుంది.

"ఇదిక్కడ పిల్లల్ని పెట్టినట్టుంది గురూగారూ. దీని క్రిందికి వచ్చిన ప్రతివాడి తలమీదా కొడ్తూందట" అన్నాడు శేఖరం. భార్గవ ఏదో జ్ఞాపకం వచ్చినట్టు "అన్నట్టూ నిశాచరుడు అంటే రాత్రిళ్ళు తిరిగేవాడు. అంతేకాని కళ్ళు లేనివాడు కాదు" అన్నాడు.

* * *

సాయంత్రం మూడున్నరకి శేఖరం చంపాలాల్ ఇంటి వద్దకు చేరుకున్నాడు. మోహన్‌లాల్ ఇన్‌స్టిట్యూట్ కాంపౌండ్‌లోనే ఒకవైపుగా క్వార్టర్సు వున్నాయి. ఫ్లాట్ సిస్టమ్స్‌లో కొన్ని ఇళ్ళున్నాయి. చంపాలాల్‌ది మూడో అంతస్తులో వున్న ఫ్లాటు.

ఆ ఇళ్ళ టోపోగ్రఫీ తెలిసిన వాడవటంచేత, శేఖరానికి పెద్ద కష్టం కాలేదు. ఫ్లాట్ ఎదురింటి తలుపు వేసి వుంది. గుమ్మం దగ్గర నిలబడి రెండు నిమిషాలు ప్రయత్నిస్తే తాళం వూడివచ్చింది. చంపాలాల్ నాల్గయిదు రోజుల వరకూ రాడని

తెలుసు, కాబట్టి ధైర్యంగా లోపలికి ప్రవేశించాడు. తలుపు దగ్గిరగా వేసి తన పని ప్రారంభించాడు.

మార్వాడీ అలంకరణలోనే వున్నాయా ఇంటి గదులు. డైనింగు రూముకీ, డ్రాయింగ్ రూమ్‌కీ మధ్య తెర వుంది. అతడు ముందు ఆఫీసు గది వెతకటం మొదలుపెట్టాడు. అన్నీ సైన్సు పుస్తకాలూ, జర్నల్సూ వున్నాయి. డ్రాయరు తాళాలు గోడకి తగిలించి వున్నాయి. వాటి సాయంతో డ్రాయరుతీసి వెతికేడు. నాలుగైదు ఫైల్స్ దొరికాయి.

గోడలకు గానీ, తివాసీ క్రిందగానీ రహస్యపు అరలు ఏవైనా వున్నాయేమో అని తడిమి చూసేడు. అలాంటిదేమీ కనబడలేదు.

అతడు ఆఫీస్ రూమ్‌లోంచి డ్రాయింగ్ రూమ్‌లోకి వచ్చాడు. మార్వాడీల ఇల్లు అది. గది గోడలకి రకరకాల ఫోటోలు వంశంలో అందరివీ తగిలించటం అలవాటు. ఆ ఫోటో వరుసల మధ్యలో ఒక దంపతుల ఫోటో వుంది. ఇరవై సంవత్సరాల క్రితందయినా అందులో పోలికల్ని అతడి చురుకయిన కళ్ళు వెంటనే పసిగట్టినయ్. అతడు అచేతనుడయ్యాడు. తన కళ్ళనే నమ్మలేనట్టుగా అలా వుండిపోయాడు.

అందులో వున్నది ఎస్.కె. నాయుడు.

అతను ఒక్క గెంతులో దాని దగ్గిరకి వెళ్ళి దాన్నీ, దాని పక్క గ్రూపు ఫోటోనీ పరిశీలించి చూసేడు. చంపాలాల్ తల్లిదండ్రులు, అక్క చెల్లెళ్ళ గ్రూప్ ఫోటో అది. నాయుడు భార్య, చంపాలాల్ అక్క అని నిశ్చయమై పోయింది.

ఎస్.కె. నాయుడు ఎవరో మార్వాడీల అమ్మాయిని చేసుకున్నాడని తెలుసు కానీ, అది చంపాలాల్ అక్కయ్యనే అని తెలీదు. ఇంకెవరికయినా తెలిస్తే తెలుసేమోగానీ, కనీసం తన సర్కిల్‌లో తెలీదు.

ఈ వాస్తవాన్ని జీర్ణించుకోవడానికి అతడికి కొంత సమయం పట్టింది. ఈ విషవృక్షపు వేళ్ళు ఎంత లోతుగా పాతుకుపోయాయో అర్థం కావటానికి ఆలస్యమైంది.

ఆ ఆలోచనలో అతడు బయట అలికిడి గమనించలేదు.

"ఎవరది?" అని వినిపించేసరికి ఉలిక్కిపడ్డాడు.

తను వెతకటానికి ఇంట్లోకి వస్తూ లోపల తలుపు గడియ వేసుకున్నాడు. బయట తాళం లేదు. కానీ వచ్చినవాళ్ళు ఎవరు? వాళ్ళకి తెలుసా చంపాలాల్ ఊర్లో లేడని? వాళ్ళకి అనుమానం వస్తుందా? అతడు తలుపు దగ్గిరకి వెళ్ళి సందుల్లోంచి చూసేడు. అటువైపు చుట్టతో నిలబడి వున్నాడు.

ఆ నిలువెత్తు విగ్రహం నాయుడిది.

కో-ఇన్సిడెన్స్ గురించి ఆలోచించేంత టైమ్‌లేదు. ఒక్క గెంతులో వెనుక గదిలోకి వచ్చాడు.

బయట అతడికి అనుమానం వచ్చినట్టుంది. తలుపు దబదబా బాదుతున్నాడు. శేఖరానికి ఏం చెయ్యాలో తోచలేదు. వెనుక వరండాలోకి వచ్చాడు. అక్కడ బాల్కనీకి నాలుగు అడుగుల ఎత్తున గోడ వుంది.

అతడు మూడో అంతస్తులో వున్నాడు.

గోడపక్క నుంచి నీళ్ళ గొట్టం వుంది. కానీ అది బాల్కనీకి ఎనిమిది అడుగుల దూరంలో ఉంది.

శేఖరం చూపు బాత్‌రూము పక్కనున్న వెదురుకర్ర మీద పడింది. దాని ఆధారంతో నీళ్ళ గొట్టం చేరుకోగలిగితే, అక్కణ్నించి నెమ్మదిగా క్రిందికి పాకవచ్చు, ఎవరూ చూడకపోతే అదృష్టమే.

అతడు దాన్ని తీసుకుని బాల్కనీవైపు వస్తుంటే- బయట తలుపు గడియ వూడిపోయిన శబ్దమయింది. నాయుడు లోపలికి వస్తున్నాడు. లోపల ఎవరో వున్నట్టు అతడు పసికట్టినట్టున్నాడు.

శేఖరం బాల్కనీ గోడమీద నుంచి నీళ్ళ గొట్టానికి కర్ర అన్చి దాన్ని పట్టుకుని, క్రిందికి దిగే సమయానికి నాయుడు అక్కడికి చేరుకున్నాడు. శేఖరం గాలిలో వుండే తలపైకెత్తి చూసేడు. అదే సమయానికి నాయుడు క్రిందికి చూసేడు. ఇద్దరి కళ్ళూ కలుసుకున్నాయి.

నాయుడు బాల్కనీ గోడమీదకు వంగి, సన్‌షేడ్‌ని అనుకుని వున్న కర్రని కాస్త కదిలించాడు.

దాంతోపాటూ శేఖరమూ గాలిలో వూగేడు.

నీళ్ళగొట్టం ఇంకా ఆరడుగుల దూరంలో వుంది. బాతులూ, తాబేలు కథలో లాగా అతడు మధ్యలో కర్రని పట్టుకుని అటు వెళ్ళటానికి ప్రయత్నిస్తున్నాడు. నీళ్ళ గొట్టపు సందుల్లో ఇరికించిన కర్ర ఏ క్షణమైనా బయటకు జారిపోయేలా వుంది. ఈ లోపులో నాయుడు కర్రని మళ్ళీ కదిలించాడు. శేఖరం వళ్ళు జలదరించింది. అక్కణ్నుంచి జారితే....

ఆ ఆలోచన భయంకరంగా తోచింది. మరికొద్దిగా నీళ్ళ గొట్టంవైపు వెళ్ళబోయాడు. నాయుడు వంగి కర్రని తన వైపుకి లాక్కున్నాడు. ఒక క్షణం ఆలస్యమయితే కర్రతోసహా తను నేలమీదకు పడిపోతానని శేఖరం గ్రహించాడు.

ఇక నీళ్ళ గొట్టాన్ని చేరటానికి టైము లేదు. తప్పనిసరిగా నాయుడు వున్నవైపే రావల్సి వచ్చింది. కర్రని పట్టుకుని కాస్త ఇటుగా వచ్చేసరికి నాయుడు దాన్ని పూర్తిగా లాగెయ్యటమూ- శేఖరం దాన్ని వదిలేసి సన్-షేడ్‌ని పట్టుకోవటమూ రెప్పపాటులో జరిగిపోయాయి. కర్ర క్రిందికి జారి ఎక్కడో అఘాతంలో పడిన చప్పుడు వినిపించింది.

సన్‌షేడ్‌ని పట్టుకుని శేఖరం గాలిలో వేలాడసాగేడు. మూడో అంతస్తు అది. నాయుడు తనకి చెయ్యి అందిస్తాడేమో అని తలపైకెత్తి చూసేడు. బాల్కనీలో వున్న నాయుడు అటువంటి ప్రయత్నమేదీ చెయ్యకుండా "చెప్పు, ఎవరు నువ్వు? నువ్వు దొంగతనానికి రాలేదు. ఎందుకొచ్చావ్? చెప్పు" అని అడిగాడు. శేఖరం మాట్లాడలేదు.

నాయుడు అక్కణ్నించి కదిలి లోపలికి వెళ్ళి ఫ్రిజ్ తెరిచి ఒక బీరుసీసా తీసుకుని వచ్చి బాల్కనీలో కుర్చీ వేసుకుని కూర్చుని తాపీగా తాగటం మొదలుపెట్టాడు.

నవ్వుతూ ప్రాణాలుతీసే హంతకుల్నీ, రక్తపాతం జరుగుతూ వుంటే ఆనందించే వాళ్ళనీ చూసేడు గానీ ఇంత శాడిస్టుని ఎక్కడా చూడలేదు. అతడికి అసలు నాయుడు ఉద్దేశ్యం ఏమిటో అర్థం కాలేదు.

ఒకవైపు విసిరేసినట్టున్న ఫ్లాట్ అది. అవతలి ప్రక్క అంతా బహిర్ ప్రదేశం. ఎవడూ చూడటానికి కూడా అవకాశం లేదు. సన్-షేడ్ పైకి రావటానికి బలం సరిపోవటం లేదు. కానీ ఎంతసేపలా?

చేతులమీద శరీరపు బరువు అన్చి, గాలిలో నిలబడి వుండడం క్షణక్షణానికి కష్టం అవుతూంది. చేతులు తిమ్మిర్లు ఎక్కుతున్నాయి. పాము కప్పని మింగుతూంటే దూరం నుంచి చూసేవాడిలా బాల్కనీలో కూర్చుని నాయుడు చిత్రంగా చూస్తూ బీరు తాగుతున్నాడు- చాలా కామ్‌గా.

అంతలో చేతులమీద ఏదో పాకినట్టయి తలెత్తి చూసేడు. చేతులు పైన వుండటం వల్ల ఏం పాకుతున్నదో తెలియలేదు. అతడి వెన్ను ఒక్కసారిగా జలదరించింది. అంతలో ఏదో కుట్టినట్టు చురుక్కుమంది.

చేతులు వదిలేసాడు.

దాంతో గాలి విపరీతమైన వేగంతో రివ్వున చెవుల్లోకి కొడ్తూవుండగా అతడు భూమివైపు జారిపోయాడు.

మోహన్‌లాల్ కపాడియా ఇన్‌స్టిట్యూట్ విశాలమైన ఆవరణలో విసిరేసినట్టున్న ఇళ్ళ వెనుక పనికిరాని చెత్తనంతా పారవేసే ఆ ప్రదేశంలో ప్రహరీకి కాస్త ఇవతల

చిన్న సిమెంట్ కుండీపక్కన, చరిత్రలో ఏ ప్రాముఖ్యత లేకుండా కొన్ని వందల సంవత్సరాలనుంచీ పడివున్న ఒక రాయికి అకస్మాత్తుగా విశిష్టత లభించింది. దాంతోపాటూ ఆ కుండీకి కూడా. ఆ రెండూ అక్కడ లేకపోతే ఏమై వుండేదో తెలీదుగానీ, ముందు ఆ కుండీ అంచు అతని గెడ్డానికి కొట్టుకుంది.

ఆ అదురికి అతని తల క్షణంపాటు దిమ్మెక్కిపోయింది. పళ్ళ మధ్య ఇరుక్కుని తెగిపోయిన నాలుక, విడివడి అల్లంతదూరాన పడింది. దవడ కదిలి, టంబ్రో-మెండిబ్యులార్ జాయింట్స్ విరిగిపోయాయి. అతడు ఈ లోపులో దబ్బున నేలమీద వెల్లకిలా పడ్డాడు.

పదకొండో వెర్టిబ్రా (వెన్నెముక క్రింద) దగ్గిర రాతి అంచు గుచ్చుకుని కార్డ్ ఇంజరీ అయింది. క్రిందిభాగంలో నరాల స్పందన పోయింది. అయితే అతడికి స్పృహ తప్పలేదు. స్కల్‌కి దెబ్బ తగలలేదు.

కొద్ది క్షణాలపాటూ నొప్పి కూడా తెలియలేదు.

చెవుల్లో మాత్రం సముద్రపు హోరులా వినిపించసాగింది. ఆ తరువాత ఒకటి రెండు నిముషాలకి నోటి బాధ తెలియవచ్చింది.

మూడో అంతస్తు మీదనుంచి అతడు అలా జారగానే నాయుడు బాల్కనీ మీదనుంచి వంగి చూసేడు. శేఖరం నేలమీదకి పడటం కనిపించింది. అతడు వెంటనే చేసిన పని ఏమిటంటే, దీన్ని ఎవరియినా గమనించారా అని చుట్టుప్రక్కలా పరిశీలించటం.

అది ఫెన్సింగ్ దగ్గరున్న ఇల్లు. క్రింది అంతస్తులో వాళ్ళు లేరు. ఉన్నా చెత్తాచెదారం పడేసే వెనుకవైపుకి రారు.

అంత ఎత్తుమీద నుంచి పడినవాడు ఇంకా బ్రతికి వుంటాడని అనుకోలేదు. ఏ విధమైన పోలీసు కేసులోనూ అతడు ఇరుక్కోదల్చుకోలేదు. అందుకే అక్కణ్నించి కామ్‌గా వెళ్ళిపోదామనుకున్నాడు. అలా అనుకుని లేవబోతూంటే-క్రింది ఆకారంలో కదలిక కనిపించింది.

లేవటానికి ప్రయత్నించిన శేఖరం- కాళ్ళు రెండూ స్పర్శజ్ఞానం పోయి తిమ్మిరెక్కటంతో, లేవలేకపోయాడు. అదీగాక ఏ మాత్రం కదిలినా నడుము దగ్గర విపరీతమైన బాధ మొదలై శరీరాన్ని మెలికలు తిప్పేస్తూంది.

పైన నాయుడు గ్లాసులో మళ్ళీ బీరు పోసుకుని తాగటం మొదలెట్టాడు. పూర్వకాలం రోమన్ రాజులు యిద్దరు బానిసలకు కత్తులు ఇచ్చి గోదాలోకి దింపి, వాళ్ళలో ఒకళ్ళు చచ్చేవరకూ పోరాడమని, ఆ వినోదాన్ని చూస్తూ సంతృప్తి

చెందేవారట. అలానే నాయుడు దాదాపు నలభై అడుగుల క్రింద నేలమీద నిస్సహాయంగా కొనవూపిరితో కొట్టుకుంటున్న శేఖరాన్ని చిర్నవ్వుతో గమనిస్తున్నాడు. ఒక రకమైన సాడిస్టిక్ సంతృప్తి వుంది.

పడిపోయినవాడు మోహన్‌లాల్ ఇన్‌స్టిట్యూట్ చీఫ్ అకౌంటెంట్ అని తెలీదు. బావమరిది ఇంట్లో ప్రవేశించాడని తెలుసు. మామూలు దొంగ కాదని తెలుసు. అంతవరకే తెలుసంతే. తెలియకపోవటమే మంచిదయింది. తన కంపెనీ తయారుచేసే కాన్స్-క్యూర్ మందు తాలూకూ రిపోర్టు కోసం వచ్చాడని తెలిస్తే మరెంత క్రూరంగా కసి తీర్చుకొనేవాడే...

క్రింద పడివున్న శేఖరం పరిస్థితి చాలా ఘోరంగా వుంది. తెగిన నాలుక విపరీతంగా మంట పెడుతూంది. నోరంతా ఎర్రగా మారిపోయింది. రక్తం గొంతులో కెళ్ళి క్లాబ్ అయి ఊపిరికి అడ్డుపడకుండా తల ప్రక్కకి తిప్పి వుంచాడు. పంపులోంచి నీటిధార వచ్చినట్టూ నోటిలోంచి రక్తం నేల మీదకు జారసాగింది. అదిచూస్తే షాక్ తగులుతుందని కళ్ళు మూసుకున్నాడు. కొంచెంసేపటికి రక్తం గడ్డకట్టింది.

కళ్ళు విప్పి చూసేడు, పైన బాల్కనీలో అతడు కనపడ్డాడు. చాలా నెమ్మదిగా గ్లాసు నోటి దగ్గరకు తీసుకుని తాగుతున్నాడు. తన వేపే చూస్తున్నాడు. తను చచ్చిపోయాడనుకున్నాడేమో అతడు! అలా భావించి, శేఖరం చెయ్యి వూపాడు.

పై నుంచి అతడూ చెయ్యి వూపేడు 'హలో' అన్నట్టూ.

శేఖరానికి అప్పుడర్థమయింది అతడికి తను బ్రతికి వున్నట్టూ తెలుసనీ- కేవలం తన మరణాన్ని చూడటానికే అలా తాపీగా వేచి వున్నాడనీ!! అతడు కాకపోతే ఇంకెవరయినా తనకి సాయం చేస్తారని గట్టిగా 'హెల్ప్' అని అరవబోయాడు. గొంతులోంచి కీచుమని ధ్వని వచ్చింది కానీ మాట రాలేదు.

మళ్ళీ అరవబోయాడు.

నాలుక నుంచి రక్తం తిరిగి స్రవించసాగిందే తప్ప మాటరాలేదు.

గొంతు గాలిని మాటలుగా మార్చే నాలుక అనే సాధనం శరీరం నుంచి తెగి దూరంగా పడటంవల్ల తను స్వరాన్ని కోల్పోయేనని తేల్చుకోవటానికి అంతసేపు పట్టింది.

అతడికి ఆ సత్యం అర్థమయ్యేసరికి ప్రపంచమే మూగబోయినట్లయింది. చెవిలో హోరు తగ్గింది.

అంతలో దూరంగా అలికిడి అయింది. దాన్ని అతడు గమనించలేదు. మేడమీదున్న నాయుడు గమనించాడు.

పాతగుడ్డలూ, ఇనుపముక్కలూ ఏరుకునే కుర్రవాడు ఆ చెత్తకుండీ వైపు రావటాన్ని గమనించి కుర్చీలోంచే లేచి 'రేయ్' అని అరిచాడు. వాడు ఆగేడు.

నాయుడు ఉద్దేశ్యం గమనించి, శేఖరం వాడి దృష్టి తనమీద పడటం కోసం శతవిధాల ప్రయత్నించాడు. కానీ లాభం లేకపోయింది. అరవబోయాడు. కానీ గొంతులోంచి 'ఎక్... ఎక్...' మన్న శబ్దం మాత్రం వచ్చింది.

ఈ లోపులో నాయుడు వాడితో "ఎవడ్రా నిన్నిటు రమ్మన్నది" అని అరిచాడు. వాడు బెదురుతూ చూసి, ఏదో అన్నాడు. శేఖరానికి ఇవేమీ వినిపించలేదు.

ఇంతలో నాయుడు "వెళ్ళెళ్ళు, ఇటేపు రాకు" అన్నాడు.

వాడు వెళ్ళిపోయాడు. నాయుడు తిరిగి కుర్చీలో కూర్చుని గ్లాసు చేతిలోకి తీసుకున్నాడు. తనవైపు చూసి నవ్వినట్టు కూడా అనిపించింది.

శేఖరం నిస్సహాయతా, కోపమూ మిళితమైన ఉక్రోషంతో పిడికిళ్లు బిగించి నేలమీద కొట్టేడు. నిశ్శబ్దం తప్ప మరేమీ లేదు.

నిశ్శబ్దం!

నాయుడు మాట్లాడిందీ, ఆ కుర్రవాడు జవాబు ఇచ్చిందీ– ఏదీ వినిపించనంత నిశ్శబ్దం....

ఆ నిశ్శబ్దంలోంచి ఒక అనుమానం స్పార్క్‌లా మెరిసి క్షణంలో మనసంతా ఆక్రమించింది. చప్పున చెవులు తడువుకొన్నాడు.

రెండు చెవుల దగ్గర జిగటగా తగిలింది.

రక్తం!

అతడికి మనిషి ఫిజియాలజీ గురించి తెలీదు. టంబ్రో-మెండిబ్యులార్ జాయింట్స్ గురించీ తెలీదు.

కానీ శాశ్వతంగా చెవిటి వాడినయ్యానని మాత్రం తెలిసింది. షాక్ మీద షాక్... చుట్టూ రక్తం– అతడికి స్పృహ తప్పింది.

* * *

తిరిగి అతడికి మెలుకువ వచ్చేసరికి చీకటి పడింది.

ఆకాశంలో నక్షత్రాలు కనపడుతున్నాయి.

ఆ ప్రదేశమంతా నిర్మానుష్యంగా, నిశ్శబ్దంగా వుంది. బాల్కనీలో నాయుడు లేడు.

అతడు వాచీ చూసుకున్నాడు. పదిన్నర... ఇళ్ళు దూరం దూరంగా వున్న కాలనీ అవటంవల్ల జనం అప్పుడే నిద్రలోకి జారుకున్నట్లున్నారు.

అతడు అలాగే వెల్లకిలా పడుకుని ఆకాశంలో నక్షత్రాల కేసీ, చంద్రుడికేసీ చూడసాగేడు. అతడి మెదడు ఏ విధంగా ఆలోచించటానికయినా నిరాకరిస్తూంది. స్తబ్దంగా వుంది. దూరంగా ఓ కీచురాయి ఆగి ఆగి అరుస్తూంది.

ఇంతలో కాళ్ళకి స్పర్శజ్ఞానం తెలిసినట్టయి, కదపటానికి ప్రయత్నించాడు. నడుము దగ్గర తిరిగి నొప్పి ప్రారంభమయింది. వెన్నెముక విరిగిపోయిందేమో అని భయపడ్డాడు. కానీ కాళ్ళు స్పర్శ పోగొట్టుకోలేదు. కేవలం ఇంజరీ అయి వుంటుంది.

అతడికెందుకో ఆ క్షణాన తన మొహాన్ని అద్దంలో చూసుకోవాలనిపించింది. నాలుక తెగి జాంబవంతుడి మూతిలా మారి వుంటుంది బహుశా! చెవుల నుంచి కారిన రక్తం చెక్కిలి మీద ఎరుపురంగు అద్ది వుంటుంది. ఇక తను మాట్లాడలేడు. ఇతరులు మాట్లాడింది అర్థం చేసుకోలేడు. సర్కస్‌లో బఫూన్‌లా సంజ్ఞలతో కాలం గడపాలి. దానికి తగ్గట్టు ఎత్తయిన మూతి, ఎర్రటి రంగు. భలే భలే...

సడెన్‌గా– తను పిచ్చివాడుగా మారబోతున్నానని అతడికి అర్థమయింది. డిలిరియం స్థితి రాబోతూంది. తనని తాను కంట్రోల్ చేసుకోకపోతే ఈ పరిస్థితులు తనను డిప్రెషన్‌లోకి తీసుకెళ్ళి అక్కడ్నించి ఉన్మాదిని చేస్తాయి? నో.... ఇలా జరగటానికి వీలు లేదు. తను మరణించినా ఫర్లేదు. కానీ పిచ్చివాడుగా, జీవచ్ఛవంలా మారటానికి వీలులేదు. చనిపోయేముందు ఒక్క ఆశయం మాత్రం తీర్చుకోవాలి.

పగ!

బ్రతుక్కీ చావుకీ మధ్య తను అటూ ఇటూ వూగుతూ వుంటే– దాన్ని సరదాగా చూస్తూ కూర్చున్న ఆ నాయుడికి బుద్ధి చెప్పిగానీ తాను చావటానికి వీలులేదు.

అంతవరకూ తన మనసు తన ఆధీనంలో వుండాలీ అంటే ఇక ఈ రక్తం గురించీ, తన నిస్సహాయ స్థితి గురించీ ఆలోచించకూడదు. మరణిస్తే ఫర్వాలేదు. కాని బ్రతికి వుంటే ఈ రాత్రి తెల్లవార్లూ, ఎవరయినా వచ్చి తనకు సాయపడేవరకూ ఇంకేదయినా ఆలోచించాలి. ఏం ఆలోచించాలి?

భవిష్యత్తులో తనెవర్నయినా అమ్మాయిని ప్రేమిస్తే చెవిలో గుసగుసగా 'ఐ వాంట్ టు స్మాష్ యూ విత్ మై లవ్' అని ఎలా చెప్పగలుగుతాడు. ఆ అమ్మాయి అయినా కూడా ఆ సమయంలో గారాలుపోతూ తనకి ఎలా సందేశం అందివ్వగల్గుతుంది? పక్కమీద నించి లేచి వెళ్ళి కాగితం పెన్నూ తీసుకుని వ్రాసి చూపిస్తే తప్ప తనకి తెలీదు. కష్టాలు తెచ్చి పెట్టేవయ్యా మన్మధుడా! అయినా కొంతలో కొంత నయం. చాలా నవలల్లో చదివాడు. ఈ కాలంలో అమ్మాయిలు నోట్లో నాలుకలేని అబ్బాయిల్నే ఎక్కువ ఇష్టపడతారట. కనీసం ఈ క్వాలిఫికేషన్ మిగిలింది తనకి! ఇది క్రెడిట్టు. పోతే ముందులాగా నాలుకతో క్రికెట్ ఆడడం, దాగుడుమూతలు నేర్పటంలాంటి పనులు చేయలేడు. ఇది డెబిట్టు.

ఇలా క్రెడిట్టూ, డెబిట్టూ వేసుకుంటూ అరగంట గడిపాడు.

తన స్థితి గురించిన భయంకరమైన వాస్తవాన్ని మర్చిపోవటం కోసం అతడు ఈ విధంగా ఆలోచిస్తున్నాడు. పైకి చాలా తేలిగ్గా మామూలుగా కనిపిస్తుంది. కానీ అది చాలా కష్టసాధ్యమయిన విషయం. కష్టాలలో వుండి సుఖం గురించి ఆలోచించటం... మనసును తేలిగ్గా వుంచుకోవటం- అది సాధ్యం కాని పక్షంలో ఆ రక్తపు మడుగు మధ్యలో అతడెప్పుడో ట్రాన్స్‌లోకి వెళ్ళిపోయి వుండేవాడు. తనని తాను మానసికంగా (షాక్ తగలకుండా) రక్షించుకునే ప్రయత్నం చేయలేక పిచ్చెక్కి పోయేవాడు.

అతడికి ముందు శారద జ్ఞాపకం వచ్చింది. ఆ దేపంజాతి స్త్రీ ఏమైనా చేతబడి చేయించి, తనకిలా చెవులూ నోరూ పోవటానికి కారణభూతురాలు అయి వుంటుందా అని ఆలోచించాడు, కాదనిపించింది. పోనీ తనెవరినయినా మోసం చేసేడా అంటే అదీలేదే. తనేం మాట్లాడినా, తనెవరిని ఏడిపించినా అదంతా సరదా కోసం అని తన ఫ్రెండ్స్‌కీ, స్నేహితురాళ్ళందరికీ తెలుసు. తన కంపెనీ ఎవరికీ హానికరం కాదని కూడా వాళ్ళకి తెలుసు. తెలిసీ తను ఎవర్నీ మోసం చేయలేదు. చాలామంది మగవాళ్ళలా "పైకి" మంచిగా కనపడి, బాగా మాట్లాడుతూ నెమ్మదిగా నవ్వి - చుట్టూ గొయ్యి తవ్వటం తనకు తెలీదు. స్నేహాన్ని ఫ్రాంక్‌గా అడిగేవాడు, ఇచ్చేవాడు, పుచ్చుకునేవాడు. మరెందుకిలా జరిగింది?

సోడాబుడ్డి కళ్ళద్దాల కమల, ఎత్తు పుస్తకాల రాంబాయమ్మ గారూ- వీళ్ళ ఉసురు తగిలిందా పోనీ అనుకుంటే - పైకి ఎంత కోప్పడ్డా లోలోపల తనంటే, తన మాటంటే వాళ్ళకి ఇష్టమేనని నిశ్చయంగా తెలుసుకదా. పైకి వెళ్ళడం వాళ్ళకు ఇష్టం లేదని తెలిశాక తను మాటల దగ్గిరే ఆగిపోయాడు కదా.

చేసిన పాపాలకు ఫలితం అనుభవించక తప్పదంటారు. మరి నేను చేసిన పాపం ఏమిటి? ఏముంది తనలో కల్మషం? నిష్కల్మషమయిన భావాల్ని నిష్కపటంగా బయట పెట్టడమేనా? అదేనా తప్పు?

మనిషి మంచిగా వుండడం వేరు- మంచిగా కనబడడం వేరు.

ఈ ప్రపంచానికి కావల్సింది రెండోది.

అందుకేనా తగిన శిక్ష?

అదే కారణమయితే తను నమ్మిన సిద్ధాంతం కోసం తను విధితో కూడా పోరాడతాడు. ప్రాణంపోయినా సరే! మనసుకు ముసుగు వెయ్యటంకన్నా దౌర్భాగ్యం ఇంకొకటి లేదు. దానికన్నా చావే మంచిది.

అంతలో రాత్రి పన్నెండయినట్టూ సైరన్ మ్రోగింది. అది అతనికి వినపడలేదు.

ఆ స్థితిలో కూడా అతనికి నవ్వొచ్చింది.

ఇదేమిటి? తను కర్మసిద్ధాంతంవేపు వెళుతున్నాడు. తన పాపపుణ్యాల గురించి బేరీజు వేసుకుంటున్నాడు....? సన్‌షేడ్‌ని పట్టుకుని వ్రేలాడుతూ వుండగా చీమలబారు చేతి మీదకు పాకింది. అదేదో విషప్పురుగు అనుకుని చేతులు వదిలేసి నడుము విరగ్గొట్టుకున్నాడు. అంతే దీనికీ కర్మకీ సంబంధం ఏమిటి? దీన్ని గురించి ఆలోచించడం ఎందుకు? మానెయ్యాలి. దీనికన్నా జిడ్డు కృష్ణమూర్తి తత్వశాస్త్రం గురించో, కార్ల్‌మార్క్స్ థియరీ గురించో ఆలోచిస్తే పుణ్యం- పురుషార్థం. అతడు చుట్టూ చూసేడు.

ఆ ఆవరణలో మందంగా పరుచుకున్న చీకటిని సన్నటి వెన్నెల పారద్రోలలేకపోతూంది. ఇంకా ఏడెనిమిది గంటలు... అప్పటికీ ఎవరయినా ఇటువైపు వస్తారో- రారో...

అతడు కళ్ళు మూసుకున్నాడు.

చుట్టూ అంతా స్థబ్దంగా వుంది.

ఆ స్థబ్దతలో చిన్న కదలిక.

దాన్ని అతడు గమనించలేదు.

చెత్తాచెదారం, అడుగునుంచి కొద్దిగా కదిలి ముందు చిన్న తల బయటకొచ్చింది. అటూ ఇటూ చూసి మరింత బయటపడింది.

తర్వాత పూర్తిగా వెలువడింది.

ఎన్నో సంవత్సరాల నుంచీ అక్కడ స్థిరనివాస మేర్పర్చుకున్న పందికొక్కు అది. శరీరం సైజుకి ఏ మాత్రం సంబంధంలేని చిన్న సైజు తల, సన్నటి చీలికలాటి నోరు...

ఆ చీకటిలో దాని కళ్ళు చమక్- చమక్ మని మెరుస్తున్నాయి.

బయటకొచ్చి ఒక క్షణం ఆగింది. రెండడుగుల దూరంలో నిశ్చలంగా వున్న శరీరంకేసి తదేకంగా చూసింది. కాస్త తటపటాయించి దగ్గరి కెళ్ళింది. ఆ శరీరంలో చలనం లేకపోవటంతో మరింత దగ్గర అయింది. తలప్రక్కనుంచి క్రిందికి కారి గడ్డకట్టిన రక్తాన్ని తవ్వి తీసింది.

దాని గోళ్ళ చప్పుడు అతని చెవులు పనిచేయకపోవడంవల్ల వినిపించలేదు. రక్తం రుచి చూసి అది మరింత ముందుకెళ్ళింది.

జీవితంలో ఎన్నడూ అతడు అంత భయభ్రాంతుడవలేదు. మొహం దగ్గర, కళ్ళకి మూడడుగుల దూరంలో దాని కళ్ళు ఉన్నాయి. కన్నార్పకుండా అతడివేపే చూస్తూంది. దాని కళ్ళు ఎర మీదకు దూకే పులి కళ్ళలా నిస్తేజంగా వున్నాయి. వెన్నెల దాని మీసాల మీద ప్రతిబింబిస్తూంది. దాని శరీరం మీద నుంచి వచ్చే దుర్గంధం ముక్కుపుటాలనే బ్రద్దలు కొడుతూంది.

అతడి గుండెల్లోంచి వచ్చినకేక గొంతుదగ్గర ఆగిపోయింది. తన నడుము సంగతి, నాలుక సంగతి మర్చిపోయి, అతడు కెవ్వున అరుస్తూ రెండు చేతులతో దాన్ని దూరంగా విసిరేశాడు. చీకట్లో అది అదృశ్యమైపోయింది. అయితే ఆ అరుపుకి అతడి నోటి నుండి రక్తం తిరిగి స్రవించసాగింది. ఒక్క ఉదుటున కదలటం వలన ఈసారి శరీమంతా పారలైజ్ అయినట్టయింది.

అతడి వణుకు ఇంకా తగ్గలేదు.

దానిచూపు కళ్ళలో మెదులుతూనే వుంది.

అతడు జీవితంలో భయపడేది మూడిటికే. డేగకి, పందికొక్కుకి, దేపంజాతి స్త్రీకి.

అతడు చేతుల్తో రక్తం తుడుచుకున్నాడు. మరో పది నిముషాలు గడిచినయ్.

అంతలో ఏదో తగిలినట్టయి చప్పున తలతిప్పి చూసేడు.

దూరంగా అదే పందికొక్కు- తల నిటారుగా పెట్టి అతడినే చూస్తూంది. అతడికి పిచ్చెక్కినట్టయింది. చేతితో నేలని టప్మని కొడ్తూ శబ్దం చేసేడు. అది కొద్దిగా కదిలి వెనక్కెళ్ళి మళ్ళీ వచ్చింది.

అతడు అక్కడనుంచి కదల్లేదన్న విషయం అదీ గుర్తించినట్టు వుంది. కొద్దిగా దగ్గరికి వచ్చి మళ్ళీ దూరంగా వెలుతూంది. ఇలా రావటం, అతడు విదిలించగానే వెళ్ళటం– సముద్రగర్భంలో అగ్ని పర్వతంలా బ్రద్దలయితే, పొంగే అగ్ని జ్వాలలకి, సముద్ర జలాలకి కొన్ని గంటలపాటు, రోజులపాటు ఘర్షణ జరుగుతుంది. అలాటి ఘర్షణే అతడికీ, దానికీ ఆ రాత్రి చాలాసేపు జరిగింది.

నడుముకి తగిలిన దెబ్బవల్ల, రక్తం చాలా పోవటం వల్ల అతడు క్రమేపీ బలహీనుడవసాగాడు. దాన్ని అదిలించే శక్తి కోల్పోయాడు. తెలతెల వారుతూండగా అతడు పూర్తిగా స్పృహ కోల్పోయాడు.

అది దగ్గరకొచ్చి ఆగింది.

అతడిలో కదలిక లేదు.

అది అతడి భుజంమీద నుంచి మొహం దగ్గరగా వచ్చింది... మొహం మీద ముఖం పెట్టి నోరు తెరిచింది. సన్నటి గీతలా వున్న నోరు పై పదవి విప్పగానే ఎర్రటి కండరం క్రింద కోరల్లాంటి పళ్ళు –

సరిగ్గా అతడి కళ్ళమీద...

నిశాచరుడు అంటే అర్థం ఏమిటి? రాత్రిళ్ళు సంచరించేవాడా? కళ్ళు లేనివాడా?

3

సోమశేఖరం వెళ్ళిపోయాక, మరికొంతసేపు ఆగి భార్గవ కూడా బయలుదేరాడు. కానీ అతడు వెంటనే సామ్సన్ కంపెనీకి వెళ్ళలేదు. తన ఇన్‌స్టిట్యూట్‌లోనే స్టోర్సు డిపార్ట్‌మెంట్‌కి వెళ్ళి మొహానికి వేసుకునే మాస్క్ ఒకటి ఇండెంట్ చేసి తీసుకున్నాడు. సామ్సన్ అండ్ సామ్సన్ కంపెనీలో పనిచేసేవారు వాడే ముసుగులాగా వుందది.

దానితోపాటే, ప్లాస్టిక్ లాటి పదార్థంతో తయారుచేయబడిన సంచి నొకదానిని తీసుకున్నాడు. గాస్ కలెక్షన్ బ్యాగ్ అది.

ఆ రెండింటితోనూ అతడు సామ్సన్ కంపెనీవైపు బయలుదేరేడు.

అంతకు ముందొకసారి వెళ్ళిన కారణంగా ఈసారి కొత్తగా అనిపించలేదు. కానీ ఇంతకుముందు వెళ్ళినప్పుడు దొంగతనం చెయ్యబోతున్నాననే భావం లేదు కాబట్టి మామూలుగా వెళ్ళగలిగాడు. ఈసారి కొద్దిగా భయంగా వుంది. అయినా

మామూలుగానే గేటులోంచి ఆఫీసువైపు నడిచాడు. అతడు వెళుతూంటే గేటు దగ్గిర ఎవరూ ఆపుచెయ్యలేదు.

ఆఫీసు మెట్లవరకూ నడిచి, అటూ ఇటూ చూసి, తననెవరూ గమనించటంలేదని ధృవపర్చుకుని, చటుక్కున బిల్డింగు వెనుకవైపు నడిచాడు. అక్కడ చిన్న చిన్న చెట్లు, పొదలు అస్తవ్యస్తంగా పెరిగి వున్నాయి. ఫ్యాక్టరీని, ఆఫీసుని విడదీస్తున్న ఫెన్సింగ్ అక్కణ్ణించే వెళుతూంది.

ఫెన్సింగ్ లోపలికి ప్రవేశించాడు.

ఇనుప గొట్టాల వెనుకనుంచి అతడు అవతలివైపుకి వెళ్ళాడు. బాయిలర్‌కీ వాటర్ పంపుకీ మధ్యలో గుట్టగా వుంది.

సల్ఫా-2

అతడు దాన్ని తీసి పొట్లం కట్టుకున్నాడు. జేబులో పట్టక చేత్తో పట్టుకోవలసి వచ్చింది.

బాయిలర్ పక్క నుంచి జాగ్రత్తగా మెట్లు ఎక్కి అంతకుపూర్వం కొద్ది రోజుల క్రితం తను పరుగెత్తిన రేకుల దారి మీదకు చేరుకున్నాడు. అక్కణ్ణించి కార్మికులు పనిచేస్తూ వుండటం కనిపిస్తూంది. దూరంగా మెయిన్‌గేటూ, సెక్యూరిటీ కూడా గోచరమవుతూంది. తమ తమ పనుల్లో వున్న కార్మికులు అతడిని పట్టించుకోలేదు. రేకులమధ్య సన్నటిదారి.... భార్గవ ఆ దారివెంటే కాస్తదూరం నడిచి ఫ్యాక్టరీ గొట్టం పక్కగా చోటు చేసుకుని కూర్చున్నాడు.

సమయం భారంగా గడుస్తూంది.

భార్గవ వాచీ చూసుకున్నాడు.

ఎందుకో తలెత్తి దూరంగా వున్న ఆఫీసువైపు చూసి ఉలిక్కిపడ్డాడు.

ఆఫీసు వరండాలో నాయుడు ఎవరితోనో మాట్లాడుతూ కనిపించాడు. భార్గవ చప్పున తల తిప్పుకున్నాడు. అంత దూరంనుంచి అతడు గుర్తుపట్ట లేకపోవచ్చు. కానీ భార్గవకి ఏ విధమయిన రిస్కు తీసుకోవటం ఇష్టంలేదు. వంగి, అక్కడ ఏదో పని చేస్తున్నవాడిలాగా వేళ్ళతో బోల్టు సరిచెయ్యసాగేడు.

ఇంతలో సైరన్ మ్రోగింది.

మిగతా అందరూ కార్మికుల్లాగే అతడూ చప్పున మాస్క్ తీసుకుని మొహానికి తగిలించుకుని, అందులోని గాలి పీల్చసాగాడు.

సైరన్ మోగిన కొద్ది క్షణాలకి పంపు సందుల్లో నుంచి గాస్ బహిర్గత మవసాగింది. అతడు అంతకుముందు వచ్చినప్పుడే ఒక సంగతి గ్రహించాడు. ఆ

పంపు నుంచి బయల్పడే విషవాయువు ప్రభావము కేవలం కొద్ది క్షణాలపాటే వుంటుంది. మామూలు వాతావరణంలోకి ఆ గాస్ ప్రవేశించగానే అది తన ప్రభావాన్ని కోల్పోతుంది. బహుశా 'ఆక్సిడేషన్'కి లోనవుతుందేమో– ఏ విషయమూ ప్రయోగశాలలోనే తెలియాలి. అతడప్పుడే ఒక నిర్ణయానికి రాదల్చుకోలేదు.

అతడు తనతోపాటూ తెచ్చిన ప్యాకెట్‌లో ఆ గాలిని నింపేడు. గాస్ లీకేజి ఆగిపోగానే, మాస్క్ తీసేసి మామూలుగా అక్కణ్నుంచి బయటకు రాబోయేడు.

ఫ్యాక్టరీ ముందు సెక్యూరిటీ ద్వారం నుంచి బయటకు వెళ్ళటానికి వీలులేదు. మామూలు పరిస్థితులలో అయితే కుదురునేమోగానీ, ఇప్పుడు చొక్కా చిరిగిపోయి వుంది. బురదకూడా అంటింది. అందువల్ల అతడు గతంలో వచ్చిన మార్గాన్నే తిరిగి వెళ్ళటానికి నిర్ణయించుకున్నాడు.

మళ్ళీ బాయిలర్ వెనక్కి చేరుకుని, అక్కణ్నుంచి ఫెన్సింగ్‌వైపు నడిచాడు. ఇక వెళ్ళిపోతున్నాను కదా అన్న నిర్లక్ష్యంతో అతడు వచ్చినప్పుడున్నంత జాగ్రత్తగా లేడు. దురదృష్టం అతడిని వెన్నాడుతూంది. ఫెన్సింగ్ ఇంకో అయిదడుగుల దూరంలో వుందనగా అతడి వెనుకనుంచి విజిల్ వినిపించింది. ఆ తరువాత 'ఆగు' అన్న కేక.

భార్గవ వెనక్కి తిరిగి చూసేడు.

సెంట్రీ తనవైపే రావటం కనిపించింది.

చప్పున తిరిగి ఫెన్సింగ్‌వైపు పరుగెత్తాడు. వెనుక వస్తూన్న సెంట్రీ కూడా పరుగెడుతున్నట్టూ అడుగుల చప్పుడు దగ్గిరయింది. ఒకసారి ఆఫీసు కాంపౌండ్‌లోకి వెళ్ళిపోగలిగితే చాలు, అక్కణ్నుంచి ఎలాగయినా తప్పించు కోవచ్చు.

ఆ ఆలోచన రాగానే వేగం మరింత హెచ్చించాడు.

రెండు క్షణాల్లో అతడు ఫెన్సింగ్ చేరుకున్నాడు. ఇంకా జారుకోవటమే తరువాయి, వంచి తీగల మధ్య తలదూర్చి అటు జారేడు.

అతడి షర్టు ఆ తీగల మధ్యే చిక్కుబడిపోయింది.

ఎంత గట్టిగా ప్రయత్నం చేసినా రాలేదు. అతడా ప్రయత్నంలో వుండగానే సెంట్రీ దగ్గిర కొచ్చేశాడు.

* * *

"చెప్పరా, ఎవరు నువ్వు?"

భార్గవ మాట్లాడలేదు. తన ఆకారం ఒక దొంగలాగే వుందని అతడికి తెలుసు. అందుకు సంతోషించాడు కూడా. వీలైనంతవరకూ తనెవరో తెలియక పోవటమే మంచిది.

సెక్యూరిటీ పేరు హర్నామ్‌సింగ్, అతడు ఏ విషయాన్నీ పెద్దగా పట్టించుకోడు. ఫ్యాక్టరీ ఆవరణలో విలువైనవేమీ లేవని అతడికి తెలుసు. అతడు భార్గవ దగ్గరకొచ్చి చేతిలోంచి ప్యాకెట్ లాక్కొని విప్పిచూసేడు. అందులోని తెల్లటి పొడిని చూడగానే "ఇది చోరీ చెయ్యటానికి ఇంతదూరం వచ్చావా దొంగనాయాలా" అంటూ లాగి చెంపమీద కొట్టాడు. భార్గవ పెదవి చిట్లింది.

అతడితోపాటూ మరిద్దరు సెంట్రీలు మిలటరీ దుస్తుల్లాటి దుస్తుల్లో వున్నారు. వారిలో ఒకడు భార్గవని ఫెన్సింగ్ దగ్గిర పట్టుకున్నవాడు. వాడు వచ్చి మిగతా జేబులు వెతికాడు, పర్సు దొరికింది.

విప్పి చూస్తే అందులో నాలుగు వేలదాకా వున్నాయి.

"ఒహో వీడెవడో డబ్బులున్న దొంగే. ఎక్కడ కొట్టేసేవురా దీన్ని?" అన్నాడు మిగతా ఇద్దరూ నవ్వేరు. భార్గవ మాట్లాడలేదు. డబ్బులు వాళ్ళుంచేసుకుని, ఖాళీ పర్సు తిరిగి జేబులో పెట్టేశారు.

వచ్చిన వాడి దగ్గర ఇంకేమీ కనిపించకపోయేసరికి, ఇంత చిన్న విషయాన్ని మెయిన్ ఆఫీసు వరకు తీసుకువెళ్ళటం ఇష్టం లేకపోయింది. అదీగాక నాలుగువేలు చిన్న మొత్తం కాదు.

మూడో సెంట్రీ భార్గవ కాలరు పట్టుకుని దగ్గరకు లాగి, "ఇంకెప్పుడయినా ఇటువైపు కనిపించావంటే ఎముకలు విరగ్గొడతాను. ఫో..." అంటూ తోసేడు.

భార్గవ రూమ్‌నుంచి బయటకు విసురుగా వచ్చి పడ్డాడు. చిట్లిన పెదవి నుంచి రక్తం కారసాగింది. అయినా ఇంతలో బయటపడ్డందుకు అతడికి సంతోషంగానే వుంది. ముఖ్య విషయం- తను సేకరించిన 'గాస్' వారి కంట బడకపోవటం.

అయితే అతడిని దురదృష్టం వదిలి పెట్టలేదు.

అతడు లేచి బట్టలు దులుపుకుని రెండడుగులు వేసేడో లేదో, లోపల్నుంచి నాయుడు కారు వస్తూ గేటు దగ్గిర ఆగింది. పెద్దగేటు తలుపులు తీసి సెంట్రీ సెల్యూట్ చేసి నిలబడ్డాడు. కారు గేటు దాటుతూ వుంటే నాయుడు అద్దాల్లోంచి భార్గవని చూసేడు. అతడు అక్కడెందుకున్నాడా అని అనుమానం వచ్చి, కారు ఆపమని డ్రైవరికి చెప్పి, సెంట్రీని అడిగాడు.

మేనేజింగ్ డైరెక్టర్ అడుగుతూవుంటే, సెంట్రీ తబ్బిబై జరిగిందంతా చెప్పేశాడు. నాయుడు అతడితో మరో రెండు నిమిషాలు మాట్లాడి, కారు పోనిమ్మన్నాడు. భార్గవ పక్కనుంచే కారు దూసుకుపోయింది.

భార్గవ నాలుగు అడుగులు వేసేసరికి వెనుకనుంచి భుజం మీద చెయ్యిపడింది. తిరిగి సెంట్రీ "నువ్వొకసారి లోపలికిరా" అంటున్నాడు.

భార్గవకి అర్థంకాలేదు. అంతా అయిపోయిందనుకున్నాడు. మళ్ళీ ఇదేమిటో అర్థంకాలేదు. తిరస్కరిద్దామనుకున్నాడు. కానీ రోడ్డు మీద గొడవ బావోదని తిరిగి వెనక్కి వెళ్ళాడు.

అతడు ఆ గదిలో ప్రవేశించేసరికి అక్కడ వాతావరణం పూర్తిగా మారిపోయింది. హర్నామ్‌సింగ్ చీవాట్లు తిన్నవాడిలా మొహం మాడ్చుకొని వున్నాడు. భార్గవని చూసి "ఇలా కూర్చో" అంటూ స్టూలు చూపించాడు. భార్గవకి అర్థంకాలేదు. "దేనికి" అని అడిగాడు. ఎవరూ సమాధానం చెప్పలేదు.

భార్గవ రెట్టించి అడిగాడు. హర్నామ్‌సింగ్ విసుక్కుంటూ కోపంగా "కూర్చో, కూర్చో, ఎదురు ప్రశ్నలు వెయ్యకు" అన్నాడు. భార్గవకి ఇదంతా అయోమయంగా వుంది. సెంట్రీలందరూ ఎవరికోసమో ఎదురు చూస్తున్నట్టూ వేచి వున్నారు. గోడ గడియారం శబ్దం తప్ప అంతా నిశ్శబ్దంగా వుంది.

అంతలో మోటార్‌సైకిల్ చప్పుడయింది. కొద్ది క్షణాల్లో అది వచ్చి గుమ్మం ముందు ఆగటమూ, యూనిఫారంలో వున్న ఇన్‌స్పెక్టర్ ఒకరు లోపలికి రావటమూ జరిగింది.

*   *   *

ఇన్‌స్పెక్టర్ రవూఫ్.

పోలీస్ డిపార్ట్‌మెంట్‌లో కర్కోటకులు, నిర్దాక్షిణ్యం మూర్తీభవించిన వాళ్ళూ వుంటారని ఎవరయినా ఉదాహరణ ఇవ్వదల్చుకుంటే ఇన్‌స్పెక్టర్ రవూఫ్‌ని అందుకు తార్కాణంగా పేర్కొనవచ్చు. ఆరడుగుల ఎత్తు, ఎర్రటి కళ్ళు, లావాటి మీసాలూ – కేవలం డ్రస్‌లోనే అతడు ఇన్‌స్పెక్టర్‌లా వుంటాడు, డ్రెస్ లేకపోతే రౌడీలా వుంటాడు.

టకటకా బూట్లు చప్పుడు చేసుకుంటూ అతడు లోపలికి వచ్చి భార్గవని చూసి, "ఇతనేనా" అని అడిగాడు. సెక్యూరిటీ చీఫ్ తలూపాడు.

ఇన్‌స్పెక్టర్ అతడివేపు వస్తూ వుండగా భార్గవ చటుక్కున లేచి నిలుచున్నాడు. అతడికి జరిగింది అర్థమయింది. వెళ్ళిపోతున్న వాడిని ఏదో పనున్నట్టూ తిరిగి పిలిచింది ఇందుకన్నమాట. తన కళ్ళముందే జరిగిన మోసం చూస్తూంటే అతడికి వళ్ళు మండిపోయింది.

"ఇది అన్యాయం?" అన్నాడు.

"ఏది?"

"నన్ను రోడ్డుమీద నుంచి వీళ్ళు వెనక్కి పిల్చుకొచ్చారు ఇన్‌స్పెక్టర్".

"అంతకుముందు దొంగతనంగా ఫ్యాక్టరీలో ప్రవేశించలేదా నువ్వు?"

"దానికి సరిపడా నా జేబులో డబ్బు తీసుకొని నన్ను వదిలేసేరు, కావాలంటే వాళ్ళ జేబులు వెతకండి నా డబ్బు దొరుకుతుంది".

ఈ మాటలకి సెంట్రీ భార్గవ వెనుకనుంచి భుజం పట్టుకుని వెనక్కి తిప్పి మళ్ళీ ఫెడేలునకొట్టి – "వీడెవడో సామాన్యుడిలా లేడు ఇన్‌స్పెక్టర్. మా ఫ్యాక్టరీకొచ్చి మామీదే దొంగతనం మోపుతున్నాడు" అంటూ మరోసారి కొట్టాడు.

భార్గవ వెనక్కి తూలి ఇన్‌స్పెక్టర్ మీద పడ్డాడు. ఈ దౌర్జన్యం అతడిని దాదాపు పిచ్చివాణ్ని చేసింది. మామూలుగా పోలీసుల్ని పిలిపిస్తే అతడింత ఇరిటేట్ అయ్యేవాడు కాదు. తన డబ్బు తీసుకొని తనని వదిలేసి, తిరిగి మళ్ళీ వెనక్కి పిలిచి, అరెస్టు చేయించటం అతడి విచక్షణా జ్ఞానాన్ని నశించేలా చేసింది. ఒక్క ఉదుటున సెంట్రీ మీదకు వెళ్ళబోయాడు. కానీ వెనుకనుంచి ఇన్‌స్పెక్టర్ బలంగా పట్టుకున్నాడు. ఎదురుగా సెంట్రీ ఇది చూసి నవ్వేసరికి అగ్ని మీద ఆజ్యం జల్లినట్లయింది. మోచేయి వెనక్కి విదిలించేసరికి అది వెళ్ళి ఇన్‌స్పెక్టర్ డొక్కలో తగిలింది. అతడు పట్టు వదిలేశాడు. భార్గవ గాలిలా దూసుకు వెళ్ళి సెంట్రీ చొక్కా పట్టుకున్నాడు. అతడి ఉద్దేశ్యం సెంట్రీ జేబులోంచి డబ్బుతీసి చూపించి తన నిర్దోషిత్వాన్ని నిరూపించుకుందామని...

కానీ మీద కొస్తున్న భార్గవని చూసి సెంట్రీ ఇంకోలా అనుకున్నాడు. భార్గవ మొహం భయంకరంగా వుంది. కోపంతో ప్రజ్వరిల్లుతూంది. తలుపులన్నీ మూసికొడితే పిల్లైనా తిరగబడుతుంది అనేలా వున్నాడు. అతడి ఆకారం చూసి సెంట్రీ అప్రయత్నంగా వెనక్కి అడుగువేసేడు. హర్నామ్‌సింగ్ చప్పున లాఠీ కోసం గదిలో మరో మూలకి వెళ్ళాడు. వెనుక ఇన్‌స్పెక్టర్ కడుపులో తగిలిన దెబ్బతో ఇంకా లేవలేదు.

అకస్మాత్తుగా తనకి దారి దొరికినట్టనిపించింది భార్గవకి. ఎదురుగా గుమ్మం కనిపించింది. ఒక్కసారి ఈ పులిబోనులోంచి బయటకి వెళ్ళిపోతే తనకి జరుగుతున్న ఈ అన్యాయం నుంచి రక్షణ లభిస్తుందని ఎందుకో అనిపించింది. అందులో యుక్తాయుక్తాలు ఆలోచించటానికి టైమ్ లేదు. అతడు చప్పున అటు పరుగెత్తాడు. వెనుకనుంచి "ఆగు" అని వినిపించింది. ఇన్‌స్పెక్టర్ కంఠం. అతడు ఆగలేదు. గుమ్మందాటి మరో నాలుగు అడుగులు వేసేడు.

"ధాం"

చెవులు చిల్లులుపడేలా శబ్దం వినిపించింది.

మండుతున్న ఇనుప ఊచని బలంగా కాలిలోకి దూర్చినట్టూ ఒక్కసారి భగ్గున మండింది. ఒక కేక బిగ్గరగా గొంతుతోంచి రాబోయి ఆగిపోయింది. కాలు పట్టుకుని నిస్సహాయంగా క్రిందికి వాలిపోయాడు- వెచ్చటి రక్తం కాలిమీదుగా స్రవించసాగింది. ఇంతలో ఎదురుగా అలికిడి అయి కళ్ళు విప్పి చూసేడు.

ఎదురుగా రవూఫ్ నిలబడి వున్నాడు.

క్రూరమైన స్వరంతో అతనన్నాడు. "ఈ రవూఫ్ చేతుల్లోంచి తప్పించుకు పారిపోవటం అంత సులభంకాదు మిస్టర్! నువ్వెవరో కొత్తగా ఈ లైన్‌లోకి దిగినట్టున్నావ్. నన్ను కొట్టినవాడు ఇంతవరకూ లేదు. మొట్టమొదటి వాడివి నువ్వే. నిన్ను తగినవిధంగా అభినందించటం నా విధి. అప్పుడే ఏమైంది పద, లాకప్‌లో చూపిస్తాను" అంటూ అతడి గాయం మీద బూటుతో కొట్టాడు. భార్గవ పంచప్రాణాలూ తోడేసినట్టయింది. పళ్ళు గట్టిగా కరచి బాధని దిగమింగేడు.

రవూఫ్ అతడి రెక్కపట్టుకుని, మరో సెంట్రీసాయంతో దాదాపు యీడ్చుకెళ్ళాడు. అనుమతి లేకుండా పరాయిచోట ప్రవేశించినందుకు క్రిమినల్ ట్రిస్‌పాస్ సెక్షన్ 448 క్రిందా- విధి నిర్వహణలో ఒక ప్రభుత్వాధికారికి అడ్డు తగిలినందుకు సెక్షన్ 353, 322ల క్రింద అతడు అరెస్టు చెయ్యబడ్డాడు.

*　　　*　　　*

ఆ రాత్రి అనుభవించిన నరకయాతన అతడు జీవితంలో ఎప్పుడూ అనుభవించలేదు. అతడిపట్ల అది కాళరాత్రే అయింది. సాయంత్రం ఎప్పుడో పోలీసు డాక్టరు వచ్చి కాస్త పౌడరు జల్లి కట్టుకట్టేడు. అదృష్టవశాత్తు గుండు కాలికి పక్కగా చీల్చుకుపోయిందంతే! బుల్లెట్ తగిలినప్పుడు అంతగా బాధ వెయ్యలే గానీ- ఆ రాత్రి సెల్‌లో గరుకు గచ్చుమీద పడుకున్నాక, ఒకవేపు దోమల

మరోవేపు పోలీసుల బూతు జోకుల నవ్వులతో మెలకువ వచ్చింది. సన్నగా సలపరం మొదలై నిముషాల మీద ఉధృతమైంది. అతడి బాధ పట్టించుకున్నవాడే లేడు.

అరెస్టు చేసిన ఇరవై నాలుగు గంటల్లోగా మేజిస్ట్రేటు ముందు హాజరుపర్చాలి. మరుసటి రోజు ప్రొద్దున్నవరకూ ఆ నరకం తప్పదు.

అతడు మోకాళ్ళ మీద కూర్చుని బాధని ఓర్చుకుంటూ జైలు ఊచలగుండా బయట వెలుతురుని చూస్తూ ఆ రాత్రంతా గడిపాడు. సాంద్రతలేని ఆ ఆలోచనల నడుమ నిస్తేజమైన మనసు మూగగా నిద్రపోయింది. అతడు మాత్రం మెలకువగానే వున్నాడు. ప్రొద్దున్న ఎనిమిది అవుతూ వుండగా బయట అలికిడి వినిపించి బయటకు చూసాడు. దూరముగా ఇన్‌స్పెక్టర్‌తో మాట్లాడుతున్న వ్యక్తిని చూసి ఆశ్చర్యపోయాడు.

అతడు శంకర్‌లాల్!

భార్గవ మనస్సులో ఎక్కడో మారుమూల ఆశారేఖ తళుక్కుమంది.

అంతకుముందు ఒకటి రెండు రోజుల క్రితమే తామిద్దరికీ ఘర్షణ జరిగింది! తనని ఉద్యోగంలోంచి తీసేసే హక్కు వాళ్ళకు లేదని వాదించి తను గెల్చాడు!! అయినా తను ఇక్కడ వున్నాడని తెలిసి ప్రొద్దున్నే అతడు వచ్చాడు. తన గురించి చెప్పి- ఇక్కడ్నుంచి విడుదల చేయిస్తాడు!!!

ఎంతయినా అతడు తన అధికారి!

భార్గవ మనసంతా కృతజ్ఞతతో నిండిపోయింది.

ఈ లోపులో సెంట్రీ వచ్చి తలుపు తీసి అతడిని వెలుపలికి తీసుకెళ్ళాడు. ఇన్‌స్పెక్టర్‌తో మాట్లాడి శంకర్‌లాల్, భార్గవ కూర్చున్న చోటికి వచ్చాడు. ఇద్దరి మధ్యా టేబుల్ వుంది. శంకర్‌లాల్ తన చేతిలోని కాగితాలు టేబుల్ మీద పెట్టి భార్గవ వైపు చూసాడు. భార్గవ అతడివైపు అర్థంకానట్టూ దృష్టి సారించాడు. శంకర్‌లాల్ గొంతు సవరించుకుని అన్నాడు.

"సూటిగా అసలు విషయానికొస్తాను డాక్టర్ భార్గవా! ఉపోద్ఘాతాలొద్దు" అని ఆగి తిరిగి అన్నాడు.

"మోహన్‌లాల్-శంకర్‌లాల్ వంశం దానధర్మాలకు ఎంత పేరెన్నికగన్నదో, పంతానికీ, పట్టుదలకీ కూడా అంతే పేరు పొందింది.... ఆ వంశంలో పుట్టినవాడిని నేను! అటువంటి నేను సల్ఫా-3 గురించి ఒక చిన్న కోర్కె కోరితే, ఏదో

నియమాలున్న వాడిలా దాన్ని తిరస్కరించడమే కాకుండా పత్రికల వాళ్ళ దగ్గర నీ ఇష్టం వచ్చినట్టూ మాట్లాడి అందరి పరువూ పోగొట్టావు".

అతడు చెప్పటం అపాడు. భార్గవ అతడివేపు దిగ్భ్రాంతుడై చూస్తున్నాడు.

"-కానీ నీ మీద మాకు అంత ద్వేషం లేదు. నిన్ను జైలుకి పంపించాలన్నది మా ఆశయం కాదు. బోర్డులో పరువు నిలపాలన్నదే నా ఆకాంక్ష! భార్గవా! సూటిగా అసలు ప్రపోజల్ చెపుతాను విను. సామ్సన్ అండ్ సామ్సన్ కంపెనీ నీ మీద కేసు ఉపసంహరించుకుంటుంది. ఇన్‌స్పెక్టర్ రవూఫ్‌ని కూడా నేను వప్పిస్తాను. నీ మీద కేసు వుండదు. దీనికి ప్రతిగా, నీ అంతట నువ్వు నీ రాజీనామ పత్రాన్ని సమర్పించాలి. నా పంతం నెరవేరినట్టూ వుంటుంది. నీకు జైలూ తప్పిపోతుంది. ఎలా వుంది నా ప్రపోజల్?"

భార్గవ అవాక్కయి అతడివేపే చూస్తుండిపోయాడు. గుండెల్లో యేదో హోరు ప్రారంభమై ఒళ్ళంతా వ్యాపించింది.

ఎదురుగా టేబుల్ మీద వున్న పేపర్లు అతడిని పరిహసిస్తున్నాయి.

ఎంత నాజూగ్గా వీళ్ళు తన మీద పగ తీర్చుకున్నారు? ఎంత కసి ఉన్నది వీళ్ళలో.... అందుకేనేమో వెళ్ళిపోతున్న వాడికి వెనక్కి పిలిచి అరెస్టు చేయించారు.

భార్గవ మౌనాన్ని ఇంకోలా అర్థం చేసుకున్నాడు శంకర్‌లాల్.

"నీకింకో మార్గంలేదు. దీంట్లోంచి ఎలా తప్పించుకోగలనా అని ఆలోచించకు, నీకు ఈ ఛాన్స్ పోయిందంటే రెండు సంవత్సరాల కఠిన కరాగార శిక్ష తప్పదు. క్రిమినల్ ట్రిస్‌పాస్‌కి ఒక సంవత్సరం, అస్సాల్టింగ్ పబ్లిక్ సర్వెంట్‌కి ఒక సంవత్సరం, మొత్తం రెండు సంవత్సరాలు. నువ్వు కన్విక్ట్ అయిన మరుక్షణం నీ ఉద్యోగం పోతుంది. ఎలాగూ ఉద్యోగం పోవటం ఖాయమైనప్పుడు ముందే దానికి రాజీనామా ఇచ్చేస్తే కనీసం జైలు శిక్ష తప్పించుకుని బయటపడతావు. నిజానికి నిన్నీ విధంగా అడిగే అవసరం మాకు లేదు.

నీ మీద ఏ మాత్రమో అభిమానం వుండబట్టి ఈ వ్యవహారం కోర్టు వరకూ వెళ్ళకుండా ఆపాలని మా ప్రయత్నం. ఏ విషయమూ తొందరగా చెప్పు?"

ఇంక చెప్పటానికేముంది? ఏమీ లేదు.

నాలుగువేపుల నుంచీ ఉచ్చులు బిగిసిపోయాయి.

భార్గవ కాగితాలు దగ్గరికి లాక్కున్నాడు. నీట్‌గా టైపుచేసి వున్న తన రాజీనామా పత్రం అది.

దాన్ని అందుకుంటూ ఒకే మాట అన్నాడు.

"కంగ్రాట్స్".

శంకర్‌లాల్ చిరునవ్వుతో కలం అందించాడు. భార్గవ సంతకం పెట్టబోతూ ఒక్కసారి అటుచూసేడు. ఇన్‌స్పెక్టరూ, హెడ్ కానిస్టేబుల్, పోలీసులూ- అందరూ నాటకంలో పాత్రధారుల్లా ఇటే చూస్తున్నారు. జరుగుతున్న అన్యాయాన్ని అలవాటైన పోలీసు స్టేషన్ అతి సాధారణంగా గమనిస్తూంది. అతడు తలవంచి నెమ్మదిగా సంతకం పెట్టి కాగితాన్ని ముందుకు తోసేడు. ఆ మసక చీకటిలో అతడి మొహంలో భావాలు సరిగ్గా కనపడటం లేదు.

"గుడ్" అటూ శంకర్‌లాల్ లేచి, ఆ కాగితాన్ని మడిచి జేబులో పెట్టుకొని...

"ఈ క్షణమే మీ రాజీనామాని అంగీకరిస్తున్నాను. ఈ రోజునించి మీరూ మా ఉద్యోగి కాదు. పోతే మూడు నెలల నోటీసివ్వకుండా మీరు రాజీనామా చేస్తున్నారు కాబట్టి, మీకు రావల్సిన పి.ఎఫ్. నుంచి అంత డబ్బూ తగ్గించుకోబడుతుంది. మీ అంతట మీరే రాజీనామా చేస్తున్నారు కాబట్టి- మీ కూతురి వైద్యానికి రావల్సిన ఇన్సూరెన్స్ ఈ క్షణం నుంచే ఆగిపోయింది. పదకొండింటి లోపులో మీరు మీ సామానులన్నీ తీసుకుని లాబ్ ఖాళీచేసి నా కప్పగించాలి, గుడ్‌బై – " అంటూ వెళ్ళిపోయాడు.

భార్గవ చిత్తరువులా నిలబడిపోయాడు. అంతలో అతడి భుజంమీద చెయ్యిపడింది. తలతిప్పి చూసేడు. రవూఫ్.

"అదృష్టవంతుడివి, తప్పించుకున్నావ్. కానీ అప్పుడే సంతోషపడకు. రవూఫ్‌మీద చెయ్యి చేసుకున్న వాడెవడూ భూమ్మీద బ్రతికి బట్టకట్టలేదు. ఎప్పటికయినా 'నా బదులు కూడా' నేనే తీర్చుకుంటాను. అది గుర్తుంచుకో... ఇప్పటికి బ్రతికిపోయావు వెళ్ళు..." కేస్‌షీట్ చింపేస్తూ బయటికి తోసేడు. భార్గవ స్టేషన్ బయటకొచ్చి పడ్డాడు. కాలినుంచి తిరిగి రక్తం స్రవించసాగింది.

ఉద్యోగం పోయి, ప్రతిష్ట పోయి, సర్వం కోల్పోయి డెలీరియం స్టేజిలోకి వెళ్ళిన అతని మెదడు దేన్ని ఆలోచించటానికయినా నిరాకరిస్తూంది.

రాత్రంతా నిద్రలేక, ఆహారంలేక వళ్ళు తూలుతూంది.

బట్టలు చినిగిపోయి, జుట్టు చెరిగిపోయి, సభ్య ప్రపంచంలో సభ్యుడిగా గుర్తింపు కోల్పోయి అతడు భారంగా అడుగులు వేయసాగేడు. కనీసం రిక్షాలకి కూడా డబ్బులు లేవు. ఎవరు ఇంటి దగ్గరున్నారో- ఎవరు ఆస్పత్రిలో వున్నారో కూడా తెలీదు. అడుగుతీసి అడుగేస్తూంటే గాయం తాలూకు నొప్పి ప్రాణాల్ని తోడేస్తూంది.

అలాగే కాళ్ళీడ్చుకుంటూ అతడు నెమ్మదిగా సాగేడు.

పోలీసుల కళ్ళపడకుండా అతడు తనతో దాచుకున్న వాయువు తాలూకు గాస్ ప్యాకెట్ మాత్రం ఛాతీ దగ్గర భద్రంగా వుంది.

4

అతడు ఇంటికి వచ్చేసరికి పిల్లలిద్దరూ కంగారు పడుతున్నారు. రాత్రంతా ఇంటికి రాకుండా, ప్రొద్దున్నే... పెరిగిన జుట్టుతో, రక్తపు మరకలున్న బట్టలతో కుంటుకుంటూ వస్తున్న తండ్రిని చూసీ జిన్నీ బెదిరిపోయింది.

పిల్లలిద్దరూ అతడి దగ్గరికి పరిగెత్తుకొచ్చారు.

బాధని ఏ మాత్రం పైకి ప్రకటించినా పిల్లలు మరింత బెదిరిపోతారనీ, నవ్వు మొహానికి పులుముకుని, వాళ్ళని దగ్గరికి తీసుకుని "అమ్మేది" అనడిగాడు.

"నిన్న ప్రొద్దున్నుంచీ తను కూడా ఇంటికి రాలేదు నాన్నా!" అంది జిన్నీ. అతడికి బాధేసింది. భార్య మీద జాలితో కూడిన సన్నటి అనురాగపు భావం.... ఈ పెళ్ళి ద్వారా ఆమెని అనవసరమయిన జంజాటంలోకి ఈడ్చానేమోనన్న బాధ.... తనని చేసుకోవటం ద్వారా ఏం సుఖపడింది? మొదటి రోజునుంచే ఆస్పత్రులూ- రోగాలూ.

ఆ క్షణమే ఆమె దగ్గరకు వెళ్ళి ఒక ఓదార్పు మాట- ఓ సానుభూతి వాక్యం ఆమెతో పంచుకోవాలని మనసు ఆరాటపడింది. నాకు నువ్వు- నీకు నేను - సుఖాలెలాగూ లేవు. ఉన్న కష్టాల్నే చెరిసగం పంచుకుందాం అని.

అంతలో జిన్నీ దగ్గిరకొచ్చి "నిన్న సాయంత్రం ఎవరో వచ్చి ఈ కవరు ఇచ్చారు నాన్నా" అంటూ అందించింది. చింపి చూసేడు. సైకియాట్రిస్టు దగ్గర్నుంచి రిపోర్ట్. ఆయన తెలిసినవాడు కాబట్టి లేఖ రూపంలో వుంది ఇంగ్లీషులో.

"డియర్ భార్గవా!

మీ పిల్లలిద్దరి కేసులూ పరిశీలించాను. వాళ్ళ సంభాషణ వారానికి రెండ్రోజులు. అలా విచిత్రంగా, వినేవాళ్ళకి అగమ్యగోచరంగా వుండటానికి కారణం ఏమిటా అని ఆలోచిస్తూ వచ్చాను. మొన్న రాత్రి టెలివిజన్ చూస్తూ వుంటే అకస్మాత్తుగా స్ఫురించింది. మీ వాళ్ళిద్దరూ బహుశా శని, ఆదివారాలు అవి చూస్తున్నారేమో. వాళ్ళు 'మెలోడ్రమిటిక్'గా మాట్లాడేది అది, సోమవారాల

నిశ్చయంగా అది క్రితం రాత్రి చూసిన సినిమా ప్రభావమే అయివుంటుంది. మీరీ విషయం ఈసారి కలిసినప్పుడు ధృవపర్చగలరు. అలాగే, వాళ్ళకి సినిమాలు వీలైనంతవరకూ చూపించకుండా వుండటానికి ప్రయత్నించండి. ముఖ్యముగా నూనూగు మీసాల హీరోలూ, పైట వేసుకునే వయసురాని తల్లులయిన హీరోయిన్లూ వున్న సినిమాలు చూపించకండి. అందులో వాళ్ళు మాట్లాడుకునే బరువైన మాటలు మీ పిల్లల సబ్‌కాన్షస్ మైండ్‌మీద ప్రభావం చూపించి ఈ రకమైన న్యూరోసిస్‌కి దారి తీస్తున్నాయని నా అనుమానం. పిల్లలకి పిచ్చెక్కేది ఆది, సోమవారాలైతే ఇక ఫర్‌దర్ ట్రీట్‌మెంట్ అనవసరం. మీ టీ.వీ.ని మూత వెయ్యండి చాలు- (సంతకం)"

ఉత్తరం మూసేస్తూ చాలాకాలం తర్వాత బిగ్గరగా నవ్వేడు భార్గవ. ఇంతకాలం తల బ్రద్దలు కొట్టుకున్నది ఇంత చిన్న కారణంగానా... మళ్ళీ నవ్వొచ్చింది. పిల్లలిద్దరూ తండ్రినే విచిత్రంగా చూస్తున్నారు.

"ఏమిటి నాన్నా?" అని అడిగింది జిన్నీ.

"ఏం లేదమ్మా" నవ్వాపుకుంటూ మాట మార్చి, "అవునూ- మీరు స్కూలుకి వెళ్ళలేదేం?" అని అడిగాడు. ప్రార్థనకి అంత సీరియస్‌గా వుందన్న విషయం సాధ్యమైనంత వరకూ పిల్లలకి తెలియకుండా వుండటం కోసం వాళ్ళని స్కూల్‌కి పంపుతూనే వున్నాడు.

"ఈరోజు స్కూల్‌కి శలవిచ్చారు".

"ఎందుకు?"

"ఏసుపాదం చచ్చిపోయాడుగా!"

నట్టడవిలో హఠాత్తుగా దావానలం చుట్టుముట్టినట్టూ ఒక వెచ్చటి గాలి అల- అతడిని వణికించి భయభ్రాంతుడ్ని చేసింది. ముందు జరగబోయే సంఘటనకి ఇది తొలి సూచనగా అతడు కంపించిపోయాడు. ఎన్నో రోజులు కూడా కాలేదు. తను ఆస్పత్రికి ఫోన్‌చేసి కనుక్కోవటం- వాళ్ళు ఆ కుర్రవాడికి 'అడ్వాన్స్ స్టేజి ఆఫ్ లింఫోబ్లాస్టిక్ లుకేమియా' అని చెప్పటం... తనకి ఆ కుర్రవాడి తల్లి- ఆ ముసలమ్మ వణుకుతున్న చేతుల్తో దణ్ణం పెట్టి "ప్రభువు నిన్ను రక్షిస్తాడు బాబూ" అనటం అంతా కళ్ళముందు కదలాడింది.

'ఓ ప్రభువా!

చిన్నారి పాపల్ని నిర్దాక్షిణ్యంగా నలిపేసే కేన్సర్‌ని సృష్టించిన నీ కరుణా కటాక్షాలు మా కక్కర్లేదోయ్, మా బాధలు మేం పడతాం. కేన్సర్‌కి వ్యతిరేకంగా మేమే మా శాయశక్తులా పోరాడతాం'.

... స్కూల్లో ఎవరో స్టూడెంటు చచ్చిపోయాడనగానే కుర్చీలో కూలబడి కళ్ళు మూసుకున్న తండ్రిని చూసి, పిల్లలిద్దరూ మొహమొహాలు చూసుకున్నారు.

జిన్నీ తండ్రి దగ్గరికి వచ్చి 'నాన్నా' అంది.

అతడు కళ్ళు తెరవకుండానే 'ఊఁ' అన్నాడు.

జిన్నీ మరింత దగ్గరికి వచ్చింది. అతడు ఆ పాపని దగ్గరికి తీసుకున్నాడు. మరోవైపు శ్రీనూ వున్నాడు. జిన్నీ తటపటాయిస్తూ మళ్ళీ 'నాన్నా' అంది.

"ఏమ్మా!"

"అక్కయ్యకి– అక్కయ్యకి కూడా కేన్సరటగా"

పక్కనే పెద్ద విస్ఫోటనం జరిగినట్టూ భార్గవ ఉలిక్కిపడి చప్పున కళ్ళు తెరిచి, "ఎవరు చెప్పారు?" అన్నాడు.

"పన్నక్క బ్రతకదట. చాలా సీరియస్‌గా వుందట..." నీకు తెలియని విషయం మాకు తెలిసింది అన్నట్టూ శ్రీనూ అన్నాడు.

భార్గవ పళ్ళు బిగించి, "ఎవరు చెప్పారు?" అని రెట్టించాడు. అతడి కంఠం అతడికే వికృతంగా ధ్వనించింది. పిల్లలు బెదిరి ఒక అడుగు వెనక్కి వేశారు. అతడు జిన్నీ రెక్కపట్టుకుని విసురుగా దగ్గరకు లాక్కొని మళ్ళీ అదే ప్రశ్న అడిగాడు.

"శా... శారద టీచర్ చెప్పింది. పిన్ని జాతకం మంచిది కాదట. అందుకే పెళ్ళవగానే ఇలా జరిగిందట"?

భార్గవ కళ్ళు గట్టిగా మూసుకున్నాడు. అయినా ఆవేశాన్ని అణుచుకోవటం కష్టమౌతుంది.

స్త్రీలో ఇంత కుత్సితము దాగి వుంటుందన్నది అతడి ఆలోచన కందని విషయం. ఎవరి బ్రతుకు వారు బ్రతక్కుండా ఎందుకీ ఆడవాళ్ళు దేముడు తనకిచ్చిన సున్నితత్వాన్నీ– సుకుమారత్వాన్నీ– సినిసిజం, సాడిజంగా మార్చుకుంటారు? మాటల వాంతులూ ఆలోచన్ల అజీర్తితో బాధపడతారు! ఎక్కడో పరోక్షంలో తాము వదిలిన ఒక చిన్న మాట ఇక్కడో హృదయాన్ని బ్రద్దలు చేస్తుందని ఎందుకు ఆలోచించరు?

"జిన్నీ"

"ఏం డాడీ!"

"కొంచెంసేపు మీ ఇద్దరూ అల్లరి చేయకుండా బైట ఆడుకోండి".

"అలాగే నాన్నా"

"కిటికీ తెరలు దగ్గరికి లాగెయ్యండి".

వాళ్ళు నిశ్శబ్దంగా ఆ పనిచేసి గదిలోంచి నిష్క్రమించారు. గదిలో చీకటి అలుముకుంది. అతడి మనసులోలాగే. అతడు తలవాల్చి కళ్ళు మూసుకున్నాడు. అకస్మాత్తుగా అతడికి సోమశేఖరం మొదట్లో చెప్పిన మాటలు జ్ఞాపకం వచ్చాయి.

"–అతి కొద్దికాలంలోనే మీరు గొప్ప చిక్కుల్లో పడబోతున్నారు. ప్రపంచం అంతా మీకు ఎదురు తిరుగుతుంది. మీరు పేపర్లలోకి ఎక్కుతారు. వృత్తిరీత్యా కార్యకలాపాల్లోనూ, గృహ సంబంధమైన విషయాల్లోనూ, మొత్తం అన్ని వైపుల్నించీ ఒక్కసారిగా మీకు వ్యతిరేకత కానవస్తుంది– దాంతో మీరు కాలిన పెనంమీద ఆవగింజలా అల్లల్లాడిపోతారు".

అతడికి శేఖరం గుర్తొచ్చాడు. 'ఎక్కడున్నాడో' అనుకున్నాడు. తన స్నేహితుడు తనకి సాయం చెయ్యబోయి, ఒక నిర్మానుష్యమైన చోట, చెత్తకుండీ పక్కన, కళ్ళుపోయి, ఆ స్థానే రక్తపు గుంటలుపడి, నాలుకతెగి మూగవాడై, చెవి ఎముకలు బ్రద్ధలై జీవచ్ఛవంలా బ్రతుక్కీ, చావుకీ మధ్య వేలాడుతున్నాడని అతడికి తెలీదు.

ఆ గది నిశ్శబ్దాన్ని చెదురుస్తూ తలుపు దగ్గిర అలికిడి అయింది. అతడు కళ్ళు విప్పి చూసేడు.

గుమ్మం దగ్గర వసుమతి నిలబడి వుంది. ఇద్దరూ ఒకర్నొకరు చూసుకుంటూ అలానే నిశ్శబ్దంగా వుండిపోయారు.

ఎంత దగ్గర– కానీ ఎంత దూరం!

ఆమె ముందుకొచ్చి కిటికీ తెర తీయబోయింది.

"అలాగే వుంచు వసుమతీ, నేనే వెయ్యమన్నాను" అన్నాడు. ఆమె ఆ ప్రయత్నాన్ని విరమించుకుంది.

"ఎలా వుంది పన్నాకి?"

ఆమె తటపటాయించి, "అలాగే వుంది" అన్నది.

"ఎంత కౌంటు?"

"92,000"

అతడు వణికిపోయి "ఎంతా?" అడిగాడు.

"తొంభై రెండు వేలు" అంది. ఆమె కంఠంలో, రాబోయే ఉపద్రవాన్నే ముందునుంచీ వూహించుకుంటూ ఉండటంవల్ల వచ్చిన నిశ్చలత వుంది.

"... అయిపోయింది .... దగ్గిరకొచ్చేసింది ..." తనలో తనే గొణుక్కుంటున్నట్టు అన్నాడు. ఆమె అతడి దగ్గరికి వెళ్ళి భుజంమీద చెయ్యి వేద్దామనుకుంది. కానీ ఆ

చనువు లేదు. ఈ పరిస్థితుల్లో కావల్సింది చనువా? .... కాదేమో! మనసు పొరల్లో గిల్టీ కాన్షస్‌నెస్. ఆమె చెప్పాలనుకుంటూంది.... చెప్పలేకపోతూంది.

- నాకేమీ తెలీదండీ. ముందు తెల్లకాగితం మీద వ్రాసివ్వటమే నేమో అనుకున్నాను. అలా వ్రాసిస్తే కానీ ప్రార్థనకి ట్రీట్ చెయ్యనన్నాడు డాక్టర్. ఇంతలో లాయరొచ్చాడు. అతడిని చూసి చట్టబద్ధ ఉత్తరాన్ని అతడు తయారు చేస్తాడనుకున్నాను. ఇక్కడ కాదు, కోర్టుకి వెళ్ళాలన్నారు. మేజిస్ట్రేటు సమక్షంలో అంతా చెయ్యాలన్నారు. అప్పటికే కాలు వెనక్కి తీసుకోలేనంత ముందుకు వెళ్ళిపోయాను. ఏం చెయ్యను? నేను చూస్తూ వుండగానే అంతా జరిగిపోయింది. నన్నొక బొమ్మలా బోనులో నిలబెట్టారు. చివరికి కోర్టు ఆర్డరిచ్చింది. నిస్సహాయంగా– నిశ్శబ్దంగా అంతా చూస్తూ వుండాల్సి వచ్చింది. ప్రార్థన మీ కూతురేనండి, నాకేమీ అధికారం లేదు. ఇప్పుడిక ఆ ఆస్పత్రి అధికారులకి ఏమీ చెప్పలేను. కాలిన ఈ చేతుల్తో వాళ్ళ పాదాలనే ఆకుల్ని పట్టుకుని ప్రార్థించలేను. కానీ నన్ను మీరు అర్థం చేసుకోవటం కోసం నా గుండెకోసి ఇవ్వాలని ఎవరయినా శాసిస్తే దానికి ఆనందంగా సిద్ధపడతాను, అయ్యో – మీకెలా చెప్పనండీ ఇదంతా.

ఆమె చివరికి ఏమీ చెప్పలేదు, చెప్పే ధైర్యం లేదు. ప్రపంచంలో ఏ భాష కూడా ఆ భార్యా భర్తల మధ్య వచ్చిన కమ్యూనికేషన్ గ్యాప్‌ని పోగొట్టలేదు.

అతడు ఆమె ఇంకా అక్కడే నిలబడి వుండటం చూసి, ఆమె వైపు ప్రశ్నార్థకంగా చూసేడు. ఆమె ఏదో చెప్పబోయి, తటపటాయించి 'ఏం లేదు' అని వెనుదిరిగింది.

ఆమె గుమ్మం దగ్గరికి చేరుకుంటూ వుండగా వెనుకనుంచి నెమ్మదిగా వినపడింది– 'వసుమతీ' అని!

ఆమె ఆగింది.

"నా ఉద్యోగం పోయింది వసుమతీ!"

ఒక సన్నటి గాలి తెమ్మరవచ్చి కిటికీ తెరల్ని కదిల్చింది. ఒక వణుకు ఆమె శరీరాన్ని కదిల్చింది. స్థబ్దతనుంచి తేరుకుని ఆ మాటల్ని అర్థం చేసుకోవటానికి రెండు నిముషాలు పట్టింది. నెమ్మదిగా– చాలా నెమ్మదిగా ఆమె వెనుదిరిగింది. తెరల సందుల్లోంచి వచ్చే సూర్యకిరణం ఆమె మొహంమీద చీకటిని వెలుగుతో మిశ్రమం చేస్తూంది.

"నిజం. నా ఉద్యోగం పోయింది. పోవటమేమిటి? నేనే రాజీనామా ఇచ్చాను. ఇలా చెప్పుకుంటే కొంచెం గౌరవంగా వుంటుంది కదూ!"

ఆమె మాట్లాడలేదు. ఇంకా షాక్ నుంచి తేరుకోలేదు. ఆమె మౌనాన్ని అతడు ఇంకోలా అర్థం చేసుకున్నాడు- నవ్వేడు.

నవ్వుతూనే, "తప్పదు వసుమతీ! నన్ను పెళ్ళి చేసుకున్న నేరానికి నాతోపాటూ నా పిల్లల్ని కూడా ఇకనుంచి నువ్వే పోషించాలి" అన్నాడు.

ఆమె గాలిలా అతడి దగ్గిరకి దూసుకువెళ్ళలేదు. "అంతమాట అనకండీ" అంటూ అతడి కాళ్ళ దగ్గిర వాలిపోలేదు. ఉన్నచోటనే నిలబడింది. పిడికిళ్ళు బిగుసుకున్నాయి. అరచేతులు చెమట పడుతున్నాయి. అన్ని రోజుల్నుంచీ ఆమె పడుతున్న శ్రమా, నిద్రలేని రాత్రిళ్ళు కలిగించిన అలసటా, ఆస్పత్రి పెట్టిన కష్టం- అన్నీ ఒక్కసారిగా ఆమెని నలువైపుల నుంచీ చుట్టుముట్టి ఉక్కిరి బిక్కిరీ చేసేయి. తడారిన గొంతుతో "ఏ... ఏమిటండీ మీరంటున్నది?" అని మాత్రం అనగలిగింది. అప్పటి వరకూ పళ్ళ బిగువున అదిమి పెట్టిన అలసట, నెమ్మదిగా నెమ్మదిగా ఆమెని ఆక్రమించుకుంటూంది.

అతడు లేచాడు. నడుస్తూ వుంటే కాలు బాధ పెడుతుంది. కిటికీ వద్దకు వెళ్ళి తెర పక్కకి లాగేడు. లాగుతూ తనలో తను అనుకుంటున్నట్టూ నెమ్మదిగా అన్నాడు. "...ఇన్సూరెన్సు కూడా రాదు. ఇప్పటి వరకూ అయిన ఖర్చుకి వచ్చే గ్రాట్యూయిటీ అదీ సరిపోతుందేమో!"

ఈ లోపులో ఆమె కాస్త తేరుకుంది. "ఉద్యోగం రాజీనామా చేసేరా? ఎందుకంటీ" అంది బేలగా.

"వేల వేల మంది ప్రార్థనల్ని నా సూడో- మెడిసిన్స్‌తోనూ, టానిక్స్‌తోనూ చంపెయ్యలేక".

ఆ జవాబుకి తిరుగు ప్రశ్న లేదు.

అతడి దగ్గరికి వెళ్ళి "పోన్లెండి, ఇక్కడ కాకపోతే ఇంకొకచోట వస్తుంది ఉద్యోగం" అంది తమకితామే ధైర్యం చెప్పుకుంటున్నట్టూ.

అతడు పేలవంగా నవ్వేడు. "అదంత సులభంకాదు, పోతే అంతకన్నా ముఖ్య సమస్యలు ఇంకా కొన్ని వున్నాయి. వారం పదిరోజుల్లో ఈ క్వార్టర్సు ఖాళీ చెయ్యాలి. కనీసం నెల రోజులన్నా టైమ్ ఇస్తారని నేను అనుకోను. మనం ఇంకో ఇంటికి మారాలి, చాలా చిన్న ఇంటికి. ఈ పరిస్థితుల్లో నెలకి వందా రెండొందలకన్నా ఎక్కువ అద్దె ఇచ్చుకోలేమేమో! అవునా" అంటూ తిరిగి నవ్వేడు.

ఆమె అతికష్టంమీద దుఃఖాన్ని ఆపుకుంటూంది.

"మన బ్యాంకు బాలెన్స్ ఎంతుంది వసుమతీ?"

హఠాత్తుగా అతడడిగిన ప్రశ్నలకి ఆమె వెంటనే జవాబు చెప్పలేక ఆలోచించి "ఆరేడు వేలదాకా వుండొచ్చు" అంది.

అతడు తిరిగి తనలో తాను ఆలోచించుకుంటూ అన్నాడు. "కారు అమ్మటం గురించి ఈ రోజే పేపర్లో ఒక ప్రకటన ఇవ్వాలి..." అని ఆగి మళ్ళీ నెమ్మదిగా– "ప్రార్థన తల్లి తాలూకు బంగారం కాస్త లాకర్‌లో వుంది. దాన్ని తియ్యాలి" అన్నాడు.

ఆమె చప్పున "ఎందుకండీ ఇప్పుడే అవన్నీ ఆలోచించటం" అంది. అతడు అర్థంకానట్టు ఆమెవైపు చూశాడు. "ఇప్పుడు కాకపోతే ఇంకెప్పుడు ఆలోచిస్తాం? ఆస్పత్రి వాళ్ళు మన పేరు ప్రఖ్యాతులు చూసి కట్టవలసిన డబ్బుకి వాయిదా ఇవ్వరుగా. నిన్నటికి బిల్లు ఎంతయింది?"

"పద్దెనిమిది వేలు"

"అది ఎప్పటిలోగా కట్టాలి?"

"రేపటిలోగా".

"మరి!"

దీనికి ఆమె మాట్లాడలేకపోయింది. అతడు ఆమె దగ్గరికి వెళ్ళి– "చెప్పు, ఎక్కణ్ణుంచి తెస్తాం? కార్లో ఆస్పత్రికి వెళ్ళి 'మా దగ్గిర డబ్బులయిపోయినయ్. ఇంతవరకూ చేసిన ట్రీట్‌మెంట్ చాల్లెండి' అందామా?" అన్నాడు.

అతడి మాటల్లో వ్యంగ్యం వున్నా అది ఆమెని సంతోషపెట్టింది. ప్రార్థనకి ట్రీట్‌మెంట్ కొనసాగించటానికి అతడు ఈ మాట ద్వారా పరోక్షంగా తన అంగీకారం తెలుపుతున్నాడు. ఆమెకెందుకో అది శుభ సూచకంగా కనిపించింది. వీటికన్నా ముఖ్య విషయం– కోర్టు విషయము! ఇక అది అతడికి తెలియవలసిన అవసరం లేదు. అతడు ప్రార్థనకి ట్రీట్‌మెంట్ నిరోధించకపోతే ఆ కోర్టు కాగితం కేవలం ఆస్పత్రి రికార్డుల్లోనే వుండిపోతుంది. అంత వత్తిడిలోనూ ఆమె కాస్త వెసులుబాటుగా ఫీలయింది.

"మనకే ఇలా వుంటే ఈ కేన్సర్ అనే మహమ్మారి ఒక మధ్య తరగతి కుటుంబంలో వస్తే ఎలా వుంటుంది?"

ఆమె తలెత్తి చూసింది.

"ఎవరయినా ఒక కథ వ్రాస్తే బావుణ్ణు! ఒక సగటు గుమాస్తా తన కూతురి పెళ్ళికోసం జీవితాంతం కష్టపడి– ఓ పదిహేను వేలు సంపాదిస్తాడు. సంబంధాలు చూస్తూ వుండగా తండ్రికి కేన్సరని తెలుస్తుంది. ఇప్పుడతడు ఏం చేస్తాడు?

ముసలి తండ్రిని మరో ఆర్నెల్లపాటూ బ్రతికించుకోవడానికి ఆ డబ్బంతా ఖర్చుచేస్తాడా? రోగాన్ని దాచిపెట్టి చౌక మందులువాడి, చూస్తూ చూస్తూ తండ్రిని శ్మశానానికి అర్పిస్తాడా? – కూతురు పెళ్ళి ముఖ్యమా? .... కాటికి కాళ్ళు సాచిన తండ్రి జీవితం ముఖ్యమా? ఏది ముఖ్యం...? బావుంది కదూ.... మనిషి సెంటిమెంటు మీద దేముడు ఆడిన మెలోడ్రామా... ఎలా వుంది.... హ్హాహ్హా .... టైటిల్ పెద్దదయిపోతుందేమో.... 'దేముడూ.... ది సాడిస్ట్' అన్న పేరు బావుంటుంది, హ్హాహ్హా..."

బిగ్గరగా నవ్వుతున్న అతడివైపు ఆమె భయభ్రాంతురాలయి చూసింది. విపరీతమైన వత్తిడితో కూడిన డిప్రెషన్ అతడిని సెమీ–హిస్టీరిక్‌గా మారుస్తూంది. ఆమె చప్పున అతడి దగ్గరకు వెళ్ళి అతడి చేతిమీద చెయ్యివేసి "అలా అనకండి, దేముడు మనల్ని చల్లగా చూస్తే ఈ కష్టాలన్నీ తొలగిపోవటం ఎంతసేపు" అంది. అతడు చప్పున నవ్వు ఆపుచేసి, ఆమెవైపు చిత్రంగా చూశాడు.

"దేముడు గురించి మాట్లాడుతున్నావా వసుమతీ నువ్వు! ఈ దేముడి గురించి నాకు బాగా తెలుసు. నా మొదటి భార్య తన దర్శనానికే వెళ్ళివస్తూంటే ఆ కొండలమీదే ప్రాణాలు బలితీసుకున్నాడు. నీవు చెప్పే ఈ దేవుడు మనుష్యుల మూర్ఖత్వాన్ని తన చిద్విలాసాలకి బాగా ఉపయోగించుకునే ఆటగాడు– ఈ దేవుడి గురించి నువ్వు చెపుతున్నావా నాకు?"

"వద్దండి... ఆ భావమే రానివ్వకండి... ప్లీజ్ .... మన పాపకు తగ్గితే తిరుపతి వస్తామని ఒక్కసారి మొక్కుకోండి. కనీసం మా సంతృప్తి కోసమన్నా అలా చెయ్యండి".

ఒక విజ్ఞాని– మూర్తీభవించిన మూర్ఖత్వంవైపు చూసినట్టు ఆమెవైపు జాలిగా చూసేడు. అంతలో గుమ్మం దగ్గర చప్పుడయింది. జిన్నీ... శ్రీను పిల్లలిద్దరూ నిలబడి తనవైపే చూస్తున్నారు. పినతల్లి కళ్ళలో నీళ్ళు చూసి బెదిరిపోయారో ఏమో గానీ, తండ్రివైపు ఆర్ద్రంగా చూస్తున్నారు వాళ్ళు కూడా.

ఇంతమందిని అతడు కాదనలేకపోయాడు.

వెళ్ళి ఫోటో ముందు నిలుచున్నాడు.

దేవుడు ఎందుకో చిలిపిగా నవ్వినట్టు అనిపించింది.

అతడి మొహంలో ఎన్నడూలేని సీరియస్‌నెస్ చోటుచేసుకుంది. కళ్ళు మూసుకున్నాడు. మనసులో అనుకున్నాడు.

"నేనో సైంటిస్టుని! జీవితంలో ఓడిపోయిన సైంటిస్టుని!! దేముణ్ణి నమ్మని సైంటిస్టుని!!! నీ ఆటలు చాలాకాలం నుంచీ గమనిస్తున్నాను. కోర్కె తీరితే మేము నీకు కానుకలు అర్పించుకోవాలా.... తీరకపోతే అది మా ఖర్మ అనుకోవాలా. ఇదేం రూలు?

నా భార్యని బలి తీసుకున్న ఓ దేముడా!

నా ప్రియాతి ప్రియమైన కూతుర్ని తీసుకోబోతున్న దానవుడా....!

నేను నిన్ను ప్రార్థించను.

నీతో ఒక పందెం కాస్తాను.

నీకు మూడు గంటల టైమిస్తున్నాను. ఈ మూడు గంటల్లోగా ప్రార్థన కౌంట్‌లో 'రెమిషన్' ప్రారంభమయితే సరే సరి, అప్పుడు నేను నీ అస్థితాన్ని వప్పుకుంటాను. అలా జరక్కపోయినా నేను నీ వున్నచోటికి వస్తాను!!! కానీ అప్పుడు బాంబులతో నీ మీదకి దూకి నిన్నూ- నీ విగ్రహాన్ని వేయి ముక్కలు చేయటానికి వస్తాను. ఇన్ని కోట్ల మంది జనాన్ని నీ నుంచి తప్పించిన సంతృప్తితో మరణాన్ని ఆహ్వానిస్తాను. ఎలా వుంది నా ప్రార్థన.

నా ప్రార్థన కోసం- ఈ ప్రార్థన..."

5

అతడు తన ప్రార్థన ఎలా పూర్తవుతుందో నిర్ణయించుకోవటానికి ఇంకా మూడు గంటల టైమ్ వుంది.

ఈ లోపులో చెయ్యవలసిన పని మరొకటి మిగిలిపోయింది. అతడా పనిమీదే వెళుతున్నాడు.

కారు లేదు. లాబ్ దగ్గరే వుండిపోయింది. నడుస్తూవుంటే కాలు నొప్పి పెడుతూ వుంది. అయినా దాన్ని లెక్క చేయకుండా సాగిపోతున్నాడు.

అతడు తన ఇన్‌స్టిట్యూట్‌లోకి ప్రవేశిస్తూ వుంటే కాంపౌండ్ బయట ఆవరణమంతా కోలాహలంగా కనిపించింది. అతడు దాన్ని పట్టించుకోలేదు. ఆ లొకాలిటీ వెల్ఫేర్ అసోసియేషన్ తాలూకు యేదో ప్రారంభోత్సవానికి మంత్రిగారెవరో వస్తున్నారు. అదీ కలకలం.

ఆ రష్‌ని తప్పించుకొని అతడు ఇన్‌స్టిట్యూట్‌లోకి ప్రవేశించాడు.

కానీ వరండా ముందు నుంచి లోపలికి వెళ్ళలేదు. తను ఉద్యోగాన్నుంచి తొలగిపోయిన సంగతి ఈపాటికే అందరికీ తెలిసిపోయి వుంటుంది. వాళ్ళ సానుభూతి వాక్యాల్ని ఈ పరిస్థితుల్లో భరించలేడు.

వెనుక నుంచి లాబ్ వైపుకు వెళ్ళాడు.

లాబ్ ఇన్‌ఛార్జి రమణమూర్తికి తన ప్రపంచమే తనది. మిగతా విషయాలు పట్టవు. భార్గవని చూసి మామూలుగా విష్ చేసాడు. అతడి ఆకారాన్ని చూసి ఆశ్చర్యపడలేదు. భార్గవ తేలిగ్గా శ్వాస పీల్చుకున్నాడు. ఇతడికింకా తెలియదన్నమాట. 'నాకో చిన్న సాయం చేయాలి. ఈ గాస్ ఎనలైజ్ చేసి ఏముందో చెప్పాలి'.

కెమికల్ పరీక్షలకి ఆ పాకెట్ ఇచ్చాడన్న మాటేగానీ అతడికి దానిమీద ఆసక్తి లేదు. అతడి మనసంతా భవిష్యత్తుమీదే ఉంది. కూతురు బ్లడ్ కౌంట్ లక్ష సమీపిస్తుంది. అది దాటితే ప్రతిక్షణమూ ప్రమాదమే. రెండోది తన ఉద్యోగం. చేతకాని డిటెక్టివ్ పనిని చేపట్టి ఉద్యోగం పోగొట్టుకున్నాడు.

"క్యాన్–క్యూర్" మందు బోగస్ అనీ, అది కేన్సర్‌ని ఏ మాత్రం తగ్గించదనీ నిరూపించితే వచ్చే లాభం ఏమీలేదు. మహా అయితే పార్లమెంట్‌లో దీనిమీద ఒక గంట చర్చ జరుగుతుందంతే.

మరెందుకింత రిస్క్ తీసుకుని ఈ పనిచేసేనా అని ఒక క్షణం బాధపడ్డాడు. అంతలోనే తనను తను సమర్థించుకున్నాడు. వాళ్ళు ఉద్యోగంలోంచి తీసెయ్యాలీ అనుకుంటే ఏ నెపం పెట్టుకుని అయినా తీసెయ్యగలరు. కేవలం అరెస్టు కాబడటం, కోర్టు కేసు ఇవేం అక్కర్లేదు.

అతను తన రూమ్‌కి వెళ్ళి కాగితాలు, తన పెర్సనల్ వస్తువులు సర్దుకున్నాడు. పెర్సనల్ అంటూ పెద్దగా ఏమీలేవు. కొన్ని సైన్స్ పుస్తకాలు, పేపర్లు- అంతే. సైంటిస్టులకి అంతకన్నా ఎక్కువ ఏముంటాయి? రాబోయే వ్యక్తికి ఛార్జి అప్పజెప్పటంలాంటివేమీ ఉండవు.

మొహంలో వ్యధనీ, కళ్ళలో బాధనీ కనబడనీయకుండా వుండటము కోసం అతడు చాలా కష్టపడవలసి వస్తూంది. అదృష్టవశాత్తు గదిలోగానీ, చుట్టు ప్రక్కలగానీ ఎవరూ లేరు.

"టెర్మినేట్" చేయబడటం అనేది ఆ ఇన్‌స్టిట్యూట్ చరిత్రలో లేదు. కానీ ఇదో రకంగా అటువంటి చర్యే. ఎవరయినా రాజీనామా ఇచ్చినా, రిటైరయినా వున్న కొద్దిమందీ కలిసి పార్టీ ఏర్పాటు చేసుకోవటం అలవాటు.

వెళ్ళిపోయేవారికి హృదయ పూర్వకంగా వీడ్కోలు చెప్పటం ఆచారం. ఈ రోజు అలాంటిదేమీ లేదు. నిశ్శబ్దంగా వీలయినంత వరకూ ఎవరికీ తెలియకుండా నిష్క్రమణ జరగాలి.

అతడు బ్రీఫ్‌కేసు పట్టుకుని గది మధ్యలో నిలబడ్డాడు.

అద్దాల అవతల్నుంచి లాబ్ కనిపిస్తుంది.

ఆ గదిలోనే తను కొన్ని సంవత్సరాలుగా తపస్సు చేసేడు.

మనిషిని మహమ్మారిలా చంపేస్తూన్న కేన్సర్‌కి మందు కనుక్కోవాలని దివారాత్రులూ శ్రమించాడు. ఫలితంగా శూన్యం మిగిలింది. అంతేకాదు, ఏ రోగానికయితే మందు కనుక్కోవాలని తను ఇంతకాలం కష్టపడ్డాడో ఆ రోగమే తను ప్రాణాధికంగా ప్రేమించే కూతుర్ని కబళించి వేస్తూంది. తను ఏమీ చేయలేని స్థితిలో నిస్సహాయంగా చూస్తూ వుండిపోవాల్సి వస్తూంది.

ఈ క్షణంవరకూ కొద్దిగా ఆశ అయినా వుండేది- ఈ పరిశోధనాలయం నుండి ఏదయినా ఒక మహత్తరమైన క్షణం ఒక జీవరహస్యం బయల్పడి తన కూతుర్ని రక్షిస్తుందేమో అని.

ఇప్పుడదీ లేదు.

ఈ ఆశలన్నీ సజీవంగా పూడ్చి పెట్టబడ్డాయి.

అతడు అద్దాల వెనక వున్న కుందేళ్ళనీ అరల్లో తిరిగే బాతుల్నీ చూసేడు. ఆశయ సిద్ధికోసం ఈ అమాయకమైన జీవుల్ని ఎన్నిటిని చంపేడు. ఇంకా ఎన్ని మరణాలు- ఎన్ని త్యాగాలు జరగాలో, ఈ వ్యాధికి మందు కనుక్కోబడాలంటే- ఇంకా ఎంతమంది రోగుల మీద ప్రయోగాలు జరగాలో, ఎంతమంది సమిధలవ్వాలో- అయినా ఫర్వాలేదు.

ఒక ఔషధం కనుక్కోబడుతుందంటే, ఒక రహస్యం శోధింపబడుతుందంటే దానికి ఎంతయినా బలి ఇవ్వవచ్చు.

కానీ భవిష్యత్ చరిత్రలో తానుండడు. మిగతా అందరు ప్రజల్లాగే తనూ ఈ విషయాన్ని పేపర్‌లో చదువుతాడు. ఎక్కడో... ఎప్పుడో.... అప్పటికి తను వుండకపోవచ్చు కూడా. ఎంత దయనీయమైన స్థితి ఇది. ఇంతకాలం సాగర మథనం చేసి, సుర ఉద్భవించే సమయానికి వెళ్ళిపోవలసి రావటం.

ఎంతోకాలంగా తనకు పరిచయమైన ఆ గదిలో పరికరాల్ని అతడు ఆఖరుసారి ఆప్యాయంగా చూసుకున్నాడు. ఆ చూపులో "వెళ్ళొస్తాను మిత్రులారా" అన్న వీడ్కోలు వుంది.

ఆ తరువాత అతడు ఆ గదిలోంచి బయటకి వచ్చాడు. మెట్లుదిగి లాబ్‌వైపు వెళ్ళాడు. అకౌంట్స్ డిపార్ట్‌మెంట్‌కి వెళ్ళటం ఇష్టంలేదు. తనకి రావల్సిన డబ్బు శేఖరం ద్వారా తీసుకోవచ్చు. అలా అనుకుని కారు దగ్గరికి వెళుతూ వెళుతూ అతడు మెట్ల సమీపానికి వచ్చాడు. అప్పుడే రమణమూర్తి లోపల్నుంచి బయటకు వస్తున్నాడు.

"ఏమిటి, ఏమన్నా తెలిసిందా?" యధాలాపంగా అడిగాడు భార్గవ. అంత తొందరగా పరీక్ష పూర్తవుతుందనుకోలేదు. కానీ రమణమూర్తి- "కాంబినేషన్‌లో మొదటి రెండు గాసెస్ సులభంగానే కనుక్కున్నాను. మూడోదే కాస్త ఇబ్బంది పెట్టింది" అన్నాడు.

"చివరికైనా దొరికిందా?"

"నేను స్వయంగా టేబిల్ దగ్గిర కూర్చుంటే దొరక్కుండా వుంటుందా భార్గవా?" కాస్త ఆత్మస్థయిర్యంతో గర్వంగా అన్నాడు.

"ఏమిటా మూడోది?"

"మెథైల్ కోరిన్ థెరీన్"

భార్గవ కాళ్ళ క్రింద భూమి కదిలినట్టు అనిపించింది. తూలి పడబోయి తమాయించుకున్నాడు. 'వ్వాట్' అని అరిచాడు కీచుగా.

"మెథైల్ కోరిన్ థెరీన్ భార్గవా.... అదేమిటి మీరు అలా అయిపోయారు?"

భార్గవ మాట్లాడలేదు. అతడు చెప్పిన వార్త భార్గవని స్థాణువుని చేసింది. మెథైల్... కోరి.. న్ ... థె..... రీ.....న్! కేన్సర్ కలుగజేసే ముఖ్యమైన హైడ్రో కార్బన్‌లలో అన్నిటికన్నా ప్రమాదకరమైన కార్సినోజెన్. సామ్సన్ కంపెనీ ఫ్యాక్టరీ గొట్టంలోంచి అదెందుకు వెలువడుతూంది? భార్గవకి వెంటనే సమాధానం దొరికింది.

మెథైల్ కోరిన్ థెరీన్ ఒక స్టెరాయిడ్ తాలూకు 4-రింగ్ స్ట్రక్చర్- చిత్రమేమిటంటే, సెక్స్ హార్మోన్లన్నీ స్టెరాయిడ్సే!! కేన్సర్‌కి కారణం పాడయిపోయిన సెక్స్ హార్మోన్లనుకున్నాం కాబట్టి ....

ఈ ఆలోచన స్ఫురించేసరికి అతడి మొహంలో రక్తం ఇంకిపోయింది.

సామ్సన్ కంపెనీ తయారుచేసే కాన్స్-క్యూర్ మందు శరీరంలో వుండే కేన్సర్ కణాల్ని తగ్గించటానికి ప్రయత్నం చేస్తుంది. ఆ మందు తయారుచేస్తూ వుండగా ఉత్పత్తి అయ్యే మెథైల్ కోరిన్ థెరీన్ కేన్సర్ కణాల్ని అభివృద్ధి చేయడానికి తోడ్పడుతుంది.

మొత్తానికి వలయం పూర్తయింది.

కేన్సర్‌ని తయారుచేసే పదార్థానికీ, దాన్ని నిరోధించే పదార్థానికీ ఇంత దగ్గర సంబంధం వుండదన్నమాట. అవును.... అందులో చిత్రమేమీలేదు. పెరిగే మామూలు జీవకణం అస్తవ్యస్తం అవుతేనే కదా అది కేన్సర్ కణమై 'తిరిగి పెరగటం' ప్రారంభమవుతుంది. అదీ వలయమే.

కేన్సర్ కణాల్ని చంపటానికి ఒక మందు తయారుచెయ్యాలి అంటే, అందులోంచి మామూలు కణాల్ని కేన్సర్ కణాలుగా మార్చే మెథైల్ కోరిన్ థెరీన్ తీసెయ్యాలి. సామ్సన్ కంపెనీ చేస్తున్నది అదే. పోతే, ఆ గాలిని శుభ్రపరచకుండా ఊరు మీదకు వదిలేస్తూంది. మైగాడ్!

భార్గవలో ఒక్కసారిగా ఆవేశం పెల్లుబికింది.

దీన్ని ఎలాగైనా అరికట్టాలి.

తను కేన్సర్‌కి మందు కనుక్కోలేకపోవచ్చు. కానీ కపాడియా ఇన్‌స్టిట్యూట్ ప్రాంతాల్లోనూ, ఆ చుట్టుప్రక్కలా కేన్సర్ ఎందుకు ఎక్కువగా వ్యాపిస్తూందో కనుక్కున్నాడు.

చాలు!

అప్పుడు చప్పున స్పృహలోకి వచ్చినట్టు తలెత్తి రమణమూర్తి వైపు చూసి 'థాంక్స్, చాలా సాయం చేశారు' అని చెప్పి అక్కణ్నుంచి కదిలాడు. కుంటుకుంటూ వడివడిగా వెళ్ళిపోతున్న భార్గవకేసి రమణమూర్తి ఆశ్చర్యంగా చూస్తూ వుండి పోయాడు.

6

"నా ప్రియమైన ప్రజలారా! నేడెంతో సుదినం. ఈ రోజు మీ మధ్య- మీ కోసం ఒక హాలు ప్రారంభమవుతుంది. నాటకాలేసుకోవటానికీ, మిగతా సాంస్కృతిక కార్యక్రమాలు చేసుకోవటానికీ ఇలాంటి ఓపెన్ థియేటర్ల ఆవశ్యకత ఎంతో వుంది. ఇక్కడ ఈ హాలు కాదు ముఖ్యం, ఈ లొకాలిటీ ప్రజల్లో పెరుగుతున్న ఐకమత్యానికి యిది నిదర్శనం. మీరందరూ చందాలు వేసుకుని పర్మినెంటు స్టేజీని కట్టించినారంటే కళల పట్లా కలుసుకోవటం పట్లా మీకెంత అభిరుచి వుందో అదే చెబుతూంది. మీలాంటి అభిరుచులు వున్న ప్రజలకు సేవ చెయ్యటం ఘా అదృష్టం..." ఇలా నాన్సెన్సికల్‌గా సాగుతూంది మంత్రిగారి ఉపన్యాసం.

పక్క కుర్చీలో వున్నాయన లేచి మంత్రిగారి చెవిలో ఏదో చెప్పాడు.

"ప్రజలారా! ఇంకో శుభవార్త. నా పక్కన కూర్చున్న సామ్సన్ అండ్ సామ్సన్ కంపెనీ పి.ఆర్.ఓ. (పబ్లిక్ రిలేషన్ ఆఫీసర్) ఇప్పుడే ఈ వార్త వెల్లడి చేశారు. మీ సంస్థకి, తమ కంపెనీ తరపు నుండి కేరమ్స్-టేబుల్ టెన్నీస్‌తో సహా వివిధ రకాలైన ఆటసామాగ్రి బహుమతిగా ఇస్తున్నారు. అంతేకాదు, ఈ సంస్థకి ప్రతి సంవత్సరమూ అయిదువేలు చొప్పున తమ కంపెనీ ఇస్తుందని వెల్లడి చేస్తున్నారు?"

ప్రజల్లో ఆగకుండా చప్పట్లు.

"కేవలం లాభాపేక్షతో కాకుండా తమ కంపెనీలో పనిచేసే కార్మికుల సంక్షేమం కోసం, తమ లొకాలిటీలో వుండే ప్రజలకోసం ఇలా సహాయం చేస్తున్న ఈ కంపెనీ యాజమాన్యాన్ని నేను అభినందిస్తున్నాను. చాలా విశాలమైన కాలనీ ఇది. ఇంతటి కాలనీకి కేవలం ఓపెన్ ఎయిర్ స్టేజీ వుండటం ఏమీ బావోలేదు. వర్షాకాలం మరీ కష్టం. అందుకే దీన్ని ఒక థియేటర్‌గా మారిస్తే బావుంటుంది. అప్పుడే దీన్ని కళ్యాణమండపంగా కూడా చేసుకోవచ్చు. ఇంత నవీనమైన లొకాలిటీకి ఒక మంచి థియేటర్ లేకపోవడం మనం విచారించవలసిన విషయం. (గట్టిగా) దీనికి మనం సిగ్గుపడాలి".

ఎందుకో తెలియకపోయినా చప్పట్లు కొట్టారు జనం.

"ప్రజలారా! వచ్చేనెలలో ఎలక్షన్లు. మళ్ళీ ఈ లొకాలిటీ నుంచి నన్నే మీ అభ్యర్థిగా ఎన్నుకుంటే, ఈ కళ్యాణ మండపం కట్టించడానికి అయ్యే ఖర్చులో సగం ప్రభుత్వం తరపు నుంచి గ్రాంటుగా ఇప్పిస్తానని వాగ్దానం చేస్తున్నాను".

సభ ఆనందాతిరేకంతో మళ్ళీ చప్పట్లు కొట్టింది. దూరంగా గడ్డి తింటూన్న దున్నపోతు తలెత్తిచూసి, మళ్ళీ తన పనిలో నిమగ్నమైంది. మంత్రిగారు ఆహ్లాదంగా ప్రజలకేసి చూసేరు. ఇంత మిట్ట మధ్యాహ్నం కూడా తన సభకి ఇంతమంది వచ్చారంటే ఆనందించవలసిన విషయమే. వచ్చే ఎన్నికలలో తన గెలుపు తథ్యం.... ఈ సభలోనే మహిళా మండలి విభాగం గురించి కూడా మాట్లాడాలి. ఆయన తిరిగి గొంతు సర్దుకోబోతూ వుండగా స్టేజీ క్రింద అలికిడి వినిపించి తలదించి చూసేడు.

భార్గవ మెట్లు ఎక్కుతున్నాడు.

పిచ్చివాడిలా వున్న అతడిని చూసి ఆయన ముఖం చిట్లించాడు. ప్రక్కనున్న పి.ఆర్.ఓ. మాత్రం భార్గవని గుర్తుపట్టేడు. వంగి మంత్రిగారితో, "ఇతడీ లొకాలిటీవాడే. సైంటిస్టు. ఈ ఇన్‌స్టిట్యూట్‌లోనే పనిచేస్తున్నాడు" అన్నాడు. ఈ

లోపులో భార్గవ దగ్గరకొచ్చి "నేను మైకులో ఒక క్షణం మాట్లాడవచ్చా" అని అడిగాడు.

"దేని గురించి?"

"ఈ లొకాలిటీ వెల్‌ఫేర్ గురించి"

"అవశ్యం... అవశ్యం..." అంటూ మైకు పట్టుకుని "ప్రజలారా ఇప్పుడు ఈ కంపెనీలోనే వుండే డాక్టరు గారు మాట్లాడుతారు" అని మైకు భార్గవకి అందించాడు.

ఒక క్షణం తన ముందున్న జనంకేసి కన్నార్పకుండా చూసి, భార్గవ మైకులో "ఫ్రెండ్స్" అని ఆగేడు.

ఆగి మళ్ళీ అన్నాడు.

"మనం ఇంకా మూర్ఖులం"

ఒక శీతల వాయువు మీద నుంచి వెళ్ళిపోయినట్టు సభ అవాక్కయింది. ఒక అల్లరి కుర్రాడెవరో సన్నగా విజిల్ వేసేడు. భార్గవ కొనసాగించాడు.

"మనం ఇంతకాలం మన మధ్యే వున్న ఈ ప్రమాదాన్ని కనుక్కోలేక పోయాం... మన లొకాలిటీలో ఇంత ఎక్కువ రేట్‌లో కేన్సర్ లక్షణాలూ, మిగతా అనారోగ్యాలు కనబడటానికి కారణం నేను కనుక్కున్నాను. ప్రజలారా! ఆ కారణం మరేదో మరేదో కాదు, సామ్సన్ అండ్ సామ్సన్ కంపెనీ ఫ్యాక్టరీ గొట్టంలోంచి వచ్చే మెథైల్ కోరిన్ థెరిన్ తాలూకు వాయువు".

అప్పటివరకూ నవ్వుతూన్న పి.ఆర్.ఓ. ఉలిక్కిపడ్డాడు. కుర్చీలోంచి ఒక్క ఉదుటున లేచి 'ఏయ్' అన్నాడు. భార్గవ అతడిని పట్టించుకోలేదు, చెప్పుకుపోతున్నాడు.

"ఆ వాయువు బయటికి వచ్చేటప్పుడు చాలా విషపూరితంగా వుంటుంది. అందుకే ఆ ఫ్యాక్టరీలో కార్మికులు– అంటే మీలో చాలా మంది, ఆ సమయానికి మొహానికి మాస్క్ వేసుకుంటారు. వెలువడిన కొద్దిసేపటికి దాని ప్రభావపు ఉధృతం తగ్గినా ఇంకా విషపూరితమే. అందుకు మన లొకాలిటీలో ఇన్ని..." సడెన్‌గా ప్రక్కనుంచి ఒక చెయ్యి వచ్చి అతడిని తోసింది. అయినా భార్గవ మైకు వదలలేదు.

పి.ఆర్.ఓ. ముఖం కందిపోయింది. అతడు ఈ పరిణామాన్ని ఊహించలేదు. తన కంపెనీ మీదే ఈ అటాక్ వస్తుందని కలలో కూడా అనుకోలేదు. అలా వూహించి వుంటే మైక్ ఇచ్చేవాడు కాదు. అందుకే తిరిగి లాగేసుకోవడానికి ప్రయత్నించాడు. భార్గవ ప్రజల నుద్దేశించి మరింత బిగ్గరగా, "మీకు తెలుసా?" అని అరిచాడు.

"... ఈ రోజు ప్రొద్దున్న ఏసుపాదం అనే కుర్రవాడు చచ్చిపోయాడు! నా కూతురు నేడో–రేపో అదే స్థితిలో వుంది! ఈ మరణాలన్నిటి వెనుక అదృశ్యహస్తం

సామ్సన్ కంపెనీ! ఈ కంపెనీ తయారుచేసే మందులన్నీ బోగస్‌వి! వాయువుని శుభ్రపర్చకుండా బయటకి వదులుతున్న ఈ ఫ్యాక్టరీకి మనమందరం కలిసి అల్టిమేటమ్ ఇవ్వాలి. ఈ మార్పు అమలు జరిగేవరకూ ఫ్యాక్టరీ మూసెయ్యాలని చెప్పి మనం అలజడి చెయ్యాలి. ఒక యుద్ధ ప్రాతిపదిక మీద ఇదంతా జరగాలి".

అతడు చెప్పుకుపోతున్నాడు.

ఈ లోపులో ఎవరో వచ్చి మంత్రిగారి చెవిలో ఏదో ఊదారు.

పి.ఆర్.ఓ. అయితే భార్గవని బలవంతంగా తోసేశాడు. ఆ ఊపుకి భార్గవ స్టేజీ చివరకు వెళ్ళి అక్కడ నిలదొక్కుకోలేక క్రిందకి పడ్డాడు. స్టేజీ అంచు తలకి తగిలి రక్తం స్రవించసాగింది. కాలి దగ్గిర కూడా మళ్ళీ ఎరుపు అయింది. అయినా అతడు అతి కష్టంమీద లేచి నిలబడి–"నేను చేప్పేది అర్థంచేసుకోండి. కావాలంటే నేను నిరూపించగలను కూడా. ఈ ఇన్‌స్టిట్యూట్ రిసెర్చీ– ఆ కంపెనీ పేటెంట్లూ అంతా అమాయకమైన ప్రజల్ని చేస్తున్న మోసం. ప్రభుత్వం దీనికి అండగా వుండటం మన దౌర్భాగ్యం. ఈ లొకాలిటీ వాతావరణం కాలుష్యంతో శ్మశానంగా మారకముందే మనం మేల్కోవాలి. సమ్మె చెయ్యాలి– నిరాహారదీక్ష చెయ్యాలి. ఎలాగయినా ఫ్యాక్టరీని మూసేయించాలి. అదే ఈ కమ్యూనిటీకి వెల్‌ఫేర్!....అదే" నోటికి ఉప్పటి రక్తం తగలటంతో ఆపుచేసేడు.

మైకు లేకపోవటంతో అతడి మాటలు ప్రజలకి వినిపించటం లేదు. ఈ లోపులో మంత్రిగారు మైకు పట్టుకుని సానుభూతిగా చెప్పటం ప్రారంభించాడు.

"ఇంత నిండుగా కళకళలాడుతున్న ఈ సభలో ఈ చిన్న అపస్వరం ఇలా పలకటం నాకు విచారంగా వుంది. ఈ వ్యక్తిమీద నాకు కోపం కూడా రావటం లేదు. అతడో గొప్ప సైంటిస్టట. ఇక్కడే ఇన్‌స్టిట్యూట్‌లో పనిచేసేవాడట, పాపం మతిస్థిమితం లేకపోవటంవల్ల ఈ మధ్యనే అతడిని ఉద్యోగంలోంచి తొలగించారట. అందుకే ఇలా ఈ ఇన్‌స్టిట్యూట్ మీదా, కంపెనీ మీదా కక్షకట్టి ఆ వ్యధతో మరింత పిచ్చివాడయ్యాడు. అంతటి మేధావి ఇలాంటి పిచ్చివాడుగా మారటం మనం చేసుకున్న దురదృష్టం".

"కాదు..." అరిచాడు భార్గవ. అతడి కంఠం బొంగురుపోయింది. "ఫ్యాక్టరీ విషపూరితమైంది. నన్ను నమ్మండి. నన్ను నమ్మండి".

సభని పాడుచెయ్యటానికి ప్రతిపక్షంవాళ్ళు ప్రయోగించిన నాటకమా అని మంత్రిగారు ఓ క్షణం ఆలోచించారు.

"ఈ లొకాలిటీలో వుండే మీలో చాలామంది ఆ ఫ్యాక్టరీలో పనిచేసేవాళ్ళే. ఇప్పుడు ఇతగాడు చెప్పిన విధంగా ఫ్యాక్టరీని మూసేస్తే మీరందరూ ఏమవుతారు!

అసలు ఫ్యాక్టరీ అంటే ఏమిటి? అది తల్లి లాంటిది. తల్లి మీదే అనుమానం పెంచుకోవటం ఆత్మద్రోహం. ఈ పిచ్చివాడు ఆ పనే చేస్తున్నాడు. అయినా మీరందరూ కావాలంటే వెంటనే ఫాక్టరీ మూయించేసి, ఒక ఎంక్వయిరీ కమిటీ వేయిస్తాను. కానీ అప్పుడు మీకు ఉద్యోగాలు ఉండవు. మీ శ్రేయస్సే నా శ్రేయస్సు. చెప్పండి అలా చేయించనా"

"వద్దు వద్దు" అని అరుపులు సభలోంచి వినబడ్డాయి. ఒక ఆవేశపూరితుడైన యువకుడు లేచి, "ఆ పిచ్చోడిని తన్ని తగలెయ్యక ఎందుకండీ టైమ్ వేస్తు" అన్నాడు.

"మూర్ఖులారా?" అంటూ అరిచాడు భార్గవ.

"నేను కాదు పిచ్చోడిని మీరు, మీరందరే పిచ్చోళ్ళు. పొంచివున్న ప్రమాదాన్నే పసిగట్టలేకపోతున్నారు. నేనెంతో కష్టపడి కనుక్కున్నాను ఈ విషయాన్ని. దీన్ని సేకరించటంలోనే ఉద్యోగం కోల్పోయాను. ఈ కష్టమంతా మీ కోసం, మీ సంక్షేమం కోసం. మెథైల్ కోరి..." ఒక రాయి రివ్వున వచ్చి అతడి మొహానికి తగిలి ఆవేశానికి ఆనకట్ట వేసింది.

'అమ్మా' అంటూ మొహాన్ని చేతుల్తో కప్పుకుని అతడు కుప్ప కూలిపోతూ వుండగా, ఒక చెప్పు గాలిలోకి ఎగిరింది.

దున్నపోతు ఈ గొడవకి దూరంగా వెళ్ళిపోయింది.

ఆ సభలో కొందరు ప్రతిపక్షం వాళ్ళు కూడా వున్నారు. అదే అదను అనుకుని మంత్రిమీద కుళ్ళిన కోడిగ్రుడ్లు విసరటం ప్రారంభించారు. వాళ్ళు ఇలా సభ పాడవటం కోసమే చూస్తున్నారు. క్షణంలో దూరంగా వున్న పోలీసులు రంగంలోకి దిగారు. లాఠీచార్జి మొదలైంది. టమాటాలూ, పాత చెప్పులూ గాలిలోకి ఎగిరి స్టేజివేపుకి వస్తున్నాయి. పైకి రానివి క్రింద భార్గవకి తగులుతున్నాయి. జనం పరుగెడుతున్నారు. ఎవరో దొంగ ఇదే అదనుగా భావించి భార్గవ చేతిలోంచి బ్రీఫ్‌కేస్ లాక్కొని పరుగెత్తాడు. అతడి వస్తువులూ, జీవితాంతం కష్టపడి తయారుచేసుకున్న రీసెర్చి పేపర్లూ అన్నీ పోయాయి. వెళుతున్న వాడిని నిరోధించటం కోసం అతడు లేవబోయాడు. ఒక లాఠీ వచ్చి బలంగా మొహంమీద తగిలింది.

అతడికి స్పృహ తప్పింది.

7

తిరిగి అతడికి స్పృహ వచ్చేసరికి దాదాపు సాయంత్రం కావొస్తూంది. బల్లలమధ్య పడి వుండటంతో అతడినెవరూ గమనించలేదు. సభ చిందర వందర అయినట్టూ అక్కడ విరిగిన వస్తువులే చెపుతున్నాయి.

అతడు కళ్ళు విప్పగానే, అతడిపక్కన తోకాడించుకుంటూ నిలబడ్డ కుక్క పక్కకి వెళ్ళిపోయింది. మొహానికి ఈగలు ముసురుకున్నాయి. అతడు లేవబోయాడు. వళ్ళంతా పట్టేసినట్టూ బాధ కలిగింది. అతికష్టం మీద లేచి నిల్చున్నాడు.

దూరంగా ఇద్దరు పనివాళ్ళు సామానులు సర్దుతున్నారు. ఇతడిని పట్టించుకోలేదు.

భార్గవకి అకస్మాత్తుగా కూతురు జ్ఞాపకం వచ్చింది. దాదాపు రెండ్రోజులైంది ప్రార్థనని చూసి. ఆ ఆలోచన రాగానే శారీరక బాధకన్నా మానసిక వ్యధ ఎక్కువైంది. ఇక్కడ తనేమో తన శోధనలలోనూ, పరిశోధనలలోనూ నిమగ్నమై వున్నాడు. అక్కడ కూతురు గురించి అసలు పట్టించుకోలేదు. ఆ ఆలోచన రాగానే అతడి అడుగుల వడి పెరిగింది.

ఎలా చేరుకున్నాడో తెలీదు. ఆస్పత్రి చేరుకున్నాడు. అదృష్టవశాత్తు గూర్ఖాలేడు. అతడు లోపలికి ప్రవేశించి మెట్లెక్కి కూతురి గది వున్న వార్డులోకి ప్రవేశించాడు. ఒక్కసారిగా అతడి మనసు కీడును శంకించింది.

వరండా నిర్మానుష్యంగా వుంది.

అంతలో లోపల్నుంచి ఒక నర్సు బయటకు వచ్చింది.

"ప్రార్థనకెలా వుంది?" అని అడిగాడు. ప్రార్థన ప్రసక్తి వచ్చేసరికి ఆమె మొహంలో సడెన్‌గా మార్పు వచ్చింది. అనుమానంగా 'ప్రార్థనకి నువ్వేమవుతావు' అని అడిగింది.

"తండ్రిని".

"మైగాడ్! తండ్రివై వుండి ఇప్పుడా రావటం".

ఒక్కసారిగా భార్గవ గుండె కొట్టుకోవటం ఆగిపోయింది. తడారిన గొంతుకతో "ప్రార్థనకి... నా ప్రార్థనకి ఏమైంది" అన్నాడు.

"పేషంట్ నెం. 226 గురించే కదా మీరు చెపుతున్నది" అని అడిగింది నర్సు.

"అవును".

"మధ్యాహ్నం వరుసగా నాలుగు వాంతులు అయ్యాయి. అండ్ దేర్ వజ్ బ్లడ్ ఇన్ ఇట్".

"బ్ల... డ్ ...??"

"అవును. నేను డ్యూటీలో లేనప్పుడు. కానీ డాక్టర్ మహేంద్ర చెపుతూ వుండగా విన్నాను? సమ్ ట్రబుల్ విత్ స్ప్లీన్ ఐ థింక్..."

"ప్రార్థన ఎక్కడుంది?"

"ఇంటెన్సివ్ కేర్".

అతడు అక్కడకు చేరుకుని ఆత్రంగా లోపలికి అడుగు పెట్టబోయి హఠాత్తుగా ఆగిపోయాడు.

తన కూతురేనా? .... ప్రార్థనేనా?... కళ్ళనే నమ్మబుద్ధి కావటం లేదు. సరీగ్గా పదిరోజుల క్రితం ఎంతో ఆరోగ్యంగా స్కిప్పింగ్ చేసిన చేతులు ఇప్పుడు వడలిపోయిన తామర తూడుల్లా వ్రేలాడుతున్నాయి. విపరీతంగా మందులు వాడటంవల్ల జుట్టు వూడిపోయి నుదురు మరింత విశాలంగా కనిపిస్తుంది. అన్నింటికన్నా ముఖ్యంగా కెమికల్ రియాక్షన్ వల్ల చర్మమంతా రింగులుగా మచ్చలు ఏర్పడ్డాయి.

అతడు స్థబ్దుడై నిర్వీర్యుడై కూతురి ఆకారంవైపు చూసేడు. తన మీద దొంగతనం మోపబడ్డప్పుడు దుఃఖం రాలేదు. బలవంతంగా రాజీనామా చేయవలసి వచ్చినప్పుడు దుఃఖం రాలేదు. ప్రజలు వెలివేసి కొట్టినప్పుడు దుఃఖం రాలేదు. ఇప్పుడు వచ్చింది. తన నుంచి తనను ఎవరో బలవంతంగా విడదీస్తున్న భావనతో- దుఃఖం.

ఆమె ఛాతి ఎగిరెగిరి పడుతూంది. ఊపిరి బలంగా తీస్తుంది. అతడు కూతురు దగ్గరకు వెళ్ళి మొహంలోకి చూశాడు. ఆమె శరీరం నుంచి ఎలక్ట్రోకార్డియో గ్రాఫిక్ జతచేయబడి వున్న వైర్లు, ఆమె శరీరం నుంచి బయటికి లాగిన రక్తనాళాల్లా వున్నాయి. గ్రాఫ్‌లో చిన్న వెలుతురు చుక్క ఈ చివరన మొదలై కెరటం పయనిస్తూ అవతలి అంచుకు చేరుకుంటూంది. రోగి అలా వుంటే అక్కడ ఎవరూ లేకపోవటం ఆశ్చర్యంగా వుంది.

నాసికా రంధ్రంలోకి వెళ్ళిన ట్యూబ్ మెలికపడి వుండటం చూసి దాన్ని నెమ్మదిగా లాగేడు. చేతికి ఐ.వి. అలాగే వుంది. ఆ అలికిడికి ప్రార్థన కళ్ళు విప్పింది. తండ్రిని చూడగానే ఒక్కసార్రి ఆ చిన్నపాప మొహంలో వెయ్యికాంతులు ప్రజ్వరిల్లాయి. ఉద్వేగంతో "నాన్నా" అంది.

కూతురు కదిలేసరికి అతడు దూరం జరగబోయాడు. కానీ ప్రార్థన అతడి మెడచుట్టూ చెయ్యివేసి అతడిని కదలనివ్వకుండా, "నేనూ వచ్చేస్తాను నాన్నా. నన్ను తీసుకెళ్ళిపో నాన్నా... ప్లీజ్" అంది దాదాపు రోదిస్తున్నట్టు.

అతడు అప్రతిభుడై "అమ్మా- పన్నూ" అన్నాడు.

"వీళ్ళు నన్ను చంపేస్తున్నారు నాన్నా, బాధపెట్టి చంపేస్తున్నారు. నేనిక్కడ అసలు వుండలేను".

కెమోథెరపీవల్ల ఎంత బాధపడుతుందో ఆ శరీరమే చెపుతూంది. ఇంకేమీ ప్రశ్నలడగలేదు. అతడు "అలాగేనమ్మా వెళ్ళిపోదాం. సరేనా" అన్నాడు లేవబోతూ అనునయంగా నచ్చచెపుతున్నట్టూ.

ప్రార్థన అతడిని లేవనివ్వలేదు. లేస్తే ఎక్కడ వెళ్ళిపోతాడో అన్న భయంతో అలానే చేతులువేసి వుంచింది. ఆ తండ్రి కూతుళ్ళు ఒకళ్ళ చేతుల్తో ఒకరు నిశ్శబ్దాన్ని పంచుకుంటూ వుండిపోయారు.

అంతలో వెనుక కెవ్వున కేక వినిపించింది. ఆ కేక పెట్టింది నర్స్. యధాలాపంగా లోపలికి రాబోతూ బెడ్‌పక్కనే మోకాళ్ళమీద కూర్చున్న ఆకారాన్ని చూసి, ఎవరో పిచ్చివాడనుకుని కేకపెట్టింది. వరుసగా అలా పెడుతూనే వుంది. ఇంటెన్సివ్‌కేర్‌లో ఖరీదైన పరికరాలమధ్య ఆ బికారిలాటి మనిషిని చూసి బెదిరిపోయింది.

ముందో ఇద్దరు హౌస్ సర్జెన్లు పరుగెత్తుకు వచ్చారు. వెనుకే మరో ఇద్దరు నర్సులు అందరికన్నా చివర డాక్టర్ మహేంద్ర జైన్.

అతడు లోపలికి ప్రవేశిస్తూనే భార్గవని గుర్తించాడు. భార్గవ కేక వినిపించగానే తలతిప్పి చూసేడు. నర్సుని చూసి లేవబోయాడు. కానీ ప్రార్థన వదల్లేదు. ఈ లోపులో మహేంద్ర దగ్గిర కొచ్చాడు. పేషెంట్ శరీరం నుంచి పెరికివేయబడ్డ ట్యూబ్స్‌ని చూడగానే కోపంతో అతడి భృకుటి ముడిపడింది.

"మిస్టర్ భార్గవా! ఇలా ఇంటెన్సివ్‌కేర్‌లోకి వచ్చే అధికారం మీకెవ రిచ్చారు" అని గద్దించాడు.

"ఇంటెన్సివ్‌కేర్ అంటే పేషెంట్‌ని గాలికి వదిలేసి బైట తిరగటమా?" అంతే కోపంగా భార్గవ కూడా అడిగాడు. పక్కనున్న నర్సు ముందుకొచ్చి ఏదో చెప్పబోయింది. మహేంద్ర ఆమెని ఆగమని చేత్తో సైగచేస్తూ భార్గవతో, "థాంక్యూ ఫర్ యువర్ కామెంట్స్. విల్ యు నౌ గెటౌట్ ఫ్రం హియర్" అన్నాడు.

"ఎందుకు? నా కూతురిమీద మరిన్ని ప్రయోగాలు చేయటానికా?"

అతడి జవాబు చూసి డాక్టరు మరింత మండిపడతాడనుకున్నారు అక్కడివాళ్ళు. కానీ మహేంద్ర మొహం అనూహ్యమైన నెమ్మదితనం నిండివుంది. తాపీగా పక్కకి తిరిగి "పోలీస్ స్టేషన్‌కి ఫోన్ చెయ్యండి. వియ్ వెల్ గెట్ దిస్ ఫెలో అరెస్టెడ్" అన్నాడు.

భార్గవ ఒక్క ఉదుటున లేచి "దిసీజ్ ఇడియాటిక్" అన్నాడు. "నేనూ డాక్టర్నే. నా కూతురికి ఎలాటి ట్రీట్‌మెంట్ ఇస్తున్నారో చూసుకునే హక్కు నాకు ఎప్పుడూ వుంది".

మహేంద్ర మొహంలో అకస్మాత్తుగా విస్మయం కనబడింది. "మీ కూతురా? మీ కూతురేమిటి? మీరింకా కోర్టు ఆర్డరు చూడలేదా?"

భార్గవ వెన్ను చలితో ఒక్కసారిగా వణికింది. తనకి తెలియకుండానే తన వెనుక దారుణం ఏదో జరిగిపోయిందని మనసు చెప్పింది. "కో... కోర్టు ఆర్డరా" అన్నాడు తడబడుతూ. అతడి మొహం చూస్తుంటే ఈ విషయం ఇంకా అతడికి తెలీదని తెలిసిపోయింది.

మహేంద్ర తన కోటు జేబులోంచి కోర్టు ఆర్డరు తీస్తూ "ఇలా బయటకొస్తే చూపిస్తా" అన్నాడు. భార్గవ ఇంకా అయోమయంలోనే వున్నాడు. నిద్రలో నడుస్తున్న వాడిలా అతడితోపాటు నడిచాడు. బయటికి రాగానే మహేంద్ర ఆ కాగితాన్ని భార్గవకి అందించాడు.

అతడు దాన్ని అందుకుని చదవటం ప్రారంభించాడు. మొదటిది కోర్టు ఆర్డరు. రెండోది వసుమతి ఆస్పత్రి అధికారులకిచ్చిన ఇర్రివోకబుల్ లెటర్ ఆఫ్ ఆథరైజేషన్.

భార్గవ అనబడే తండ్రి – కూతురు యొక్క ఆరోగ్య విషయంలో సరియైన శ్రద్ధ చూపించటం లేదు. కాబట్టి తల్లి అయిన వసుమతిని గార్డియన్‌గా నియమిస్తూ టెంపరరీ ఆర్డరు.

అతడి కళ్ళు మసకలు కమ్మాయి. సంవత్సరాల తరబడి పెంచుకున్న పూలతోటని ఎవరో నిర్ధాక్షిణ్యంగా నాశనం చేసినట్టూ కంపించి పోయాడు.

"ఇది అన్యాయం" దిక్కులు కదిలిపోయేలా అరవాలనుకున్నాడు భార్గవ. కానీ గుండెని ఎవరో నొక్కిపట్టినట్టు గొంతు ఆక్రోశించింది. అక్షరాలు అలుక్కుపోయి కనబడ్డాయి. "అన్యాయం... అన్యాయం" అంటూ గొణిగాడు.

"ఏది అన్యాయం డాక్టర్ భార్గవా!"

"నా వాదన వినకుండా కోర్టు ఇలా ఆర్డర్ ఇవ్వటం".

"విషయం అర్జెంట్ కాబట్టి పరోక్షంగా తీసుకోవలసి వచ్చింది. మీకూ నాల్గయిదు రోజుల్లో కోర్టు సమన్లు వస్తాయి. మీ వాదన కూడా వాళ్ళు వింటారు. అప్పుడు వాళ్ళకి ఏది సరిఅయినదని తోస్తే ఆ ప్రకారం పర్మనెంట్ ఆర్డరు ఇస్తారు?"

"దానంతటికీ పది పదిహేను రోజులు పడుతుంది".

"అవున్ను. అంతవరకూ ఈ ఛాయలకి వస్తే కోర్టు ధిక్కరణ నేరం క్రింద మీ మీద చర్య తీసుకోబడుతుంది" నిర్లక్ష్యంగా ఆ డాక్టరు చెపుతూన్న సమాధానాలకి భార్గవ మొహం కందిపోయింది. అంతలో ఏదో స్ఫురించినట్లు "కానీ వసుమతి, ప్రార్థనకి సవతి తల్లి... సవతి తల్లికి న్యాచురల్ గార్డియన్ అయ్యే హక్కు లేదు" అన్నాడు.

"అవన్నీ మీరు కోర్టులో తేల్చుకోవలసి విషయాలు"

"ఎప్పుడు.... ? ఎప్పటికి?? ఎప్పటికి ఇవన్నీ తేలేది???" అరిచాడు భార్గవ. దుఃఖం, నిస్సహాయతా కలిసి అతడి గొంతు బొంగురుపోయింది.

"అదృష్టం బావుంటే మొదటి హియరింగ్‌లో... అంటే పది పదిహేను రోజుల్లో..."

"అప్పటి వరకూ నేనిక్కడికి రాకూడదు".

"అది 'కాంటెంప్ట్ ఆఫ్ కోర్టు' అవుతుంది".

"దూరం నుంచి కూడా చూడకూడదు".

"దానికి రూల్స్ వప్పుకోవు".

"ఇది అన్యాయం".

"మా ట్రీట్‌మెంట్ మీద నమ్మకంలేని వాళ్ళ సామీప్యాన్ని మేమంతగా హర్షించము డాక్టర్ భార్గవా! అందుకే ఈ కోర్టు ఆర్డర్‌లూ ఇవన్నీ... మీరే గానీ మీ తరపునుంచి మరో కోర్టు ఆర్డరు తెచ్చి చూపిస్తే మీ కూతుర్ని పువ్వులో పెట్టి మీ కర్పించటానికి మాకేమీ అభ్యంతరం లేదు".

"అవును, అర్పిస్తారు..." కళ్ళనిండా నీళ్ళతో పిచ్చివాడిలా నవ్వేడు భార్గవ. "పదిరోజుల తరువాత నేను వస్తే ఏం అర్పిస్తారు మీరు? పిడికెడు బూడిదని ప్యాక్‌చేసి అర్పిస్తారా? లేకపోతే మాట నిలబెట్టుకోవటం కోసం అప్పటివరకూ మార్చురీలో పెట్టి నేనొచ్చాక పాడెచుట్టూ పూలు జల్లి శవాన్ని పూలలో పెట్టి అర్పిస్తారా? నే వచ్చేసరికి ఏమీ మిగలదు! నాకు తెలుసు. నాకు తెలుసు..." అతడికి లోపలనుంచి దుఃఖం తోసుకువచ్చింది. కిటికీవైపు తిరిగి ముఖం చేతుల్లో దాచుకుని రోదించసాగేడు. అంత పెద్దమనిషి చిన్న పిల్లాడిలా రోదించటం చూసే

వారికి ఆశ్చర్యంగా కనిపించవచ్చు. కానీ అతడికి ప్రార్థన ఎంత ప్రియాతి ప్రియమైనదో తెలిసినవారికి మాత్రం అది విస్మయం కలిగించదు. ఈ లోకం అంతా కలిసికట్టుగా ఒక తాటిమీద నిలబడి అతడినించి కూతుర్ని వేరుచేసింది. చివరకు కట్టుకున్న భార్య కూడా వారితో కలిసిపోయింది.

ఇంకేమి మిగిలింది... దుఃఖం తప్ప. చాలా సేపటికి అతడు తేరుకున్నాడు. డాక్టర్‌వైపు చూసి "నేనొకసారి నా కూతుర్ని చూసుకోవచ్చా- బ్రతికివుండగా ఆఖరిసారి..." అని అభ్యర్థించాడు. అందులో వెటకారం లేదు, బాధే వుంది.

మహేంద్ర ఏదో అనబోయి, మనసు మార్చుకుని సరే అన్నట్టు తలూపాడు.

ఇద్దరూ లోపలికి ప్రవేశించారు. భార్గవ మంచం దగ్గరికి వెళ్ళి మోకాళ్ళ మీద కూర్చుని కూతురి తలమీద చెయ్యివేసి "వెళ్ళొస్తానమ్మా" అన్నాడు.

అతడు గొంతు రుద్ధమైంది.

"వద్దు నాన్నా- నువ్వు వెళ్ళొద్దు" వదిలేస్తే ఎక్కడ వెళ్ళిపోతాడో అన్నట్టు చేతిని గట్టిగా పట్టుకుంది.

"లేదమ్మా, వెళ్ళాలి. మళ్ళీ వస్తానుగా"

"ఉహూ, రావు"

"ఏం, ఎందుకు రాను? కొన్ని మందులు కొనాలట. అవి కొని తీసుకొస్తాను".

"ఉహూ. నాకు మందులొద్దు, నేను ఇంటికి వస్తాను".

"ఇంకెంతమ్మా- నాల్గయిదు రోజుల్లో నేనే స్వయంగా తీసుకెళతాగా?"

'ఇక వెళతారా' అన్నట్టు మహేంద్ర దగ్గాడు. నర్సు మళ్ళీ ట్యూబ్ అమర్చటానికి దగ్గిరకొచ్చింది. భార్గవ లేచి నిలబడ్డాడు.

"డాడీ".

అతడు ఆగేడు.

"నిన్ను అరెస్టు చేస్తున్నారెందుకు?"

ఉలిక్కిపడ్డాడు. ప్రార్థన చిన్నపిల్లకాదు. ఇంగ్లీషు బాగా అర్థం చేసుకోగలదు. పెదవుల మీద బలవంతంగా నవ్వు తెచ్చుకున్నాడు. "అదా... అది ఇంటెన్సివ్ కేర్‌లోకి ఇలా ఎవరూ రాకూడదు, అందుకని. మరి నే వెళ్ళిరానా...."

ప్రార్థన మాట్లాడలేదు.

భార్గవ వంగి, ఆమె నుదుటిమీద ఆప్యాయంగా ముద్దుపెట్టుకున్నాడు. ఎవరివైపూ చూడకుండా తలవంచుకుని గుమ్మం వరకూ సాగిపోయాడు. అక్కడ మాత్రం కాళ్ళు నిరాకరించాయి. ఆగి వెనుతిరిగి చూసేడు. ప్రార్థన కూడా ఇటే చూస్తూంది. ఇద్దరి కళ్ళూ కలుసుకున్నాయి.

అతడు చటుక్కున కళ్ళు తిప్పుకున్నాడు.

ప్రత్యర్థులు గెలిస్తే అదే ఆఖరి చూపు అని అతడికి తెలుసు– కూతురు బ్రతికి వుండగా!!!

* * *

శంకర్‌లాల్ తన పెర్సనల్ ఫోన్ ఎత్తి నంబర్ డయల్ చేశాడు.

"హల్లో".

"చెప్పు శంకర్‌లాల్! నేనే".

"థాంక్స్".

"దేనికీ?"

"మీరు చెప్పిన రెండు సూత్రాలూ టేబిల్‌కి చెరోవైపునా పెట్టుకోవటమే కాదు, ఆచరించాను కూడా".

"గుడ్!"

"భార్గవ దగ్గర్నుంచి రాజీనామా తీసుకున్నాను".

"పాపం పూర్‌ఫెలో! సల్ఫా-3 కనుక్కుంటే ఇన్ని కష్టాలు రాకపోవును కదా!"

"మీకు థాంక్స్ చెపుదామని ఫోన్ చేశాను"

"దేనికి శంకర్‌లాల్?"

"నాకు సలహా ఇచ్చినందుకు, బోర్డు మెంబర్ల దగ్గర నా పరువు నిలబెట్టినందుకు. అన్నిటికన్నా ముఖ్యంగా అతడిని మీ ఫ్యాక్టరీలో రెడ్ హేండెడ్‌గా పట్టుకున్నందుకు".

"అది యాదృచ్ఛికంగా జరిగింది. నేను కారులో వస్తూంటే సెంట్రీ రూమ్‌నుంచి బయటకొస్తూ కనపడ్డాడు. నీకు అతనో సలహా ఇచ్చాడు జ్ఞాపకం వుందా– న్యూస్ పేపర్‌వాళ్ళు లోపలికి వచ్చి ఇంటర్వ్యూ తీసుకుంటూంటే ఇన్‌స్టిట్యూట్ తాలూకు సెక్యూరిటీవాళ్ళు ఏం చేస్తున్నారు అని– అతగాడికి నా సెక్యూరిటీతో ఏం పనా అని ఎంక్వయిరీ చేశాను. దొంగతనానికి వచ్చాడని తెలిసింది. దొరికిందిరా పిట్ట అనుకున్నాను. తర్వాత నాటకం అంతా నువ్వు ఆడిందిగా శంకర్‌లాల్?".

"ఏది ఏమైనా థాంక్స్".

"తొందరగా నాకో కొత్త మందుకి ఫార్ములా ఇవ్వు. కాన్స్-క్యూర్ పాత పడిపోతుంది".

"అలాగే– వుంటాను మరి".

"మంచిది" అటువైపు ఫోన్ పెట్టేశాడు.

* * *

ఆస్పత్రి గేటు దగ్గిర నిలబడి అతడు వెనక్కి తిరిగి చూసేడు. ఆ నాలుగంతస్తుల భవనం ఎత్తుగా చేతులు సాచుకున్న బ్రహ్మ రాక్షసుడిలా కనపడింది.

తను అన్నిటినీ కోల్పోయాడని అతడు తెలుసుకున్నాడు. ఇప్పుడిక ఏమీ లేదు- సమాజంలో గౌరవం, ఉద్యోగం, ప్రతిష్ట అన్నింటికన్నా ముఖ్యంగా ...ప్రార్థన.

అతడికి ప్రపంచంమీదే విరక్తి జనించింది. ఏమిటీ ప్రపంచం? కల్తీ మందులతో సామాన్యుల్ని మోసంచేసే కాపిటలిస్టుల ప్రపంచం...రిసెర్చి పేరుతో ప్రభుత్వంనుంచి లక్షల లక్షల గ్రాంటులు సంపాదించి తినేసే ఇన్‌స్టిట్యూట్‌ల ప్రపంచం ... ఇక మనుష్యుల సంగతికి వస్తే ఏమిటీ మనుష్యులు? 'మీ అనారోగ్యానికి కారణం ఇదిరా' అని చెప్పినా వినకుండా తనమీదకు రాళ్లు రువ్విన మనుష్యులు... దొంగతనానికి వచ్చినట్టు తనమీద నేరం మోపి, తన దగ్గరున్న నాలుగువేలూ దొంగతనం చేసిన మనుష్యులు నిజాయితీకోసం నిలబడ్డ ఒక వ్యక్తిని కేవలం తమ మాట వినలేదన్న పగతో, ద్వేషంతో పాతాళానికి తొక్కెయ్యటానికి ఎన్ని అడ్డదార్లయినా తొక్కటానికి సిద్ధపడే మనుష్యులు...

ఈ మనుషులూ, ఈ ప్రపంచం అన్నిటికన్నా ముఖ్యంగా తన భార్య...

అతడికి వసుమతిమీద కోపం రాలేదు. తన జీవితంలోకి ఒక అనామకురాలిగా ప్రవేశించి భార్యగా ఆమె, తనకింత ద్రోహం చేస్తుందని కలలో కూడా అనుకోలేదు. ప్రార్థనంటే తనకెంత ప్రేమో, ఎంత గాఢంగా ప్రార్థనని తను ప్రేమిస్తాడో తెలిసి కూడా తననుంచి ఆ పాపని కోర్టుద్వారా వేరుచేయగలిగిందంటే- ఆమె స్త్రీ అయివుండదు. రాక్షసి అయి వుంటుంది. అయినా అతడికి ఆమెమీద కోపం రాలేదు.

తను మాత్రం చేసినదేముంది? ఈ మనుష్యుల్లో తానూ ఒకడే. ఇంతకాలం ఇన్‌స్టిట్యూట్‌లో జీతం తీసుకుంటూ కూడా ఏమీ కనుక్కోలేక పోయాడు. ఈ రోజు బాధపడే హక్కు తనకి లేదు. ఇన్ని కోల్పోయేక, ఇందరితో 'ఛీ' అనిపించుకున్నాక ఇక ఈ ప్రపంచంనుంచి నిష్క్రమించటమే మంచిది.

అతడికి ఒకందుకు సంతోషం వేసింది. తను లేకపోతే మిగిలిన పిల్లలిద్దరూ అనాథలవరు. కనీసం ఈ విషయంలో వసుమతిని వివాహమాడటం ద్వారా మంచిపని చేసేడు.

అతనిక ఆలస్యం చేయదల్చుకోలేదు. తిరిగి ఇంటికి వెళితే మళ్ళీ బంధాలు వెనక్కి లాగవచ్చు.

అతడు ఇన్‌స్టిట్యూట్‌కి బయల్దేరాడు.

ఎప్పుడూ లేనంత హుషారుగా వున్నాడు అతడు. సరాసరి స్టోర్ రూమ్‌కి వెళ్ళి సోడియం సైనేడ్ ఇండెంట్ చేసేడు.

"ఈయన రాజీనామా చేసాడు కదా! ఇంకా ప్రయోగాలు చేస్తున్నాడా?" స్టోర్ కీపరు అసిస్టెంట్‌ని అడిగాడు లోపలికి వెళ్ళాక.

"ఇంకా రిలీవ్ చేస్తున్న ఆర్డరు రాలేదుగా" అసిస్టెంట్ సైనేడ్‌ని జాగ్రత్తగా బాటిల్‌లోకి తీస్తూ అన్నాడు.

"అయినా మనకెందుకులే" బాటిల్‌ని ప్యాక్ చేస్తూ అన్నాడు స్టోర్ కీపరు. అందుకున్నట్టు కాగితంమీద సంతకం పెట్టిన భార్గవ దాన్ని తీసుకుని తన లాబ్‌కి వెళ్ళాడు. లాబ్ నిర్మానుష్యంగా వుంది. లోపల గడియ వేసుకున్నాడు.

సైనేడ్ చేతిలోకి తీసుకున్నాడు. ఇంజెక్షన్ సూది లోపలికి గుచ్చి సిరంజిలోకి మందును లాగేడు.

"టు... మై... స్టోరోన్" అని అనుకున్నాడు. కళ్ళుమూసుకుని నీడిల్ భుజంలోకి గుచ్చుకోవటానికి సిద్ధపడ్డాడు.

8

శేఖరం కళ్ళు విప్పేడు.

కనురెప్పలు తెరుచుకుంటేనే కళ్ళు విప్పటం కాదు. నిద్రలోంచి బయటపడటానికి చేసిన ప్రయత్నం అది. కానీ ఎంత ప్రయత్నించినా ఆ స్థబ్దత విడిపోలేదు, బయట అలికిడికి నిద్రనుంచి వచ్చిన మెలకువ కాదది. పొరలు పొరలుగా అలుముకున్న మత్తు తెరలు నెమ్మది నెమ్మదిగా కరిగి అందులోంచి వచ్చిన మెలకువ అది. పోతే - నిద్రలేస్తూ కనులు విప్పగానే ప్రపంచపు వెలుగు ఆహ్వానించినట్టూ ... ఏ వెలుగురేఖా గోచరించలేదు. చెవులు కూడా తమ ధర్మం నిర్వర్తించటం మానివేయటంతో తెల్లవారుజాము పక్షుల కిలకిల రావాలు కాదుకదా కనీసం పక్కనున్న మనుష్యుల ఉనికి కూడా తెలియటం లేదు.

అంతా శూన్యమే. అంతా నిశ్శబ్దమే. అంతా చీకటే.

చాలా భయంకరమైన - అయోమయ స్థితి!

తను గుడ్డివాడుగా మారేడని తెలుసుకున్నాక నిద్రనుంచి మేల్కొన్న మొట్టమొదటి రోజది. నిద్రలోంచి బయటపడదామని ఎంత గింజుకున్నా ఆ చీకటిలోంచి బయటకు రాలేకపోవటంతో, అదంతా కలేమో అనుకున్నాడు. దానికితోడు చుట్టూ పేరుకున్న నిశ్శబ్దం! ఈ చీకటి, నిశ్శబ్దాల్నుంచి బయటపడటం కోసం అరవాలనుకున్నాడు. కానీ శబ్దం కూడా రాలేదు. ఒకటి రెండు నిముషాలకి అర్థమయింది- వున్నది నిద్రావస్థ కాదనీ- చెప్పుకోలేని అశక్తత అనీ.

ఈ నిజాన్ని జీర్ణించుకోవటానికి కొంచెం సేపు పట్టింది. మత్తు నుంచి బయటపడలేక పోవటానికి కారణం వినలేకపోవటం- కనలేకపోవటం అని అర్థమయ్యేక అలాగే అచేతనావస్థలో చాలాసేపు వుండిపోయేడు.

ఎన్నాళ్ళనుంచీ తనలా స్పృహ లేకుండా వుండిపోయాడో గుర్తుతెచ్చుకోవటానికి ప్రయత్నించాడు, కానీ లాభం లేకపోయింది. అంతలో అకస్మాత్తుగా అతడు తన చుట్టూ ఒక కొత్త వాతావరణాన్ని పసిగట్టాడు.

కళ్ళూ, నోరూ, చెవులూ పని చెయ్యకపోయినా మిగిలిన ఒక్క నాసికా అతడికి ఉనికిని పట్టించింది

ఆస్పత్రి వాసన!

తను ఆస్పత్రిలో వున్నాడన్న విషయం తెలుసుకోవటానికి మాత్రమే అది సాయపడింది. ఆ గదిలో ఇంకా ఎవరున్నారో తెలియటం లేదు. అడుగుదామంటే ఎలా అడగాలో తెలియటం లేదు.

ఆ క్షణమే అతడికి తన భవిష్యత్ అద్దం ముందు పెట్టినట్టు గోచరమైంది. ఇక ఈ నిమిషం నుంచీ తనిలాగు బ్రతకాలి. తన చుట్టూ వుండే మనుష్యుల్తోనూ, తోటి జీవాల్తోనూ, 'కమ్యూనికేషన్' ఏర్పరచుకోవటం అసాధ్యమైన పని!

ఈ స్థితిలో తనకి పిచ్చెక్కటానికి ఎంతోసేపు పట్టదని అతడు గ్రహించాడు. చెవుల చుట్టూ నిశ్శబ్దం, నోటి చుట్టూ మౌనం, కళ్ళచుట్టూ చీకటి కలిసి తనని అతి తొందరలోనే ఏ న్యూరోసిస్‌లోకో, డిప్రెషన్‌లోకో దింపుతుందని తెలుసుకున్నాడు. 'మూగ', 'చెవుడు', అయితే కనీసం ప్రపంచాన్ని చూడొచ్చు. గుడ్డి అయితే ప్రపంచాన్ని వినొచ్చు. ఈ మూడూ కలిస్తే.... దుర్భరం!

ఈ వ్యధాభరితమైన వాస్తవాన్ని జీర్ణించలేక పక్కమీద ఇబ్బందిగా కదిలేడు.

అతడు కదలటం చూసి నర్సు దగ్గిరకొచ్చి 'ఎలావుంది' అని అడగబోయి, నాలిక్కర్చుకుని, అతడి చేతిమీద చెయ్యి వేసింది. అతడు ఆ స్పర్శకి కదిలి, చప్పున ఆ చెయ్యి పట్టుకుని- వదిలేస్తే ఈ కల కరిగిపోతుందేమో అన్నట్టు బిగించాడు.

అతడి ఆర్తిని వేరే విధంగా అర్థం చేసుకున్న ఆ నర్సు చటుక్కున చేతిని విదిలించుకుంది.

అదే సమయానికి ప్రవేశించాడు డాక్టర్ రవి!

* * *

దాదాపు పదహారు గంటలపైగా ఒక చెత్తకుండీ పక్కన శవాకారంలో పడివున్న అతడిని ఎవరో చూసి ఆస్పత్రిలో చేర్పించారు. వేర్వేరు రంగాల్లో నిష్ణాతులయిన ముగ్గురు డాక్టర్లు అతడిని మూడుచోట్ల ఆపరేట్ చేశారు. అదృష్టవశాత్తు కార్డు ఇంజరీ లేదు. డాక్టర్ రవి క్రింద జనరల్ అబ్జర్వేషన్‌లో వుంచబడ్డాడు.

దానికి కొన్ని గంటలముందే నలుగురైదుగురు డాక్టర్ల మధ్య సమావేశం జరిగింది. టెంప్రో – మెండిబ్యులార్ జాయింట్ విరిగిపోయిన సంగతి ఒక డాక్టర్ ధృవీకరించాడు. కళ్ళ సంగతి సరేసరి. అన్నిటికన్నా ప్రమాదకరమైన విషయాన్ని వెల్లడి చేసినవాడు ఆ సమావేశంలో వున్న సైకియాట్రిస్టు. రోగికి స్పృహరాగానే కలిగే షాక్‌నుంచి అతడిని 'వెంటనే' తప్పించలేకపోతే వచ్చే సైకలాజికల్ డిప్రెషన్ గురించి గట్టిగా హెచ్చరించాడు. ఆ బాధ్యత రవి తీసుకున్నాడు.

ఒక మామూలు పేషెంటు గురించి జనరల్ ఆస్పత్రి ఇంత ఇంటరెస్టు తీసుకోవటం జరగనిపని. కానీ ఈ కేసు విచిత్రంగా వుండటంతో డాక్టర్లు సమావేశం కావల్సి వచ్చింది. ఈ అనుమాన పరిస్థితుల గురించి పోలీసులకి తెలియకపోవటం అదృష్టం. డాక్టర్ రవి ఈ కేసుని స్వయంగా తన పర్యవేక్షణలోకి తీసుకున్నాడు. ఈ పేషెంటు పరిస్థితి మీదా, రియాక్షన్స్‌మీదా ఒక మనో విశ్లేషణ్మాతక రచన చేయవచ్చుననుకున్నాడు. అతడికి తెలియనిదల్లా ఒకటే- తనకన్నా తన పేషెంటు తెలివైనవాడనీ, జీవితంమీద కమేండ్ వున్నవాడనీ...

అందుకే ఇద్దరిలోకి ముందు తేరుకున్నవాడు శేఖరం.

చేత్తో ... 'పెన్ను' అని సైగచేసేడు. రవి నర్సువేపు చూసేడు. నర్సు కాగితమూ, కలమూ తీసుకొని యిచ్చింది. శేఖరం కాగితంమీద వ్రాసేడు ఇలా-

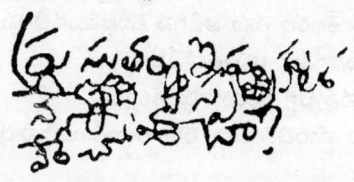

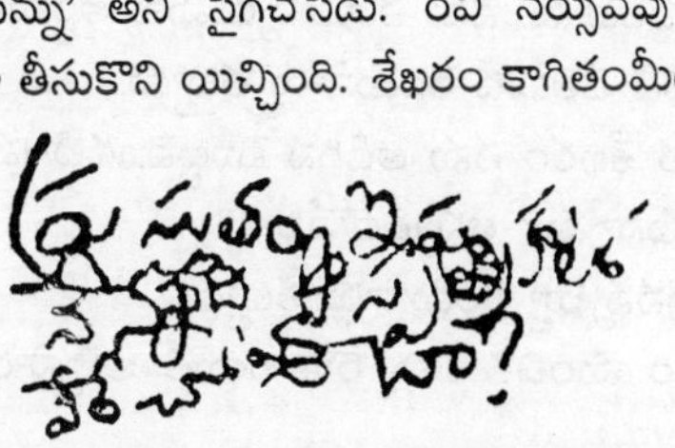

– వ్రాసి కాగితాన్ని రవి ముందుకు తోసేడు. రవికి అర్థంకాలేదు. కనులు లేకపోవటంచేత, వ్రాసిన లైనుమీదే పేషెంటు రెండో లైను వ్రాసేడు – అని గ్రహించాడు. అదేమిటో తెలుసుకోవాలంటే తిరిగి ఒక్కొక్క అక్షరమూ వ్రాస్తూండగా చూడాలి. అతడు వ్రాసిందేమిటో తనకి అర్థం కాలేదనీ; మళ్ళీ ఇంకోసారి వ్రాయమని అతనికి ఎలా చెప్పాలి. కమ్యూనికేషన్ గాప్ అంటే ఇదే. శేఖరంవేపు అతడు జాలిగా చూసేడు. ఇక జీవితాంతం ఇతడు ఇలాగే బాధపడాలి.

డాక్టర్ మౌనాన్ని శేఖరం మరో విధంగా అర్థం చేసుకున్నాడు. మళ్లీ కాగితంమీద వ్రాసేడు.

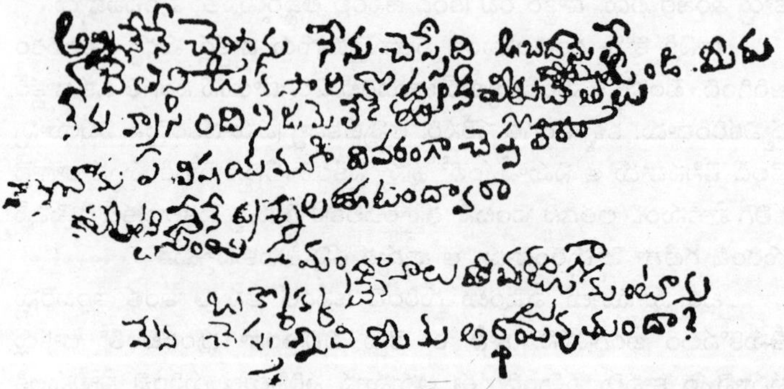

అతడు కాగితంమీద వ్రాసింది రవికి అర్థం కాలేదు కానీ– వ్రాస్తూవుండగా ఒక్కో అక్షరమే వెనుక నిలబడి చదివాడు కాబట్టి తెలిసింది. శేఖరం వ్రాసింది ఇది – "అన్నీ నేనే చెప్తాను. నేను చెప్పేది అబద్ధమైతే నా చేతిని ఒకసారి కొట్టండి మీ చేతితో. నేను వ్రాసింది నిజమైతే రెండు సార్లు కొట్టండి. మీరు నాకు ఏ విషయమూ వివరంగా చెప్పలేరు. కాబట్టి ప్రశ్న అడగటంద్వారా మీనుంచి సమాధానాలు వివరంగా ఒక్కొక్కటే రాబట్టుకుంటాను. నేను చెపుతున్నది మీకు అర్థమవుతుందా?"

డాక్టరు అతడి చేతిమీద రెండుసార్లు తట్టాడు.

ఆ తరువాత శేఖరం తను అడిగిన మొట్టమొదటి ప్రశ్న తిరిగి అడిగాడు. "ప్రస్తుతం నేనెక్కడున్నాను? ఆస్పత్రిలోనేనా?"

డాక్టర్ అవునన్నట్టూ రెండుసార్లు తట్టాడు.

"ఎంతకాలం నుంచి? ఎన్ని రోజులయితే అన్నిసార్లు కొట్టండి" డాక్టరు కొట్టాడు.

కొద్దిగా వంగి వ్రాయటం వల్ల వెన్నులో తిరిగి అమితమైన బాధ మొదలయింది. ఒక్కో అక్షరంవ్రాయటానికి చాలా శ్రమ తీసుకోవలసి వస్తుంది. అక్షరాలు మరింత అలుక్కుపోతున్నాయి. డాక్టర్ వూపిరి మెడవెనుక తగులుతూంది. అంటే వాక్యం పూర్తయేసరికి అది అలుక్కుపోతూ వుందన్నమాట. ఈ విధంగా ఎంతకాలం కొనసాగుతుంది? వేరే మార్గం ఆలోచించాలి. అతడు తిరిగి వ్రాయబోతూంటే వెన్నులో కలుక్కుమంది. సన్నగా బాధతో మూలిగాడు. ఇక ప్రశ్నలు చాలు అన్నట్టు డాక్టరు కాగితం తీసేసుకోబోయేడు.

"మూడే ప్రశ్నలు డాక్టర్ ఆఖరివి ... ప్లీజ్".

డాక్టర్ కాగితం తిరిగి వదిలేసేడు.

"నాకు వెన్నెముక సరి అవుతుందా?"

'అవుతుంది' అన్నట్టు రెండుసార్లు తట్టాడు.

"నాకు శాశ్వతంగా అంధత్వం వచ్చినట్టేనా?"

డాక్టర్ మౌనంగా వుండిపోయాడు. శేఖరం కాగితం మీద 'ప్లీజ్... ప్లీజ్...' అని వ్రాసేడు.

వచ్చినట్టే.

ఆ వాస్తవాన్ని జీర్ణించుకోవటానికి శేఖరం కొంచెంసేపు అచేతనంగా వుండిపోయాడు. తరువాత ఒక నిర్ణయానికి వచ్చినట్టూ చివరిదీ ఆఖరిదీ అయిన వాక్యాన్ని వ్రాసేడు.

"నాకు బ్రెయిలీ లిపి నేర్పే మాస్టారు ఒక గంటలో కావాలి, తెప్పించ గలరా?"

డాక్టర్ రవి నమ్మలేని విస్మయంతో శేఖరంవేపు చూశాడు. మూర్తీభవించిన వ్యక్తిత్వం- పట్టుదలా అతడిలో కనబడ్డాయి. ఇదే ఇంకెవరయినా పేషెంట్ అయితే ఏడ్చి, గోలగోలగా అల్లరిచేసి వుండేవాడు. ఇంత ప్రాక్టికల్, మెటీరియలిస్టిక్ మనిషిని అతడు జీవితంలో యిదే మొదటిసారి చూడటం. ఎంత లోతుగా ఆలోచిస్తున్నాడు...? ఎంత బింకంగా ప్రవర్తిస్తున్నాడు... అతడిమీద ఒక్కసారిగా గౌరవం కలిగింది. బ్రెయిలీ గురించి అంత తొందరెందుకు? అని అడుగు తున్నాడు. కానీ ప్రపంచంతో ఆ పేషెంట్ ఏర్పర్చుకోవాలన్న కమ్యూనికేషన్ గురించిన ఆతృత అర్థమైంది. ఈ లోపులో శేఖరం తిరిగి వ్రాసేడు. "చెప్పండి డాక్టర్! తెప్పించగలరా?"

'తెప్పించగలను' అన్నట్టూ డాక్టర్ అతడి భుజం మీద రెండుసార్లు తట్టాడు.

ఆ తరువాత కాలం చాలా వేగంగా పరుగెత్తింది.

డాక్టర్ రవికి అదో మహత్తరమైన అనుభవం... శేఖరాన్ని గమనిస్తూ వుండటం!! డాక్టరుగా అతడు చాలా మందిని చూసేడు. కానీ రచయితగా అంతకన్నా ఎక్కువమందిని పరిశీలించాడు. శేఖరం కేసురాగానే- ఒక ప్రత్యేకమైన కొత్త తరహా పాత్ర రచనకి లభించిందనుకున్నాడు. అతడి స్థితిని గమ్మత్తుగా - సానుభూతి పొందేలా వర్ణించవచ్చు ననుకున్నాడు.

కానీ అతడి అంచనాలన్నీ ఇప్పుడు తారుమారయ్యేయి. శేఖరం సానుభూతికి చోటు ఇవ్వనేలేదు. ఒక సాధారణమైన కుర్రవాడికి ఆరు నెలలు పట్టే లిపిని శేఖరం చాలా కొద్దిగంటల్లో నేర్చుకున్నాడు. రెండ్రోజులు తిరిగే సరికల్లా బ్రెయిలీ నేర్పటానికి వచ్చిన మాస్టారితో చాలా మామూలుగా లోకాభిరామాయణం కొనసాగించాడు.

మొదటిరోజు సాయంత్రమే తన బ్యాంకు బాలెన్స్, రావలసిన అరియర్స్ లెక్కకట్టి తెప్పించుకున్నాడు. ఆ మరుసటి రోజు ప్రొద్దున్న పరామర్శించటానికి వచ్చిన శంకర్‌లాల్‌తో తన ఉద్యోగం విషయం చర్చించాడు.

తను బ్రెయిలీలో వ్రాసిస్తే- దాన్ని ఇంగ్లీషులోకి తర్జుమాచేసి టైపు చెయ్యటానికి పార్టుటైమ్‌మీద ఒక అసిస్టెంటుని కుదుర్చుకున్నాడు. ఆ అసిస్టెంటు పేరు ప్రియ. చక్కని అమ్మాయి. వయసు కూడా ఎక్కువేమీ కాదు. పదిహేడో - పద్దెనిమిదో వుంటుంది. ఆ అమ్మాయి తండ్రి ఓ ఆర్మీ ఆఫీసరు, విమాన ప్రమాదంలో చచ్చిపోయాడు. ఓడలు బండ్లయ్యాయి. పధ్నాలుగు సంవత్సరాల వయసులో కుటుంబ భారం మీద పడింది. టైపు, షార్టుహాండు నేర్చుకుని ఉద్యోగంలో ప్రవేశించింది. ఆ అమ్మాయిలో ప్రత్యేకత ఏమిటంటే- మొహంమీద చక్కటి చిరునవ్వు ఎప్పుడూ చెదరకుండా వుండటం! ఆమెని చూసిన వారెవరూ అంతచిన్న వయసులో ఒక కుటుంబం మొత్తాన్నీ పోషిస్తూ వుందని అనుకోరు.

ఒక పార్టుటైం ఉద్యోగం వుందని చెప్పగానే వేణ్నీళ్ళకు చన్నీళ్ళు తోడవుతాయి కదా అని వప్పుకుంది. ఉద్యోగం వివరాలు తెలిసాక ఆశ్చర్యపోయింది. మొదట్లో కాస్త కష్టంగా వుండేది. అతడు వ్రాసిన రికెనర్ ద్వారా ఒక్కో అక్షరమే ఇంగ్లీషులోకి తర్జుమా చేసుకుని టైపు చెయ్యటం...! కాని తొందరలోనే అలవాటయిపోయింది.

అంధులు మిగతా ప్రపంచంతో ఏర్పరచుకునే కమ్యూనికేషన్‌ని 'బ్రెయిలీ' అంటారు. ఒక కాగితంమీద గుండుసూదితో గుచ్చితే ఒక చిన్న రంధ్రం ఏర్పడుతుంది. అలాటి చుక్కల్ని చూపుడు వేలుతో స్పృశిస్తే ఎన్ని చుక్కలు వున్నదీ, ఏ పొజిషన్ వున్నదీ తెలుస్తుంది. మొత్తం ఆరుచుక్కలు.

ఈ ఆరు చుక్కల్తోను ఇంగ్లీష్ భాషలోని ఇరవై ఆరు అక్షరాల్నీ వ్రాయొచ్చు.

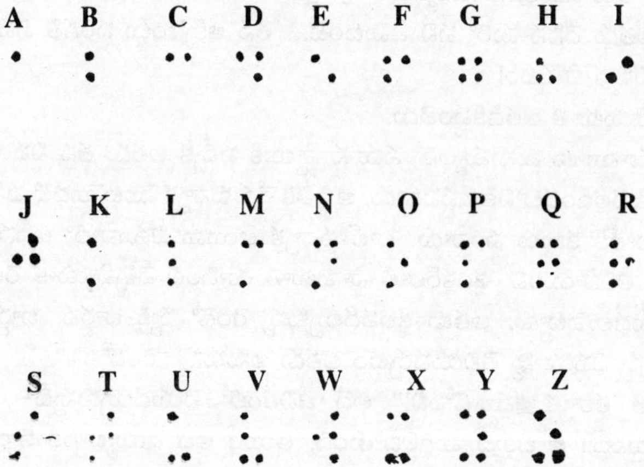

A B C D E F G H I
J K L M N O P Q R
S T U V W X Y Z

కాగితం మీద సూదితో గుచ్చుకుంటూ వెళ్ళిన చుక్కల్ని తడుముకుంటూ చదవటం ఊహించటానికి కష్టంగా వుంటుంది. కానీ అలవాటయితే మనం చదివినంత వేగంగా వాళ్ళూ చదువుతారు. బ్రెయిలీ లిపిలో చందమామ లాంటి పుస్తకం నుంచి సైన్సు పుస్తకాలదాకా వున్నాయి. మన టైప్ మిషన్లలాగే, బ్రెయిలీలో కూడా టైపు వుంది. రంధ్రాలు పొడుచుకుంటూ సాగిపోతుంది.

కళ్ళకి ఆపరేషన్ జరిగిన నాలుగు గంటలకి అతడు లేచి కూర్చోగలిగాడు. అదృష్టవశాత్తు నాలిక తెగినచోట ఇన్‌ఫెక్షన్ రాలేదు.

కళ్ళని పరీక్షించిన డాక్టరు, అతడికి దృష్టి రావటం అసాధ్యం అని చెప్పాడు. మాట ఎలాగూరాదు... పోతే చెవుల విషయమే డాక్టర్ కొద్దిగా ఆశాభావం వ్యక్తం చేశాడు. ఒకటి రెండు సంవత్సరాలు పోయాక మళ్లీ ఆపరేషన్ చేస్తే అవి పనిచేసే వీలున్నదని అతడు అభిప్రాయపడ్డాడు. కానీ శేఖరం ఈ క్రొత్త జీవితానికి ఆపాటికే అలవాటు పడిపోయాడు. ఒక రకంగా ఈ జీవితమే బావుంది కూడా. ప్రపంచపు

సంకీర్ణ ధ్వనుల్నుంచీ, డేపంజాతి వ్యక్తుల మాటల్నుంచీ దూరంగా వుండొచ్చు. చెడు వినక్కరలేదు. చూడక్కరలేదు. మాట్లాడనవసరం లేదు.

కొంచెం ఓపిక రాగానే అతడు డబ్ల్యు.బి.ఓ. (వరల్డ్ బ్లయిండ్ ఆర్గనైజేషన్)తో ఉత్తర ప్రత్యుత్తరాలు మొదలుపెట్టాడు. మొదటి ఉత్తరానికి యింకా జవాబు రాలేదు. కానీ వస్తుందని నమ్మకంగా వున్నాడు.

అతడు చేసిన మరో పని ఏమిటంటే... తన ఆక్సిడెంటు సంగతి ఎవరికీ తెలియనివ్వక పోవటం!

సానుభూతి అతడికిష్టంలేదు.

మామూలు మనుష్యులతో సమాన స్థాయికి వచ్చేక అతడు తన విషయం లోకానికి వెల్లడించటానికి ఇష్టపడ్డాడు. ఆ స్థితికి చేరుకున్నాక మొట్టమొదటి పనిగా శంకర్‌లాల్‌కి కబురు పంపాడు. లాల్ వచ్చాక అయిదు నిముషాల్లో ఆఫీసుతో ఋణం తీరిపోయింది. శంకర్‌లాల్ సానుభూతి చూపించి వెళ్ళిపోయాక రెండో పని మొదలుపెట్టాడు. అతడు కలవదల్చుకున్న రెండో వ్యక్తి భార్గవ. భార్గవకి కనుక్కున్న విషయాన్ని తెలియపర్చటం అతడు అనుకున్న "రెండోపని".

ఆ తర్వాత "మూడోపని!" అదే జీవితంలో చేయదల్చుకున్నదీ- అతి ముఖ్యమైనదీ!! ఆ ఒక్కటీ మిగిలిపోతుంది. అయితే అది చెయ్యటానికి కొంచెం టైమ్ కావాలి.

* * *

చుట్టూ పరిసరాలన్నీ నిశ్శబ్దంగా వున్నాయి.

గదిలో ఒక మూల స్టాండులో వున్న కుందేలు పిల్ల కన్నార్పకుండా చూస్తోంది.

బయట ఎక్కడా అలికిడి లేదు.

భార్గవ గదంతా కలియజూసేడు. ఎన్నో సంవత్సరాలుగా ఒక రహస్యాన్ని విచ్ఛిన్నం చేయటానికి తనతోపాటూ తోడ్పడిన ఆ పరికరాల్ని- తన ఓటమి వప్పుకుంటున్నట్టూ వీడ్కోలు అడిగాడు. తరువాత కళ్ళు మూసుకున్నాడు.

కానీ అంతలో బయట దూరంగా అడుగుల చప్పుడు వినిపించింది. ఎవరో వస్తున్న ధ్వని. సిరెంజి గుచ్చేసుకోవచ్చు. కానీ ఆత్మహత్య గురించి- అది ఫెయిలయితే దాని ప్రయత్నం గురించి- అంత తొందరగా బయటకి తెలియటం యిష్టంలేకపోయింది.

చప్పున ఇంజెక్షన్‌ని డ్రాయర్ సొరుగులోకి తోసేసేడు. బాటిల్‌ని జేబులో పెట్టుకున్నాడు. చెదిరిన క్రాఫ్ సర్దుకుని మామూలుగా తయారవుతూ వుంటే బయట తలుపు కొట్టిన ధ్వని వినిపించింది. తనకోసం ఈ సమయంలో వచ్చిన వాళ్ళెవరూ అని ఆశ్చర్యపడ్డాడు. ప్రయత్నం విఫలమై ఆలస్యం అయినందుకు చిరుకోపం, కాస్త విసుగూ కూడా వుంది. వెళ్ళి తలుపు తీశాడు.

బయట ఓ పద్దెనిమిదేళ్ళ అమ్మాయి నిలబడి వుంది. ఆమె మొహంలో అలసట కనపడుతూంది. ముంగురులు చెమటతో నుదుటికి అతుక్కుపోయి ఉన్నాయి. ముఖంమీద మాత్రం చక్కటి చిరునవ్వు వుంది. ఆ నవ్వులో ఒక అమాయకమైన ఆహ్లాదకత్వం వుంది.

"మీరేనా భార్గవ! అబ్బ చచ్చానుబాబూ మీ గది కనుక్కోలేక" అంది చనువుగా.

ఆమెని చూడగానే అతడికి తన కూతురు ప్రార్థన గుర్తొచ్చింది. అదే నవ్వు. పెద్దయితే ఇలాగే వుండేదేమో.

"ఎవరు నువ్వు" అని అడిగాడు.

"నేను ... ఐ మీన్ ... నా పేరు ప్రియ. శేఖరంగారి అసిస్టెంటుని" అంది.

అతడికి అర్థంకాలేదు. "శేఖరం అసిస్టెంటా?"

ఆమె నవ్వి "మీకో కవరు ఇమ్మని పంపారు" అంటూ అందించింది. చిన్న గులాబీ పువ్వు ముద్రించిన నీలంరంగు కవరు. అతడు అయోమయంగానే దాన్ని అందుకున్నాడు. చింపి, లోపల్నుంచి రోజ్‌కలర్ ఉత్తరాన్ని బయటకి తీసేడు. అయితే అతను అనుకున్నట్టు అందులో ఉత్తరమేమీ లేదు. కొన్ని చుక్కలు మాత్రం వున్నాయి.

అతడికి అర్థంకాలేదు, "ఏమిటిది?" అని అడిగాడు.

"బ్రెయిలీ" అంది.

అతడికి బ్రెయిలీ అంటే తెలుసు. కానీ శేఖరం ఇలా ఎందుకు పంపేడో తెలియలేదు. కొత్తగా వచ్చిన ఈ సెక్రటరీ ఎవరో కూడా అర్థంకాలేదు.

"ఈ అక్షరాల అర్థం ఏమిటి?"

ఆమె అతడి దగ్గిర్నుంచి కాగితాన్ని అందుకుని చూసి, "ఐ ఫౌండ్ ఇట్" అంటూ అక్షరాల్ని చదివింది.

భార్గవకి వెంటనే నాల్గురోజుల క్రితం తమ మధ్య జరిగిన సంభాషణ గుర్తొచ్చింది. శేఖరం చంపాలాల్ యింటికి రహస్యంగా వెళ్ళిన తరువాత తాము కలుసుకోలేదన్న విషయం కూడా జ్ఞాపకం వచ్చింది. ఈ ఉత్తరం ఎవరిచేతిలోనైనా పడితే ప్రమాదమని యిలా వ్రాసేడా అనుకున్నాడు. అదే అడిగాడు.

"ఉహు, కాదు. ఆయన కళ్ళకి దెబ్బ తగిలింది. అందుకే బ్రెయిలీ నేర్చుకున్నారు".

భార్గవ అదిరిపడి, "కళ్ళకి దెబ్బ తగిలిందా" అన్నాడు.

"అవును. తాత్కాలికంగా అంధత్వం వచ్చింది".

"గాడ్ ... అతడు ఎక్కడ... ఎక్కడ వున్నాడు?"

"ఆస్పత్రిలో ... కానీ ఒకటి రెండు రోజుల్లో వచ్చేస్తారు".

అతడు ఆమె మాటలు వినిపించుకోలేదు. మెదడు నిండా హోరుమనే ఆలోచనలు. శేఖరం గుడ్డివాడయ్యాడంటే అతడు నమ్మలేకపోతున్నాడు. అసలా వూహే భయంకరంగా వుంది. మొన్న మొన్నటివరకూ నవ్వుతూ హాయిగా ఆడుతూ పాడుతూ తిరిగిన ఆ యువకుడు యిప్పుడు గోడల్నీ, తలుపుల్నీ తడుముకుంటూ తిరగడం అనే దృశ్యాన్ని ఊహించుకుంటూంటేనే వళ్ళు గగుర్పొడుస్తూంది.

"అసలు ఎలా ... ఎలా ... జరిగింది యిది" తడబడుతూ అడిగాడు.

"చిన్న ఆక్సిడెంట్ జరిగింది. మీరేమీ కంగారు పడకండి. ఇప్పుడాయన బాగానే వున్నారు".

"వెంటనే నాకు ఎందుకు చెప్పలేదు?"

"ఎవరూ! ఆయనా?"

"అవును తనే."

"తను ఫోన్‌లో చెప్పలేదు భార్గవగారూ!"

"ఎవరితోనైనా చెప్పించవచ్చుగా"

"అదీ చేయలేదు. ఆయన నాలిక తెగిపోయింది. మాట్లాడటం కష్టం".

భార్గవ గొంతులో ఏదో అడ్డుపడ్డట్లయింది. "ఏమిటి –" అని అరవబోయాడు. మాట రాలేదు. కళ్ళప్పగించి ఆ అమ్మాయి వైపే శిలలా చూస్తూ వుండిపోయాడు. ఆ అమ్మాయి అతడిని మాట్లాడించలేదు. ఈ షాక్‌ని తట్టుకోవటానికి అతడికి కొంత

సమయం పడుతుందని తెలుసు. ఆమె అంచనా నిజమయింది. అతడు తేరుకుని "పద వెళ్దాం" అన్నాడు కదులుతూ.

పది నిముషాలు అయ్యేసరికి యిద్దరూ ఆస్పత్రిలో వున్నారు. శేఖరం గదిలోకి ప్రవేశిస్తూనే భార్గవ అతడి ఆకారాన్నీ, కళ్లకి కట్టిన కట్టును చూస్తూ "మైగాడ్ ఇది ...ఇదంతా ఎలా జరిగింది?" అని అడిగాడు కంగారుగా.

వెనుకనుంచి ప్రియ నెమ్మదిగా "మీరు మాట్లాడేది ఆయనకి వినిపించదు భార్గవగారూ! చెవి ఎముకలు విరిగిపోయాయి" అంది.

అన్ని విషయాలు ఒక్కసారే కాకుండా, ఒక్కొక్కటే చెప్పమని వెళ్ళబోయేముందు శేఖరం ఆమెని హెచ్చరించాడు. ఒక్క బాధ్యతాయుతమయిన ఉద్యోగిగా యజమాని సూచనని అక్షరాలా అమలు జరిపిందామె.

9

మొత్తం జీవరాసు లన్నిటిలోకి అత్యంత అసమర్థమైన, బలహీనమైన ప్రాణి "మనిషి". అతడి ఆకారంతో సమానమైన ఆకారం వున్న చాలా జంతువులతో పోల్చుకుంటే బలంలో వాటి సమానవుజ్జీ కాదు. తన కన్నా చిన్న జంతువైన లేడితోగాని, పెద్ద జంతువైన జీబ్రాతోకానీ సమానంగా పరుగెత్తలేడు. గబ్బిలంలా శబ్దగ్రహణం చేయలేడు. గద్దలాగా దూరంనుంచి చూడలేడు. కప్పలాగా ఉభయచరం కాదు. పురుగులకుండే ఎడాప్టబులిటీ లేదు. చీమలా దూరంనుంచి వాసన పసిగట్టగలిగే నేర్పులేదు. అంతవరకూ ఎందుకు? ఎముకల పొందిక కూడా సరీగ్గా లేనిది ఒక్క మనిషికే. అందుకే రెండు కాళ్ళమీద నిలబడి ఎక్కువసేపు పనిచేస్తే నడుమునొప్పి వచ్చేది కనీసం మనిషికే. తన శత్రువుల్ని చంపటంలో వైరస్‌కున్న ప్రజ్ఞ కూడా కనీసం మనిషికి లేదు. ప్రొటోజోవా నుంచి వెర్టిబ్రేటా వరకూ ఏ ప్రాణితో పోల్చుకున్నా మనిషి అధముడే. అయినా ఈ సకల జలాచర ప్రపంచాన్నీ తన ఆధీనంలోకి తెచ్చుకుని ఏలుతున్నాడంటే దానిక్కారణం అతడి మెదడు. ఒక జంతువుకి వేగం, ఒక ప్రాణికి బలం, ఒక పక్షికి రెక్కలు, ఒక చేపకి మొప్పలు ఇచ్చిన దేవుడు, మనిషికి అతడి వంతుగా "మెదడు" ని ఇచ్చాడు. అదే చాలని నిరూపించాడు మనిషి. ఐజాక్ ఆసిమోవ్ ఇచ్చిన ఈ సిద్ధాంతం నా మీద గొప్ప ప్రభావాన్ని చూపించింది.

మనిషికి కావల్సిన మూడు ఇంద్రియాల్నీ నేను కోల్పోయానని తెలిసిన మరుక్షణం నా ఆలోచన ఆత్మహత్యవైపు వెళ్లింది. కానీ కుదురుగా ఒక్కక్షణం ఆలోచిస్తే దానంత వెధవ ఆలోచన మరొకటి వుండదని అనిపించింది. తమ మానసిక బలహీనతల్ని అధిగమించలేని వారికి మాత్రమే ఆత్మహత్యల అవసరం కలుగుతూ వుంటుంది. అన్నీ పోయినా నాకు మెదడుంది చాలు అనుకున్నాను. ఎప్పుడో జరిగిన సంఘటన గుర్తువచ్చింది. అప్పుడే కాలేజీ చదువు పూర్తిచేసి పై చదువుల్లో అడుగుపెట్టాను.

కాలేజీలో నాతోపాటూ ఒకతను చదివేవాడు. పెద్ద తెలివైనవాడు కూడా కాదు. బొటాబొటి మార్కులతో పాసయ్యాడు. మనిషే అదోలా వుండేవాడు. రోజుల తరబడి గడ్డం పెంచేవాడు. మునిగిపోతున్న పడవని సానుభూతి చూపేవాడిలా ఈ ప్రపంచాన్నీ, మనుష్యుల్నీ పరికించేవాడు. "నేనో బ్రద్దలవబోయే అగ్నిపర్వతాన్ని ....'' లాటి అర్థం పర్థంలేని వాక్యాల్ని పుస్తకాల్నిండా వ్రాసుకునేవాడు. చదువు పూర్తయ్యాక రెండు మూడు సంవత్సరాల వరకూ అతడికి ఉద్యోగం రాలేదు. తనకి ఉద్యోగం రాకపోవటానికి కారణం కంపూచియా అనీ, తన చెల్లెలికి పెళ్ళి కాకపోవటానికి కారణం రష్యా సామ్రాజ్యవాదం అనీ నమ్మేవాడు. తమలాటి ఎందరో నిర్భాగ్యుల జీవితాలు మారాలంటే మొత్తం వ్యవస్థే మారాలనీ, అసలు లొసుగు అంతా ఈ వ్యవస్థలోనే వుంది అనీ అనేవాడు. 'అంతంత పెద్ద పెద్ద పదాలెందుకు- నీ వరకూ నీ వేదైనా సమాజానికి మేలు చేయరాదా' అనేవాడిని. 'ఏం చెయ్యను' అని అడిగాడు. అమ్మయ్య- ఆ మాత్రం ఆసక్తి చూపించాడు కదా అని సంతోషించి ఓ సూచన ఇచ్చాను.

మన వూరు మెయిన్‌రోడ్డు మధ్యలో ఓ సమాధి వుంది. రెండు వందల సంవత్సరాల క్రితం ఎవడో అనామకుడయిన సన్యాసి శవం అది. మత సంబంధమైన గొడవ లొస్తాయని రోడ్డు మధ్యలో దాన్ని అలాగే వదిలేసింది ప్రభుత్వం. అక్కడి కొచ్చేసరికి రోడ్డు ఇరుకై ప్రతీ వాహనమూ వేగం తగ్గించాలి. అలా తగ్గించి తిరిగి వేగం పెంచటానికయ్యే ఆయిల్ ఖర్చు లీటర్‌లో వందో వంతు - అంటే ఆరు పైసలు అవుతుందనుకుందాం. మెయిన్ రోడ్డు మీద సగటున రోజుకి అయిదువేల వాహనాలు వెళతాయి- అనుకుంటే, మన నేషనల్ ఇన్‌కమ్ సంవత్సరానికి షుమారు లక్షా పదివేలు ఆ రూపేణా వృధా అవుతుందన్నమాట.

ఏ ప్రాముఖ్యతాలేని ఒక సమాధి గురించి ఇంత వేస్ట్ ఎందుకు? రాత్రికి వెళ్లి ఆ సమాధిని అక్కణ్నుంచి తవ్వెయ్యకూడదూ... పట్టుబడితే ప్రాణాలు పోతాయి.

కానీ దేశం కోసం ఆ మాత్రం త్యాగం చెయ్యటంలో తప్పులేదుగా... అన్నాను. అతడు వెంటనే జవాబు చెప్పలేదు. గాఢంగా ఆలోచించి, 'అసలు వాహనాలే బూర్జువా వ్యవస్థకి నిదర్శనాలు. అవి ఎవరికీ వుండకూడదు' అన్నాడు. నా తల తిరిగిపోయింది. తిరిగి అతనే "అయినా మా ఆశయం చాలా పెద్దది. దానిముందు ఈ బ్రద్దలు కొట్టటాలూ అవీ చిన్న విషయాలు" అన్నాడు. మరి ఆ ఆశయం కోసం, ఈ వ్యవస్థని పూర్తిగా మార్చటంకోసం నువ్వేం చేస్తున్నావ్ అని అడిగాను. నన్నో పురుగును చూసినట్టూ చూశాడు. "నేను పేలి, ఆ విస్ఫోటనంలోంచి లక్ష నేనులు ఉద్భవిస్తాను" అన్నాడు. నిశ్చయంగా మా ఇద్దరిలో ఒకరికి మతిపోయి వుంటుందనుకున్నాను. "చూడు మిత్రమా! ఎందుకీ నినాదాలు. శ్రమ శక్తిని నమ్మేవాడివి కాబట్టి ఏదయినా పని చేసుకోకూడదూ" అన్నాను.

నా అమాయకత్వాన్ని చూసి జాలిగా నవ్వి, 'నా ఆర్తగీతం అడవిలో ఏ గడ్డి పువ్వునో స్పృశించి దాన్నో ఎర్రమందారం చేస్తుంది' అన్నాడు ధీమాగా. లేచి నిలబడ్డాను. విసుగేసింది. "నీకన్నా సిద్ధాంతం గురించి నేనే కాస్త చదువుకున్నాను అన్న విషయం నాకు తెలుసు. అది చెప్పినా నువ్వు నమ్మవ్. వ్యక్తిగత ఆస్తి, వారసత్వపు హక్కు పోతాయంటే దాన్ని మనస్ఫూర్తిగా ఆహ్వానించేవారిలో నేనొకడిని. నువ్వు కోరే సమసమాజం నిజంగా వస్తే, అందులో కూడా నేను మొదటి వరుసలోనే వుంటాను. కష్టపడటం నా కెప్పుడూ అలవాటే! కానీ నీ సంగతి అలాకాదే. నీ చేతకానితనానికీ బద్ధకానికీ తప్పంతా వ్యవస్థమీద తోసేసి నినాదాల ముసుగు వేసుకుంటున్నావు! మొత్తం వ్యవస్థే మారాలి అన్నది నీ ఆశయం అయితే అవ్వొచ్చు. కానీ దానికి నువ్వేం చేస్తున్నావో ఆలోచించు".

"సిద్ధాంతం పట్ల నీకింత నమ్మకం వుంటే జనంలోకి వెళ్ళి దోపిడి ఎలా జరుగుతుందో వివరించు! అంతేకానీ 'పని' చెయ్యటం మానేసి నాలో అగ్నిపర్వతం వుంది. నా నెత్తిమీద సూర్యుడున్నాడు. వగైరా కుహనా- హెలూసినేషన్స్‌లో పడి కొట్టుకుపోకు. చీకటికన్నా చిరుదీపం మంచిదని నువ్వే అన్నావుగా. మరి నీ చేతనయినంతలో దారికడ్డంగా వున్న సమాధిని తవ్వొచ్చుగా! తవ్వవు. కారణం పని చెయ్యటం కంటే, రిస్కు తీసుకోవటం కంటే, వ్యవస్థ మారాలనే భ్రాంతిలో వుండటం సులభం కాబట్టి! నీ నినాదాలకి ఎవరో ఎక్కడో మారి ఓ సీతారామరాజో, భగత్‌సింగో పుడతాడనుకుంటున్నావ్ కదూ??"

"నేను చెప్తాను విను! ఏ మాత్రం లాజిక్ వున్న వాడయినా నిన్నుచూసి నవ్వుకుంటాడు. జాలిపడ్తాడు. ఒక గడ్డిపువ్వు ఎర్రమందారంగా మారదామనుకున్నా

కూడా, నీలాంటివాళ్ళని చూసి మనసు మార్చుకుంటుంది" అన్నాను. అతడో క్షణం విస్తుబోయాడు. వెంటనే తేరుకోలేదు. ముఖం కందగడ్డలా మారింది. విసురుగా లేచి నిలబడ్డాడు. "నీ నోట్లోకి అయిదువేళ్ళూ వెళుతున్నాయి కాబట్టే, నీకు చదువూ, డబ్బూ వుంది కాబట్టే ఈజీఛైర్లో కూర్చుని ఎన్ని కబుర్లు అయినా చెపుతావు. నీ వాదనని ఎన్ని మాటలతోనయినా సమర్థించుకుంటావు. మాలాగా నిస్సహాయస్థితిలో వుంటే నీకూ తెలిసొస్తుంది" అనేసి విసురుగా వెళ్ళిపోయాడు.

ఇదిగో ఈ మాటకోసమే ఇదంతా చెప్పవలసి వచ్చింది. అతడిప్పుడు ఎక్కడున్నాడో కూడా తెలీదు. ఈ మాట అన్న సంగతి కూడా అతడు మర్చిపోయి వుండవచ్చు. కానీ అతడన్న ఈ చివరిమాట ఇంత కాలం నన్ను వెంటాడుతూ వచ్చింది. ఇంతకాలం నాలో నేనే ఆత్మవిమర్శ చేసుకుంటూ వచ్చాను. నా జీవితం హాయిగా సాగిపోతుంది. కాబట్టి నేనింత ధీమాగా ఈ విషయాల గురించి సిద్ధాంతీకరణం చేయగల్గుతున్నానా? అతడన్నమాట నిజమేనా? నా వెనుక ఇవేమీ లేకపోతే నేనూ సినిక్‌ని అవుతానా? ఇలా మధనపడుతూ వచ్చాను. అతడే ముహూర్తాన ఈ మాట అన్నాడో గానీ అది నా మనసు దొలిచెయ్యసాగింది.

ఒక రాత్రికి రాత్రి ఏదయినా విపరీతం జరిగి ఒక్కసారిగా నేను వీధిన పడితే?... పరువుపోతే ...ఉద్యోగం పోతే ... ఇలా సాగేవి నా ఆలోచన్లు. విధి నా ఆలోచన్లు పసిగట్టింది కాబోలు, చాలా సరదాగా నా మీద కసి తీర్చుకుంది. నాకు కలిగిన మొట్టమొదటి ఆలోచన – ఆత్మహత్య! కానీ ఆలోచిస్తే నాకే నవ్వొచ్చింది. నా సిద్ధాంతీకరణా, నా వాదనా గుర్తుకొచ్చాయి.... ఎండిన బీడులోంచి చిన్న మొక్క మొలకెత్తినట్టూ, నా యీ అంధకార బంధురమైన జీవితంలోంచి ఒక కొత్త మలుపుని పునర్ నిర్మించుకోవాలనుకున్నాను. నేను అనుకున్నట్లే శంకర్‌లాల్ వచ్చాడు.

గుడ్డీ, చెవిటీ, మూగా చీఫ్ అకౌంటెంట్ తమకి అక్కరలేదని అతడు అనకముందే రాజీనామా ఇచ్చేసేను. మనిషి బ్రతకటానికి కమ్యూనికేషన్ ముఖ్యమని, బ్రెయిలీ నేర్చుకున్నాను. చిన్న కుర్రాళ్ళకి ఆర్నెల్లు పట్టే లిపి, నాలాటి అర్థాంతరపు అంధులకి ఒక్కరోజులో ఎందుకు రాదో అని ప్రయోగం చేసేను. అది నేర్చుకోగానే డబ్ల్యూ.బి.ఓ.కి ఉత్తరం వ్రాసేను. ఇప్పటివరకూ అంధులకి మామూలు చదువూ, చిత్రలేఖనమూ ఇవే వున్నాయి. అకౌంటింగ్ లేదు. అది నేర్పితే చిన్న చిన్న లెక్కలు వారుకూడా చేసుకోవచ్చు కదా అని సూచించాను. డెబిట్టూ క్రెడిట్టూ కూడా ఒక కొత్త పద్ధతిలో బ్రెయిలీలో రాయవచ్చని నాకో ఆలోచన వచ్చింది. అది వివరించాను.

డబ్ల్యూ.బి.ఓ. నా సూచనని అంగీకరిస్తే ఇంకా నా పరిశోధన కొనసాగిస్తాను. వాళ్ళు వప్పుకోకపోతే, ఇదిగో ఈ వూళ్ళోనే బ్లయిండ్ స్కూల్‌కి టీచరుగా అప్లయి చేశాను. బాగా చదువుకున్నాను కాబట్టి, అంధుణ్ని కాబట్టి నాకు ఉద్యోగం వచ్చే ఛాన్సులున్నాయి. ఈ ఉద్యోగం కూడా రాకపోతే ఇదిగో నా అసిస్టెంటు- ఈ అమ్మాయి ద్వారా ఓ పుస్తకం వ్రాయిస్తాను. 'నిశ్శబ్దపు చీకటిలో మౌనంగా నా భావాలు-'THE DUMB IDEAS OF MINE IN SILENCE AND DARKNESS' అన్న పుస్తకాన్ని బ్రెయిలీలో వ్రాసి, ఇంగ్లీషులో తర్జుమా చేయిస్తాను. నా రచన అంత బావుండకపోవచ్చు. కానీ ప్రపంచపు మొట్టమొదటీ మూగ-చెవిటి-గుడ్డి రచయితగా నాకు పేరు వస్తుంది. అది చాలు. ఒకవేళ ఇదికూడా ఫెయిలయితే అప్పుడు మరోమార్గం ఆలోచిస్తాను..... ఇవీ ఈ కొద్దిరోజుల్లో నేను ఎనుకున్న జీవితపంథాలో నా కొచ్చిన కొత్త మార్గాల ఆలోచన్లు- ఇంతకీ నేను చెప్పొచ్చేదేమిటంటే- ఓటమి వప్పుకోవటం చాలా సులభం, పోరాటం కష్టం. నేను రెండోదాన్నే ఎన్నుకున్నాను".

చదవటం పూర్తిచేసి భార్గవ అలాగే అచేతనంగా వుండిపోయాడు. మనసంతా అదోలా అయిపోయింది. ఏదో దీప్తి. నల్లటి ఆకాశంలో చిన్న చుక్కగా ప్రారంభమయి, దగ్గరకొచ్చేకొద్దీ అఖండజ్యోతిగా మారుతుంది. తలెత్తి శేఖరం వైపు చూశాడు. అతడి ముఖం నిర్మలంగా చిన్నపాపలా వుంది. కానీ అందులో ఒక ధీమా వుంది! వెళ్ళిపోయిన తుఫాన్ను నిలదొక్కుకుని ఎదుర్కొన్న ప్రశాంతత వుంది!! అమ్మాయిల్ని అల్లరి పెట్టిన చిరునవ్వు స్థానే పెదవుల వెనుక బిగిసిన పట్టుదల వుంది.

భార్గవ లేచి నిలబడ్డాడు.

ప్రియ అతడివైపు చూసి, "మీరేదైనా చెప్పదల్చుకుంటే చెప్పండి, వ్రాసి అందిస్తాను" అంది.

"నేనే స్వయంగా వ్రాస్తాను. నాకొకసారి ఆ 'లిపి' చూపిస్తారా" అని అడిగాడు. ఆమె ఆశ్చర్యపోయినా, దాన్ని ప్రకటించకుండా అందించింది. శేఖరంలాంటి ఛార్టెర్డ్ అకౌంటెంట్‌కి అది నేర్చుకోవటానికి ఆరుగంటలు పడితే, భార్గవలాంటి సైంటిస్టుకి ఆరునిముషాలు పట్టింది. ఒకసారి 26 అక్షరాల వంకా కాసేపు చూసి మనసులోనే వాటిని ముద్రించుకున్నాడు. తరువాత బ్రెయిలీ - స్కేలు తీసుకుని అక్షరాలు వ్రాసేడు - (గుచ్చేడు)

"మిత్రమా! దేముడనే రచయిత సీరియస్ జీవితంలోకి ఆడుతూ పాడుతూ తిరిగే నీ పాత్రని ఎందుకు తీసుకొచ్చాడా అని యింతకాలం ఆలోచిస్తూ వచ్చాను,

ఇప్పుడు నాకు బోధపడింది. శలవు. మళ్లీ ఎల్లుండి కలుస్తాను. రేపు నాకో ముఖ్యమయిన పని వుంది".

అతడు వ్రాసిన అక్షరాల్ని తడిమిచూసి గ్రహించి, శేఖరం నవ్వాడు. "రేపు నాకూ ఒక ముఖ్యమయిన పని వుంది" అని వ్రాసేడు.

"ఏమిటి?"

"బాల్కనీగోడ పట్టుకుని వేలాడుతూ వుంటే తాపీగా బీరు తాగుతూ ఆనందించాడో పెద్దమనిషి. మనిషిగా పుట్టాక దెబ్బకి దెబ్బ తీయాలి కదా".

"అవును. దెబ్బతీయాలి. నన్ను అణగదొక్కిన వారిమీద, ఈ ప్రజల అజ్ఞానం మీద మనిషిగా పుట్టినందుకు నేనూ పగ తీర్చుకోవాలి" అనుకున్నాడు భార్గవ.

అతని చేతిని తన చేతిలోకి తీసుకుని "వెళ్ళొస్తాను" అన్నట్టు స్పృశించాడు.

"మంచిది" తలూపాడు శేఖరం. "నేను కనుక్కున్న విషయం మీకు ఎల్లుండి చెపుతాను".

"అక్కరలేదు. ఇక దాని అవసరం నాకు లేదు" అని వ్రాసి భార్గవ బయటకొచ్చేసేడు. విశాలమైన వరండాలో నడుస్తూ వుంటే జేబులో ఏదో అడ్డుకున్నట్టు అయింది. తీసి చూసేడు, సైనేడ్ సీసా.

దాన్ని తుప్పల్లోకి విసిరేసేడు.

అతడిప్పుడు భార్గవలా లేడు. "భార్గవుడి" లా వున్నాడు.

నాలుగు

ఆ గది గోడలు నల్లగా మసి పట్టినట్టున్నాయి. ఎక్కడా మనుష్యుల అలికిడి లేదు. గదిలో పెద్దగా వస్తువులు కూడా ఏమీలేవు. ఒక మూల రెండు పెట్టెలు, చిన్న కూజా, మరో మూల ఒక బల్ల, దాని కిరువైపులా రెండు కుర్చీలు ఉన్నాయి. చెరో కుర్చీలోనూ కూర్చొని ఉన్నారు... భార్గవ, జనార్ధన్ పాత్రో.

పాత్రో భార్గవకంటే దృఢంగా బలంగా వున్నాడు. అడవుల్లో తరుచు తిరుగుతూ ఉండటంవల్ల అతడి శరీరం నల్లగా మొద్దు బారింది. అతడూ భార్గవా ఒకే కాలేజిలో కలిసి చదువుకున్నారు. ఇద్దరూ బ్రిలియెంట్సే – తరువాత దార్లు వేరయ్యాయి.

భార్గవ చెప్పినదంతా పాత్రో శ్రద్ధగా విన్నాడు. మొదట్లో ఆశ్చర్యపోయినా, క్రమక్రమంగా అతడి ముఖంలో భావాలు మారినయ్. భార్గవ చెప్పిందంతా పూర్తికాగానే ఓ అయిదు నిముషాలు మవునంగా వుండి– "బాంబులేసి ఇన్‌స్టిట్యూట్‌ని ఎవరో పేల్చేసేరనగానే మొట్టమొదటి అనుమానం నీ మీదకే వస్తుంది" అన్నాడు.

"రానీ" అన్నాడు భార్గవ. "రాజకీయాల్తో కుళ్ళిపోయిన, స్వార్థముతో పుచ్చిపోయిన ఈ ఇన్‌స్టిట్యూట్‌ని బద్దలు కొట్టేస్తే ఆ తరువాత నేను ఏమైనా ఫర్లేదు. నన్ను కాదనకు".

"కాదనడమా? మంచి ఆశయాన్ని.... కేవలం పేపర్‌లో పేరు చూసుకోవటం కోసం నమ్మినట్టు నటించే చాలామందికన్నా నీలాంటి ఒక్క ప్రాక్టికల్ మనిషి మాకెంతో సాయం చేసినవాడౌతాడు" అంటూ పాత్రో లేచి "ఒక్క నిముషం కూర్చో" అని బయటకి వెళ్లి నాలుగు నిముషాల్లో తిరిగి వచ్చాడు. భార్గవ అతడివైపు ప్రశ్నార్థకంగా చూశాడు.

"ఇంకో అరగంటలో వస్తాయి. మొత్తం ఆరు చాలుగా".

"చాలు" అన్నాడు భార్గవ. "ఓ గంట తర్వాత రమ్మంటావా?"

"వద్దు. నువ్వు బయటకి లోపలికి తిరగటం ఎవరికయినా అనుమానం కలిగినా కష్టం".

ఆ మాటకి భార్గవ స్థిమితంగా కూర్చుంటూ – "నిన్ను కల్సుకోవటానికి చాలా కష్టపడవలసి వచ్చింది. ఎక్కడుంటావో తెలీదు. కల్సినా పని అవుతుందో లేదో తెలీదు" అన్నాడు.

"అదృష్టవశాత్తు నేనింకా పోలీసుల రికార్డుల్లోకి ఎక్కలేదులే. ముందు నిన్ను చూసి, ట్రాప్ చెయ్యటానికి వచ్చిన సి.ఐ.డి. ఆఫీసర్ అనుకున్నాను. అందుకే ఇన్ని ప్రశ్నలు వేయవలసి వచ్చింది".

భార్గవ మాట మారుస్తూ, "మనం కలుసుకొని పది సంవత్సరాలు అవలేదూ?" అనడిగాడు.

"అంతకన్నా ఎక్కువే".

భార్గవ పూర్వపు రోజులు జ్ఞాపకం చేసుకుంటూ, "ఆ రోజులలో ఆర్గానిక్ కెమిస్ట్రీమీద అథారిటీవి గుర్తుందా?" అనడిగాడు.

"ఆథారిటీని అవునో కాదో తెలియదుకానీ, బయోకెమిస్ట్నో, లేకపోతే నీలాగా సైంటిస్టునో అవ్వాలని కోర్కె కాస్త వుండేది" అంటూ నవ్వి...

"బయోకెమిస్ట్రీ సంగతి వచ్చింది కాబట్టి నీకూ ఇందులో ఇంటరెస్టు వుండవచ్చు".

అతడికింక ఆసక్తి ఏమీలేదు. అయినా వచ్చినపని అయ్యేవరకు సమయం గడపాలి కాబట్టి అనాసక్తితోనే "ఏమిటి?" అన్నాడు.

"కాశ్మీర్‌లో 'హుంజా' అని ఒక తెగ వుంది. ఆ జాతివాళ్ళకు కేన్సర్ రాదట".

"అవును. ప్రపంచం మొత్తానికే ఒక ఆశ్చర్యకరమైన విషయం. అమెరికా నుంచి కొందరు శాస్త్రజ్ఞులు అక్కడకు వెళ్ళి కొన్ని నెలల తరబడి వుండి ప్రయోగాలు చేశారు. అయినా ఆ రహస్యం శోధించబడలేదు".

"కారణం ఏమై వుంటుంది?"

"ఇంటర్‌ఫెరాన్" అన్నాడు భార్గవ... "వైరస్‌ని ఎదుర్కొనే యాంటీబాడీస్ వాళ్ళ శరీరంలో ఆటోమేటిక్‌గా తయారవుతూ వుండవచ్చు... కేన్సర్‌కి కారణం వైరస్సే అనుకునే పక్షంలో..."

"వాళ్ళ శరీరంలో తయారయ్యే యాంటీబాడీస్ మనందరి శరీరాలలో ఎందుకు తయారవ్వవు?"

"కారణం ఏదయినా అయుండవచ్చు. చుట్టూ వుండే వాతావరణము, పీల్చేగాలి, తాగేనీరు, జెనెటిక్స్... వీటిలో ఏదో!ఎలా కనుక్కోవటం? దీనిమీదే శాస్త్రజ్ఞులు పరిశోధనలు చేస్తున్నారు. ఇంటర్నేషనల్ కేన్సర్ ఇన్స్టిట్యూట్‌కి కొందరు హుంజాల్ని పంపే విషయం భారత ప్రభుత్వం ఆలోచిస్తూ వుందికూడా".

"మొన్న మొన్నటివరకూ మేము వెంకటాపురంలో వుండేవాళ్ళం. ఆ పక్క అడవుల్లో కోయల్ని "మరిశ" అనేవాళ్ళు. కొన్ని తరాలక్రితం ఎప్పుడో వాళ్ళకో ఆధారం వుండేదట, నాకు చెప్పాడు. యుద్ధంలోగానీ వారు జయిస్తే శత్రువుల తలలు తీసుకొచ్చి విజయ సూచకంగా తమ గుమ్మాలకి వేలాడగట్టుకునేవారట".

ఏదో గుర్తు వచ్చి, భార్గవ ఆసక్తిగా "అయితే..." అన్నాడు.

"ఆ రాత్రి వాళ్ళు విజయోత్సాహంతో పండగ జరుపుకునేవారట. పెద్ద డేగిసలాంటిది మధ్యలో పెట్టి కొన్ని మూలికల కషాయం అందులో పోసి ... వీటిమధ్య విప్పసారా తాగి నృత్యం చేసి చేసి స్పృహతప్పి పడిపోయేవారట. ప్రొద్దున్న లేచి చూసేసరికి ఆ తలలు చిన్న చిన్న బంతుల్లా అయ్యేవట. జీవకళ మాత్రం పోయేది కాదట".

"నేనూ ఒక సైన్స్ మాగజైన్‌లో చదివాను. అయితే నేను చదివింది ఆఫ్రికాలోని బుష్‌మెన్‌ల గురించి... వాళ్ళూ ఇలానే చేసేవారట. ఆ మూలికలు ఏమిటో నీకేమైనా తెలుసా?"

పాత్రో నవ్వాడు. "నేను వదిలి పెట్టలేదు. మనుష్యుల్లో మూఢాచారాన్ని పారద్రోలటం కూడా కర్తవ్యమే కదా! చాలా కష్టపడి ఆ తండా వృద్ధుల్ని పట్టుకుని పురాతన పత్రాల్లోంచి ఆ మూలికల పేర్లు సంపాదించాను. ఒకరోజు ముహూర్తం పెట్టి ఆ కషాయం తయారుచేసేము, మనిషి తల వేయలేదుగానీ, ఓ కుందేలుని వేసేము".

"చిన్నదయిందా?"

"లేదు".

భార్గవ కూడా నవ్వేడు. పాత్రో అన్నాడు, "అప్పుడే నాకు అనుమానం వచ్చింది, హేతువు లేకుండా ఏదీ వుండదు".

"మనకు తెలిసి వుండకపోవచ్చు. అంతమాత్రాన లేదనం కదా! హుంజా జాతివాళ్ళకి కేన్సర్ రాదు. అది మనందరికీ తెలిసిన విషయమే కానీ హేతువు ఇంకా కనుక్కోబడలేదు. ఇది అందరూ వప్పుకునే సత్యమే..."

"పదార్థం చిన్నదవటానికి కారణం మరేమై వుంటుంది? లోపలి నీరు ఎవాప్‌రేట్ (ఆవిరి) అయిపోయి వుంటుందా?"

"అలా అయితే జీవకళ వుండదుగా?"

"మరి?"

"హైబ్రిడోమా సెల్స్ కారణం అయివుండవచ్చు. లేకపోతే యాంటిజెన్ కావొచ్చు. కానీ కత్తిరించబడిన తలలో ఇవన్నీ అభివృద్ధి చెందడం ఎలా సాధ్యమవుతుంది. అది కాకపోతే రేడియేషన్ కూడా కారణం కావచ్చు. కానీ మనకి నిజంగా వుందో లేదో తెలియని విషయం గురించి ఇంత తల బ్రద్ధలు కొట్టుకోవటం అనవసరం".

"నువ్వు చెప్పిందీ నిజమేలే" ఆగి సాలోచనగా అన్నాడు పాత్రో! "కానీ ఆ తల కుదించుకు పోవటానికి నువ్వన్నట్లు హైబ్రిడోమా గానీ, రేడియేషన్‌గానీ కారణం అయివుంటే..."

"ఊ అయివుంటే-"

"అదే కేన్సర్‌కి మందు".

భార్గవ అప్రతిభుడయ్యాడు. పెద్ద తరంగం వచ్చి బలంగా మొహాన్ని కొట్టినట్లయింది. అతడి మొహంలో మారిన భావాల్ని చూసి పాత్రో బిగ్గరగా నవ్వుతూ - "ఏం? రెండో క్లాసువాడు చెప్పిన లాజిక్‌లా వుందా?" అన్నాడు.

భార్గవ నవ్వలేదు. స్నేహితుడివైపు కన్నార్పకుండా చూస్తూ అన్నాడు- "కషాయం తలని కుదించటం పౌరాణికాలలో సాధ్యం కావొచ్చు. కోయలు నృత్యం చేస్తూ, చేస్తూ అకస్మాత్తుగా మైకంకమ్మి పడిపోవటం కేవలం జానపదాల్లోంచే సాధ్యం కావొచ్చు. కానీ ఒక తెలివయిన వాడిని సరిగ్గా ఉపయోగించుకోకపోవటం కేవలం మనదేశంలోనే సాధ్యమైంది".

ఇంతలో బయట చప్పుడయింది. ఏదో అనబోతున్న పాత్రో ఆగి బయటకెళ్ళి నాలుగు నిమిషాలలో తిరిగి వచ్చాడు. అతడి చేతిలో ప్లాస్టిక్ సంచి వుంది. దాన్ని భార్గవకి అందించాడు.

"వీటి ఖరీదు?"

పాత్రో నవ్వేడు. "మా తరఫునుంచి కాంప్లిమెంట్‌గా స్వీకరించు".

"వెళ్ళొస్తాను".

"మంచిది".

భార్గవ గుమ్మం దగ్గరికి వెళ్ళాడు. మనసులో ఏదో సందిగ్ధావస్థ కొట్టు మిట్టాడుతూంది. గుమ్మం దగ్గరే ఆగి, నెమ్మదిగా వెనక్కి తిరిగి అన్నాడు... "నేను... నేను చెపుతున్నది సరయిన దేనంటావా పాత్రో?"

స్నేహితుడి భావాల్నీ తటపటాయింపునీ అర్థం చేసుకున్నట్టు పాత్రో అతడి దగ్గరికి నడిచి భుజంమీద చెయ్యి వేసేడు. వేస్తూ అన్నాడు-

"గరీబీ హటావో- అన్న నినాదం ఆధారంగా ఒక పార్టీ పదవిలోకి వచ్చింది. రెండ్రూపాయలకి బియ్యం అన్న వాగ్దానాల్తో మరొక పార్టీ అధికారం సంపాయించింది. బియ్యంలేకపోతే, మనిషి పస్తుంటాడు. అంతకన్నా కొంప మునిగిపోదు. కానీ దగ్గిరవాళ్ళు జ్వరంతో అల్లల్లాడి పోతూ వుంటే కూలివాడైనా బిచ్చగాడైనా చూస్తూ వూరుకోలేడు. రెక్కలు ముక్కలు చేసుకుని కూడబెట్టిన దానికి, ఉన్నది తాకట్టు పెట్టింది కలిపి మందులు కొనటానికి పరుగెడతాడు. ఆ అవసరాన్ని తెలివైనవాడు కాష్ చేసుకుంటున్నాడు. మోసం అన్నిట్లోనూ జరుగుతుంది.

కానీ తిండి, బట్ట, ఇల్లు వీటికన్నా ప్రస్తుతం మనిషికి "మెడిసన్" నిత్యావసర వస్తువు అయిపోయింది. దీనిలో జరిగే మోసాల విషయంలోనూ "ఇంటికి, బియ్యానికి" ఇచ్చినంత ప్రాముఖ్యం ప్రభుత్వం ఇవ్వలేకపోవటం దురదృష్టం. కారణం చాలా చిన్నది. ప్రజలకి బియ్యం ఎంత ధరకి ఉత్పత్తి అవుతుందో తెలుసు. కానీ మందులు ఎంతలో తయారవుతాయో తెలీదు. నువ్వీ నాలుగు బాంబుల్తో కూలగొడుతున్నది ఒక మందుల కంపెనీ కాదు, ఎవ్వరిదృష్టీ వెళ్ళని ఒక చీకటి కోణంలోకి నువ్వు వెళ్ళుతున్నావు. నువ్వు పేల్చే వెలుగుతో అందరి చూపు అటు మళ్ళుతుంది.

2

"ఇదే నా ఇల్లు ..." అన్నాడు శేఖరం కుర్చీలో కూర్చుంటూ. "ఈ రూమ్‌లోనే కూర్చుని ఇక నా జీవనాధారం గురించి ఆలోచించాలి. అఫ్‌కోర్స్. నా జీవనాధారంవల్ల వచ్చే ఆదాయంలో నీ జీతం డబ్బు కూడా మిళితమై వుండాలనుకో..."

బ్రెయిలీ ద్వారా సంభాషించటం అతడికి చాలా సామాన్య విషయం అయిపోయింది. మామూలుగా మాట్లాడినట్టే వ్రాయగల్గుతున్నాడు- అవతలి వాళ్ళు వ్రాసింది తెల్సుకోగలుగుతున్నాడు.

ఆస్పత్రినుంచి డిశ్చార్జ్ అవగానే ఇంటికి తీసుకొచ్చింది ఆమె. కొద్దిగా వెన్నులో నొప్పిగా వున్నా- బాగా నడవగలుగుతున్నాడు.

అతడు క్షణం కూడా వేస్ట్ చెయ్యలేదు. ఇంటినుంచి పాస్‌బుక్ తీసుకుని అసిస్టెంటు సాయంతో బ్యాంక్‌కి వెళ్ళి, అంధులు ఖాతా ఆపరేట్ చేసే విధానాన్ని తెలుసుకుని, ఆ విధంగా ఏర్పాట్లు చేసేడు.

తన వాహనంతో ఇక అవసరం లేదు కాబట్టి దాన్ని అమ్మేసే ఏర్పాట్లు చేసేడు.

మోహన్‌లాల్ ఇన్‌స్టిట్యూట్ వాళ్ళు ఉద్యోగంలోంచి తొలగిపోయినప్పుడు ఇచ్చిన డబ్బునంతా రెండ్రూపాయల రిటర్న్ ఇచ్చే కంపెనీల్లో పెట్టాడు.

సెక్రటరీ జీతం, తన యింటి అద్దె, తన నెలసరి ఖర్చు- వీటి మొత్తానికి ... తన ఇన్వెస్ట్‌మెంటువల్ల వచ్చే ఆదాయానికి సరిచూసుకొన్నాడు. దాదాపు మూడొందలు తక్కువొచ్చింది.

"మనం నెలకి మూడొందలు ఆదాయం వచ్చే ఉద్యోగం చూసుకుంటే చాలన్నమాట. కాలుమీద కాలు వేసుకుని తినొచ్చు".

"మూడొందలంటే నాజీతం. నన్ను ఉద్యోగంలోంచి తొలగిస్తే మీరిక అసలు కష్టపడక్కరలేదు".

"నిన్ను తీసెయ్యటమా? ప్రేమికులు అంటూంటారే- 'నా సర్వస్వం నువ్వే' అని. అలా ఓ నా సెక్రటరీ! నా చెవి-కన్ను-నోరు అన్నీ నువ్వే".

ప్రియ బుగ్గలు ఎర్రబడ్డాయి. ఏమీ మాట్లాడలేదు.

అతడు చెయ్యిసాచి బల్లమీద కాగితాలు అందుకోబోయాడు. ఏదో తగిలింది. తడిమి చూసేడు. టేప్‌రికార్డర్.

"దీన్నికూడా అమ్మెయ్యొచ్చు. దీని అవసరం కూడా లేదు- రాదు కూడా".

ఆమె మాట్లాడలేదు, అకస్మాత్తుగా మూడ్‌లో మార్పు వచ్చినట్టు అనిపించింది. ఈ లోపులో అతడు 'ప్లే' బటన్ నొక్కాడు... అంతా నిశ్శబ్దమే.

"ఏం వినిపిస్తూంది?"

ఆమె జవాబు చెప్పలేదు. అతడు రెట్టించాడు. తప్పనిసరి అయి ఆమె కాగితంమీద వ్రాసింది. 'ద్వారం వెంకటస్వామి నాయుడు వయొలిన్'.

దాన్ని ఆస్వాదిస్తున్నట్టూ అతడు మౌనంగా వుండిపోయాడు. ఈ కీర్తనలన్నీ ఒక క్యాసెట్‌మీద రికార్డు చేసుకున్నాడు. ఆ క్యాసెట్టే అది. అతడికి సంబంధించినంతవరకూ నిశ్శబ్దంగా తిరుగుతూంది. అతడి చేతి వేళ్ళు అప్రయత్నంగా

బ్రెయిలీ పెన్సిల్‌ని తీసుకున్నాయ్. కాగితంమీద చుక్కల్ని పొడవసాగేయి, నిరాసక్తంగా నిర్వేదంగా.

"అవతలి మనుష్యులు తమ మనసుల్లో భావాల్ని మాటల రూపంలోకి అనువదిస్తే, వాటిని నువ్వు చుక్కలు చుక్కలుగా కాగితంమీద పొడిస్తే తడిమి, స్పృశించి కష్టపడి అర్థంచేసుకోగలను. కానీ ఏ వెంకటస్వామి నాయుడో– ఈమని శంకరశాస్త్రో మాటలకన్నా అతీతమైన భావాన్ని తీగెలమీద రవళిస్తే ఆ కంపనాల్ని ఏ భాషలోకి అనువదించి నాకు చెప్పగలవు సెక్రటరీ?"

ఆమె కళ్ళల్లోకి జివ్వున నీళ్ళు చిమ్మినయ్. ఇంతవరకూ అతడు ఎక్కడా తొణకలేదు. ఇప్పుడు– ఒక తీగె ప్రకంపనముతో అతడి మనసు తన స్థిరత్వాన్ని కోల్పోయింది.

కానీ వెంటనే అతడూ ఆ విషయాన్ని తెలుసుకున్నాడు – క్షణంలో సర్దుకున్నాడు.

జీవితంమీద గొప్ప కమేండ్ వున్నవాళ్ళతో వచ్చిన చిక్కే ఇది. ఎంతో కష్టపడితే తప్ప వాళ్ళ మనసు తొణకదు. తొణికినా అది క్షణమో– అరక్షణమో. తరువాత బేలతనాన్ని 'ఈగో' డామినేట్ చేస్తుంది. మళ్ళీ మెటీరియలిజం ముసుగు వేసుకుంటారు, చుట్టూ వున్నవాళ్ళు ఆ ఆత్మస్థయిర్యాన్నే అహం అనుకుంటారు.

ఆమె అతడివేపు జాలిగా, ఆప్యాయంగా చూసింది. ఈ మొగవాళ్ళు ఎప్పుడు తెలుసుకుంటారు? ఎంత పరిపూర్ణమైన వ్యక్తిత్వంతో స్థిరత్వంతో బైట ప్రవర్తించినా– కనీసం ఒక్కక్షణమైనా తనకు దగ్గిరగా వచ్చిన ఒకానొక స్త్రీ దగ్గిర ఆ బింకం వదిలేసి ఓదార్పు పొందగలిగితే... అంతటి పురుషుడూ నాజూగ్గా తన ఒడిలో ఓటమిని వప్పుకున్నందుకు ఆ స్త్రీ సామ్రాజ్యాలు గెల్చినంత సంతృప్తి పొందుతుందనీ–

అదే ప్రేమనీ!

ఆమె ఆ ఆలోచనల్లో వుండగా, ఆ మౌనాన్ని మరోలా అతడు అర్థం చేసుకున్నాడు. తన మూడ్‌వల్ల ఆ చిన్న అమ్మాయి మనసు నొప్పించటం ఇష్టంలేకపోయింది. తనకా హక్కు లేదుకూడా. తన మనసులో భావాలు తనలోనే ఇంకిపోవాలి. పైకి చాలా రఫ్, మోటుగా కనబడాలి.

మాట మారుస్తూ "ఇక నువ్వు వెళ్ళిరా, రేప్రొద్దున రా. చాలా పనివుంది చెయ్యవలసింది" అని వ్రాసేడు.

ఆమె లేచింది.

ఒక కాగితం తీసుకుని దానిమీద ఎనిమిది అక్షరాలు వ్రాసి బల్ల మీద పెట్టి వెళ్ళిపోయింది.

ఆమె వెళ్ళిన కొంచెం సేపటికి అతడూ లేచి లోపలికివెళ్తూ, బల్లమీద కాగితాలు సర్దేడు. చేతికి కాగితం తగిలింది. చూపుడు వేలుతో అక్షరాల్ని తడిమి చూసేడు.

అర్థంకాలేదు. మళ్ళీ తడిమాడు, అర్థంకాలేదు.

ఈసారి కాగితాన్ని తిప్పి చదివాడు.

అతడి మొహంలో విస్మయంతో కూడిన ఒక అనూహ్యమైన భావం కదలాడింది.

* * *

"ఇది.... ఇది ఎలా సాధ్యమవుతుంది ప్రియా?" ఆమె మాట్లాడలేదు. దాదాపు అరగంటనుంచి ఈ వాగ్వివాదం కొనసాగుతూనే వుంది. ఆ రాత్రి అతను నిద్రపోలేదు. ఆమె మరుసటిరోజు రాగానే ఈ టాపిక్ మొదలుపెట్టాడు.

"అయినా నా గురించి ఏమీ తెలియకుండానే రెండ్రోజుల్లో ప్రేమేమిటి?"

"సంవత్సరంపాటూ సినిమాలకీ, హోటళ్ళకీ తిరిగి ప్రేమించేశామనుకున్న అమ్మాయిలకన్నా నేను ఎక్కువే మీ గురించి తెలుసుకున్నాననుకుంటున్నాను".

"కానీ నీ వయసేమిటి- నా వయసేమిటి?"

"ప్రేమకి వయసుతో నిమిత్తం లేదంటే అది మళ్ళీ ఇంకో సినిమా డైలాగ్ అవుతుంది?"

అతడు విసుగ్గా వ్రాసేడు. "నా పూర్వజీవితం గురించి నీకు తెలీదు. నా భవిష్యత్తు ఎలా వుంటుందో నీకు తెలీదు. అసలు నా గురించి నీకు ఏమి తెలుసని? నీ వయసులో ఇవన్నీ థ్రిల్లింగ్‌గా వుంటాయి. ఇదంతా ఇన్‌ఫాక్చుయేషన్, అంతే అనుభవంలోకి రావటం మొదలు పెట్టాక ఇలాటి నిర్ణయం తీసుకున్నందుకు చాలా చింతిస్తావు...?"

అతడెంత స్థిరంగా తన అభిప్రాయాలు వ్రాసేడో, ఆమెకూడా అంత స్థిరంగా తన నిర్ణయాన్ని వ్రాసింది. "మనిషి అసలు స్వరూపం అతను కష్టాల్లో వున్నప్పుడే

బయటపడుతుందంటారు. మీకు వచ్చిన కష్టం మామూలు మనుషులు కలలో కూడా వూహించుకోలేనంతగా ఘోరమయినది. అటువంటి పరిస్థితుల్లో కూడా మీరేమీ తొణక్కుండా కామ్‌గా మీ పని మీరు చేసుకుపోవటం... అదిగో అదే నాకు నచ్చింది. మీరన్నారే ఇన్‌ఫాక్చుయేషన్ అని.... హంకీ పాంకిలో కూర్చుని ఐస్‌క్రీమ్ తింటూ కొత్తగా రిలీజయిన పిక్చర్‌లోని డిస్కోడాన్స్ గురించి డిస్కస్ చేస్తూ "హాయ్ మై లవ్" అని అరిచే అరుపు కాదండి నాది! మన పరిచయం చాలా కొద్దిరోజులదే. కానీ కొద్ది రోజుల్లోనూ, అనుక్షణమూ మిమ్మల్ని గమనిస్తూ వచ్చాను. ఐ హావ్ బీన్ వాచింగ్ యు ది మూమెంట్ ఐ కేమ్ టు యూ! నేను చిన్నపిల్లనే- కాదన్ను- కానీ చాలామంది "పెద్ద" పిల్లల కంటే మానసికంగా మెచ్యూర్ అయ్యాను. ప్రతీ అమ్మాయి అలానే అనుకుంటుందని మీరంటే నేనేమీ చెప్పలేను. కానీ, చిన్నప్పట్నుంచీ కష్టాల్లో పెరుగుతూ రావటం వల్లనేమో ఒక తోడుకోసం ఎన్నో అలసిపోయిన సాయంత్రాలు అర్రులు సాచేను. గుడ్డివాడూ, కుంటివాడూ సహజీవనం సాగించినట్టూ మనం కలిసి జీవిద్దాం కాదనకండి".

చదువుతూ వుంటేనే అతడి మనసంతా అదోలా అయిపోయింది. ఇంతవరకూ అతడు ఆ అమ్మాయిపట్ల అదోలాంటి కమేండ్‌తో ప్రవర్తించే వాడు. స్త్రీలో ఇంతటి ఆర్ద్రత వుంటుందని ఇప్పుడే తెలిసింది. అదికాదు అతడు ఆలోచిస్తున్నది! జీవితపు వాస్తవిక-నగ్న-చేదు నిజాల గురించి. కొంచెంసేపటికి అతడో నిర్ణయానికి వచ్చాడు.

"ఊహూఁ లాభంలేదు ప్రియా! ఎంత ఆలోచించినా నాకు నీ నిర్ణయం మంచిది కాదనే అనిపిస్తూంది. ప్రేమికులూ, భార్యాభర్తలూ, మనిషీ-మనిషీ- ఎంతో నాజూకు భావాల్ని, సున్నితమైన అనుభవాల్నీ పంచుకోవాలనుకుంటే మాటలు చాలా ముఖ్యం. ఏదో నువ్వు అడిగావు కదా అని ఇప్పుడు ఒప్పేసుకుంటే తర్వాతంతా నీకు ద్రోహము చేసినట్టే అవుతుంది. నీ కన్నా పెద్దవాడిగా, నీ కన్నా ఎక్కువ జీవితం చూసిన వాడిగా నేను దీనికి ఒప్పుకోను - క్షమించు."

ఆమె లేచి నిలబడింది. "ప్రేమకీ, ఆప్యాయతకీ మాటలే ముఖ్యమనీ, అవి లేని కారణంగా మన స్నేహం కొనసాగదనీ మీరంటున్నారు అంతేనా."

"అవును".

"నేను వెళ్ళిపోతాను. నాకు శలవు కావాలి".

అతడు విస్మయం చెందాడు. "ఏమిటి? ఉద్యోగం వదిలేస్తున్నావా ప్రియా?"

అతడు హతాశుడవటం ఆమెకు సంతోషాన్ని కలుగచేసింది. నవ్వాపుకుంది. "నాకో రోజు శలవు కావాలి! మళ్ళీ రేపు ఈ టైమ్‌కి వస్తాను".

"ఎందుకు?"

"ఒకరోజు శలవుపెడితే కారణం అడిగేంత ఇంటరెస్టు వుందా నా మీద మీకు?"

అతడు తడబడ్డాడు. "లేదు, లేదు, వెళ్ళిరా".

ఆమె వెళ్ళిపోయింది.

అతడి ఒంటరితనం అతడికేమాత్రం సంతోషాన్ని ఇవ్వలేదు. పనిచేసే ఒక్క నాసికా ఆమెమీద నుంచీ వచ్చే గాలిని ఆస్వాదించి ఒంటరితనాన్ని పోగొట్టింది! ఆ రోజంతా అతడు అసహనంగానే గడిపాడు. అయితే ఆ దిగులు ఆమె వెళ్ళిపోవటంవల్ల వచ్చిందికాదు. తన ఒంటరితనం వల్ల వచ్చింది.

మరుసటిరోజు ఆమె వస్తూ తనతోపాటూ ఓ కాగితాల కట్టని తీసుకువచ్చింది. బ్రెయిలీలో టైపు చేసివున్న దాదాపు నాలుగువందల పేజీలు అవి. అతడికి అందించింది.

రాత్రంతా నిద్ర లేనట్టూ ఆమె కళ్ళు ఎర్రగా వున్నాయి. ముఖంలో అలసట కొట్టొచ్చినట్టు వుంది. అతడు విస్మయం చెంది "ఏమిటి ఇవి" అని అడిగాడు.

"ప్రేమికులమధ్య మాటలు అవసరంలేదని, నిజమయిన ప్రేమ వున్నచోట మాటలు అక్కరలేదని తెలియచేప్పే నవల నొకదానిని నేను కొంతకాలం చదివాను. అందులో నిజం వున్నట్టూ కనబడింది. దాన్ని మీతో కూడా చదివిద్దామని..."

అతడు దిగ్భ్రాంతుడయ్యాడు. "అందుకోసం... అందుకోసం రాత్రంతా కూర్చుని అన్ని పేజీల్ని బ్రెయిలీలోకి తర్జుమాచేసి దాన్ని టైప్‌చేసేవా ప్రియా?"

"నాది ఇన్‌ఫాక్చ్యుయేషన్ కాదు"

అని మాటని తిప్పికొట్టింది. దెబ్బతిన్నట్టు కనిపించాడు. కానీ అందులోనూ రవ్వంత ఆనందముంది. తర్వాత ఆమె వ్రాసినదంతా చదవటానికి అతడికి రెండు గంటలు పట్టింది. అంతసేపూ ఆమె ఆత్రంగా అతడివైపే చూస్తూ వుంది. అతడు చదవటం పూర్తి చెయ్యగానే 'ఎలా వుంది?' అని ప్రశ్నించింది.

"కథ బాగానే వుంది. పాత్రల పోషణ విషయం తీసుకుంటే..."

ఆమె రోషంగా "నేనడిగింది దానిమీద మీ అమూల్య అభిప్రాయం కాదు... మన సంగతి" అని వ్రాసింది.

అతడి మొహంలో సీరియస్‌నెస్ ఇంకా అలానే వుంది. కానీ కాగితం మీద మాత్రం తాపీగా వ్రాసేడు.

"నేను ఒప్పుకుంటున్నాను".

మొదట ఓ క్షణం ఆమెకి అతడు చెపుతున్నది అర్థంకాలేదు. అవగానే చిన్నపిల్లలా గాలిలోకి గెంతులేసి హుషారుగా అరిచేసింది.

"ఏం చేస్తున్నావు నువ్వు".

"ఆనందంతో ఉక్కిరి బిక్కిరి అవుతున్నాను".

"ఆ విషయం నాకెలా తెలుస్తుంది మరి?"

అతడి ప్రశ్నకి తనలో తాను నవ్వుకుని చేతులు వెనక్కి కట్టుకుని మూతి సున్నాలా చుట్టి, వంగి అతడి పెదవులమీద క్షణంలో వెయ్యవవంతు పాటు ముద్దు పెట్టుకుని, లేచి నిలబడింది. ఆ పరిమళానికి అతడు ఉక్కిరిబిక్కిరి అయ్యాడు. కానీ వెంటనే తేరుకున్నాడు.

"ప్రతీది వ్రాసి చూపించటం కుదరదు కాబట్టి ఇకనుంచి కొన్ని నిత్యావసరమైన వాటికి మనం సైగలు ఏర్పరచుకుంటే సమయాన్ని ఆదాపర్చవచ్చు"

ఈ సూచన ఆమెకి బాగా నచ్చింది. "నిజమే చెప్పండి. భోజనం కావాలంటే ఏం సైగ చేస్తారు? అలాగే దాహానికి..." అతడి బాధ్యతలు స్వీకరించటానికి సిద్ధపడుతూ అడిగింది.

"నేను చెప్పేది ఇంకా ముఖ్య నిత్యావసర వస్తువుల గురించి".

"ఇంకానా? ఇంకా ముఖ్యమైనవి ఏమిటి?"

"ఉదాహరణకి నువ్వు నాకో ముద్దు ఇవ్వాలనుకో"

"వ్హాట్"

"కుడి అరచేతిలో ఎడమచెయ్యి పిడికిలి బిగిస్తే ఎక్కడున్నాసరే దగ్గరకొచ్చి ముద్దు ఇవ్వాలి! అలాగే కుడిచేతి చూపుడువేలు ఎడమచేతి చూపుడువేలుమీద ఆలయ గోపురంలా అన్నాననుకో- అప్పుడే కౌగిలింతకు దగ్గిరకు రావాలి. పోతే మూడో ముఖ్యావసరం గురించి పెళ్ళయ్యాక చెప్తాను"

ఆమె ఇంకా చిన్నపిల్ల కాబట్టి ఆఖరివాక్యం అర్థంకాలేదు. అయినా దాని గురించి పట్టించుకోకుండా "నేనిప్పుడే రవి అన్నయ్యకు ఈ విషయం గురించి చెపుతాను" అని వ్రాస్తూ లేచింది. ఆమెని శేఖరం దగ్గిర ఉద్యోగానికి పెట్టింది రవే. ప్రియ తండ్రి చచ్చిపోయాక అతడు ఆ కుటుంబానికి దగ్గిరయ్యాడు.

"ఎందుకు అంత తొందరగా చెప్పటం?"

"తెలుసుగా, రవి అన్నయ్య రచయిత! మీ జీవితంలో జరిగిన ఈ దురదృష్టకర మైన సంఘటన అతడిలో ఎంతో కుతూహలాన్ని రేపింది. దీన్నే ఓ రచన చేద్దామనుకుంటున్నాడు అతడు, ఈ ముగింపు గురించి చెప్పి వస్తాను".

"ఈ కథకి ముగింపు ఇదికాదు ప్రియా! అంతకన్నా థ్రిల్లింగ్ అయినది మరొకటి వుంది. నీ నిర్ణయం మీదే కథ సుఖాంతం అవ్వాలా మనం విడిపోవాలా అన్న నిర్ణయం ఆధారపడి వుంది. నువ్వేం చెప్పినా వింటాను. కానీ ఈ ఒక్క విషయంలో మాత్రం కాంప్రమైజు అవను. వివాహం జరగాలంటే దీనికి నువ్వు సిద్ధపడి తీరాలి. నాకీ సాయం చేయాలి."

ఎందుకో ఆమె మనసు కీడు శంకించింది. "ఏ సాయం?" అని అడిగింది.

"సామ్సన్ అండ్ సామ్సన్ కంపెనీ అధినేత నాయుడిని చంపటంలో సాయం..."

పక్కనే అగ్నిపర్వతం బ్రద్దలయినట్టయి ఆమె కంపించిపోయింది. అతడు మాత్రం ఏదీ పట్టనట్టు వ్రాసుకుపోతున్నాడు. "చాలా కామ్‌గా అతడు- చీమలు నా చేతిని కుట్టటాన్ని చూసేడు. ఇప్పుడూ అంతే కామ్‌గా అతడిని మరణం వైపుకి చీమలు తీసుకుపోవటాన్ని నేను గమనించాలి!! దానికి నువ్వు సాయపడేట్టయితే, మన ప్రేమకి నాకు అభ్యంతరంలేదు. కానీ ఈ ప్రేమకన్నా నాకు పగ ముఖ్యం. పగ. పగ. అదే నా జీవితాశయం. ఇప్పుడు చెప్పు సాయపడతావా- నన్ను వదులు కుంటావా?"

ఏమి చెపుతుంది ఆమె? వారిద్దామన్నా వినేటట్టు లేదు. ఒక దృఢనిర్ణయం అతడి మొహంలో ప్రతిబింబిస్తూ వుంది. కానీ సంస్కారవంతమైన కుటుంబంలో పుట్టి- చదువుకుని పైకి వచ్చిన ఒక చిన్నపిల్లని పట్టుకుని 'నాతో కలసి మర్డర్ చేస్తావా, తేల్చుకో' అని అడిగితే ఆమె ఏం సమాధానం చెపుతుంది? ఒక మనిషిని చంపటం... ఆ ఆలోచనతోనే ఆమె చిగురుటాకులా వణికిపోయింది. అతడినెలా కన్విన్స్ చేయగలదు? మనసునిండా పగనిండిన వాడితో ఎలా-ఎలా సాటిమనిషిని చంపటం నేరమని నచ్చచెప్పగలదు.

ఈ ప్రేమ- మలుపుతో వివాహంవైపు కాదు, ఉరికంబంవైపు దారి తీస్తుందని ఎలా ఎలా ఒప్పించగలదు? ఇప్పటివరకూ సరదాగా వచ్చిన కథకు ఇది ముగింపు అని ఎలా చెప్పగలదు? అలా అని చెప్పి, నేను నీకు సాయపడలేను అని మాత్రం ఎలా అనగలదు? ఆమె నిశ్శబ్దాన్ని అతడు మరోలా అర్థం చేసుకున్నాడు.

"నీకు వెంటనే నిర్ణయం చెప్పటం కష్టమైతే ఓ నాల్గు అయిదు గంటలు టైమ్ తీసుకో. నీకు ఇష్టం లేకపోతే నా సెక్రటరీగానే వుండవచ్చు. దానికి నాకు అభ్యంతరంలేదు. కానీ ఏ విషయమూ మాత్రం నాకు ఈ సాయంత్రంలోగా తెలియాలి. ఎందుకంటే నేను ఈ రాత్రికే నేననుకున్నది అమలుజరప దల్చుకున్నాను..., ఇంతకాలం ఆగింది నా ఒంట్లో ఈ మాత్రం సత్తువరావటం కోసమే. ఇక ఆలస్యం జరగటానికి వీలులేదు. చెప్పు... రాకపోతే నేను వంటరిగా అన్ని పనులూ చేసుకోవాలి. కాబట్టి- సాయంత్రం వరకూ టైమ్ తీసుకో..."

3

"గోవిందా... గోవిందా" అని తనలో తనే గొణుక్కుంటూ ముందుకు సాగిపోతున్నాడో వృద్ధుడు. అతడి వెనకాలే భార్గవ వున్నాడు. భార్గవ వెనుక పొడవాటి క్యూ వుంది.

కొండమీద గుడి అవటంవల్ల గాలి బలంగా వీస్తూంది. అయినా జనం కిక్కిరిసి వుండటంవల్ల కాస్త ఉక్కగానే ఉంది. సాయంత్రపు లేయండ పాలరాతిమీదపడి ప్రతిబింబిస్తూ వుంది. బైటనుండి ప్రారంభమయిన 'క్యూ' చాలాదూరం అలాగే సాగి గుడి అంతర్భాగంలోకి ప్రవేశిస్తూంది. కొంతమంది చేతులు ముడుచుకుని వున్నారు. కొందరు కళ్ళు మూసుకుని భక్తిగీతాన్ని మనసులోనే గొణుక్కుంటున్నారు. మరికొంతమంది సినిమా క్యూలో నిలబడ్డట్టూ లోకాభిరామాయణం మాట్లాడుకుంటున్నారు. రకరకాల వ్యక్తులు...

ఎందుకో తెలీదు. అకారణంగా, హఠాత్తుగా అతడికి వసుమతి గుర్తు వచ్చింది. తనునుంచి తన ప్రార్థనని చట్టరీత్యా వేరుచేసిన వసుమతి, ఆమెతోపాటూ కూతురి జ్ఞాపకాలు కూడా. ఆస్పత్రినుంచి వెళ్ళగొట్టబడ్డాక ప్రొద్దున్నించీ తనేమో చెట్టులూ, పుట్టలూ పట్టుకు తిరుగుతున్నాడు. అక్కడ తన కూతురు ఇప్పుడు ఎలా వుండి వుంటుంది? మరణించి వుంటుందా? ఇంటికి తీసుకొచ్చి వుంటారా? ఇంటికి తీసుకొచ్చేస్తే తనకోసం ఆగుతారా? చీకటి పడిపోతుందని శ్మశానానికి తీసుకువెళ్ళి వుంటారా? అసలు తనకోసం చూసి వుంటారా? చట్టరీత్యా విడిపోయిన వాడికోసం చూసేదేమిటని అనుకొని వుంటారా? వెనుకనుంచి ఎవరో 'కాస్త కదులుబాబూ' అని అనటంతో అతడు ఉలిక్కిపడ్డాడు. ముందు మనుష్యులు విగ్రహం ముందు అడ్డంగా కట్టిన గొలుసుల దగ్గరికి చేరుకుని వరుసగా

నిలబడ్డారు. అతడు వెళ్ళి ముందు అనుకున్నట్టే కుడివైపు చివర నిలబడి సర్దుకుంటూ 'ఇదేమిటి నా కూతురి గురించి నేను ఇంత నిర్వేదంగా ఆలోచిస్తున్నాను' అనుకున్నాడు. ఒళ్ళు జలదరించింది. పందెం పేరుతో తననో మూర్ఖుణ్ణి చేసిన దేముడు ఎదురుగా వున్నాడు. ఆ దేముణ్ణి కొలిచే భక్తులు చుట్టూ వున్నారు. ఈ జనమే తను కనుక్కున్న సత్యాన్ని నిండు సభలో వెల్లడిస్తే తనో మూర్ఖుడనుకొని మీదకు చెప్పులు విసిరారు.

తనని ఇంత హీనస్థితికి దిగజార్చిన ఈ దేముడి మీదా, ఈ జనం మీదా పగ తీర్చుకునే సమయం ఆసన్నమైంది.

అతడు అప్పటివరకూ దాచిన ఎక్స్‌ప్లోజివ్‌ని బయటకు తీసేడు. పూజారి ఒక్కొక్కరి దగ్గిరకూ హారతి పళ్ళెంతో వస్తున్నాడు. ఒక్కొక్కరు దగ్గిరకు వంగి కళ్ళు మూసుకుని హారతి కళ్ళకద్దుకుంటూంటే, వారి వూపిరికి పళ్ళెంలో మంట మినుక్కు మినుక్కుమంటూ ఆరిపోవటానికి సిద్ధమవుతూంది. పూజారి హారతి ఇవ్వటానికి తన ముందుకు వచ్చినప్పుడే సరియైన సమయం!!! విసిరెయ్యటానికి అదే అనువైనది. తన ముందు పూజారి వుంటాడు. దూరంగా- లోపల విస్ఫోటనం జరిగినా ప్రాణహాని వుండదు ఎవరికీ.

ఇద్దరి మనుష్యుల అవతల వున్నాడు పూజారి.

ఎక్స్‌ప్లోజివ్ పేలాలంటే ఏం చేయ్యాలో చెప్పాడు పాత్రో... సీల్ తీసెయ్యాలి. భార్గవ కుడిచేత్తో దానిని పట్టుకున్నాడు.

పూజారి పక్క మనిషి దగ్గిరకు వచ్చాడు.

అతడి వూపిరికి పళ్ళెంలో మంట మళ్ళీ ఒకసారి కాస్త సన్నదైంది. అతడు దగ్గిరకొస్తూంటే భార్గవలో టెన్షన్ ఎక్కువయింది. తలతిప్పి విగ్రహంవైపు చూసేడు. విగ్రహానికి చెరోవైపునా వున్న కుందుల మీద అతడి దృష్టి పడింది. ఎడమకుంది నుంచి వచ్చే పొగకి, కుడివైపు కుందిలో దీపం రెపరెపలాడి మళ్ళీ ఉజ్వలత్వాన్ని సంతరించుకుంది. పూజారి భార్గవ ముందుకు వచ్చాడు. భార్గవ అతడివైపు చూడటంలేదు. విగ్రహంవైపే చూస్తున్నాడు. దూరంగా వున్న మనుష్యుల కదలికకి ఒక దీపపు పొగ దీపంమీదకు వెళుతూంది. హారతి పళ్ళెంలో జరుగుతున్నది కూడా అదే.

... సడెన్‌గా భార్గవకి ఏదో స్ట్రయిక్ అయింది.

ఉజ్వలంగా వెలుగుతూన్న దీపం క్షణకాలం క్షీణ మవటానికి కారణం- పక్కనుంచి వచ్చే కార్బన్ డయాక్సైడ్ అయితే, ఆరోగ్యంగా పనిచేసుకుంటున్న

మనిషి ఫ్యాక్టరీలో మాస్క్ వేసుకోకపోతే స్పృహ తప్పి పడిపోవటానికి కారణం మెథైల్ కోరిన్ థెరీన్!

నృత్యం చేసున్న కోయలు ఉన్నట్టుండి స్పృహతప్పి పడిపోవటానికి కారణం కూడా విప్పసారాకాదు. పొదలు కాల్చటంవల్ల వచ్చే పొగ-కార్సినోజీన్!!! మూలికల రసాయనంలో వేసిన శత్రువుల తలలు చిన్నవి అవటానికి కారణం కూడా ఆ రసాయనం కాదు, కార్సినోజిన్నే-

అతడు కళ్ళు మూసుకున్నాడు. చూసేవాడికి, అతను ముందు వెలుగుతున్న హారతిని చూసి భక్తిభావంతో కళ్ళు మూసుకున్నాడనిపిస్తుంది. కానీ, అతడు క్షణమాత్రపు కాలంలోనే సర్వశక్తులూ కేంద్రీకరించి, తనకు వచ్చిన ఊహకు లాజిక్ ఏదయినా వుందా- లేక అది నిరర్ధకమైనదా- అని ఆలోచిస్తున్నాడు. ఉజ్వలంగా వెల్గుతున్న మంటని క్షీణపరిచేది పొగ- జీవనాకృతితో సహజంగా జరిగే మైటాసిస్‌ని ఆటంకపరిచేదీ కార్సినోజిన్నేనా?

సైన్స్ చరిత్రలో గొప్ప గొప్ప సత్యాలన్నీ సైంటిస్టుల చిన్నచిన్న అనుభవాలవల్లే బయటపడినయ్. మామూలు మనిషి మామూలుగా చూసి వదిలేసిన విషయాన్ని సైంటిస్టు తర్కంగా ఆలోచిస్తాడు. చలనసూత్రాలూ, గురుత్వాకర్షణ శక్తి, ఎక్స్‌రే థియరీ ఇలాగే కనుక్కోబడ్డాయి. ఇంతకన్నా చిత్రమైన ఉదాహరణ బెంజిన్. బెంజిన్‌లో ఆరు ఉదజని పరమాణువులూ, ఆరు కార్బన్ పరమాణువులూ వుంటాయని మొట్టమొదటిసారి కనుక్కోబడి నప్పుడు సైంటిస్టులందరికీ మతిపోయింది. ఎందుకంటే ఆరు కార్బన్ పరమాణువులు తమతోపాటూ పధ్నాలుగు ఉదజని పరమాణువుల్ని బంధించి వుంచుతాయి. (సి. 6 హెచ్. 14) కానీ అప్పుడది హెక్సిన్ అనే పదార్థం అవుతుంది. కానీ బెంజిన్ అవదు. మరి ప్రకృతిలో బెంజిన్ ఎలా తయారవగలదు? ఒకవేళ అది $CH–C–CH–CH–CH_2$ స్ట్రక్చర్‌లో వుంటుందనుకుంటే, అదే స్ట్రక్చరులో ఇంకేవో పదార్థాలు తయారవుతున్నాయి. కానీ బెంజిన్ అవటంలేదు.

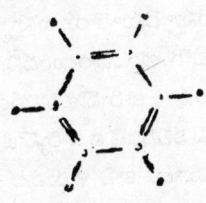

ఈ విషయం రహస్యం అర్థంకాక సైంటిస్టులు దాదాపు నలభై సంవత్సరాలు బుర్రలు బద్దలు కొట్టుకున్నారు. ఈ రంగంలో ఎన్నో పరిశోధనలు చేసినవాడు 'కెకులే' అన్న శాస్త్రజ్ఞుడు.

బెంజిన్ అణువులో ఏరకంగానయినా ఆరు ఉదజని, ఆరు కార్బన్ పరమాణువుల్నీ పట్టి బంధించి వుంచటం కష్టమని ఆపాటికే తేలిపోయింది. 1865లో ఒక రోజు కెకులే సిటీబస్‌లో వెళుతూ యధాలాపముగా కిటికీలోంచి వీధి కిరువైపులా వున్న ఇళ్ళనీ, బాల్కనీ ఆర్చిలనీ చూడసాగేడు. బస్ ముందుకు వెళుతూంటే రకరకాల భంగిమల్లో ఆర్చీలు వెనక్కి వెళుతున్నాయి. ఆ తర్వాత బస్‌లోనే కొద్దిసేపటికి అతడు నిద్రలోకి జోగసాగాడు. ఆ మగతనిద్రలో కార్బన్ పరమాణువులు అతడి కళ్ళముందు గుండ్రంగా నృత్యం చేయసాగాయి.

అప్పటివరకూ వేధిస్తున్న ప్రశ్నకి అతడికి అకస్మాత్తుగా సమాధానం దొరికింది– బెంజిన్ అణువులో పరమాణువుల అమరిక ఉంగరం ఆకారంలో ఆర్చీలా వుండి వుండవచ్చునని–

ఆ విధంగా బెంజిన్ రింగ్ రహస్యం బయటపడింది. ఈ చిన్న మెలిక విడివడటంతో పరిశోధనలు తిరిగి పుంజుకున్నాయి.

ప్రస్తుతం భార్గవ పరిస్థితి కూడా అలానే వుంది. అతను లాజికల్‌గా– ఒక్కో విషయమే వేరుచేసుకుంటూ ఒకదానికొకటి సమన్వయ పర్చుకుంటూ ఆలోచిస్తున్నాడు. 1. మామూలు జీవకణానికీ కేన్సర్ కణానికీ తేడా ఇంతవరకూ ఎవరికీ తెలీదు. 2. ప్రయోగశాలలో ఇంతవరకూ మొట్టమొదటి జీవకణం కృత్రిమంగా తయారకపోవటానికి కారణం– దానికి కావల్సిన పరిస్థితులలో 'ఏదో ఒకటి' లేకపోవటం. 3. హుంజాజాతి కోయలకి కేన్సర్ రాదు. ఇప్పటికీ రావటంలేదు. దానికి కారణం వాళ్ళ శరీరాలు ఇమ్యూన్ అయిపోవటం– అంటే వాళ్ళ పూర్వీకుల 'జీన్'లోనే ఈ ప్రత్యేకత వుండి వుండటం. 4. శత్రువుల తలలు కుదించుకుపోవటానికి కారణం మూలికల రసాయనం కాదు అని ముందే పాత్రో పరిశీలించి చూసేడు. 5. నృత్యం చేస్తూ చేస్తూ కోయలు స్పృహతప్పి పడిపోవటానికి కారణం పొదల మీదనుంచి వచ్చే పొగే అయివుంటుందనీ, ఆ వాయువూ, సామ్సన్ కంపెనీనుంచి వచ్చే విషవాయువూ కార్సినోజిన్ సంతతికి సంబంధించిన వాయువులేనని అనుకుంటే కేన్సర్‌ని కలిగించే ఆ కార్సినోజిన్నే చచ్చిపోయిన మనిషి కుదించుకుపోయేలా చేస్తున్నదన్నమాట. కానీ శత్రువుల తలలన్నీ కత్తిరించగానే

అవి నిర్జీవమైపోతాయి కదా. అటువంటప్పుడు కుదించుకుపోవటం ఎలా సాధ్యం అవుతుంది? అందులోనూ ఎముకలతో సహా?

నిర్జీవాకృతిలో సజీవకణ సృష్టి జరుగుతుందా? జరిగిందీ అంటే- అంటే- కోయవాళ్ళు తలల్ని వేసే మూలికల రసాయనం, అది వాళ్ళు తమకు తెలియకుండానే తయారుచేసే అమినో ఆసిడ్స్ మిశ్రమం అన్నమాట. ఈ లాజిక్ నిజమయితే అమినో ఆసిడ్స్ మీదుగా, కార్సినోజిన్‌ని పంపిస్తే జీవకణం (అఫ్‌కోర్స్ కేన్సర్ కణం) సృష్టింపబడాలి.

'యురేకా' అని అరుచుకుంటూ నీళ్ళగదిలోంచి బయటకు పరుగెత్తిన ఆర్కెమెడీస్‌లా అతడు అరవలేదు. నడుస్తున్న బస్సులోంచి 'నేను కనుక్కున్నాను' అని ఎగిరి క్రిందకు గంతేసిన కెకులేలా అతడు గెంతలేదు. 'హారతి తీసుకోబాబూ' అన్న పూజారి మాటలకి నెమ్మదిగా కళ్ళు విప్పాడు. క్షణంలో ఎన్ని ఆలోచనలు?

తన తర్కంలో ఇంకా కొన్ని అర్థంకాని పాయింట్లున్నాయి. ప్రయోగంచేసి చూస్తేకాని తెలీదు.

చెయ్యాలా?

అతడు చుట్టూ చూసేడు

జనం.

కుక్కని తరిమినట్టూ తనను తరిమిన జనం! రాళ్ళతోకొట్టి చెప్పులు విసిరిన జనం!! ఏమీ తెలియనితనం, అన్నీ తెలుసుననే అహంభావంతో వున్న జనం! సోక్రటీసుకు విషమిచ్చిన జనం! భూమి గుండ్రముగా వున్నదన్నందుకు ప్రాణాలు తీసిన జనం! ఈ జనం కోసమా తను కష్టపడవలసింది? ఈ జనం కోసమా సర్వం కోల్పోయిన తను తిరిగి సర్వశక్తులూ కేంద్రీకరించుకోవలసింది?

"హారతి తీసుకో నాయనా?"

అతడు పళ్ళెములో వెలుగుతున్న మంటవేపు చూసేడు.

చుట్టూ నీలమూ, మధ్యలో ఎర్రటి మంట. మనిషి మనస్సులో అలజడిని జోకొడుతున్న శాంతిలాగా- మంట అతడి ఆలోచనల సరళిని మార్చింది.

మనుష్యుల తప్పేంలేదు. ప్రతి మనిషికీ తిండీ, బట్టా, ఆరోగ్యమూ సమకూర్చగలిగితే తనపై తనకి విశ్వాసం పెరిగి దేముడిపై ఆధారపడటము తగ్గుతుంది. అది చెయ్యకుండా విగ్రహం బ్రద్దలుకొడితే మరోవిగ్రహం వెలుస్తుంది. కావల్సింది కన్‌స్ట్రక్షన్.

అతడి చేతులు మంటమీద పెట్టి కళ్ళకద్దుకున్నాడు. అతడికి దేవుడిమీద నమ్మకంలేదు. నమ్మకం లేదనడానికన్నా దేవుడి అవసరం రాలేదనటం సమంజసంగా వుంటుంది. కేవలం పాపులకి, తమమీద తమకి నమ్మకంలేని పిరికి మనస్కులకి దేముడి అవసరం పడుతూ వుటుంది. అయితే హారతి తీసుకుంటూ వుండగా అతడి మనసంతా అనూహ్యమైన నిర్మలత్వంతో ఒక విధమైన సంతృప్తికి గురయ్యింది. అదే సంతృప్తి మరో సరికొత్త ఆలోచనకి పునాది అయింది.

ప్రపంచ చరిత్రలో మానవ కళ్యాణం కోసం పాటుపడిన మహనీయులంతా ఈ జనం తమని ఆదరిస్తారా లేదా అన్న ఆలోచనతో తమ కృషి కొనసాగించలేదు. ఆ మాటకొస్తే జనం వాళ్ళని తనకన్నా ఎక్కువగా బాధలు పెట్టారు. అయినా ఆ మహనీయులంతా ఒక అకుంఠిత దీక్షతో తమ గమ్యంవేపు సాగిపోయారు. జనం అజ్ఞానాన్ని చిరునవ్వుతోనూ, జనం కోపాన్ని ఆప్యాయతతోనూ ఆదరించి సహించారు. కొవ్వొత్తిలాగా లోకానికి వెలుగునిచ్చి, తాము కరిగిపోయారు. చరిత్రలో ఒక గొప్ప మలుపుకి కారణభూతులయ్యారు. వాళ్ళ జీవితమంతా కష్టభూయిష్టమే అయింది.

వాళ్ళ కష్టాలతో పోల్చుకుంటే తనదేపాటిది?

అప్రయత్నంగా అతడి పెదవులమీద చిరునవ్వు వెలిగింది. తిరిగి విగ్రహంవైపు చూసేడు. ఒక కుందెలో మంట అశుభసూచకంగా ఆరిపోయి వుంది. అయితేనేం మరో కుందెలో వెలుగు భాస్వంతమై దేదీప్యమానంగా వుంది. ఆ భాస్వంతము భాసంతమై- భవమే భ్రాజితమై- భవ్యమే భావికమై- భవిష్యమైనట్టు తోచింది.

అతడు అక్కణ్నుంచి కదిలిపోయాడు.

చేయవలసినది చాలా వుంది. ముఖ్యంగా తను ఆలోచించిన దానిలో కొన్ని లొసుగులున్నాయి. తలలు చిన్నవి అవటానికి కారణం డీ-హైడ్రేషన్ అయి వుండకూడదు. ఎముకలు ఎలా చిన్నవి అవుతాయో లాజిక్‌కి దొరకటంలేదు. ఎమినో ఆసిడ్స్ సాధారణ ప్రకృతిలో ఎలా మనగలిగాయో అర్థంకావటంలేదు. ఇవన్నీ చూడాలంటే ఒక పరిశోధనశాల కావాలి. కొన్నిరోజులు టైమ్‌కావాలి. అన్నిటికన్నా ముఖ్యంగా- ఒక కేన్సర్ పేషెంట్ కావాలి.

4

ఆ రోజు ఆస్పత్రి మామూలుకన్నా ఎక్కువ రష్‌గా వుంది. తెలిసినవాళ్ళు ఎవరూ తనను గుర్తుపట్టటానికి వీలులేకుండా మొహం కాస్త చాటు చేసుకుని లోపలికి ప్రవేశించాడు భార్గవ.

వరండాలోంచి కాకుండా లాన్‌ద్వారా అవతలి వార్డు చేరుకున్నాడు. అదృష్టవశాత్తూ అక్కడ జనసంచారం తక్కువగా వుంది.

మలుపు తిరిగి మెట్లెక్కి పైకి వెళ్ళాడు. వసుమతిగానీ, డాక్టర్ మహేంద్రగానీ కనబడతారేమోనని అతని గుండె వేగంగా కొట్టుకుంటోంది. చివరి మెట్టెక్కి వరండా మీదకి కాకుండా మలుపు దగ్గరే నిలబడి వరండాలోకి తొంగిచూశాడు.

ప్రార్థన వున్న వార్డు అది! మెట్ల దగ్గిర్నుండి వరుసగా మూడో గదిలో వుంది తన కూతురు.

ఈ లోపులో పైన వరండాలో ఇటునుండి అటు మరో నర్సు వెళ్తూ కనబడింది. ఏదో స్ఫురించి అతడు వెనుదిరిగి అప్పుడే పైకి వస్తున్నవాడిలా కొద్దిగా ఆయాసపడుతూ నర్సుతో ప్రార్థన ఉన్న గది చూపిస్తూ "ఆ గదిలో వసుమతి అనే ఆమె వుంటుంది. ఆమెను అర్జంటుగా డాక్టర్ జైన్ రమ్మంటున్నారు అని చెప్పు" అని ఇంగ్లీషులో అనేసి ఆమెకి తిరిగి ప్రశ్నించే ఛాన్స్ ఇవ్వకుండా ఎంత స్పీడుగా వచ్చాడో అంత స్పీడుగా మెట్లు దిగిపోతూ మలుపు దగ్గర ఆగి, "డాక్టర్ జైన్ ఈజ్ ఇన్ ఫిమేల్-బర్న్స్" అని దాదాపు అరిచి విసురుగా క్రిందికి వెళ్ళిపోయాడు.

నర్సుకి ఒక క్షణంపాటు ఏమీ అర్థంకాలేదు. అయోమయంగా మెట్లవైపు చూసి తర్వాత ప్రార్థన గదివైపు తలతిప్పింది. డాక్టర్ జైన్ నుండి వార్త తీసుకొని వచ్చినవాడు, ఆస్పత్రికి సంబంధించినవాడే అనుకోవడంలో ఆమె పొరపాటు లేదు. ప్రార్థన గది దగ్గరికి వెళ్ళి "మీరేనా వసుమతి?" అని అడిగింది. వసుమతి తల వూపగానే "డాక్టర్ జైన్ మిమ్మల్ని రమ్మంటున్నారు. ఫిమేల్-బర్న్స్‌లో వున్నారు" అంది.

అంత అకస్మాత్తుగా డాక్టర్ తనను ఎందుకు పిలిపించాడో తెలియక వసుమతి కంగారు పడింది. ఆందోళనగా లేచి నిలబడి "ఎందుకు?" అని అడిగింది. కానీ అప్పటికే నర్సు వచ్చిన పని పూర్తయినట్లుగా అక్కడి నుండి వెళ్ళిపోయింది.

వసుమతి మెట్లు దిగి క్రిందకు వెళ్ళింది. జనరల్ హాస్పటల్ రోడ్‌కి అటువైపున వుంది ఫిమేల్-బర్న్స్. ఎక్కడ వుందో ఆమెకు తెలీదు. వాకబు చేసుకుంటూ అటువైపు మళ్ళింది.

ఈ లోపులో భార్గవ స్తంభం చాటునుండి వడివడిగా ప్రార్థన గదిలోనికి ప్రవేశించాడు.

జననానికీ మరణానికీ మధ్య వూగిసలాడుతున్న కూతుర్ని కాదు అతను చూస్తున్నది. తనని గుర్తించే వాళ్ళెవరయినా కనబడకముందే అక్కడనుండి తప్పుకోవాలి. అతడు గదంతా కలయజూసాడు. గదిలో ఒక మూల స్టూలు, దానిమీద వసుమతి సగం వలచి పెట్టిన బత్తాయిపండు ఉన్నాయంతే.

ఏం చెయ్యటానికీ పాలుపోక అతడు గదిలోనుండి బయటకు వచ్చాడు. వరండాలో ఒకమూల నాలుగు గుమ్మాల అవతల కనబడింది-చక్రాల కుర్చీ.

వడివడిగా ఆ కుర్చీ దగ్గరకు వెళ్ళి దాన్ని తోసుకుంటూ ప్రార్థన దగ్గరికి రాసాగాడు. ఇంకో రెండు గుమ్మాల అవతల ప్రార్థన గది ఉందనగా లోపల గదిలో నుండి హఠాత్తుగా నర్సు బయటికి వచ్చింది. భార్గవ కూడా తొందరలో ఎడమవైపు నుండి వస్తుండడంతో ఆమె గుమ్మంనుండి బయట అడుగు పెట్టగానే కుర్చీతోసహా ఆమెను ఢీకొనబోయాడు.

కొద్దిసేపుంటే ఆమె చేతిలో సీసా నేలజారేదే. తూలి పడబోయి కుర్చీ కోడు పట్టుకొని నిలదొక్కుకుంది. భార్గవ గుండె కాసేపు ఆగిపోయింది. తల బాగా క్రిందకు వంచి క్షమాపణలు చెప్పుకుంటున్నట్లు గొణిగాడు. అదృష్టవశాత్తూ ఆమె అతడివేపు చూడకుండా "ఇట్సాల్‌రైట్" అని మెట్లవైపు వెళ్ళిపోయింది.

భార్గవ గుండెలనిండుగా వూపిరి పీల్చుకుని ప్రార్థన గదిలో ప్రవేశించాడు. మంచం ప్రక్కగా కుర్చీ నిలబెట్టి అటువైపు వెళ్ళి కూతురిచేతికి వున్న ఐ.వి. ఫ్లూయిడ్ గొట్టాన్ని లాగేసాడు. ఆ నొప్పికి ప్రార్థన కళ్ళు విప్పింది.

ఆ స్థితిలో కూడా ఆ అమ్మాయి మొహం తండ్రిని చూడగానే గుప్పున వెలిగింది.

"పన్నూ! నాతో వచ్చేస్తావామ్మా? వచ్చేస్తావా?"

ప్రార్థన మాట్లాడలేదు. కానీ ఒక్కసారిగా కళ్ళలోకి సంభ్రమం తోసుకురావడాన్ని అతడు గమనించేడు. "తీసుకువెళ్ళిపో డాడీ! నన్ను తీసుకువెళ్ళిపో" అని ఆమె హృదయ విదారకంగా అన్న మాటలు గుర్తొచ్చినయ్! ఎంతో బాధపడితేగాని-వెళ్ళిపోవడానికి అంత ఆనందపడదు.

"పాపా, నువ్విక్కడెలానూ బతకవు, నాతో వచ్చెయ్యి. ఓ మహాయజ్ఞంలో సమిధవయ్యావన్న సంతృప్తితోనైనా మరణిద్దువుగాని" పైకనలేదు ఆ మాట, మనసులోనే అనుకున్నాడు. మెడక్రింద చెయ్యివేసి జాగ్రత్తగా ఆమెను కుర్చీలో కూర్చోబెట్టాడు. చుట్టూ దుప్పటి కప్పాడు.

తాపీగా కుర్చీ తోసుకుంటూ గదిలోనుండి బయటకువచ్చి వరండాలో నుండి క్రిందికి దిగిపోయాడు.

లాన్ ప్రక్కనే వున్న సన్నటి సిమెంట్ బాటవెంట నడుస్తూ వసుమతి కనబడుతుందేమోనని భయపడ్డాడు. కానీ ఆమె ఎదురు పడలేదు. కూతుర్ని మెయిన్ గేటుగుండా తీసుకువెళ్ళడం అతనికి యిష్టంలేదు. అతను కారుని ఓ.పి., వెనుకవేపు ఆపుచేసి వుంచాడు. అటువైపు తీసుకువెళుతూ సడన్‌గా తను దారి తప్పానని గ్రహించాడు. వరండాలో నుండి క్రిందకి రెండు మెట్లున్నాయి తప్ప చక్రాల కుర్చీ వెళ్ళడానికి అనువుగాలేదు. మళ్ళీ వెనక్కు వెళ్ళడం ఇష్టంలేదు. అది రిస్కు. అతడు కుర్చీ ముందుభాగం పైకెత్తి కూతురు శరీరానికి ఏమాత్రం కుదుపు తగలకుండా ఆ రెండుమెట్లు క్రిందకి దించబోయాడు. ఇంతలో వెనుకనుండి "హేయ్" అని వినబడింది.

భార్గవ ఒళ్ళు ఒక్కసారిగా జలదరించింది.

శిలాప్రతిమలా నిలబడిపోయాడు.

ఇంతలో అతన్ని పిలిచిన వ్యక్తి దగ్గరికి వచ్చాడు. అతడో డాక్టరు.

"వీల్‌ఛైర్ తీసుకువెళ్ళే దారి ఇటుకాదు"

భార్గవకి ఏం చెయ్యాలో తోచలేదు. అతడు దయవున్న వాడిలా వున్నాడు. భార్గవ ఛైర్‌ని ఆఖరిమెట్టు దింపడానికి సాయపడుతూ "ఏమిటి కంప్లయింట్?" అని అడిగాడు.

"మలేరియా" అని భార్గవ అతడికి కృతజ్ఞతలు చెప్పుకుంటూ కుర్చీని బయట తోటవైపుకి తోసుకువచ్చాడు. ఒక్కసారి చల్లటి గాలి రివ్వున కొట్టింది. దూరంగా కారు కనిపిస్తోంది.

అతడు కారువరకూ కుర్చీ తీసుకువెళ్ళి పాపను రెండు చేతులతోను ఎత్తి అందులో పడుకోబెట్టి వచ్చి, ముందుసీట్‌లో కూర్చుని కారుని స్టార్టు చేసాడు.

ఔట్ పేషెంట్ క్యూ నుండి కారు సున్నితంగా ముందుకు తాపీగా జారిపోయింది. దాన్నెవరూ పట్టించుకోలేదు.

* * *

"ఫిమేల్-బర్న్స్ ఎక్కడా" అని వాకబు చేసుకుంటూ వసుమతి అక్కడకు చేరుకునేసరికి దాదాపు పది నిముషాలు పట్టింది. అక్కడి డాక్టర్‌ని ప్రశ్నిస్తే

"ఎవరూ? అన్‌కాలజిస్ట్ మహేంద్రా! ఆయన యిక్కడెందుకుంటారు? కాన్సర్‌లో వుంటాడు" అన్నాడు.

"నేనా ఆసుపత్రి నుండే వస్తున్నాను".

"మీకెవరో రాంగ్ ఇన్ఫర్‌మేషన్ ఇచ్చి వుంటారు" అని అక్కడ నుండి కదిలిపోయాడు డాక్టర్.

వసుమతి హతాశురాలై ఏమీ పాలుపోక ఒక్కక్షణం అలాగే నిలబడి వెనక్కి తిరిగింది. ఆమె తన గది చేరుకోబోతూ తనకి చెప్పిన నర్సుకోసం చూసింది. కానీ ఆమె కనబడలేదు. ఆమె గదిలోకి వెళ్ళి సగం వలచిన బత్తాయిపండును చేతిలోకి తీసుకోబోతూంటే గదిలో ఏదో వెలితిగా కనబడింది, ఏదో లేక-పోయినట్టు...

అరక్షణం తరువాత అర్థమయింది. ఆ లేనిది పక్కమీద పేషెంటు- అని.

నోట మాటరాక అయోమయంగా ఆ ఖాళీ పక్కవైపే కొంచెంసేపటి వరకూ చూస్తూ వుండిపోయింది వసుమతి. తరువాత చప్పున స్పృహ లోనికి వచ్చినదానిలా గాలిలా గదిలోంచి బయటకు వచ్చింది.

అదే సమయానికి మెట్లెక్కి పైకి వస్తున్నాడు డాక్టర్ మహేంద్ర. తడారిన గొంతుతో "ప్రా... ప్రార్థన కనిపించటంలేదు" అంది. ఆమె చెప్తున్నది అతడికి అర్థంకాలేదు. భృకుటి ముడిపడింది- "నర్స్" అని బిగ్గరగా పిలుస్తూ లోపలికి అడుగుపెట్టాడు.

"మీరు నా కోసం కబురు పంపారని తెలిసి నేనటు రాగానే..." అంటూ ఏదో చెప్పబోతూ వుంటే అతడు మధ్యలో కట్‌చేసి "నేను కబురు పంపటం ఏమిటి?" అన్నాడు.

ఆమె జవాబు చెప్పబోయి ఏదో స్ఫురించినట్లు చప్పున ఆగిపోయింది.

* * *

మోహన్‌లాల్ కపాడియా ఇన్‌స్టిట్యూట్ ఆవరణలోకి భార్గవ కారు ప్రవేశించింది. ఎవరూ దానిని ఆపుచేయలేదు. అప్పటికి బాగా చీకటి పడటంవల్ల స్టాఫ్‌కూడా లేరు. భార్గవ సరాసరి కారుని తన లాబ్‌వరకూ తీసుకుని వెళ్ళి ఆపుచేసాడు. పాపని ఎత్తుకుని గదిలోకి తీసుకువెళ్ళి పడుకోబెట్టాడు. తిరిగివచ్చి కారులోంచి ఎక్స్‌ప్లోజివ్స్ ఒకటి తర్వాత ఒకటి తీసుకువెళ్ళి లోపల పెట్టుకున్నాడు. తర్వాత కారు తీసుకువెళ్ళి దూరంగా వదిలి వెనక్కు వచ్చాడు. ముందు తలుపులు బిగించి వేశాడు. కిటికీ తలుపులన్నీ సరిగ్గా లాక్‌చేసి వున్నాయో లేదో పరీక్షించాడు. బయటనుండి ఎవరు

ఆటంకపరిచినా విసరటానికి అనువుగా హాండ్‌బాంబ్ చేతికి అందేదూరంలో పెట్టుకుని అమినో ఆసిడ్స్ వున్న బీకరువైపు నడిచాడు. నడుస్తూ వుంటే అతడి ఫాలభాగం ఎడమవైపు అదిరింది.

దక్షిణ కేరళ ప్రాంతంలో అలా ఫాలభాగం అదిర్తే అతి తొందరలో తన మరణంగానీ తన దగ్గిర వాళ్ళ మరణంగానీ సంభవిస్తుందని ఇప్పటికీ నమ్ముతారు. భార్గవ కలాంటి నమ్మకాలు లేవు.

* * *

సరిగ్గా అదే సమయాన మోగుతున్న ఫోన్ రిసీవర్ యెత్తి "హల్లో" అన్నాడు రవూఫ్.

"నేను మహేంద్రని. డాక్టర్ మహేంద్ర జైన్‌ని మాట్లాడుతున్నాను".

"చెప్పండి సర్."

అవతల్నించి చెపుతున్నది వింటూ రవూఫ్ ముఖ కవళికలు మారిపోసాగాయి. అయితే తనేమీ మాట్లాడకుండా మధ్యలో "అచ్ఛా-అచ్ఛా" అంటూ కాగితంమీద నోట్ చేసుకోసాగాడు.

జైన్ చెప్పటం పూర్తవగానే ఫోన్ పెట్టేశాడు. అతడి పెదాలమీద కర్కశమైన నవ్వు వెలిసింది.

పేషెంటుని ఎత్తుకుపోయింది భార్గవే! అందుకు సందేహంలేదు. అతడు ముల్లోకాల్లో ఎక్కడవున్నా గంటా, రెండు గంటల్లో పట్టుకోగలడు. ఆ తరువాత...

రవూఫ్ నవ్వు మరింత విశాలమైనది. డ్రాయర్ తెరిచాడు. నిగ నిగ లాడుతున్న రివాల్వర్ చేతిలోకి తీసుకున్నాడు.

తన డొక్కల్లో భార్గవ కొట్టిన దెబ్బని అతడింకా మర్చిపోలేదు. లాకప్‌నుండి వదిలిపెడుతూ తనన్న మాటలు కూడా మర్చిపోలేదు.

కనపడగానే ఎఫ్.ఐ.ఆర్., అరెస్టు అలాంటివేమీ లేవు. షూట్ చేసెయ్యడమే.

అతడు లేచి నిలబడ్డాడు.

5

"నాయుడూ, కదలకు!"

"నాయుడూ, కదలకు"

"నీ చుట్టూ బిగుసుకున్న క్లాంప్సకి సైనేడ్ పూయబడింది".

.....

"కొంచెం టైమివ్వు" అన్నట్టు సైగ చేశాడు శేఖరం. ప్రియ టేప్‌రికార్డర్ బటన్ ముందుకు నొక్కింది.

....

"చెదరకు! నేనే శేఖరాన్ని. నీ దయవల్ల మాట్లాడలేను కాబట్టి కంఠం అరువు తెచ్చుకున్నాను".

అతడు బ్రెయిలీలో వ్రాసుకుపోతుంటే ఆమె మాటల్ని టేప్‌చేస్తూంది.

ఆ రోజు రాత్రి నాయుడు ఇంట్లో జరగబోయే దృశ్యం అంతా వూహించుకుంటూ, అతడు తన వంతు సంభాషణని రన్నింగ్ కామెంటరీలా వ్రాస్తున్నాడు. ఆమె దాన్ని టేప్‌లోకి ఎక్కిస్తూంది. అలా దాదాపు అరగంట గడిచింది.

అంతకుముందే అతడు తనేం చెయ్యదల్చుకున్నాడో వివరంగా ప్లాన్‌వేసి, దానికి కావాల్సిన సామాన్లు కొనుక్కున్నాడు. కొద్దిగా చీకటి పడుతూ వుండగా, ఇద్దరూ నాయుడింటికి బయల్దేరారు. శేఖరం మొహం గంభీరంగా వుంది తను చెయ్యటానికి పూనుకున్న పని కష్టసాధ్యమైనదనీ, ముఖ్యంగా తను గుడ్డివాడు అవటంవల్ల అది మరింత కష్టం అవుతుందనీ, అతడికి తెలుసు. అందుకే అతడు ప్రియని ఈ వ్యవహారానికి చాలా దూరంలో వుంచదలిచాడు. పొరపాటున తను పట్టుబడితే, తనొక్కడే శిక్ష అనుభవించాలి తప్ప దీనిలో ఆ అమ్మాయి ఇరుక్కోకూడదు అని అతడి ఉద్దేశ్యం.

వాళ్ళు నాయుడు ఇంటికి చేరుకునేసరికి మసకచీకటి పడింది. అతడి ఇల్లు మిగతా వాటినుంచి దూరంగా విసిరేసినట్టు వుంటుంది. ముందున్న వాచ్‌మెన్‌కి వెనుక జరుగుతున్నది ఏదీ తెలీదు. యిల్లు తాళం వేసి వుంది. నాయుడు కుటుంబంతో సహా గుజరాత్, భార్య పుట్టింటికి వెళ్ళాడు. ఆ రోజు ఫ్లయిట్‌లో రావాలి. అదృష్టవశాత్తు అదో మూడు గంటలు లేటు. ఈ విషయాలన్నీ ప్రియ కనుక్కుంది.

అతడు ఆ ఇంటిలోకి ప్రవేశించిన తరువాత ఆమెని వెళ్ళిపొమ్మని చెప్పాడు. నాయుడు ఇంటిలో ప్రవేశించిన అరగంటకి వెనుకవైపు వీధి చివర్లో నిలబడితే,

తను వస్తాడు. ఒకవేళ ప్లాను ఫెయిల్ అయ్యి, తను పట్టుబడితే, ప్రియ అట్నుంచి అటే వెళ్ళిపోవాలి.

అసలిదంతా ఆమెకిష్టంలేదు. కానీ అతడి పట్టుదల ఆమెకు తెలుసు. కావలిస్తే ప్రియురాలినయినా వదులుకుంటాడేమో కానీ, పగ మర్చిపోలేడు. ఈ సంగతి తెలుసుకున్నాక ఆమె మరి ఎదురు చెప్పలేదు.

ఇద్దరూ ఇంటి వెనుకవైపు నిలబడ్డారు. నీటి గొట్టం మీదుగా అతడు లోపలికి ప్రవేశించటానికి దాదాపు అరగంట పట్టింది. ఆమె వివరించిన ఆ ఇంటి టోపోగ్రఫీ జీర్ణించుకోవటానికి అతడికి మరో పది నిముషాలు పట్టింది. ఆమె వెళ్ళిపోవటానికి సిద్ధపడింది.

అతడు జేబులోంచి ఒక కాగితాన్ని తీసి యిచ్చి క్రిందకు వెళ్ళి చదువు కొమ్మన్నట్టు సైగ చేశాడు. అంతకుముందే వ్రాసి వుంచి, ఇప్పుడే ఆఖరి క్షణంలో ఇవ్వవలసినంత కాగితం ఏమిటా అని అశ్చర్యపోయింది. అయినా విస్మయాన్ని ప్రకటించకుండానే వెనుదిరిగింది. వెళ్ళబోతూ అతడిని చూసింది.

అతడు గది మధ్యలో నిశ్చలంగా నిలబడి వున్నాడు.

అతడి ప్లాన్ ఫెయిల్ అయ్యి, ఏ మాత్రం పట్టుబడినా యిదే ఆఖరిసారి యిలా కలుసుకోవటం.

ఆ ఊహ రాగానే ఆమె మనసులో ప్రేమా, ఆప్యాయతా, వీటన్నిటిని మించిన భావం ఏదో కదలాడింది. అతడి దగ్గిరకి వెళ్ళాలన్న కోర్కెని అతికష్టంమీద అణచుకుని బయటకు వెళ్ళిపోయింది. నడుస్తూ వుండగా అతడిచ్చిన ఉత్తరం జ్ఞాపకం వచ్చింది. వీధిలైటు వెలుతురులో ఆగి, కాగితాన్ని విప్పి చదవనారంభించింది.

"ప్రియా!

నేను చేస్తున్న పని ఎంత ప్రమాదకరమైనదో నాకు తెలుసు. నాయుడు తప్పించుకుంటే ఇక్కడికిక్కడే నేను అరెస్టు అవుతాను. ఒక వేళ నాయుడు మరణించినా పోలీసుల ఇన్వెస్టిగేషన్ బారినుండి నేను తప్పించుకోలేను. కనీసం చేతికి గ్లౌస్ కూడా వేసుకోలేదు. ఇవేమీ నన్ను రక్షించలేవని నా ఉద్దేశ్యం. ఇంతకీ నేను చెప్పదల్చుకున్నది ఏమిటంటే- ఎటు తిరిగి ఏమయినా నాకోసం శిక్ష కాసుకుని వుంది. ఇటువంటి వాడిని ప్రేమించవలసి రావటం నీ దురదృష్టం. నన్ను మర్చిపో- ఇదేదో మెలో డ్రమటిక్ డైలాగ్ కాదు. జీవితాన్ని ప్రాక్టికల్‌గా చూసిన నేను నీకిస్తున్న సలహా!

–శేఖరం"

చదవటం పూర్తిచేసి ఆమె దూరంగా ఆ చీకట్లో వున్న ఆ భవనం కేసి చూసింది.

ఎందుకో ఆమె పెదవులమీద సన్నటి నవ్వు కదలాడింది.

*　　　*　　　*

మంచం క్రిందనుండి క్లాంప్స్ బిగించడానికి అతడు చాలా కష్టపడవలసి వచ్చింది. లివర్ లాగగానే అడుగునుండి క్లాంప్స్ పైకి వచ్చి మంచం మీద పడుకున్న మనిషిచుట్టూ బోనులా బిగుసుకుంటాయి. మొత్తం నాలుగు జతల క్లాంప్స్. మోకాళ్ళ దగ్గర ఒకటి, నడుము దగ్గర ఒకటి, తల దగ్గర, కాళ్ళ దగ్గిర చెరొకటి.

క్లాంప్స్ బిగించడానికి ముందే అతడు తనతోపాటు తీసుకువచ్చిన ద్రవాన్ని ప్రియ చూపించిన చోటునుండి ఒక్కొక్క చుక్కే మంచంవరకూ పోసుకుంటూ వచ్చాడు.

మంచంక్రింద రాడ్ బిగించడానికి అతడికి దాదాపు మూడు గంటలు పట్టింది. అతడి శరీరమంతా చెమటతో తడిసిపోయింది. నాయుడు రావడానికి ఇంకా చాలా టైం వుంది. అప్పటివరకూ చేసేదేమీ లేదు. ఈ పనంతా చెయ్యడానికి ఎంతసేపు పట్టిందో, నాయుడు ఇంకా ఎంతసేపటిలో వస్తాడో, తనింకా ఎంతసేపు ఇలా వేచి ఉండాలో శేఖరానికి తెలీదు. టైం చూసుకునే శక్తి అతనికి లేదు. అతడు అలాగే ఆ మంచం క్రిందే పడుకుని వున్నాడు. క్షణం ఓ యుగంలా గడుస్తూంది. ఆకస్మాత్తుగా చేతిమీద ఏదో కుట్టింది. అతడు చప్పున చెయ్యి వెనక్కి తీసుకోలేదు, ఆనందంగా నవ్వుకున్నాడు.

తన ప్లాన్ సగంవరకూ సక్సెస్ అయినట్లే.

*　　　*　　　*

పేరుకున్న నిశ్శబ్దంలో చిన్న కదలిక.

అతడు కొద్దిగా కదిలాడు.

గదిలోంచి ఎవరో వచ్చిన సవ్వడి. అంటే ఆ ధ్వని అతనికి వినిపించిందని కాదు. తలుపు తీసిన కదలికకి గచ్చుమీద కలిగిన కంపనం దానికితోడు నాసిక అందించిన బీరువాసన.

ఫ్లయిట్ దిగి, ఇంటికివచ్చి, బీరుతాగి ఇప్పటికి పడక గదిలోకి వచ్చాడన్నమాట! అందుకే ఇంత ఆలస్యం అయింది అనుకున్నాడు శేఖరం. అతడి ఊహ నిజమే అన్నట్టు నాయుడు వచ్చి మంచంమీద పడుకున్నాడు. అతడు దగ్గరకు వచ్చిన తర్వాత శేఖరానికి మొదట వచ్చింది బీరువాసన. అదోరకం ఫారిన్ సెంటనీ, కేవలం నాయుడే దానిని వాడతాడనీ గుర్తువచ్చింది. అతడు సంతృప్తి చెందాడు. అయినా ఏ విధమైన రిస్కు తీసుకోదలచుకోలేదు. ఒకవేళ అతడు ఇంకా మంచంమీద పడుకోకుండానే కూర్చుని ఉండగా క్లాంప్స్ షట్‌చేస్తే అతడు తప్పించుకునే ప్రమాదం వుంది.

అందుకనే నాయుడు గదిలోకి ప్రవేశించాడని తెలియగానే క్రిందగచ్చుమీద వెల్లకిలా పడుకుని ఉన్న అతడు మంచంక్రింద స్ప్రింగుల దగ్గిర తల ఆనే చోట ఒకచెయ్యి, నడుమానేచోట మరోచెయ్యి, కాళ్ళు ఆనే చోట తన కాలు పెట్టి వుంచాడు.

శబ్దమూ, దృశ్యమూ గ్రహింపలేని ఆ అశక్తుడయిన యువకుని పట్టుదలనీ, తెలివితేటలనీ, దృఢ నిశ్చయాన్ని గమనిస్తున్నట్టు ఆ రాత్రి నిశ్శబ్దంగా వుంది.

మంచం దగ్గిరకు వచ్చి నాయుడు దానిమీద పడుకున్నట్లు శేఖరం స్ప్రింగుల కదలికవల్ల గ్రహించాడు, మరి ఇక ఆలస్యంలేదు. రెండు చేతులతో పట్టుకుని గట్టిగా లివర్ లాగాడు.

ఆదమరచి గడ్డిపరకలు తింటున్న లేడిపిల్ల మీదకు ఏమరుపాటున వెనుకనుండి పులిపంజా వచ్చినట్టూ మంచాని కిరువైపుల నుండి పెద్ద చప్పుడుతో క్లాంప్స్ వచ్చి బిగుసుకున్నాయి. వెంటనే శేఖరం టేపునొక్కాడు.

"నాయుడూ, కదలకు!"

ఇంత అకస్మాత్ పరిణామాన్ని నాయుడు వూహించలేడనీ కొంచెం గట్టిగా తోసేస్తే క్లాంప్స్ చెరోవైపుకీ పడిపోతాయనీ శేఖరానికి తెలుసు. అందుకే టేప్‌రికార్డర్‌లో రెండో వాక్యం వచ్చేవరకూ ఆగాడు.

"నీ చుట్టూ వున్న క్లాంప్స్‌కి సైనేడ్ పూయబడి వుంది".

స్టీలు షాపువాడికి ఆర్డరు ఇచ్చి క్లాంప్స్ తయారు చేయించినప్పుడే చాప ముళ్ళలాంటి చిన్న చిన్న సూదిమొనలు వచ్చేటట్లు ఆ ఇనుపరాడ్స్ తయారు చేయించాడు శేఖరం. ఏ మాత్రం వాటిని తొలగించుకోవటానికి ప్రయత్నించినా ఎక్కడో ఒకచోట సూది గుచ్చుకోవడం ఖాయం. పక్కమీద బందీ అయిన నాయుడికి ఇదంతా అయోమయంగానే వుంటుందనీ, ఆ అయోమయంలో

పొరపాటున క్లాంప్స్ తొలగించే ప్రయత్నం చేస్తే కష్టమనీ భావించి శేఖరం మంచం క్రిందనుండి బయటకి వచ్చాడు. అతడు వస్తూండగా టేప్‌లో మూడో వాక్యం వినబడింది.

"బెదరకు, నేనే శేఖరాన్ని! నీ దయవల్ల మాట్లాడలేను. కాబట్టి కంఠం అరువు తెచ్చుకున్నాను. ఆగు కదలకు! సైనేడ్ ఏమాత్రం తగిలినా నీ మరణం ఖాయం".

శేఖరం టేప్‌రికార్డర్ దూరంగా పెట్టి మంచం దగ్గరగా వెళ్ళాడు. నాయుడిని తడిమి చూశాడు. ఆపాటికే అతడి వళ్ళు చల్లగా భయంవల్ల చెమటతో తడిసి ముద్దయిపోయింది. అతడోకంపెనీ యజమాని. సైనేడ్ గురించి అతడికి బాగా తెలుసు. మృత్యువు రెండంగుళాల దూరంలో నిలిచి వుంటే చెమటలు పట్టకేం చేస్తుంది?

శేఖరం పెదవులమీద నవ్వు వెలసింది.

"ఒకప్పుడు నేనూ ఇలాగే బాల్కనీ గోడ పట్టుకుని వేలాడాను మిస్టర్ నాయుడూ! బ్రతుక్కీ, చావుకీ మధ్య ఊగిసలాడాను. అప్పుడేమైందో తెలుసా?"

శేఖరం తనతోపాటూ తెచ్చిన ద్రవాన్ని నాయుడు శరీరంమీద పూర్తిగా చల్లాడు. రెండు మూడు చుక్కలు అంచులకి రాశాడు.

టేప్‌రికార్డర్‌లో వస్తున్న మాటలు, వాక్యానికీ, వాక్యానికీ మధ్య టైమింగ్, ఏ వాక్యం ఎప్పుడొస్తుందీ, దీని తర్వాత ఏ పని చెయ్యాలీ- ఇవన్నీ దాదాపు ఇరవైసార్లు రిహార్సల్ వెయ్యడం వలన ఎక్కడా తడబడకుండా తనే మాట్లాడుతూ పనులు చేసుకుంటూ పోతున్నట్లు వుంది. కేవలం కంఠం మాత్రం స్త్రీది- అంతే!

"ఈ ద్రవం తేనె, నువ్వు ఎయిర్‌పోర్టు నుండి ఇంటికి వచ్చే సమయానికి చీమల్ని నీ మంచంవరకూ ఆహ్వానించాను. ఇప్పుడిక ఇవి మంచం ఎక్కి నీ శరీరాన్ని ఆక్రమిస్తాయి".

శేఖరం తడుముకుంటూ వెళ్ళి కుర్చీలో కూర్చున్నాడు.

"ఇప్పుడు నీ మొహాన్ని చూడాలని నాకెంతో కోరికగా వుంది. నా తీరని ఆశల్లో ఇదొకటిగా మిగిలిపోయింది. నీ కసలు తెలివిలేదు నాయుడూ! నీ దగ్గర్లో సైనేడ్ వుందని నాకు తెలుసు. నీకే మాత్రం తెలివి తేటలున్నా నేను తడిమి చూడటానికి నీ దగ్గరికి వచ్చినపుడు నా శరీరానికి ఏ ఒక్కముల్లు గీసుకుపోయేటట్లు చేసినా నేనక్కడికక్కడే మరణించి ఉండేవాణ్ణి. ప్రాణభయంతో నీకే ఆలోచన కూడా రాకపోవడం నీ దురదృష్టం. నీకామాత్రం ఆలోచన కూడా రాదని నేను ముందే ఊహించి అదికూడా టేప్‌చేశాను.

మిస్టర్ నాయుడూ! అరవడానికి ప్రయత్నించకు. అరిచినా ఈ గదిలోనుండి బయటికి వినిపించదు. ఇంకో అయిదు, పది నిముషాల్లో చీమలు కుట్టటం ప్రారంభిస్తాయి ఓర్చుకోవడానికి ప్రయత్నించు, తప్పదుమరి, తెల్లవారేవరకూ ఓర్చుకుంటే పొద్దున్న వరకూ నువ్వు బ్రతికుంటే నీ అదృష్టం బాగుంటే పొద్దున్న ఎవరోవచ్చి రక్షిస్తారు. లేదూ- ఇంత బాధ భరించలేనూ అంటే... చాలా సులభం! నీ చేతిని కొంచెం విసురుగా పైకెత్తు క్లాంప్స్ గుచ్చుకుని క్షణాలమీద చచ్చిపోతావు. అత్యంత సులభమయిన మరణం కావాలో, ఈ రాత్రి నీ జీవితపు కాళరాత్రిగా మార్చుకుంటావో నీ మీద ఆధారపడి వుంది" టేపు ఆగింది,

శేఖరం టేపు రికార్డర్ చేతిలోకి తీసుకున్నాడు. గుమ్మంవరకూ నడిచాడు. అక్కడ ఆగి తన మనసులోని ఆఖరి వాక్యాలకోసం ఒక క్షణం నిలబడ్డాడు.

"ఆ రాత్రికూడా నేను ఇలాగే నిస్సహాయంగా ఎముకలు విరిగి క్షణం క్షణం భయంతో రాత్రంతా గడిపాను. ఇదిగో ఈ క్షణం కోసమే ఇన్నాళ్ళూ ఎదురు చూసాను. ఏ చీమలయితే నన్ను అంధుణ్ణి చేశాయో ఆ చీమలే నీ భవితవ్యాన్ని నిర్ధారణ చేయబోతున్నాయి. ఈ శిక్ష కేవలం నా తరఫు నుండి వ్యక్తిగతమయిందేకాదు, మందుల్లో కల్తీచేసినందుకూ, ధరల్లో మోసం చేసినందుకూ నీ పాపానికి పరిహారం.... గుడ్‌బై".

* * *

అతడు బయటికి రావటానికి కొద్దిగా కష్టం అయింది. అందులోనూ చేతిలో టేప్‌రికార్డర్ ఉండటంచేత రావడానికి దాదాపు యిరవైనిముషాలు పట్టింది. వీధి మొదట్లో ప్రియ ఎదురుచూస్తూ వుంది. ఇద్దరూ కలిసి ఇంటికి వచ్చేసరికి దాదాపు పన్నెండు కావస్తోంది.

"నువ్వు ఇంటికి వెళ్ళవా?"

"ఉహుఁ! వెళ్ళను. ఇక్కడే వుంటాను" ఆమె వ్రాసింది.

"ఈ కథ ఎలా ముగుస్తుందో నాకు తెలీదు ప్రియా! నాయుడు బ్రతికివున్నా, చచ్చిపోయినా నేను అరెస్టు అవటం ఖాయం. హత్యచేసినా, చెయ్యటానికి ప్రయత్నించినా శిక్ష దాదాపు సమానమే. నాలాంటి నేరస్తుడితోపాటు ఈ రాత్రి వుండి నీ కారెక్టర్‌కి మచ్చ తెచ్చుకోకు"

ఆమె వినలేదు. అతడు బలవంతంగా ఒప్పుకోవలసి వచ్చింది. ఆ రాత్రి అతను నిద్రపోలేదు. అనుక్షణం నాయుడ్ని ఊహించుకుంటూనే గడిపాడు.

తెల్లవారింది. దాదాపు తొమ్మిది అవుతుండగా శేఖరం ఆమెకి సూచన ఇచ్చాడు. "ఈ పాటికి ఎవరో ఒకరు లోపలికి ప్రవేశించి వుంటారు. అక్కడి పరిస్థితి ఎలా వుందో ఫోన్ చెయ్యి. నువ్వెవరో చెప్పకు. కేవలం నాయుడి కోసం చేసినట్లు మామూలుగా ఎంక్వయిరీ చెయ్యి."

ఆమె ఫోన్ అందుకుని డయల్ చేసింది. అటునుండి రింగ్ వినబడుతోంది. నిముషం తరువాత అవతలవైపు రిసీవర్ ఎత్తిన ధ్వని వినిపించింది. "హలో" అంది. "కెన్ ఐ స్పీక్ టు మిస్టర్ నాయుడు?"

శేఖరం ఊపిరి బిగపట్టాడు.

మరో నిముషం మాట్లాడి, ప్రియ ఫోన్ పెట్టేసింది.

ఆమె చెప్పబోయే విషయం వినటం కోసం అతడు ఆతృతపడుతున్నాడు. అతడి గుండె వడివడిగా కొట్టుకుంటూంది. 'ఏమైంది' అన్న ప్రశ్న అతడి మొహంలో స్పష్టంగా కనబడుతూంది...

ఆమె బ్రెయిలీలో చెప్పింది. "నాయుడిని అపస్మారక స్థితిలో వుండగా ప్రొద్దున్న నౌకరు చూశాడట. ఒళ్ళంతా దద్దుర్లతో ఆస్పత్రిలో చేర్పించారట."

శేఖరం బిగ్గరగా నవ్వేడు. అతడింత గట్టిగా నవ్వటం ఆమె ఎప్పుడూ చూడలేదు.

"అదృష్టవంతుడు బ్రతికి బయటపడ్డాడు. పాపం రాత్రంతా భయంతో బిర్రబిగుసుకుపోయి ఉంటాడు. ఒక్కొక్క చీమా ఒక్కొక్క చోట కుడుతూ వుంటే కదల్లేక మెదల్లేక సతమతమైపోయి ఉంటాడు... పూర్‌ఫెలో... పాపం తన చుట్టూ క్లాంప్సకు నిజంగా సైనేడ్ పూయబడిందనే అనుకుంటున్నాడు, దాన్ని ముట్టుకోవటానికి భయటపడి ఉంటాడు. అంత సైనేడ్ సంపాదించటం ఈ పరిస్థితుల్లో నాకు సాధ్యంకాదు అన్న కనీసపు వూహకూడా అతడికి ఎందుకు రాలేదో?... తలుచుకుంటే జాలేస్తూంది. ప్రొద్దున్నే నౌకర్‌కి ఈ సైనేడ్ సంగతేమీ తెలీదు కాబట్టి మామూలుగా చేతితో వాటిని తీసేసి వుంటాడు".

ఆమె అచేతనంగా వుండిపోయింది. క్లాంప్సకి సైనేడ్ పూయబడలేదన్న విషయం ఆమెకు కూడా తెలుసు. శేఖరం ఆమెకు ముందేచెప్పాడు.

"కేవలం చీమకాటువల్ల స్పృహ తప్పదు. భయంవల్ల కలిగిన అపస్మారక స్థితినుంచి ఈపాటికి అతడు బయటపడి ఉంటాడు. పోలీసులకి జరిగినదంతా చెప్తూతూ ఉండి ఉంటాడు. ఇంకో గంటలోనో- రెండు గంటల్లోనో నన్ను అరెస్టు చేయుటానికి పోలీసులు వస్తారు".

ఆమె దానికి సమాధానం చెప్పలేదు.

గంట గడిచింది.

ఎవరూ రాలేదు.

శేఖరంలో టెన్షన్ పెరగసాగింది. అయిపోవటం వేరు, ఏదో అవుతూందని ఎదురుచూడటం వేరు. ఇక ఆపుకోలేక ఆమెను తిరిగి నాయుడు ఇంటికి ఫోన్ చెయ్యమన్నాడు. ఆమె ఫోన్‌చేసి, రిసీవర్ పెట్టేసి, "నాయుడు ఆస్పత్రినుంచి తిరిగి వచ్చేశాడని, రెస్టు తీసుకుంటున్నాడని" చెప్పింది.

అతడు ఆశ్చర్యపోయాడు, 'పోలీసులకేమీ చెప్పలేదా?'

"అసలు పోలీసు లెవరూ రానేలేదట".

"రాలేదా?"

"లేదు. క్లాంప్స్ విషయం కూడా ఎవరికీ చెప్పవద్దని నౌకర్ని హెచ్చరిస్తున్నాడు. నేను కొంచెం బెదిరించేసరికి నాతో చెప్పేశాడు".

శేఖరం ఆలోచనలో పడ్డాడు. అంతలో ఏదో స్ఫురించి "ఓ! అదన్నమాట సంగతి" అన్నట్టూ తల పంకించాడు.

"అతడిమీద నేను పోలీసు రిపోర్టు యివ్వలేదు. నా పగ నేనే తీర్చుకున్నాను. ఇప్పుడు అతడు కూడా అదే విధంగా నా మీద 'స్వయంగా' తనే పగ తీర్చుకోవటానికి ఏదో పథకం ఆలోచిస్తున్నాడన్న మాట... చూద్దాం ఏం చేస్తాడో!"

ఆమె దానిక్కూడా ఏమీ మాట్లాడలేదు.

అయితే ఆ తర్వాత ఎన్ని రోజులు గడిచినా నాయుడి దగ్గర్నుంచి రెస్పాన్స్ రాలేదు. రాదన్న సంగతి ఆమెకి తెలుసు. శేఖరం అటువంటి భ్రాంతిలో ఉండటమే మంచిది.

నాయుడు ఆ రాత్రి విమానంలో రాబోవటంలేదన్న విషయం తనకి ముందే తెలుసుననీ, కావాలనే తప్పుడు ఇన్ఫర్మేషన్ ఇచ్చిందనీ, ఆ రాత్రి శేఖరంతో పాటూ తను కూడా ఆ ఇంట్లో ప్రవేశించి నాయుడు వాడే సెంట్‌సీసా ఉపయోగించిందనీ, శేఖరం తడిమి చూసింది తనచేతినేననీ, శేఖరం నాయుడు ఇంటినుంచి బయటకు రాగానే అతడు బిగించిన క్లాంప్స్ విప్పి వాటిని తీసుకుని తనూ బయటకు వచ్చేసిందనీ, శేఖరానికి ఎప్పటికీ తెలిసే వీలులేదు. తన కాబోయే భర్త అంధత్వాన్నీ, చెముడునీ ఆ విధంగా ఉపయోగించుకోవలసి రావటం విచారకరమే అయినా హంతకుడుగా తననుంచి వేరుపడటం ఇష్టంలేక ఆమెకి ఈ రిస్కు తీసుకోక తప్పలేదు.

శేఖరం మాత్రం నాయుడు ఎప్పటికయినా తనమీద పగ తీర్చుకుంటాడని ఎదురుచూస్తూనే ఉన్నాడు.

6

రవూఫ్ ఒకవైపు నుండి చకచకా ఎంక్వైరీ పూర్తిచేసుకుంటూ వస్తున్నాడు. 'ప్రార్థన కనబడటంలేదు' అన్న న్యూస్ అందిన వెంటనే హుటాహుటిన ఆస్పత్రికే వెళ్ళాడు. వసుమతికి 'డాక్టర్ జైన్ పిలుస్తున్నాడు' అని కబురందించిన నర్సుని వాకబుచేస్తే తనకా విషయం చెప్పిన వ్యక్తి పోలికల్ని ఆమె వివరించింది.

అవి భార్గవకి సరిగ్గా అతికినట్లు సరిపోయాయి. క్రింద మెట్ల దగ్గర లాన్‌లో పడివున్న చక్రాలకుర్చీ మిగతా విషయాల్ని ఋజువు పరచింది. భార్గవ ప్రార్థనని తన కారులోనే తీసుకువెళ్ళాడని నిర్ధారణ అయింది.

రవూఫ్ వెంటనే పోలీస్‌స్టేషన్‌కి తిరిగివచ్చాడు. ఊరి బయటకు వెళ్ళే దార్లన్నింటిలో ఉన్న పోలీస్ స్టేషన్లకి భార్గవ కారు నెంబరుచెప్పి దానిని తక్షణం ఆపుచేయమని మెసేజ్ ఇచ్చాడు. ఆ తరువాత సిటీలో ఎక్కడయినా ఆ కారు కనబడుతుందేమోనని సెర్చ్‌పార్టీని నలువైపులకి పంపించాడు.

భార్గవ ఒకవేళ కూతుర్ని ఇంటికి తీసుకు వెళ్ళాడేమోనని అక్కడికి కూడా పంపించాడు. కానీ అక్కడ దొరకలేదు. సరిగ్గా ఒంటిగంట అవుతూండగా అతడి ముందున్న ఫోన్ మ్రోగింది. దానికోసమే ఎదురు చూస్తున్నట్టు రిసీవర్ చప్పున అందుకున్నాడు రవూఫ్. అవతల్నించి మెసేజ్ వచ్చింది.

మోహన్‌లాల్ కపాడియా ఇన్‌స్టిట్యూట్ ఆవరణలో కారు కనపడ్డట్టు.... రవూఫ్ ఆనందంతో సన్నగా విజిల్ వేశాడు. ఆస్పత్రి ఆవరణలో నుండి కంటెప్ట్ ఆఫ్ కోర్టుక్రింద పేషెంటుని తీసుకువెళ్ళడం కన్నా ఇంకొకరి ఆవరణలోకి క్రిమినల్ ట్రిస్‌పాస్ క్రింద ప్రవేశించడం మరింత పెద్దనేరం. శంకర్‌లాల్ నుండి వ్రాతపూర్వకంగా ఫిర్యాదు తీసుకుంటే దొంగతనం చేస్తూ పట్టుబడి, పారిపోవడానికి ప్రయత్నించాడనీ అప్పుడు షూట్ చెయ్యవలసి వచ్చిందని పై అధికారులకి చెప్పవచ్చు.

హుషారుగా బయటకు నడిచాడు రవూఫ్.

అతడు శంకర్‌లాల్ దగ్గరకు చేరుకునేసరికి ఒంటిగంటన్నర కావొస్తూంది. రవూఫ్ చెప్పిందంతా విని శంకర్‌లాల్ విచలితుడయ్యాడు.

"కారు మా ఆవరణలో వుందా?"

"అవును సార్. మీరు కంప్లయింట్ వ్రాసిచ్చారంటే ఎక్కడ వున్నా అరెస్ట్ చేస్తాను."

"ఎక్కడున్నా- అన్న ప్రశ్నలేదు. అతడు మా ఇన్‌స్టిట్యూట్‌లోనే- మా లాబ్‌లోనే వున్నాడు" సాలోచనగా అన్నాడు శంకర్‌లాల్. ఇన్‌స్పెక్టర్ అవాక్కయ్యాడు.

"అవును ఇన్‌స్పెక్టర్. అతడు అక్కడికి ఎందుకు చేరుకున్నాడో కూడా నేను వూహించగలను. పాపం తను ఇంతకాలం వున్న లాబ్‌మీదా, తన థియరీమీదా ఇంకా మమకారం పోలేదన్నమాట".

"మనం పోగొద్దాం సార్" నవ్వేడు రవూఫ్. శంకర్‌లాల్ కూడా నవ్వుతూ, "అతడిని అక్కడనుండి లేవగొట్టటానికి కంప్లయిట్ వ్రాసివ్వాలి. అంతేగా" అన్నాడు.

"ప్రవేశించినందుకు వ్రాసివ్వండి సార్. ఎక్కణ్నుంచి లేవగొట్టాలో నేను చూసుకుంటాను."

"ఎందుకు అతడిమీద నీకు అంత పగ?" వ్రాస్తూ అడిగాడు.

"నన్ను కొట్టినవాడు ఇంతవరకూ లేడు సార్. ఆ రోజు స్టేషన్‌లో దానికి జవాబు చెపుదామంటే మీరు వచ్చి విడిపించారు. అప్పటి ఋణం అలాగే వుండిపోయింది".

"విడిచి పెట్టినందుకు మా ఋణం తీర్చుకున్నాను కదయ్యా" కాగితం అందిస్తూ అన్నాడు. "... ఈ రోజు శలవు కాబట్టి సరిపోయింది. కానీ రేప్రొద్దున్న తొమ్మిదింటికి ఉద్యోగులందరూ వచ్చేస్తారు. వాళ్ళు చేరుకునే లోపులో అంతా పూర్తవ్వాలి. అక్కడో సీను తయారవటం నాకిష్టంలేదు".

"రేపు తొమ్మిదా! అంతవరకూ ఎందుకుసార్. ఇంకో అరగంటలో మొత్తమంతా పూర్తిచేసెయ్యనూ".

"మంచిది ఇన్‌స్పెక్టర్. మళ్ళీ మేం మీకు ఋణపడే అవకాశాన్ని కల్పిస్తున్నారన్నమాట" గుంభనంగా నవ్వేడు.

రవూఫ్ మొహం ఆనందంతో విశాలమైంది. రివాల్వర్ సర్దుకుంటూ "థాంక్యూ సాబ్... థాంక్యూ" అన్నాడు.

ఇద్దరికీ జరగవలసింది అర్థమయింది. పద్మశ్రీ చంపాలాల్, శంకర్‌లాల్‌కి చాలా కావల్సినవాడు.

* * *

శంకర్‌లాల్ దగ్గరనుంచి రవూఫ్ వ్రాతపూర్వకమైన కంప్లయింట్ తీసుకుంటున్న సమయానికి శేఖరం ప్రియతో కలిసి యింటిమెట్లు దిగుతున్నాడు. "మనం ఎక్కడికి వెళుతున్నాం" అని అడుగుతోందామె.

బ్రెయిలీ బాగా అలవాటు అయితే షార్టుహాండ్‌లాగే షార్టుకట్‌లో వ్రాసుకోవచ్చు. చిన్న స్కేలులాటి పరికరంతో నడుస్తూనే వాళ్ళు సంభాషిస్తున్నారు.

"నాయుడికి జరిగిన పరాభవం సంగతి తెలిస్తే సంతోషించేవాళ్ళు ఇంకొకరున్నారు. అతడి దగ్గరికి వెళుతున్నాం మనం".

"ఎవరు?"

"భార్గవ"

"ఇంటికా" అతడిని తీసుకువెళ్ళటం కోసం అడిగింది.

"కాదు, ఇన్‌స్టిట్యూట్‌కి".

"ఈ రోజు ఆదివారం, శలవు".

"భార్గవలాటి సైంటిస్టులకి ఆదివారాలూ, శలవలూ ఉండవు".

'కన్నకూతురు మరణశయ్య మీద వుంటే ఏ తండ్రీ ప్రయోగాలు చేస్తూ కూర్చోడు' అని చెపుదామనుకొని, మళ్ళీ అతడు బాధపడతాడని ఊరుకుంది. ఇప్పుడు భార్గవకి కూడా నాయుడి విషయం– అసలు జరిగింది– చెప్పాలి.

వాళ్ళు ఇన్‌స్టిట్యూట్‌కి వెళ్ళేసరికి పావుతక్కువ రెండయింది.

ఇన్‌స్టిట్యూట్ వాచ్‌మెన్ శేఖరానికి శాల్యూట్ చేశాడు. అయితే అతడు కొత్తగా వచ్చినవాడు. శేఖరం, ప్రియ అందులో పనిచేసే ఉద్యోగులే అనుకున్నాడు.

ఆ రోజు శలవు అవటం వల్ల ఆ వాతావరణమంతా నిర్మానుష్యముగా ఉంది. దూరంగా ఒక కారు దగ్గిర మాత్రం ఇద్దరు పోలీసులు నిలబడి ఉన్నారు. వాళ్ళు తమ ఇన్‌స్పెక్టర్ కోసం ఎదురు చూస్తున్నారు. తమకు రెండువందల గజాల దూరంలోనే తాము వెతుకుతున్న వ్యక్తి వున్నాడని వారికి తెలీదు.

శేఖరం ప్రియతో సహా తనకి అలవాటయిన కారిడార్ గుండా భార్గవ లాబ్ చేరుకున్నాడు.

ఇన్‌స్టిట్యూట్ ప్రశాంతంగా, నిశ్శబ్దంగా వుంది. సముద్ర గర్భములో అగ్నిపర్వతం పేలటానికి కొద్దికొద్దిగా ఆయత్తమవుతున్నప్పుడు, రాబోయే ప్రమాదాన్ని గ్రహించి సకల చరాలూ దూరంగా వెళ్ళిపోగా స్థబ్దత పొందుతున్న సాగర జలాల్లా వుంది అక్కడ ప్రశాంతత.

వాళ్ళు వెళ్ళే సమయానికి భార్గవ మోనోక్లోనల్ యాంటీబాడీస్‌ని ఇన్‌ఫ్యూజ్ చేసే కల్చర్ ఛాంబర్ దగ్గిర వున్నాడు. కల్చర్ ఛాంబర్‌ని మూడు నాలుగు నెలలపాటూ రోగి శరీరంలోనే ఆపరేషన్ చేసి అమరుస్తారు. అది తన పని తాను చేసుకుపోతుంది. దాన్ని శాశ్వతంగా అమర్చటం పట్ల ఇంకా ఏకాభిప్రాయం కుదరలేదు. ఈ ఛాంబర్లో వాడబడే హోమోపోలిమర్‌ని అతడు తన ప్రయోగంలో ఉపయోగించదల్చుకున్నాడు. ఈ పలుచటి పొరే యాంటీబాడీస్ డిఫ్యూజ్ అవటానికి తోడ్పడుతుంది.

ఒక కన్ను బయట ద్వారంమీద ఉంచి, మరోవైపు తన పని చూసుకోవటం అతడికి కష్టం అవుతూంది. తానెక్కడున్నదీ గుర్తించటానికి బహుశా పోలీసులకి ఎక్కువకాలం పట్టకపోవచ్చు. ఏ క్షణమైనా వాళ్లు వస్తారు... మాటిమాటికీ ద్వారంవైపు చూస్తూ ఉండటం వల్ల అతడి ఏకాగ్రత ప్రయోగం మీద నిలవటంలేదు.

సరీగ్గా అదే సమయానికి దూరంగా అడుగులచప్పుడు వినబడింది. అతడు చప్పున టేబిల్ దగ్గరికి పరుగెత్తాడు. కానీ అతడూహించినట్టూ కాక, శేఖరం, ప్రియ వస్తూ కనబడ్డారు. ఆ సమయంలో వాళ్ళు అక్కడికి ఎందుకు వస్తున్నారో అతడికి అర్థంకాలేదు. ప్రియ, భార్గవని అక్కడ చూసి తన అభిప్రాయం తప్పయినందుకు విస్మయం చెందింది. మరో రెండడుగులు వేయగానే లోపల దృశ్యం కనబడింది. లోపల ప్రార్థన పడుకుని వుంది.

ఆమె అవాక్కయి నిలబడింది.

ఇదేమీ శేఖరానికి తెలీదు. అతడు ఆమెకి భార్గవ ఉన్నాడా అని సైగ చేయబోతున్నాడు. అదే సమయానికి భార్గవ వచ్చి శేఖరం చేతిని తన చేతిలోకి తీసుకున్నాడు.

కొన్ని జ్ఞానేంద్రియాలు పోతే, మిగిలిన ఇంద్రియాలు మరింత కొత్తశక్తిని సంతరించుకుంటాయంటారు. కేవలం స్పర్శని బట్టి భార్గవ ఏదో టెన్షన్‌లో వున్నాడని శేఖరం. 'ఏమైంది' అన్నట్టు సైగ చేశాడు....

పది నిముషాల్లో భార్గవ జరిగినదంతా సంక్షిప్తంగా అయినా ఏ విషయమూ వదలకుండా శేఖరానికి చెప్పాడు.

జరిగినదంతా చదువుతూంటే శేఖరం మొహంలో రంగులు మారసాగేయి. ఇది.... యిదంతా నిజమేనా అన్న అనుమానం కలిగి, ఒకటికి రెండుసార్లు చదవవలసి వచ్చింది. తన పరోక్షంలో ఇన్ని విషయాలు జరిగాయని అతడికి

తెలీదు. చదవటం పూర్తి చేసేసరికి అతడి కళ్ళు వుండాల్సిన స్థానంనుంచి రెండు నీటి చుక్కలు చంపల మీదకు జారినయ్!

నిజాయితీతో- పట్టుదలతో తను నమ్మిన ఒక అంశం మీద ప్రయోగం చెయ్యాలనుకున్న ఒక సైంటిస్టుకి యెన్ని కష్టాలు? జరుగుతున్న అన్యాయాన్ని ప్రజలకు విప్పి చెప్పటం కోసం తాపత్రయపడ్డ ఒక మనిషి చుట్టూ ఎంత వ్యతిరేకత!! మానవ కళ్యాణం కోసం అన్నీ త్యాగం చెయ్యబోతూన్న ఒక మహర్షి చుట్టూ ప్రశాంతమయిన ఆలయాన్ని నిర్మించవలసింది పోయి ఈ ప్రజలు, పోలీసులు, న్యాయస్థానాలు, అధికారులు- చివరికి భార్యకూడా అతడిమీద తలోరాయీ విసరటానికి ప్రయత్నిస్తున్నారు.

నిస్సహాయతా, వేదనా, సానుభూతీ మొదలయిన భావాలన్నీ ఒక్కసారిగా చుట్టుముట్టి అతడు చిగురుటాకులా కదిలిపోయాడు, ఇంతకన్నా పెద్ద సమస్యల్ని ఎదుర్కొన్న శేఖరం....

కాగితం తీసుకుని ఒకే ఒక వాక్యం వ్రాసి భార్గవకు అందించాడు.

"నేనూ నీతో ఉంటాను"

భార్గవకు అర్థంకాలేదు. "... ఏమిటీ?"

"ఈ క్రతువులో నన్నూ పాలుపంచుకోనివ్వు. వేదోక్తంగా మంత్రాలు చదవలేను కానీ మంట ఆరకుండా అరచేతులు అడ్డు పెట్టగలను".

భార్గవ కళ్ళు చెమ్మగిల్లాయి. అతడు ఈ మాత్రం ఆప్యాయతకు చాలాకాలం నుండీ నోచుకోలేదు. గాద్గదికమైన కంఠంతో 'సరే' అన్నాడు.

ఆ మాటలు శేఖరానికి వినిపించలేదు. భార్గవ ఏం చెపుతున్నదీ అతడికి అనవసరం కూడా! అతడో నిర్ణయానికి వస్తే బ్రహ్మ రుద్రాదులు వచ్చినా దానికి తిరుగులేదు. సైన్యంలో అధికారాన్ని అప్పుడే చేతిలోకి తీసుకున్న లెఫ్టినెంట్‌లా "మనం ఇక్కడ ఎన్ని రోజులు ఉండవలసి వుంటుంది?" అని అడిగాడు.

"నాకు వచ్చిన వూహ సరైనదో కాదో ప్రయోగంలో తేలే వరకూ.... ఈ లోపులో ప్రార్థనకి ఏదైనా అయితే..." వాక్యం పూర్తి చేయలేకపోయాడు భార్గవ.

దాన్ని పట్టించుకోలేదు శేఖరం. ఇతడు ప్రాక్టికల్ మనిషి.

"ఈ గదిని మనం దాదాపు ఎయిర్-టైట్ చెయ్యాలి. మనకు తెలియకుండా ఎవరూ ఈ గదివైపు కనీసం చూడటానికి కూడా సాహసం చెయ్యకుండా బందోబస్తు చెయ్యాలి. అదంతా సరే.... మరి ఇన్ని రోజులూ తిండి?"

భార్గవ గతుక్కుమన్నాడు. ఇంతవరకూ తనకీ విషయమే గుర్తురాలేదు. అణు నిర్మాణం, కణ విచ్ఛేదంలాంటి విషయాల గురించే ఆలోచించగలడు తప్ప ఇలాటి సమస్యలు తట్టవు. కేవలం ప్రార్థనకి అవసరమయినవి మాత్రమే తీసుకున్నాడు.

ఈ లోపులో శేఖరం ప్రియ వున్నవైపు తిరిగాడు. "విషయం అర్థమయిందిగా! నాయుడి కేసుతో నీకీ క్రిమినల్స్ బాధ అయిపోయిందను కున్నాను. ఇప్పుడీ రెండో కేసు వచ్చిపడింది. చెప్పు, సహకరిస్తావా సెక్రటరీ?"

ఆమె వస్తూన్న కోపాన్ని అణుచుకుంది. "అనుమానాల్తో సమయం వేస్టు చెయ్యకండి. ఏమేం కావాలో త్వరగా చెప్పండి"

"తిండి. ... వారం రోజులకి సరిపడా ఏ గడ్డి దొరికితే అది" ఆమె వేగంగా బయలుదేరబోయింది.

"ప్రియా" అన్నట్టూ సైగ చేశాడు. ఆమె ఆగింది. అతడు అందించిన కాగితం అందుకుంది. అందులో ఇలా వుంది.

".... ఏదైనా జరగొచ్చు. మా తలకు మించి మేము చేస్తూన్న ఈ సాహసంలో మా ప్రాణాలకే మోసం రావచ్చు. అలాగే కానీ అయితే- ఇదే చివరి..."

అర్థంతరంగా ఆగిపోయిన ఈ వాక్యాన్ని చూసి ఆమె తల ఎత్తింది.

అతడు కుడి అరచేతిలో ఎడమచెయ్యి పిడికిలి బిగించి రెండు చూపుడు వేళ్ళూ గోపురంలా ఆనించాడు.

ఆమె సిగ్గుపడలేదు. ఎందుకో అప్రయత్నంగా కళ్ళలో నీళ్ళు తిరిగాయి. కానీ సెంటిమెంటుకి ఇది టైమ్ కాదు. దాదాపు పరుగెడుతున్నట్టూ ఆమె అక్కడ్నించి కదిలింది.

* * *

శంకర్‌లాల్ దగ్గిరనుంచి రవూఫ్ తిన్నగా ఇన్‌స్టిట్యూట్‌కి వెళ్ళలేదు. తన స్టేషన్‌కి వెళ్లాడు. భార్గవ ఎక్కడున్నాడో తెలిసిన తర్వాత ఇక అతడికి తొందరలేదు. ఒక్కో వేపునుంచి వల పన్నుకుంటూ వస్తున్నాడు.

సూపరింటెండెంట్ ఆఫ్ పోలీస్ దగ్గరికి వెళ్ళి జరిగినదంతా చెప్పాడు. కావలసినచోట మాత్రం 'కొద్దిగా' విశ్లేషణాలు చేర్చాడు. ఆస్పత్రి నుంచి ఒక పాప అపహరణ... కొన్ని లక్షల రూపాయల విలువ చేసే ప్రయోగశాల ఆక్రమణ... దగ్గిరకొచ్చి బంధించటానికి ప్రయత్నిస్తే పాపని చంపేస్తామని బెదిరింపు... వగైరా...

అతడికి కావాల్సిన ఫలితాన్ని పై అధికారి నించి పొందగలిగాడు. "ఇది దాదాపు హైజాకింగ్‌తో సమానం. యూ ట్రీట్ ది బాస్టర్డ్ అకార్డింగ్లీ" అన్నాడు యస్.పి.

రవూఫ్‌కి కావల్సింది అదే!

ముందు చేసి తరువాత చెప్పటం వేరు, చెప్పి తరువాత చేయటం వేరు.

అతడు తెలివయినవాడు.

* * *

వారం రోజులకు సరిపడా ఏం కావాలో ఆమెకు తెలియలేదు. బ్రెడ్, జామ్ కొన్నది. ఫ్రూట్స్ కూడా తీసుకుంది. లాబ్‌లోనే ఫ్రిజ్ చూసిందామె.

అయినా అసలు వాళ్ళేం చెయ్యబోతున్నారో ఆమెకి పూర్తిగా అర్థంకాలేదు. ముందు ముందు ఏం జరుగుతుందో కూడా ఆమెకు అనూహ్యంగానే వుంది. ఆలోచనల్లతోనే పని పూర్తిచేసుకుని ఆటోని తిరిగి ఇన్‌స్టిట్యూట్‌కి పొమ్మంది.

ఊరి చివర ఇన్‌స్టిట్యూట్. ఇంకో రెండు కిలోమీటర్లు వుందనగా చిన్న శబ్దంతో ఆటో ఆగిపోయింది. డ్రైవర్ దిగి తను కూర్చున్న సీట్ ఎత్తి ప్లగ్ విప్పసాగేడు. ఈ ఆలస్యం ఆమెని కంగారు పెట్టింది. డ్రైవర్ ఇసుక కాగితంలో వేసి ప్లగ్‌ని శుభ్రం చెయ్యసాగేడు.

"నేనింకో ఆటోలో వెళ్ళిపోతాను" అందామె.

"క్యోం మేంసాబ్! ఏక్ మినిట్ మే హోజాతానా!!" అన్నాడు అతడు. కానీ మొత్తం అంతా అయ్యేసరికి పదినిముషాలు పట్టింది. ఈ పది నిముషాలు ఆమెకి ముళ్ళమీద కూర్చున్నట్టే వుంది. ఆమె మనసెందుకో కీడు శంకించసాగింది.

ఇన్‌స్టిట్యూట్ ప్రహరీగోడ పక్కనుంచి ఆటో వెళుతుండగా లోపలి ఆవరణలోకి తొంగిచూసి అప్రయత్నంగా 'ఆపు' అని అరిచింది.

రోడ్డు మధ్యలో కీచుమని శబ్దం చేస్తూ ఆటో ఆగింది.

కాళ్ళలో సత్తువ లేనట్టూ, దిగటానికి ఓపిక లేనట్టూ ఆమె అలానే కూర్చుండిపోయింది. కాళ్ళముందు తిండి పదార్థాల బుట్ట పరిహసిస్తున్నట్టూ, కనబడింది.

ఇన్‌స్టిట్యూట్ ఆవరణలో ప్రతి చెట్టుకి దాదాపు ఒక పోలీసు చొప్పున నిలబడి వున్నాడు. వ్యాన్ పక్కనే వున్న రవూఫ్ వాళ్ళకి ఆదేశాలిస్తున్నాడు.

పోలీసుల ఉనికిని మొట్టమొదట గమనించినవాడు భార్గవ. వాళ్ళని చూసి అతడు స్థంభించిపోయాడు. అంత తొందరగా వాళ్ళు తనని కనుక్కుని, చుట్టుముడతారని ఊహించలేదు.

అతడు శేఖరానికి బయట జరుగుతున్నది వివరించి చెప్పాడు. అయితే శేఖరం భార్గవలా కంగారు పడలేదు. ఎప్పుడో ఒకప్పుడు దీనిని ఎదుర్కోవలసి వస్తుందని అతడికి తెలుసు. అతడు ఆందోళన చెందింది ప్రియ గురించి. ఈ పోలీసుల మధ్య నుండి ఆమె ఆహారపదార్థాలను తీసుకువచ్చి అందివ్వడం దాదాపు అసాధ్యం.

వీళ్ళిలా తమ తమ ఆలోచనలలో వుండగా రవూఫ్ ఇద్దరు పోలీసులతో గుమ్మంవైపు వస్తూ కనబడ్డాడు. భార్గవ టేబుల్‌మీద ఉన్న ఎక్స్‌ప్లోజివ్ తీసుకున్నాడు. కిటికీలోనుండి బయట ఖాళీ ఆవరణలోకి విసిరి పేల్చడంద్వారా తన దగ్గిర బాంబ్స్ వున్నాయనీ, దగ్గరకు రావడం ప్రమాదం అనీ అవతలివాళ్ళని హెచ్చరించాలని భార్గవ ఆలోచన. కానీ దీనికి శేఖరం వప్పుకోలేదు. చూడటానికి ఖాళీ ఆవరణే అయినా విసిరే సమయానికి అటువైపు ఎవరయినా వస్తే అప్పుడు హత్యానేరం కూడా పైనబడుతుందనీ, అది మరింత ప్రమాదకరం అనీ అతడు భావించాడు. అదీగాక అది పేలినప్పుడు దాని ప్రభావం ఎంతదూరం వరకూ వుంటుందో! చుట్టూ వున్న ప్రయోగశాలలోని విలువైన పరికరాల్ని అది ఎంతవరకూ నాశనం చేస్తుందో తెలీదు. అవసరమైతే ఎలాగూ తప్పదు. కేసు పెద్దది చేసే అనవసరమైన తొందరపాటు చర్యలు ఇప్పుడే ఎందుకు?

"అయితే ఏం చేద్దాం?" అడిగాడు భార్గవ. శేఖరం చెప్పాడు.

రవూఫ్ అదే సమయానికి అడుగులో అడుగు వేసుకుంటూ వాళ్ళున్న గదివేపు వస్తున్నాడు. గుమ్మానికి దూరం చెరోవైపు నుండీ ఇద్దరు పోలీసులు కూడా రహస్యంగా సమీపిస్తున్నారు. ఇంకో పది అడుగుల్లో గుమ్మం ఉందనగా అకస్మాత్తుగా గది తలుపు నెమ్మదిగా తెరుచుకుంది. ఇది ఊహించని రవూఫ్ ఒక్క గెంతులో స్తంభం చాటుకి దూకాడు. అయితే అతడు అనుకున్నట్టు రివాల్వర్ చప్పుడేమీ వినబడలేదు. ఒక బంతిలాంటి పదార్థం వరండాలో దొర్లుకుంటూ వచ్చి కొంత దూరంలో ఆగింది. చూడగానే దానిని గుర్తుపట్టాడతను.

హేండ్ బాంబ్!

ప్రొఫెషనల్ అనుభవంతో ఒక్కగెంతులో అక్కడినుండి దూరంగా పరుగెత్తబోయి ఏదో అనుమానం వచ్చి ఆగాడు.

బాంబ్‌తోపాటు ఓ కాగితం కూడా వుంది. దూరంగానే అయిదు నిముషాలు వేచిచూసి తటపటాయిస్తూ దగ్గిరకి వెళ్ళి కాగితాన్ని తీసి చదివాడు. రెండే వాక్యాలు.

"కావాలంటే పరీక్షించండి. ముందుకు రావడం మీకే ప్రమాదకరం".

రవూఫ్ మొహం క్రోధంతో ఎర్రబడింది. కసిగా పళ్ళు కొరుక్కున్నాడు. లోపల ఒకరుకాదు, ఇద్దరు వ్యక్తులున్నారు. తలుపు తెరుచుకున్నప్పుడు అతడ్ని చూశాడు.

శేఖరం వేసిన ఈ ఎత్తు సరి అయిన ఫలితాన్నే ఇచ్చింది. బాంబు పేల్చివుంటే ఆ హడావుడిలో రవూఫ్ ఫైరింగ్ ఆర్డరు ఇచ్చేవాడేమో! అప్పుడు రక్తపాతం అనివార్యం అయివుండేది.

కానీ ఇప్పుడు రవూఫ్ ఇరకాటంలో పడ్డాడు. వాళ్ళదగ్గర ఏ రివాల్వరో ఉందనుకున్నా అతడు కాస్త సాహసం చేసి వుండేవాడు. నాలుగువైపులనుండీ చుట్టుముడితే ఒక్క రివాల్వర్‌తో అవతలి వ్యక్తులు ఏమీ చెయ్యలేరు. కానీ ఇప్పుడు వున్నవి బాంబులు. అదీ శత్రువులు ముందు హెచ్చరికలు చేశారు కూడా. ఇప్పుడు తన బలగాన్ని ముందుకు పంపించడం అనాలోచితమే అవుతుంది.

అంతలో అతనికి అసలీ బాంబు నిజమైనదా కాదా అని అనుమానం వచ్చింది. దానిని అనాలిసిస్‌కి పంపించాడు.

ఈ విధంగా భార్గవకి మరో అయిదారు గంటల సమయం లభ్యమయింది.

లోపల భార్గవ, శేఖరం భవిష్యత్ కార్యక్రమం గురించి చర్చిస్తున్నారు.

"ప్రియ ఇంకా రాలేదు".

"అవును, ఇక రాదుకూడా. ఆ ఆశ వదులుకోవడం మంచిది. మనం ఉండగలిగినన్ని రోజులు ఆకలితోనే వుండాలి".

"ఇన్‌స్పెక్టర్‌ని చూస్తుంటే అంత సులభంగా మనని వదిలేటట్టు లేడు. ఒక్కక్షణం ఏమరుపాటుగా వున్నా ప్రమాదమే".

"దాన్ని గురించి మీరేమీ ఆలోచించకండి. మీరు మీ ప్రయోగం మీద పూర్తి దృష్టి నిలపండి".

"నువ్వేం చెయ్యగలవు శేఖరం?"

శేఖరం నవ్వాడు. "లోపల వున్నదెవరో తెలీదు. ఆ వున్నవాడికి కళ్ళూ, చెవులూ లేవన్న సంగతికూడా తెలీదు. అందువల్ల ఛాంబర్ అవతల వున్న కిటికీ బయటకి నీడ పడేటట్టు నేను పచార్లుచేస్తూ వుంటాను. నేను వాళ్ళని చూడక పోవచ్చు. కానీ మనిషి గుమ్మం దగ్గిర పచార్లుచేస్తూ వుండగా, అందులోనూ

బాంబు వుందని తెలిశాక వాళ్ళు దగ్గిరకి రావటానికి సాహసించారు. మనం చెయ్యవలసిందల్లా మనం మేల్కొని వున్నామని వాళ్ళకి తెలిసేలా ప్రవర్తించడమే".

"కానీ ఎంతసేపలా పచార్లు చేస్తూ వుండగలవు శేఖరం?"

"కనీసం అయిదారు రోజులు. కొద్దిగా రాత్రిపూట రెస్టుతో పదిరోజుల వరకూ కాపు కాయగలను అనుకుంటున్నాను. ఆఫ్టరాల్ ప్రపంచ రికార్డు 344 మైళ్ళుంది. అందులో మూడోవంతయినా సాధించలేనా?- చూద్దాం".

భార్గవ కన్నార్పకుండా అతడివైపు చూశాడు. చూస్తూండగానే తన కళ్ళముందు ఎదిగిపోయిన శేఖరాన్ని ప్రేక్షకుడిగా చూస్తూండటం తప్ప మరేమీ చెయ్యలేకపోయాడు.

శేఖరమే మరో విషయం ప్రస్తావించాడు.

"అయితే ఓ షరతు! మాటిమాటికీ నా దగ్గిరకి రావొద్దు. జాలీ, సానుభూతీ చూపించవద్దు. మీ ప్రపంచంలో మీరు, నా నడకతో నేను మెదడులోనూ, శరీరంలోనూ ఆఖరినరం అలిసిపోయేవరకూ పోరాడదాం. మీ ఏకాగ్రతనుండి మీరు మాత్రం ఎట్టి పరిస్థితుల్లోనూ బయటకు రాకూడదు. బయట ప్రపంచమూ, పోలీసులు ఇవన్నీ నాకు వదిలేసి మీరు మర్చిపోండి. మీ దగ్గిరనుండి ఓ అద్భుతమైన విజయాన్ని ఆశిస్తున్నాను నేను. నా ఆశ వమ్ము చెయ్యకండి-"

తనపై అతడుంచిన నమ్మకాన్ని చూసి భార్గవ కళ్ళు చెమ్మగిల్లాయి. కేవలం మాటలేకాదు, శేఖరం తను చెప్పినదాన్ని చేతల్లో పెట్టి చూపించాడు. తలుపునుండి ఛాంబర్ కిటికీవరకూ ఆరడుగులు వేసి మరుక్షణం మళ్ళీ వెనక్కి నడవడం సాగించాడు. సరిగ్గా రెండు నిముషాలలో అతనికి అది అలవాటయి పోయింది. నడుస్తూనే వున్నాడు.

గంట- రెండు గంటలు -- మూడు గంటలు --

బయట రవూఫ్, మరో యస్పై ఇది చూస్తూనే వున్నారు. లోపల జరుగుతున్నది గమనించి, "ఎంతసేపు తిరుగుతారిలా?" కసిగా అన్నాడు రవూఫ్ అటే చూస్తూ.

"అతడటు వైపుకు వెళ్ళినప్పుడు కిటికీ దగ్గరగా వెళ్ళి అతడిటు తిరిగి వస్తున్నప్పుడు పేల్చేస్తే?" అనడిగాడు యస్పై దృష్టి మరల్చకుండా.

"అతడు అటు వెళ్ళినప్పుడు మనం స్పీడుగా కిటికీ దగ్గిరకు చేరుకోవచ్చు, అది పెద్ద సమస్య. కానీ లోపల ఒకరుకాదు- ఇద్దరున్నారు. వాళ్ళు వంతుల ప్రకారం కాస్తున్నారు. ఒకణ్ని కాల్చేస్తే ఇంకొకరు ఆవేశంతో బాంబు విసిరేస్తాడు. హైజాకర్స్ మనస్తత్వం అలాగే వుంటుంది. వాళ్ళిద్దర్నీ బంధించాలంటే మనం ఎలాగో ఓలాగ లోపలికి ప్రవేశించాలి".

"ఎలా?"

రవూఫ్ మొహంమీద సాడిజంతో కూడిన నవ్వు కదలాడింది.

"ఎంతకాలం తిరుగుతారో చూద్దాం. కొంతసేపటికి చీకటి పడుతుంది, రాత్రవుతుంది. అప్పుడు కూడా నిద్రపోరా?" అన్నాడు.

యస్సె మాట్లాడలేదు.

అంతలో దూరంగా కారు వస్తున్న చప్పుడయ్యింది. కారులోనుండి శంకర్‌లాల్ దిగాడు. దూరంగానే వున్న పోలీసుల్నీ, రవూఫ్‌ని చూసి చిరాకు మిళితమైన స్వరంతో "ఏమిటి ఇంకా అరెస్టు చెయ్యలేదా" అని అడిగాడు.

రవూఫ్ అక్కడ పరిస్థితిని వివరించి చెప్పాడు. అది వింటున్న కొద్దీ శంకర్‌లాల్ మొహం కఠినంగా మారసాగింది.

"మైగాడ్! ఇంతకు తెగించాడా?" అన్నాడు విస్మయంతో.

రవూఫ్ మాట్లాడలేదు.

"ఏమిటతని ఉద్దేశ్యం? అసలిక్కడి నుండి ఎలా బయటపడదామని?" తనలోతనే అనుకున్నట్లు అన్నాడు శంకర్‌లాల్. అంతలో ఏదో స్ఫురించి అతని మొహంమీద చిరునవ్వు కదలాడింది. "ఇంతకు ముందంటే కేవలం క్రిమినల్ ట్రెస్-పాసే! ఇప్పుడు ఈ ఎక్స్‌ప్లోజివ్స్, ఈ బెదిరించటం వీటితో అతడిచుట్టూ చట్టం గట్టిగా బిగుసుకుంటోంది కదా!"

"చట్టం వరకూ ఎందుకు సార్? ఏ మాత్రం వీలు దొరికినా వాణ్ణి ఖండఖండాలుగా పేల్చేస్తాను" ఇరిటేషన్ అణుచుకుంటూ అన్నాడు రవూఫ్.

"పేల్చేయగలిగితే మంచిదే! కానీ మీ పోరాటంలో ఏ ఒక్క పరికరానికి నష్టం కలిగినా ఊరుకోను. లోపల ఒక్కో ఇన్‌స్ట్రుమెంట్ లక్షలు ఖరీదు చేసేది?" హెచ్చరించాడు.

రవూఫ్ ముఖం కందగడ్డలా మారింది. "అలాగే సర్!" అన్నాడు గొణుగుతున్నట్లు.

"ఏమిటి మీ ప్లాను?"

"రాత్రవ్వాలి సర్. తెల్లవారుజామువరకూ అలా తిరుగూ ఉండలేరుకదా! చిన్న కునుకు తియ్యనివ్వండి. అప్పుడు చూద్దురుగాని!"

శంకర్‌లాల్ కారువైపు వెళ్ళడానికి ఆయత్తమవుతూ "ప్రొద్దున్న కల్లా వీళ్ళ నెలాగయినా ఇక్కడినుండి ఖాళీ చేయించాలి. రేపు ఈ ఇన్‌స్టిట్యూట్ ఒక తీర్థంలా తయారవడం నా కిష్టంలేదు" అని అక్కడనుండి వెళ్ళిపోయాడు. అటే చూస్తున్న రవూఫ్ పళ్ళు కొరుక్కున్నాడు. 'ప్రొద్దున తనతో ఎంతో లోపాయికారిగా మాట్లాడిన

మనిషి, ప్రక్కన ఇంకో పోలీసు ఆఫీసరు ఉండేసరికి ఇలా మారిపోయాడు. అందుకే వ్యాపారంలో ఇంతగా రాణించగలిగాడు.'

అంతలో ఓ పోలీసు ఫ్లాస్క్‌తో టీ తీసుకువచ్చాడు. ఇద్దరూ తాగారు. చేసే పనేమీలేదు. చూస్తూ ఉండడమే. . . అవకాశం రావాలి. . . వస్తుంది. . . వస్తుందన్న నమ్మకం వుంది రవూఫ్‌కి. . . అతడెన్నో కేసులు చూశాడు. ఎప్పుడో ఒకప్పుడు ఎక్కడో ఒకచోట నేరస్థులు రిలాక్స్ అవుతారు. పులిపంజా విసిరినట్లు ఊహించని వేగంతో అప్పుడు విసరాలి? దానికోసమే ఎదురు చూస్తున్నాడు. . .

* * *

ఈ ఎత్తులూ, పైయెత్తుల యుద్ధంలో ఎటూ దారి తోచనిది వసుమతి ఒక్కతే.

ఆస్పత్రిలో ప్రార్థన కనబడలేదనగానే మహేంద్రజైన్ పోలీసు స్టేషన్‌కి ఫోన్ చేస్తున్నప్పుడు ఆమె ఫోన్ ప్రక్కనే వుంది. అయితే ఆమెకు ఒక మాట కూడా వినబడలేదు. అనూహ్యమైన ఈ సంఘటనకి ఆమె శరీరం సన్నగా కంపించసాగింది. దాదాపు గంటా రెండు గంటల వరకూ ఆమె తేరుకోలేదు. 'ప్రార్థన కనబడటంలేదు' అదొక్కటే ఆమె కర్థం అయింది. ప్రార్థనను ఆమె తండ్రి తీసుకువెళ్ళి వుంటాడన్న ఆలోచన రాలేదు. ఈ సంఘటనకి ఆ కుటుంబం మొత్తానికి తను జవాబుదారీ అన్న భావంతో ఆమె వణికిపోతూంది. తనుకూడా ఆ కుటుంబంలో ఒక సభ్యురాలినే అన్న సంపూర్ణమైన భావం పెళ్ళైనతర్వాత ఆమెకి ఎప్పుడూ కలగనేలేదు. అదేం ప్రారబ్ధమో పరిస్థితులన్నీ కూడబలుక్కున్నట్లు ఆమెని ఆ కుటుంబం నుండి వేరుగా ఉంచుతూనే ఉన్నాయి.

రవూఫ్‌తో మాట్లాడి మహేంద్ర ఫోన్ పెట్టేస్తూండగా, ఆస్పత్రి సూపరింటెండెంట్ దగ్గరనుండి అర్జంటుగా రమ్మని కబురొచ్చింది. అప్పుడే ఈ విషయం అక్కడివరకూ పాకిపోయిందా అనుకొంటూ మహేంద్ర హడావుడిగా వెళ్ళిపోయాడు. గదిలో ఆమె ఒక్కతే మిగిలిపోయింది. ఎంతసేపటికీ మహేంద్ర వెనక్కి రాలేదు. ఆమెకి కనీసపు ఓదార్పు మాటలుకూడా కరువయ్యాయి. ఆ గదిలో ఒంటరితనం మరింత భయంకరంగా తోచి గది బయటకి వచ్చింది. చిరు ఆశతో తిరిగి తమ గదికి వెళ్ళింది. ఖాళీగా వున్న పక్క వెక్కిరించింది. నర్సులూ, డాక్టర్లూ అందరూ తమపని తాము చేసుకుపోతున్నారు. ఇదేదో చాలా సామాన్యమైన సంఘటనలా వుంది వాళ్ళకి. ఆమెకు పిచ్చెక్కిపోతూంది. బిగ్గరగా ఏడవాలనీ, ఆస్పత్రి గోడలకేసి తల కొట్టుకోవాలనీ, పెరుగుతున్న కసిని అతికష్టంమీద అణుచుకుంది. అకస్మాత్తుగా

ఆమెకీ విషయం తోచింది. తనకీ ఆస్పత్రికీ ఇక సంబంధం లేదు. ప్రార్థన లేకపోతే ఇక తను ఇక్కడ వుండే అవసరం ఏముంది?

ఆమె వెతుక్కుంటూ మహేంద్ర దగ్గరికి వెళ్ళింది. అప్పుడే బయటికి వస్తూన్న అతడు ఆమెను చూడగానే ఓదార్పుగా "మీరేమీ కంగారు పడకండి. ఎక్కడున్నా పట్టుకుంటారు. ఇన్‌స్పెక్టర్‌కి వివరాలు చెప్పాంకదా!" అనేసి హడావుడిగా ఆపరేషన్ థియేటర్‌లోకి నడిచాడు. "మీరిక ఇంటికి వెళ్ళచ్చు" అన్న అర్థం అతని మాటల్లో ఆమెకి కనబడింది. నిజమే అక్కడ వుండి చేసేదేముంది? రంగస్థలం ఆస్పత్రినుండి పోలీసుస్టేషన్‌కి మారింది. ఇంట్లో మిగతా పిల్లలిద్దరూ లేరు. అంత పెద్ద ఇంట్లోకి ఒంటరిగా ప్రవేశించేసరికి ఆపుకున్న దుఃఖం అంతా ఒక్కసారిగా కట్టలు తెంచుకుని ప్రవహించినట్టూ పెల్లుబికింది. పక్కమీద పడుకుని బిగ్గరగా చాలాసేపు రోదించింది. అన్నినాళ్ళనుండి ఆపుకున్న నిస్సత్తువ ఆమెని నెమ్మది నెమ్మదిగా ఆక్రమించింది. ఆ మైకంలో అలా ఎంతసేపు వుండి పోయిందో తెలీదు. ఆమె కళ్ళువిప్పి చూసేసరికి బయట చీకటిపడింది. చాలాసేపటివరకూ ఆమెకి తనెక్కడుందో, ఏం జరుగుతుందో అర్థం కాలేదు. అర్థమయ్యేసరికి మళ్ళీ దిగులు ఆవరించింది. డాక్టర్ మహేంద్ర పోలీసుస్టేషనని చెప్పాడుగానీ ఏ స్టేషనో ఏమోకూడా తెలీదు.

ఆమెకి పరిచయాలూ, పలుకుబడీ ఏమీలేవు. భర్త ఎక్కడున్నాడో కూడా తెలీదు. తెలిసిందల్లా స్కూలు ఒక్కటే. ఆమె తిరిగి మహేంద్రకి ఫోన్ చేసింది. ఈ సమయంలో అతడొక్కడే కాస్త ఆప్తుడిగా కనిపించాడు. అట్నుంచి అతడు ఫోన్ ఎత్తి "ఎవరూ?" అని అడిగాడు.

"నేనండీ! వసుమతిని. మా పాప సంగతి..." ఆ మాట పూర్తవకుండానే అతడు "మీకింకా తెలీదా? ఆస్పత్రి నుండి పాపని ఎత్తుకు పోయింది భార్గవే! ప్రస్తుతం ఇన్‌స్టిట్యూట్‌లో దాక్కొని ఉన్నాట్ట. ఇంకెంతసేపులెండి, పోలీసులు చుట్టుముట్టారు. అతడ్ని అరెస్టుచేసి పాపని తీసుకురావడమే!"

ఆమె గుండె వేగంగా కొట్టుకోసాగింది. "ఆ. . . ఆయన్నా!" అంది వణుకుతున్న కంఠంతో.

"ఆ! భార్గవే! లోపల బాంబ్స్ కూడా పెట్టుకున్నాట్ట. అందుకే ఆలస్యం అవుతోంది."

"బాంబులా!" అన్న ఆమె మాట పూర్తికాకుండానే పెద్ద చప్పుడుతో ఆమె చేతిలో రిసీవర్ జారిపోయింది.

* * *

రాత్రయింది. ఛాంబర్ లోపల కిటికీ దగ్గర నీడ కదులుతూనే ఉంది. అప్పటివరకూ దూరంగా ఉన్న యస్సై ఏదో గొప్ప ఆలోచన స్ఫురించినట్టూ దగ్గరికి వచ్చి-

"లోపలికి స్మోక్ బాంబు విసిర్తే!" అని అడిగాడు. రవూఫ్ అతన్ని విసుగ్గా చూసి "లోపల అనారోగ్యంతో ఓ పేషెంటు ఉంది. మన ఉద్యోగాలు పోతాయి" అన్నాడు. మొహం చిన్నది చేసుకుని యస్సై తన యధాస్థానానికి వెళ్ళిపోయాడు

దట్టమైన చీకటి చుట్టూ అలుముకుంది.

రాత్రి పదయింది.

పదకొండు. . .

పన్నెండు. . . .

లోపల భార్గవ తన ప్రయోగంలో లీనమై ఉన్నాడు. వాళ్ళు ముందనుకున్న ఒప్పందం ప్రకారం ఎవరిపని వాళ్ళు చేసుకుపోతున్నారు. శేఖరానికి పగలూ, చీకటీ తేడాలేదు. టైమ్ ప్రసక్తే రాదు. అతడలా తిరుగుతూనే వున్నాడు. తనేమాత్రం ఏమరుపాటుగా వున్నా వాళ్ళు దగ్గరకు రావచ్చు. తలుపు తూట్లు తూట్లుగా రివాల్వర్‌తో కాల్చేయవచ్చు. లోపల భార్గవతోపాటు వున్నది ఒక అంధుడు అన్న విషయం ఒక్కసారి తెలిసిందంటే ఇక వాళ్ళనెవరూ ఆపలేరు. తనున్నా లేకపోయినా ఒకటే. భార్గవని గాయపరచి నిస్సహాయుల్ని చేస్తారు. ఇక్కడ కావల్సింది వాళ్ళని దూరంగా వుంచడం- భార్గవ ప్రయోగం కొనసాగేలా చూడడం.

దాదాపు అర్థరాత్రి కావస్తూ వుండగా హఠాత్తుగా నిద్రలోంచి మేల్కొన్నట్టు భార్గవ ఈ లోకంలోకి వచ్చి తన పరికరాల మధ్యనించి శేఖరాన్ని చూశాడు. అతడింకా పచార్లు చేస్తూ వుండటంచూసి మిల్లర్సు ఫ్లాస్కు ప్రక్కకి జరిపి శేఖరం దగ్గరకు వచ్చి ఆప్యాయంగా అతడి చేతిమీద చెయ్యి వేసేడు.

"ఎంతవరకూ వచ్చింది?" అన్నట్టూ సైగ చేశాడు శేఖరం.

"1966 వరకూ వచ్చింది" వ్రాస్తూ వుంటే భార్గవ పెదాలమీద పేలవమైన నవ్వు కదలాడింది.

"అంటే?"

"కృత్రిమంగా క్లోరోఫిల్ తయారు చెయ్యడం వరకూ. అంతకన్నా ముందుకి వెళ్ళడం లేదు. 1966లో కెనడాకి సంబంధించిన బయోకెమిస్టులు పత్రహరితంలో ముఖ్య పదార్థమైన ఒకదానిని కృత్రిమంగా సృష్టించవచ్చని కనుక్కున్నారు" అంటూ ఆ వివరాలన్నీ వ్రాసి చూపించాడు.

చదవటం పూర్తిచేసి శేఖరం తలెత్తాడు. అతని మొహంలో సన్నటి విచారరేఖ ప్రతిబింబించింది.

"ఇప్పటివరకూ నేను అంధుణ్ణయినందుకు ఎప్పుడూ బాధపడలేదు. మీకు ఇంకా ఉపయోగకరంగా వుండలేకపోతున్నందుకు ఈ క్షణం బాధ పడుతున్నాను".

భార్గవ వెంటనే రియాక్టయ్యాడు. "ప్రాణాలకి తెగించి ఈ అర్ధరాత్రి నువ్వు చేస్తున్న సహాయం సామాన్యమైనదేమీకాదు శేఖరం. నిజాన్ని చూడగలిగే చాలామంది మనుషుల కన్నా ఏమీలేని నువ్వే జరుగుతున్న వాస్తవాన్ని అర్థం చేసుకోగలిగావు".

ఈ ప్రసక్తి ఇష్టంలేని శేఖరం "టైమెంతయ్యింది?" అని మాట మార్చాడు.

"ఒంటిగంట. కొద్దిసేపు నువ్వు రెస్టు తీసుకో శేఖరం, నేనిక్కడ చూస్తూంటానులే!?"

"అదేమిటి మీరు....?" అతడు వాక్యం పూర్తి చెయ్యలేదు.

"ఇప్పుడు నేను చూసేది కూడా ఏమీలేదు. ఛాంబర్స్‌లో రియాక్షన్స్ గమనిస్తూనే వుంటాను. రేపంతా మేలుకుని వుండాల్సిన అవసరం నీకు వుంటుంది. ఇప్పుడు నువ్వు రెస్టు తీసుకోవడం చాలా అవసరం. నేనిక్కడ వుంటాను, నువ్వు పడుకో".

శేఖరానికి అది నిజమే అనిపించింది. అతను రెస్టు తీసుకోడానికి వెళ్ళిపోయాడు.

భార్గవ మెయిన్ హాల్ గుమ్మం దగ్గర నిలబడి ఆలోచనలలోకి జారుకున్నాడు. దూరంగా కిటికీలోంచి ఆకాశం కనబడుతోంది. నక్షత్రాలూ, చంద్రుడూ, మేఘాలు అన్నీ ఈ సైంటిస్టు ఏం చేస్తాడా? అని చూస్తూన్నట్టు నిశ్చలంగా చూస్తున్నాయి. ఒక్కసారి ఆలోచిస్తూ తన లోకంలోనికి వెళ్ళిపోతే ఆ అచేతనత్వం నుండి భంగం కలగటానికి అతడికి చాలాసేపు పడుతుంది. శూన్యంలోకి చూస్తూ ఆ ఊహా లోకంలోనే చాలాసేపు వుండిపోయాడు.

కిటికీ రెక్కమీద అతడి నీడకూడా అతడిలాగే నిశ్చలంగా వుంది. అదే సమయానికి అక్కడికి రెండువందల గజాల దూరంలో చెట్టు వెనుక చిన్న కదలిక...

రవూఫ్ చెట్టుచాటునుండి నెమ్మదిగా బయటికి వచ్చాడు. సరిగ్గా ఈ అవకాశం కోసమే అతడు చీకటి పడినప్పటినుండీ వేచి చూస్తూన్నాడు. తన ప్రయత్నం ఫలించిందని అతడు ఊహించాడు. శేఖరం-భార్గవల సంభాషణ పూర్తి అయి శేఖరం పడుకోవడానికి వెళ్ళి, భార్గవ నీడ కదలకుండా కిటికీ రెక్కలమీద అలాగే వుండేసరికి రవూఫ్ వేరేవిధంగా ఆలోచించాడు.

ఈ ట్రిక్ అతడికి బాగా తెలుసు.

మనిషి ఆకారంలో నీడపడేటట్లు వస్తువుల్ని పేర్చి అవతల వాళ్ళకి భ్రమ కలిగిస్తూ లోపల తమ పని తాము చేసుకోవడం, ఈ ట్రిక్‌తో లోపలివాళ్ళిద్దరూ తమని వెధవల్ని చేసి నిద్రకుపక్రమిద్దామనుకున్నారన్నది.

రవూఫ్ చప్పుడు కాకుండా కిటికీ వద్దకు చేరుకున్నాడు. కానీ అతను ఊహించని విధంగా కేవలం రెండడుగుల దూరంలో భార్గవ వున్నాడు. అతడిని చూసి ఉలిక్కిపడి చప్పున అక్కడినుండి వెనక్కి పరుగెత్తబోయాడు.

మళ్ళీ అంతలోనే ఏదో స్ఫురించినట్టు ఆగిపోయాడు.

భార్గవలో తనని చూసిన కదలికే లేదు.

ఆ సైంటిస్టు ఎప్పుడో ఆలోచనల్లోకి జారుకుని తన చుట్టూ జరిగే దాన్ని గ్రహించే స్థితిలో లేడు.

రవూఫ్ ఒక్క క్షణం కదలకుండా నిలబడి ఈ విషయాన్ని ధ్రువపరచుకున్నాడు. భార్గవ వెనుక గదిలో దూరంగా పడుకుని వున్న రెండవ వ్యక్తి కూడా రివాల్వర్ రేంజిలోనే వున్నాడు.

ఇలాంటి అవకాశం మరి దొరకదు.

అతడు చప్పుడు చెయ్యకుండా నెమ్మదిగా బెల్టునుండి రివాల్వర్ తీశాడు.... నల్లటి రివాల్వర్ మీద తెల్లటి వెన్నెల తళుక్కుమని ప్రతిబింబించింది. అతడు కిటికీలో నుండి రివాల్వర్ లోపలికి జార్చి పడుకున్న శేఖరాన్ని గురి చూస్తూ ట్రిగ్గర్ నొక్కాడు.

కానీ ఒక్క క్షణం ఆలస్యం అయింది.

రివాల్వర్ మీద పడిన వెలుగు కళ్ళల్లోకి రిఫ్లెక్టు అవటంతో ఏదో మెరిసినట్టయి భార్గవ చప్పున ఈ లోకంలోకి వచ్చి అటువైపు దృష్టి తిప్పాడు. కొద్దిదూరంలో మిలమిలా మెరుస్తున్న రివాల్వర్ కనబడింది. ఒక్క క్షణంపాటూ అర్థంకాలేదు. అర్థం అయిన వెంటనే స్పాంటేనియస్‌గా చేతనావస్థలోనికి వచ్చి ఒక్క గెంతులో గాలిలా దూసుకుపోయి, అదే వేగంతో కిటికీ రెక్కని కాలితో తన్నాడు.

కిటికీ రెక్క రివాల్వర్‌కి కొట్టుకోవటం, రివాల్వర్ పేలడం ఒక క్షణంలో జరిగాయి.

బుల్లెట్ తగిలి భళ్ళుమన్న శబ్దంతో అద్దం బ్రద్దలయింది. పడుకున్న శేఖరంపై నుండి అయిదారడుగుల తేడాలో బుల్లెట్ దూసుకుపోయింది. ఛాంబర్ నిండా గాజుపెంకులు విసిరేసినట్టు పడ్డాయి. కానీ దానితోపాటు ఎవ్వరూ గమనించని

మరో చిన్న సంఘటన కూడా జరిగింది. రవూఫ్ పేల్చిన బుల్లేట్ గురితప్పి ఛాంబర్‌లో ఓజోన్ లేయర్‌కి అమర్చిన ట్యూబ్‌ని రాసుకుంటూ శేఖరంవైపు వెళ్ళింది.

భార్గవ శేఖరానికి చెప్పినట్టు తన ప్రయోగాన్ని రెండు రంగాలుగా విభజించి చేస్తున్నాడు. ఒకటి మైటాసిస్ సమయంలో మ్యూటేషన్ కలిగించడం, రెండు కృత్రిమ కణ నిర్మాణ సమయంలో కార్సినోజిన్‌ని పంపించడం. రవూఫ్ పేల్చిన బుల్లెట్‌వల్ల ట్యూబ్ ఛాంబర్‌లోని ఓజోన్‌ని ఆపి వుంచే పొరకి రంధ్రం చేసింది. ఇది యిలా వుండగా. . .

ఈ లోపులో భార్గవ కనురెప్పపాటు సమయంలో బల్లమీద ఎక్స్‌ప్లోజివ్‌ని చూసి అందుకుని కిటికీ గుండా బయటకు విసిరాడు. మీదకు వస్తున్న బాంబుని చూసి రవూఫ్ భయభ్రాంతుడై మూడు అంగల్లో దూరంగా వెళ్ళిపోయాడు.

ఒక క్షణం... ఒక నిముషం... రెండు నిముషాలు. . గడిచాయి. బాంబు పేలలేదు.

అయినా రవూఫ్ దాని దగ్గరకు వెళ్ళే సాహసం చెయ్యలేదు. అతడికి అంతకుముందు సాయంత్రమే అవి నిజమైన బాంబులే అన్న రిపోర్టు వచ్చింది.

ఈ హడావుడికి బయట పోలీసులూ, లోపల శేఖరమూ నిద్రలేచారు.

“ఏం జరిగింది?” శేఖరం అడిగాడు.

భార్గవ జరిగినదంతా చెప్పాడు. “ఆ కంగారులో బాంబు సీలు విప్పటం మర్చిపోయాను”.

“అదే మంచిదయ్యింది. బాంబు పేలి ప్రాణనష్టం జరిగితే మనకోసం బయట ఉరికంబం సిద్ధంగా వుండేది. మన గమ్యం అదికాదు. ఇంక మీరు పడుకోండి, ఇలా కాపలా కాయడాలూ అవీ మీకు అచ్చిరావు”

“అదికాదు శేఖరం. నేనూ...” అని ఇంకేదో వ్రాయబోతూంటే శేఖరం ఆపుచేసాడు.

“మీరు చెప్పబోయేది నాకు తెలుసు. ఇంక ఏ వాదనలూ వద్దు. మీరు కాస్త ప్రశాంతంగా ఆలోచించాలీ అంటే ఇలాటి డిస్ట్రబెన్సెస్ ఉండకూడదు”.

శేఖరం తిరిగి పచార్లు చెయ్యటం మొదలుపెట్టాడు.

.... రాత్రి రెండు కావస్తూంది.

7

చేతిలో బ్రెడ్‌పాకెట్, కాళ్ళదగ్గర పళ్ళబుట్టా పెట్టుకుని ఆగిన ఆటోలోంచి, గోడకు అవతలవైపున దృశ్యాన్ని చూసిన ప్రియకి కొంచెంసేపుపాటూ ఏం చెయ్యాలో తోచలేదు. అవి ఎలాగైనా వాళ్ళకి అందించాలని, వాళ్ళతోపాటు ఉండడం కోసం లోపల ప్రవేశించాలనీ పుట్టిన కోర్కెని అతికష్టంమీద అణుచుకుంది. అది ఎంత తొందరపాటు ఆలోచనో ఆమెకు తెలుసు.

ఆమె సరాసరి డిప్యూటీ సూపరింటెండెంట్ ఆఫ్ పోలీస్ ఆఫీస్‌కి వెళ్ళి ఆయనను కలుసుకోవాలి అని అనుమతి అడిగింది. పళ్ళబుట్టతో ఆటోలోంచి దిగి, డి.ఎస్.పి.ని కలుసుకోవాలి అని అడుగుతున్న ఆ అమ్మాయిని చిత్రంగా చూశాడు జవాను. అయినా ఏం మాట్లాడకుండా ఆమె అందించిన చీటీ అందుకొని లోపలికి వెళ్ళాడు. రెండు నిమిషాల్లో ఆమెకి పిలుపు వచ్చింది.

డి.ఎస్.పి.కి దాదాపు యాభై ఏళ్ళుంటాయి... డైరెక్టు రిక్రూట్స్‌లో వుండే నెమ్మదీ, విషయం విని అర్థంచేసుకుని న్యాయం జరుపుదాం అన్న తపన అతడిలో లేవు. ఇలాంటి వాళ్ళను సవాలక్ష మందిని చూసిన అనుభవంతో విసుగ్గా ఆమె వంక చూసాడు. అదే ఇంకే విజిటరన్నా అయితే అప్పటికప్పుడే పొమ్మనేవాడు కాని వచ్చింది అమ్మాయి అవడంతో ఎదుటి కుర్చీ చూపిస్తూ కూర్చోమన్నాడు.

ప్రియ ముక్తసరిగా తను వచ్చినపని చెప్పింది.

"అవును, మా ఇన్‌స్పెక్టర్ చెప్పాడు. ఆ భార్గవ ఎవడో. . . హి ఈజ్ ఎ క్రిమినల్. వెంటనే అరెస్టు చెయ్యాలి. మా వాళ్ళింకా ఎందుకు ఆలస్యం చేస్తున్నారో అర్థంకావడంలేదు".

ప్రియ కోపాన్ని అణుచుకుంటూ "మీరింత తొందరగా ఒక నిర్ణయానికి రాకండి. అతడు చేసిన దొంగతనం ఏముంది? తన కూతుర్ని తను తీసుకు వెళ్ళాడు. అంతేగా!"

"కోర్టు ఆర్డర్‌కి వ్యతిరేకంగా!" వ్యంగ్యంగా అన్నాడు.

"స్వంత కూతురికి కోర్టేమిటి?"

"అది తేల్చాల్సింది కోర్టు".

"కోర్టు ఎలాగూ అతని పక్షమే తీర్పు యిస్తుంది. దావా వేసింది స్వంత తల్లికాదు, సవతి తల్లి".

"నీతో వాదించడానికి లేను నేనిక్కడ" విసుగ్గా అన్నాడు. "అయినా అతను నీకేమౌతాడు?"

"ఆయన నాకు తెలుసు" అంది. ఆమె కంఠంలో తడబాటు గుర్తించి అతను వంకరగా నవ్వాడు. ఆ నవ్వు ఆమెకి అసహ్యం కలిగించింది. అంతలో అతనన్నాడు, "భార్గవమీద ఆ కోర్టు కేసే కాదు, ఇన్‌స్టిట్యూట్ అధికారులు కూడా ఫిర్యాదు చేసారు".

"ఆయన తప్పేమిటండీ? తన కూతుర్ని తీసుకెళ్ళి తను వైద్యం చేసుకుంటా నంటున్నారు- అంతేగా!" నిస్సహాయతా, కోపమూ మిళితమైన స్వరంతో అంది.

"అలా అని చెప్పి ప్రతీ డాక్టరూ తన పేషెంటును ఏ ఉస్మానియాకో, కె.జి. హెచ్.కో తీసుకెళ్ళి వాళ్ళ ఖరీదైన ఆపరేషన్ థియేటర్లలో తలుపులు బిగించి తన స్వంతవైద్యం మొదలెడతానంటే మేము చూస్తూ ఊరుకోవాలా?" హేళనగా అడిగాడు.

"ఎంతో కాదండీ, రెండు మూడురోజులు" ప్రాధేయ పూర్వకంగా అడిగింది. "అతడికేమీ హాని జరక్కుండా చూడండి, చాలు".

"లా చూట్టానికి అతడు నాకేమీ బావగానీ, బావమరిదిగానీ కాదు. నీకు తెలిసినట్టుగా నాకు అతడు తెలీదు కదా" అన్నాడు. 'తెలిసినట్టుగా' అన్న పదాన్ని నొక్కి పలుకుతూ.

ఆమె మొహం జేవురించింది. కుర్చీలోంచి విసురుగా లేచి నిలబడింది. "మనిషికీ మనిషికీ వున్న సంబంధం కేవలం మీకు 'తెలిసినదొకటే' కాదండీ, ఇంకా చాలా వున్నాయి. అది తెలుసుకోవాలంటే మీరు మానసికంగా చాలా ఎదగాలి. మీరు అనాలోచితంగా తీసుకుంటున్న ఈ చర్యవల్ల ఆయనకేమన్నా అపాయం జరిగితే దేశం ఒక మంచి సైంటిస్టుని కోల్పోవడానికి మీరే కారణభూతులవుతారు. ఆ పాపం మీదే" అనేసి అక్కడినుండి విసురుగా వెళ్ళిపోయింది.

ఆమె నేరుగా గుమ్మందాటుతూ ఎదురుగా వస్తున్న ఒక యువకుడిని దాదాపు డాష్ ఇవ్వబోయి, అతికష్టంమీద తమాయించుకుని పక్కకి జరిగి 'సారీ' చెప్పి వెళ్ళిపోయింది.

అతడు ఆమె వెళ్ళినవేపే క్షణంపాటు చూసి లోపలికి నడిచాడు. అతడిని చూసి డి.ఎస్.పి. ఒక్క ఉదుటున కుర్చీలోంచి లేచి శాల్యూట్ చేసాడు.

"ఆ పాపం మీదే అంటుంది- ఎవరా అమ్మాయి?" ప్రశ్నించాడు ఆ యువకుడు.

"ఏ... ఏ... ఏం లేద్సార్" అన్నాడు డి.ఎస్.పి. తడబడుతూ-

పై అధికారిని చూసి అన్ని డిపార్టుమెంట్లకన్నా ఎక్కువ భయపడేది పోలీసు డిపార్టుమెంటులోనే.

* * *

మరుసటిరోజు ప్రొద్దునకి ఈ వార్త నెమ్మదిగా ప్రాకడం మొదలుపెట్టింది. ప్రొద్దున్నే మామూలుగా ఇన్‌స్టిట్యూట్‌కి వచ్చేవాళ్ళందర్నీ దూరంగా వుంచటం పోలీసులకి కష్టమయినపని అయ్యింది. గుంపులు గుంపులుగా ఆవరణలో చేరి వాళ్ళు మాట్లాడుకోసాగారు. అందులోనూ లోపల వున్నది అప్పటివరకూ తమతో పనిచేసి రాజీనామా ఇచ్చిన భార్గవ అయి వుండడం వారిలో మరింత కుతూహలాన్ని కలిగించింది. వాళ్ళు అక్కడినుండి కదలకపోవడంతో వెంటనే వెళ్ళి తమ తమ పనులు చూసుకోవలసిందిగా శంకర్‌లాల్ సర్క్యులర్ ఇవ్వవలసి వచ్చింది. ఉద్యోగులు కనుక భయపడి తమ తమ స్థానాలకు వెళ్ళిపోయారు. కానీ బయట ప్రహరీగోడకి అవతల వున్న రోడ్డుమీద మాత్రం జనం క్షణక్షణానికీ పెరగసాగారు.

చుట్టూ పోలీసులు. వాళ్ళ చేతుల్లో తుపాకులు. రకరకాల వదంతులు ప్రాకడానికి దోహదం చేసినాయి. ఏదో హత్య చేసిన హంతకుడు లోపల ఉన్నాడని ఒకరంటే, కాదు- రేప్ చేసిన మనిషి పారిపోయి వచ్చి అక్కడ దాక్కున్నాడని మరొకరన్నారు.

గాలికన్నా వేగంగా ఈ రూమర్లు వ్యాప్తి చెందాయి. ఈ లోపులో ఒక వ్యక్తి కొంచెం సాహసించి గోడకి దగ్గిరగా వున్న పోలీసుని పిలిచి, లోపల ఒక పాపకూడా వున్నదన్న సంగతి సేకరించాడు. దాంతో లోపల వున్నది హంతకుడు అన్న పుకారు లేవదీసిన వ్యక్తి, ఆ హంతకుడు పాకిస్తాన్ వెళ్ళిపోవడానికి ప్రభుత్వంతో బేరం పెట్టాడనీ, దానికి పాప ప్రాణం అడ్డుగా పెట్టాడనీ, తన రూమర్‌కి జోడించి మళ్ళీ జనంలోకి వదిలాడు.

రేప్ చేశాడన్న పుకారు పుట్టించిన వ్యక్తి, లోపలున్నవాడు తల్లిని రేప్‌చేసి కూతుర్ని సాక్ష్యం ఇవ్వకుండా చంపడానికి తీసుకువచ్చాడు అని తన రూమర్‌ని సమర్థించుకున్నాడు. ఈ విధంగా తెలిసిన కాస్త వాస్తవానికి తమ అభూత కల్పనలను జోడించి సంతృప్తి పడసాగారు జనం.

గోడకవతల ఈ గోల జరుగుతూండగా- ఇన్‌స్టిట్యూట్ లోపల మేనేజింగ్ డైరెక్టర్‌తో పత్రికా విలేఖరులు గొడవ పడసాగారు. ఈ వార్త గురించిన వివరాలు

చెప్పడానికి, వాళ్ళని లాబ్ తాలూకు ఫోటోలు తీసుకోవడానికి అతడు అనుమతి నిరాకరించడంతో ఈ గొడవ ప్రారంభం అయ్యింది. ప్రభుత్వం అనుమతి లేకుండా లోపలికి ప్రవేశించడానికి తానొప్పుకోనని అతని వాదన. పత్రికలవాళ్ళ విషయంలో అలాంటి అభ్యంతరాలుండకూడదని వాళ్ళ వాదన.

చివరికి అతడు పూర్తి వివరాలు చెప్పేటట్లూ, ఫోటోలు మాత్రం దూరం నుండి తీసుకునేటట్లూ ఒప్పందం కుదిరింది.

అతడు విలేఖర్లకి ఈ విధంగా స్టేట్‌మెంట్ ఇచ్చాడు.

"కాన్సర్‌ని నయంచేసే విధానాలమీద నమ్మకం లేని ఒక తండ్రి ఆసుపత్రి నుండి సొంత కూతుర్ని అపహరించుకుపోయి మందులివ్వకుండా చంపెయ్యడానికి ప్రయత్నం చేస్తున్నాడు. పాపని రక్షించడానికి పోలీసులు చేస్తున్న ప్రయత్నాలన్నీ విఫలమౌతున్నాయి. ఆ కన్న తల్లి దుఃఖానికయితే అంతేలేదు".

సాయంత్రం ఎడిషన్‌లో వచ్చిన ఈ వార్త చూసి శంకర్‌లాల్ ఆనందంతో నవ్వుకున్నాడు. తను అనుకున్నది అక్షరాల జరుగుతూంది.

దీనితో భార్గవ మరణించినా ఎవరి సానుభూతి ఉండదు. కానీ ఇంత ఆనందంలోనూ అతడికో మూల కంగారుగానే వుంది. ఇంత జరిగిన తర్వాత భార్గవకి ఏ మాత్రం విజయం లభించినా అది చంపాలాల్‌కీ, నాయుడుకే కాకుండా తనకీ ప్రమాదకరమే. అందుకే రవూఫ్‌ని తొందర పెడుతున్నాడు.

లోపల భార్గవ ఖాళీగా లేడని అతడొక్కడికే తెలుసు.

లోక కళ్యాణం కోసం, సర్వజనావళి కోసం ఒక పనిని చెయ్యతలపెట్టినా, దానిని నాశనం చెయ్యాలని ప్రయత్నించేవాడు పూర్వం కోటి కొక్కడుండేవాడు. ఇప్పుడు నూటికొక్కడున్నాడు.

... పేపర్లో వచ్చిన ఈ వార్త చూసి వసుమతి తల్లడిల్లిపోయింది. ప్రార్థనకి భార్గవ కంటే తానెక్కువ కాదనీ, తన భర్త అభిప్రాయాల్ని తనెప్పుడూ గౌరవిస్తుందనీ ప్రతి ఒక్కరికీ చెప్పాలని ఆమె మనసు ఆరాటపడింది. కానీ ఆమె మాట వినేదెవరు?

ఆమె మళ్ళీ ఇన్‌స్టిట్యూట్‌కి బయలుదేరింది. అంతకుముందు ఫోన్‌లో విషయం తెలుసుకున్న వెంటనే ఆమె అక్కడికి ఒకసారి వెళ్ళింది గానీ- లోపలికి వెళ్ళడానికి అనుమతి దొరకలేదు... నిద్రలేమితో మొహం పీక్కుపోయి, తైల సంస్కారం లేని చింపిరి జుట్టుతో ఉన్న ఆమెను చూసి ఆమె చెప్పేది వాచ్‌మెన్ కూడా వినలేదు.

కొంచెం సర్దుకొని ఆమె ఈ రోజు తిరిగి అక్కడకు బయలు దేరింది. ఆమె ప్రార్థన తల్లి అని తెలియగానే విలేఖరులు చుట్టుముట్టారు. "మీకూ మీ భర్తకి ఏమైనా పొరపొచ్చాలున్నాయా?"... "భార్గవకీ, ప్రార్థనకీ మధ్య సంబంధాలు ఎలా వుండేవి?".. "మీరు కోర్టుకి ఎందుకు వెళ్ళవలసి వచ్చింది?".... వగైరా ప్రశ్నలకి సమాధానాలు చెప్పుకుంటూ ఆమె రవూఫ్‌ని చేరుకుంది. అదే సమయాన రవూఫ్ మైకులో అనౌన్స్ చేస్తున్నాడు.

"మిస్టర్ భార్గవా! ఎంతోకాలం మీరలా లోపల ఉండలేరు. వెంటనే బయటకి రావడం మీకు శ్రేయస్కరం. అయిదు నిముషాలు టైమ్ ఇస్తున్నాను. ఈ లోపల బయటకి రాకపోతే లోపలికి స్మోక్‌బాంబ్స్ విసరవలసి వుంటుంది..."

బిగ్గరగా వినిపిస్తున్న ఈ మాటల్ని విని వుంటే భార్గవ ఏం చేసి ఉండేవాడో కానీ తన ప్రయోగంలో నిమగ్నమైన అతనికి బయట కలకలం ఏదీ వినబడటంలేదు. శేఖరం సంగతి సరేసరి! పరిశీలనగా గమనిస్తే శేఖరం మొహంలో అలసట కన్పిస్తుంది. నాయుడు ఇంట్లో గడిపిన రాత్రినుంచీ అతడికి కంటిమీద అసలు కునుకులేదు. ముప్పైఆరు గంటలకు పైగా ఆహారం లేదు. ఇంకా ఎంతసేపు వుండాలో తెలీదు. తేల్చేది ప్రార్థనే.... ప్రయోగం ఫలించని పక్షంలో ఆ పాప మరణమే దీనికి ముగింపు చెప్పాలి.

ఆమె వజీనానుంచి హెమరేజ్ మొదలయింది. పెదాలు బాగా నల్లబడ్డాయి. కన్‌వల్షన్స్ ప్రారంభం అయ్యాయి.

ఈ లోపులో బయట జన ప్రవాహం ఎక్కువయింది. పేపర్లలో వార్త చదివి అది ఏదో తిరనాళ్ళులాగా జనం అక్కడికి చేరుకోసాగారు. పోలీసులకి వాళ్ళని అదుపు చెయ్యడం కష్టం అయింది. అది లా అండ్ ఆర్డర్ సమస్య అయి కూర్చుంది. కన్నకూతుర్ని హత్యచేస్తున్న కిరాతకుణ్ణి, అతణ్ణి బంధించకుండా చూస్తూ ఊరుకున్న పోలీసులనీ దుయ్యబడుతూ అక్కడికక్కడే ఒక ఛోటా ప్రజానాయకుడు స్పీచ్ యిచ్చాడు. ప్రజల్లో ఉద్రిక్తత కట్టలు తెంచుకుంది. రోడ్డు ప్రక్కన ఉన్న కంకర రాళ్ళను లోపలికి విసరసాగారు. చిన్నసైజు లాఠీచార్జీ జరిగింది. గుంపు చెల్లాచెదరయింది. ఇదంతా చూసి వసుమతి భీతావహురాలయింది.

అసలిదంతా ఎందుకు జరుగుతుందో, తన భర్త ఇంత మూర్ఖముగా కూతుర్ని తీసుకుని అలా తలుపులు బంధించు కోవలసిన పరిస్థితి ఎందుకు ఏర్పడిందో, పైగా బాంబులతో ఎందుకు బెదిరించవలసి వచ్చిందో ఆమెకి అర్థంకాలేదు. ఆసుపత్రిలో ట్రీట్‌మెంట్ ఇష్టంలేకపోతే ఇంటికి తీసుకు వచ్చెయ్యొచ్చు.

కోర్టు ఆర్డరుపట్ల కోపం వచ్చివుంటే ఆ విషయం తనతో ఒక్కమాట చెప్పవచ్చు. తను మాత్రం కాదంటుందా? ఎందుకింత కమ్యూనికేషన్ గాప్? ఎందుకు పరిస్థితులు ఇంత తీవ్రతరమయ్యేవరకూ లాక్కొచ్చాడు?

ఆమె ఆలోచనల్లో వుండగా లాఠీచార్జీ ప్రారంభం అయింది. రాళ్ళు విసిరే జనాన్ని పోలీసులు చెల్లా చెదురు చేయసాగారు. లాఠీచార్జీ జరిగిన తరువాత అక్కడ జనం కొద్దిగా తగ్గారు. రవూఫ్ భోజనానికి ఇంటికి వెళ్ళిపోయాడు. సాయంత్రంవరకూ అక్కడ నిలబడ్డ జనం కూడా ఇటు పోలీసులు ఎంతసేపటికీ ఏమీ చెయ్యలేక పోవటంతోనూ, అటు లోపలినుండి ఏ అలికిడీ వినబడక పోవటంతోనూ అసంతృప్తులై అక్కడినుండి చెదిరిపోసాగారు. రోడ్డుమీద ఆక్సిడెంట్ అవగానే గొప్ప ఆసక్తితో ఆగి ఎవరికీ గాయాలు తగల్లేదని తెలిసి కదిలిపోయేటప్పుడు కలిగే అసంతృప్తి లాంటిది అది.

....

మరో మూడు గంటలు గడిచాయి.

ఆకలిని పళ్ళ బిగువున అదిమిపెట్టి పైకి మామూలుగా కనబడడానికి ప్రయత్నిస్తున్నారిద్దరూ. నడుస్తున్న శేఖరం గోడ దగ్గిరకి చేరుకుని నిముషంపాటూ దానికి ఆనుకుని సేద తీర్చుకుని తిరిగి వెనక్కి పచార్లు చెయ్యవలసి వస్తోంది. అతడి మొహం పీక్కుపోయి వుంది.

భార్గవ పరిస్థితి కూడా అంతకు తక్కువగా ఏమీలేదు. మూడు రోజులక్రితం ఆత్మహత్య ప్రయత్నం తలపెట్టినప్పటినుండి ఇప్పటి వరకూ అతడు దాదాపు ఏమీ తినలేదు. అదీగాక రవూఫ్ చేసిన గాయం కాలి దగ్గర ఇంకా బాధపెడుతూనే వుంది.

బయట వసుమతి, రవూఫ్ తిరిగి రాగానే అతడి దగ్గిరగా వెళ్ళి "మీరేమీ చెయ్యలేరా? పాపకి ఆస్పత్రి మందులు ఇవ్వకుండా ఉండటమే ఆయనకి కావల్సిందయితే నేనూ ఒప్పుకుంటాను. పాపని ఇక్కడ దాయవలసిన అవసరంలేదు. మా ఇంటికే వెళ్ళిపోవచ్చు. కొంచెం ఈ విషయం మైక్‌లో చెప్పండి" అంది.

రవూఫ్ ఆమె మాటలపై అంతశ్రద్ధ చూపకుండా, సాలోచనగా ఆమెవైపు చూశాడు. దగ్గిరగా వచ్చిన ఆమెను చూడగానే అతడికి ఓ ఆలోచన మెరుపులా స్ఫురించింది. ఈమెను ముందు పెట్టుకుని తను నాటకం ఆడవచ్చు.

మొహంలో తనకొచ్చిన ఆలోచన తాలూకు ఆనందం ఏదీ ప్రతిబింబించకుండా "తప్పకుండా అలా చెయ్యవచ్చు మేడమ్! కానీ ఈ విషయం చెప్పడానికి మైక్

ఎందుకు? ఛాంబర్ కిటికీ దగ్గరకు వెళ్ళి కిటికీలోంచి చెప్పండి. నేచెప్పేకన్నా మీరు చేపితే మీ భర్త కన్విన్స్ అవుతారు" అన్నాడు.

వసుమతికి ఈ ఆలోచన బాగానే ఉందనిపించింది. ఒక్కసారి తను 'పాపని ఇంటికి తీసుకెళ్ళిపోదాం' అని చెపితే ఇంక సమస్యేముంది? భార్గవ తలుపు తెరుచుకుని బయటకు వచ్చేస్తాడు. ఈ ఆలోచనతో ఆమె కిటికీ దగ్గరికి వెళ్ళింది. అయితే ఆమె తనతోపాటు చీకటిలో చాటుగా వస్తున్న రవూఫ్‌ని చూసుకోలేదు.

ఆమె కిటికీ దగ్గర నిలబడి లోపలికి తొంగిచూసింది. శేఖరం అక్కడే పచార్లు చేస్తున్నా ఆమె ఉనికి అతడికి తెలియలేదు. ఆమె మాత్రం అతడ్ని చూసి ఆశ్చర్యంగా ఆ రెండో మనిషి "నువ్వా శేఖరం" అంది. ఆ మాటలు వినబడని శేఖరం మామూలుగానే తిరగసాగాడు. కానీ లోపల భార్గవ, వసుమతి కంఠాన్ని గుర్తుపట్టి ఛాంబర్ దగ్గరిగా వచ్చి "నువ్వా!" అనబోయాడు.

కాని ఈ లోపులోనే ఓ అనూహ్యామైన సంఘటన జరిగింది.

వసుమతితోపాటే దూరం నుండి చాటుగా వస్తూన్న రవూఫ్, భార్గవ కూడా కిటికీ వున్న ఛాంబర్ దగ్గరికి వచ్చాడనీ, లోపలున్న యిద్దరు వ్యక్తులూ బయట ఛాంబర్ దగ్గరే వున్నారు అని నిర్ధారణ చేసుకోగానే గాలిలోకి రివాల్వర్ పేల్చాడు. అదే సంకేతంగా లాబ్‌కి అవతల వున్న తలుపు దగ్గర పొంచివున్న యస్సై, తలుపు గడియ వున్నచోట రివాల్వర్ పెట్టి రెండు షాట్లు వరసగా పేల్చి గడియ ఊడిపడగానే ఒక్క ఊపులో తలుపు తోసుకుని లోపలికి ప్రవేశించాడు.

బయటనుండి ఒకసారి వెంటనే దూరంగా వెనుకనుండి రెండుసార్లు వరుసగా రివాల్వర్ ధ్వనులు వినబడగానే భార్గవ స్థాణువయ్యాడు. క్షణంపాటూ ఏం జరుగుతుందో అర్థంకాలేదు. ఏం చెయ్యాలో తోచలేదు. కానీ అది క్షణంసేపే. కలలోంచి హఠాత్తుగా మెలకువ వచ్చినవాడిలా శేఖరం చెయ్యి పట్టుకొని "క్విక్!" అని బిగ్గరగా అరుస్తూ లోపలికి పరుగు తీశాడు.

శేఖరానికి సంబంధించినంతవరకూ వసుమతి రాకగాని, రివాల్వర్ చప్పుళ్ళుగానీ ఏమీ తెలీదు. ఒక చెయ్యివచ్చి అతణ్ని లోపలికి లాక్కెళుతూంది. ఏదో జరిగిందని అతడు గ్రహించి, అతడు పరుగు వేగం పెంచాడు. విరిగిన తలుపుగుండా లోపలికి ప్రవేశించిన యస్సై వరండాలోంచి పరుగెత్తుకువచ్చి లోపలగది దగ్గరకు చేరుకునే లోపులో ముందు గదిలోంచి వాళ్ళిద్దరూ లోపలికి ప్రవేశించి తలుపు వేసేసుకున్నారు. ఇదంతా కనురెప్పపాటులో జరిగిపోయింది.

లోపల్నుంచి జేవురించిన మొహంతో భార్గవ బిగ్గరగా అరిచాడు. "మీరింకోసారి ఏ మాత్రం ఇలాంటి ప్రయత్నాలు చేసినా ఈ లాబ్ బ్రద్దలు కొట్టేస్తాను - జాగ్రత్త" అతడి మాటలు ఆ ఆవరణలో ప్రతిధ్వనించాయి. నిశ్శబ్దమే జవాబయింది. యస్సై, రవూఫ్ దగ్గరకొచ్చాడు.

"నేను కొంచెం వేగంగా పరుగెత్తి వుంటే వాళ్ళకన్నా ముందే ఆ బాంబుల దగ్గరకు వెళ్ళి వుండేవాడిని సార్" విచారంగా అన్నాడు యస్సై, రవూఫ్ జరిగినదాన్ని చూసి విచారపడలేదు. సంతోషంగా యస్సైవేపు చూస్తూ "ఫరవాలేదు. వాళ్ళ రాజ్యంలోనికి ప్రవేశించాం. ఇంక మనకీ వాళ్ళకీ ఒక్క గోడా, ఒక్క తలుపే అడ్డు! అలాంటి ఆలోచననే ఇంకొకటి తట్టిందంటే ఈ సంవత్సరపు పోలీసు అవార్డులు మనిద్దరికీ తప్పవు" అన్నాడు.

వసుమతి ఇంకా షాక్ నుంచి తేరుకోలేదు. శిఖండిలాగా తనను అడ్డు పెట్టుకుని ఈ ఇన్‌స్పెక్టర్ ఈ ఎత్తు వేస్తాడని ఆమె కలలో కూడా అనుకోలేదు. అయినా అదికాదు ఆమె ఆలోచిస్తున్నది.

భార్గవ గురించి....

"ఏమనుకుని వుంటాడు తన భర్త తన గురించి? ఈ పోలీసుల్ని దగ్గరగా తీసుకువచ్చింది తనే అనుకోడూ? ఈ ఆలోచన తనదే అనుకుని మరింత అసహ్యం పెంచుకోడూ! 'భగవంతుడా! మా భార్యాభర్తల మధ్య యింకా ఎన్ని అనర్థాలు సృష్టిస్తే నీకు తృప్తి కలుగుతుందయ్యా' అనుకుంది.

చిత్తరువులా నిలబడిపోయిన వసుమతిని ఓరగా చూశాడు రవూఫ్. ఆమె ఇంకా షాక్‌నుండి బయటికి రాలేదని గ్రహించి - మొహంనిండా నవ్వు పులుముకుని దగ్గరికి వచ్చాడు.

"మీకిదంతా కొత్తగా వుండి వుండవచ్చు మేడమ్! కానీ మాకు అలవాటే! లోపల వారి బారినుండి మీ పాపను కాపడటమే మా లక్ష్యం" అన్నాడు.

ఆమె అయోమయంగా అతనివేపు చూస్తూ "వాళ్ళ బారినుండి కాపాడట మేమిటి? వాళ్ళెవరనుకున్నారు? ప్రార్థనను ప్రాణంకన్నా ఎక్కువగా ప్రేమించే ఆయనా తన కూతురికి హాని చేసేది? లేక మాతో ఒకడిగా కలిసిపోయిన శేఖరమా?" కోపమా, ఉక్రోషమూ కలిసిన కంఠంతో అంది.

"భార్గవతో వున్న ఆ రెండవ వ్యక్తి శేఖరమా మేడమ్?"

"అవును. శేఖరమని.... పాపం అతడికి చెవులు వినిపించవు, కళ్ళు కనిపించవు. అతడేం అపకారం చేస్తాడు?" అంది, భార్గవతో.వున్నది శేఖరమే అని ఆమెకు ఎందుకో అనిపించింది.

ఒక్కసారిగా రవూఫ్ ముఖం ఆనందంతో వెలిగింది.

"వ్వాట్!" అని అరిచాడు.

"అవును. . . ఇన్‌స్పె..." చెప్పబోతున్న వసుమతి ఏదో అర్థం అయినట్టూ చప్పున ఆగిపోయింది. రక్తం ఇంకినట్టూ మొహం తెల్లబడింది. కానీ ఆపాటికే రవూఫ్‌కి కావలసిన పాయింట్ దొరికిపోయింది.

ఇన్‌స్పెక్టర్ రవూఫ్ ఆలోచనలు మిషన్‌కన్నా వేగంగా కదులుతున్నాయి. లోపల యిద్దరు పరిపూర్ణమైన వ్యక్తులు ఉన్నారనుకొని ఇన్ని రోజులూ తటపటాయించాడు. ఇప్పుడు శేఖరం కాపలా వున్నా– అతడ్ని పట్టించుకోనక్కరలేదు. భార్గవ నిద్రపోతున్న సమయంలో మరొక్కసారి ఆ రెండోగది తలుపుల్ని కూడా షూట్ చేస్తే భార్గవ నిద్రలేచి బాంబులు వున్నచోటుకి వెళ్ళేలోపులో అతడ్ని చుట్టుముట్టవచ్చు. ఈ విషయాలేవీ శేఖరానికి తెలిసే అవకాశం లేదు.

అతడు తనకొచ్చిన ఆలోచనని యస్సైకి చెప్పాడు.

యస్సై– "ఇంకెంతసేపు సర్? ఉన్నది ఒకడే అయితే వాడెంత సేపు మెలకువగా వుండగలడు? ఈ రాత్రే మన పని పూర్తవుతుంది" అన్నాడు ధీమాగా.

"ఈ జరిగిన హడావుడికి భార్గవ అప్పుడే నిద్రపోతాడనుకోను. ఇంకో రెండుగంటలు వేచి వుందాం. ఆ రెండవవాడి నీడ మనకి పరిచయమేగా! వాడొచ్చినప్పుడు చెప్పు. ఈ లోపులో నేను వెళ్ళి ముందు గది మనం ఆక్రమించుకున్నామన్న మెసేజ్ డియస్పీగారికి పంపించి వస్తాను" అన్నాడు. ఇంత సంభాషణ జరుగుతున్నా వసుమతి కదలలేదు. అసలామె ఈ మాటలన్నీ విన్నదో లేదో కూడా అనుమానమే. తాను నోరు జారి చెప్పిన విషయం ఇంత ప్రమాదానికి దారి తీస్తుందని ఆమె ఊహించలేదు.

ఈ లోపల భార్గవ జరిగిన సంఘటన కలిగించిన అలజడి నుండి తేరుకున్నాడు. ఏం జరిగిందని ఆందోళనగా అడుగుతున్న శేఖరానికి వివరాలన్నీ చెప్పాడు. "అదృష్టవశాత్తూ ఎక్స్‌ప్లోజివ్స్ లోపల గదిలో వుంచుకున్నాం కాబట్టి సరిపోయింది..."

"వెనక తలుపు గడియ షూట్ చేసి లోపలికి రావచ్చు కదా?" అడిగాడు శేఖరం.

"మన దగ్గర వున్న ఎక్స్‌ప్లోజివ్స్‌ని చూసి భయపడి వుంటారు".

"దేవుడి విగ్రహాన్ని బ్రద్దలు కొట్టడానికి తీసుకున్న ఎక్స్‌ప్లోజివ్స్ మనకీ విధంగా ఉపయోగపడ్డాయన్నమాట?"

"ఏం ఉపయోగ పడటమో! ఇలా నిద్రలేకుండా అనుక్షణం టెన్షన్‌తో మనం ఏం సాధించగలం? ప్రార్థనని తిరిగి ఆస్పత్రికే అప్పుజెపుదామా?"

"వద్దు వద్దు. ఇంతవరకూ వచ్చాక దీని అంతేమిటో చూడవలసిందే. ఈ రాత్రి నేను నిద్రపోను. నా కంఠంలో ప్రాణం వుండగా వాళ్ళు మనల్ని ప్రయోగశాలనుండి ఖాళీ చేయించలేరు".

"కానీ ఎంతకాలం?"

"విధి మనల్ని పూర్తిగా ఓడించేవరకు లేదా సృష్టిని మనం గెలిచే వరకూ. ఏది ముందు జరిగితే అది".

దూరంగా ఎక్కడో ఎనిమిది గంటలు కొట్టింది.

* * *

ఆందోళనగా చేతి గడియారంవైపు చూసుకుంది ప్రియ.

ఎనిమిదయింది. బాగా చీకటి పడింది. డి.ఐ.జి. ఇంటిదగ్గర విజిటర్స్ రూమ్‌లో కూర్చొని ఉందామె. దాదాపు మూడు గంటల నుండి వేచి వుంది.

రెండురోజుల నుంచీ ఆమె తిరుగుతూనే వుంది. ఇన్‌స్టిట్యూట్‌కి ఆహారం తీసుకువెళ్ళే ప్రయత్నం విఫలమయిన తర్వాత ఆమె మరి అక్కడ ఉండలేదు. అక్కడ పోలీసులతోపాటూ తనూ ఓ ప్రేక్షకురాలిలా నిలబడి చూడటమే కానీ మరేమీ సాధించలేనని ఆమెకు తెలుసు. టైమ్ వేస్టు తప్ప మరేమీ కాదు. ఈ ఆలోచనతో ఆమె మరి ఇన్‌స్టిట్యూట్‌వైపు మరోసారి వెళ్ళలేదు. సమస్యని ఇంకొకవైపు నుండి నరుక్కురావడానికి ప్రయత్నించింది. ముందు పై అధికారి అయిన డి.యస్.పి. దగ్గరికి వెళ్ళింది.

డియస్పీ వెకిలిగా మాట్లాడిన తర్వాత ఆ రోజు మధ్యాహ్నమే ఆమె యస్పీ దగ్గిరకు వెళ్ళింది. యస్పీ, డియస్పీకి పూర్తి వ్యతిరేకం. మంచి వాడే! కానీ రూల్స్‌ని పూర్తిగా ఒంటబట్టించుకున్నవాడు "అవును నిజమే" అన్నది అతని ఊతపదం.

"అవున్నిజమే!! ఆ అమ్మాయి అతని సొంత కూతురే!! కానీ తల్లిని కాదని కూతుర్ని తీసుకుపోవడం నేరం కదా!"

"కానీ ఆవిడ సవతి తల్లండీ!!"

"అవున్నిజమే! కాని కోర్టు ఆర్డరుంది కదా!"

"పోనీ ఆ తల్లి దగ్గరనుండి తన కభ్యంతరం లేదని లిఖిత పూర్వకంగా తెప్పిస్తే...."

"అవున్నిజమే! తెప్పిస్తారు. కానీ మోహన్‌లాల్ కపాడియా ఇన్‌స్టిట్యూట్ పబ్లిక్ యూరినల్స్ కాదుకదా, లోపలికెళ్ళి తలుపేసుకోవడానికి!"

ఆమె కోపాన్ని అణుచుకుని "అవున్నిజమే" అని విరక్తిగా అనేసి అక్కడనుండి లేచి వచ్చేసింది.

అక్కడనుండి ఆమె సరాసరి పత్రికాఫీసుకి వెళ్ళింది. మంచి సర్క్యులేషన్ ఉన్న ఇంగ్లీషు దినపత్రిక అది. నేరుగా వెళ్ళి ఎడిటర్‌ని కలుసుకుంది. ఆ ఎడిటర్ నేషనలిస్టు భావాలున్నవాడు. ఆమె చెప్పినదంతా విన్నాడు. లోలోపలే చాలా ఆశ్చర్యపోయాడు. అసలు కథ ఇదన్నమాట.... తమకి ఇప్పటివరకూ వచ్చిన వార్త వేరు! "ఒక తండ్రి తన కూతురికి, ఆస్పత్రి మందులు ఇవ్వడం ఇష్టంలేక, దూరంగా తీసుకెళ్ళి పోయి, ఆ పిల్ల మరణంకోసం ఎదురు చూస్తున్నాడు"..... ఇదే తనకి తెలిసింది. వెనుకున్న సత్యం తెలీదు.

ముఖ్యంగా 'కాన్స-క్యూర్' సంగతి!

దాన్ని భార్గవ ఎదిరించిన సంగతి!!

అతడు రాజీనామా ఇవ్వవలసి వచ్చిన పరిస్థితుల సంగతి!!!

ఆ రోజు ప్రొద్దున్న శేఖరమూ, తనూ కలిసి లాబ్‌కి వెళ్ళినపుడు భార్గవ బ్రెయిలీలో అన్ని విషయాలూ శేఖరానికి వివరించి చెపుతూ వ్రాసిన కాగితాన్ని ఎడిటర్ ముందుకు తోసింది ఆమె. దాంట్లో వివరాలన్నీ వున్నాయి- మొత్తం కథంతా.

దాని ఇంగ్లీషు తర్జుమాని చదువుతూ ఎడిటర్ మొహంలో రంగులు మారసాగాయి. చదవటం పూర్తిచేసి చాలాసేపు కళ్ళు మూసుకుని అలాగే వుండిపోయాడు.

మనసులోనే ఆమె చెప్పిన వివరాలన్నీ సమీక్షించుకున్నాడు. ఆమె చెప్పేదేగాని ఏమాత్రం నిజమైనా, ఈ వార్త పార్లమెంటుని పునాదుల్తో సహా కదిలించి వేస్తుంది.

అంతేకాదు! ఒక నిస్సహాయుడయిన సైంటిస్టు ఈ కాపిటలిస్టుల చేతిలో ఎలా నాశనమైపోయిందీ మొత్తం దేశానికీ తెలుస్తుంది. పత్రిక ఎడిటర్‌గా పుట్టినందుకు కనీసం కప్పబడిపోతున్న ఒక నిజాన్ని వెలికి తీసిన సంతృప్తి అయినా తనకి మిగుల్తుంది.

.... కానీ అతడు వెంటనే నిర్ణయానికి రాలేదు. పోలీస్‌స్టేషన్‌కి ఫోన్ చేసేడు. పత్రిక ఎడిటర్ తల్చుకుంటే ఇలాంటి వివరాలు బయట పడటం ఎంతసేపు! కొన్ని రోజుల క్రితం భార్గవని ఒక రాత్రి అంతా లాకప్‌లో పెట్టారనీ, మరుసటిరోజు

ప్రొద్దున్నే శంకర్‌లాల్ వచ్చి అతడిని విడిపించాడనీ తెలిసింది. దానికన్నా ముఖ్యమైన వార్త ఏమిటంటే– ఆ రోజే భార్గవ తన పదవికి రాజీనామా ఇచ్చాడు. అతడు మరి ఆలస్యం చేయలేదు. ఒక విలేఖరిని పిలిచి ఆ అమ్మాయితో వెంటనే ఇంటర్వ్యూ తీసుకోమన్నాడు. మరుసటిరోజు ప్రొద్దున్నే పేపర్లో ఈ ఇంటర్వ్యూ కావాలనీ, నాలుగు కాలమ్స్‌లో వచ్చేలా మొత్తం వివరాలన్నీ తీసుకొమ్మనీ చెప్పాడు. ఇందులో కాస్త రిస్కు వుందని తెలుసు. కానీ కొడితే కుంభస్థలం కొట్టాలి!

ఆమెకు అక్కడ పని పూర్తయ్యేసరికి సాయంత్రమయింది. విలేఖరికి తనకి తెలిసిన విషయాలన్నీ చెప్పింది.... తను లాబ్‌లో ప్రార్థనని చూడటం, ఆమె చేతికి ఐ.వి. ఫ్లూయిడ్స్ వుండటం వివరించింది. కూతుర్ని భార్గవ తీసుకెళ్ళింది సహజ మరణంకోసం కాదనీ, తనకు చేతనయిన రీతిలో ఇమ్యూనోథెరపీ కోసమనీ చెప్పింది. నిజంగా భార్గవకి అందరూ అనుకునే ఉద్దేశ్యమే ఉంటే లాబ్‌వరకూ వెళ్ళాల్సిన అవసరమే లేదనీ.... వేరే ఇంకెవరికీ తెలియని చోటే దాక్కోవచ్చనీ తన అభిప్రాయంగా చెప్పింది. ఈ పాయింటులో విలేఖరికి లాజిక్ దొరికింది. దాన్ని హెడ్డింగ్‌గా పెట్టదల్చుకున్నాడు

ఇంటర్వ్యూ ఇచ్చిందన్న మాటేగానీ దీనివల్ల ఎంతవరకూ ఫలితం వుంటుందో ఆమెకే తెలీదు. ఇక్కడ లాబ్‌లో వున్నవాళ్ళకి నిద్రాహారాలు లేక క్షణమో యుగంగా గడుస్తూ వుందన్న విషయం ఆమె మర్చిపోలేదు. ఇన్‌స్పెక్టర్ రవూఫ్ ప్రమాదం అనే రూపంలో పక్కనే ఏ క్షణమైనా కాటు వేస్తాడని ఆమెకి గుర్తుంది.

అందుకే ఆమె ఇంటర్వ్యూ పూర్తవగానే మళ్ళీ తన పనిలో పడింది. ఈసారి ఇంకా పై అధికారిని కలుసుకోడానికి ప్రయత్నించింది. అతడే డి.ఐ.జి.

ఆమె వయసులో చాలా చిన్నది. లోకజ్ఞానం కూడా అంతగా లేదు కానీ లేత అరచేతులతోనే మినుక్కు మినుక్కుమంటూ కొడిగట్టబోతున్న ఒక చిన్న దీపాన్ని కాపాడటానికి శక్తివంచన లేకుండా ఆ అమ్మాయి చేస్తూన్న ప్రయత్నం మాత్రం గొప్పది.

పలుకుబడి లేక, సహాయంచేసే ఆప్తులులేక ఒంటరిగా కేవలం పట్టుదలా, నమ్మినదానిపట్ల నిజాయితీ– ఈ రెంటి సాయంతోనే ఆమె ఇంత సాహసాన్ని చేపట్టలేకపోయేదేమో కాని కొన్ని కొన్ని పరిచయాలు మనకి తెలియకుండానే అంతర్లీనంగా మనకి కావలసిన స్ఫూర్తినీ, జీవితం పట్ల కమేండ్‌నీ కలిగిస్తాయి. శేఖరంతో పరిచయం కొన్నాళ్ళదే అయినా, ఆమెకి అలాటి ఉద్దీపనని కలిగించింది అది.

ఆమె డి.ఐ.జి. ఇంట్లో రాత్రి తొమ్మిదిన్నరవరకూ కూర్చుంది. అతడు ఇంటికి రాలేదు. ఏదో పార్టీలో వున్నాడనీ – ఆలస్యంగా వస్తాడనీ తెలిసింది. మరుసటిరోజు ప్రొద్దున్న రమ్మని అక్కడి మనిషి చెప్పాడు. ఆమె నిరాశతో ఇంటి మొహం పట్టింది.

ఇంటికి వచ్చాక గుర్తువచ్చింది – తను దాదాపు పన్నెండు గంటల్నుంచీ ఏమీ తినలేదని. ఒక్కసారిగా ఆకలి ముంచుకొచ్చింది. అంతలో తల్లి ఆ బ్రెడ్ పాకెట్టూ అవీ చూపిస్తూ "ఎందుకే ఇవన్నీ తెచ్చావ్?" అని అడిగింది కూతుర్ని.

అంతే! దాంతో శేఖరం గుర్తువచ్చాడు. అతడి ఆకలి గుర్తు వచ్చింది. తన ఆకలి చచ్చిపోయింది. కంచం ముందునుంచి లేచిపోయింది. 'అదేమిటే' అని విద్దూరంగా చూస్తున్న తల్లికి జవాబు చెప్పకుండా.

పక్కమీద పడుకొని పైకప్పుకేసి చూస్తూ "రేపు అంతా బాగయి కథ సుఖాంతమై, శేఖరాన్ని కలుసుకుంటే తనకి అన్నం సహించని విషయం అతడికి చెప్పాలి" అనుకుంది. ఏమంటాడో తనకి బాగా తెలుసు. తన గురించి అనేది ఒకేమాట–

'అడాలిసెంట్'.

8

ఆ చరిత్రాత్మకమైన సంఘటన రాత్రి 11–07 నిముషాలకి జరిగింది.

సైన్సు చరిత్రలో బయటపడ్డ గొప్ప గొప్ప వాస్తవాలన్నీ ఎంత యాదృచ్ఛికంగా బయటపడ్డాయో ఈ సత్యంకూడా అంత యాదృచ్ఛికంగా బయటపడింది.

ఆ రాత్రి రవూఫ్ తమని రెండో గదిలోకి తోసేసి మొదటి గది ఆక్రమించుకున్న సంఘటన తరువాత శేఖరం మామూలుగా పచార్లు చేస్తున్నా చాలా సేపటివరకూ భార్గవ మాత్రం తేరుకోలేకపోయాడు. ఏ క్షణాన్నయినా వాళ్ళు లోపలికి విరుచుకు పడవచ్చునని ఆందోళనగా తలుపు వేపుకు చూస్తూ గడిపాడు. అరగంట వరకూ బయటనుండి అలాంటి ప్రయత్నం తాలూకు సూచన ఏదీ కనబడక పోయేసరికి కొద్దిగా సర్దుకుని తన పని కుపక్రమించాడు.

అప్పుడు గమనించాడు. పరికరాల మధ్యగా బుల్లెట్ వెళ్ళడంతో స్టీలు కవరున్న ఓజోన్ ట్యూబ్ స్థానభ్రంశం చెంది ఇంటర్నల్ ఛాంబరులో ఓజోన్ పొరకి రంధ్రం చేసిన సంగతి!

ఎన్నడూ లేనంత నిస్సత్తువ అతడిని ఆ క్షణం ఆవరించింది. మూడు రోజులుగా చేస్తేన్న ప్రయోగం అంతా వృధా అయిపోయినందుకు దుఃఖం కలిగింది. శేఖరం వేపు చూశాడు. తనకోసం అతడింత పట్టుదలతో నిలబడ్డాడు. తానేమో నిర్లక్ష్యంతో అసలేం జరుగుతుందీ చూసుకోలేదు. ఇప్పుడు దొరికినంత సమయం మళ్ళీ దొరకడం, మళ్ళీ ఈ ప్రయోగం మొదటినుండి కొనసాగించడం దాదాపు అసాధ్యం.

ఇంతకాలం చేసింది వృధా అయిందన్నమాట! ఏమీ తోచనట్టూ దిగులుగా ఆ ఫ్లాస్కులవేపు చూస్తూ చాలాసేపు ఉండిపోయాడు. తరువాత చివరి ఫ్లాస్కు ఖాళీ చేయడానికి ఉపక్రమించాడు. భూమి చుట్టూ వున్న ఓజోన్ పొరని కృత్రిమంగా సృష్టించి, దానిగుండా అల్ట్రావయెలెట్ కిరణాల్ని పంపించాడు ఈ మూడు రోజులూ... ఆ కిరణాన్ని ఓజోన్ ఆపుతుంది. కాబట్టి... అలా పంపించటంవల్ల ఫలితమేమీ లేకపోయినా, అతడు ప్రయోగం ప్రారంభించి నప్పుడు ఆ ఒక్క ఛాన్సు కూడా తీసుకోవటం ఇష్టంలేక ఆ ఛాంబర్ కూడా తయారుచేశాడు. రవూఫ్ రివాల్వర్ తాలూకు బుల్లెట్ తగిలి, ట్యూబ్ కదిలి, రంధ్రం చేసింది ఈ పొరనే. దాంతో అతడు కృత్రిమంగా తయారుచేసిన అట్మాస్ఫియర్...2 పాడయింది.

పాడయిపోయిన ఛాంబర్‌ని ఖాళీచేసి, శుభ్రం చేద్దామనుకుంటూ మళ్ళీ ఎందుకో అందులో పదార్థాన్ని కూడా మిగతా వాటిలాగే పరిశీలిద్దామనుకున్నాడు. కొన్ని రసాయనాలతో కూడిన ఉప్పునీటితో ఆ కణాల్ని 'ట్రీట్' ముక్కలుగా కత్తిరించి వాటి ఫోటోలు తీసి చూసేడు.

అతడి భృకుటి ముడిపడింది.

ఫోటోగ్రాఫ్‌లో సన్నటితీగెలు కనిపించాయి.

తన కళ్ళని తానే నమ్మలేకపోయాడు.

తిరిగి మరికొన్ని కణాల్ని ఉప్పునీటిలో ట్రీట్‌చేశాడు. వాటిని తిరిగి ఫోటో తీసి చూసాడు. ఆ తీగెలు తిరిగి కనిపించాయి.

క్రోమోజోమ్స్!!

అతడి చేతులు వణకసాగాయి. నుదుటిమీద చెమట పట్టింది. 'కారియోటైప్' ద్వారా లెక్కకడితే కాస్త అటూ యిటూగా వాటి లెక్క తెలుస్తుంది కానీ, అతడు ఆ లెక్క గురించి అంతగా పట్టించుకోలేదు.

వణుకుతున్న చేతుల్తో అతడు ఎలక్ట్రానిక్ మైక్రోస్కోపును సరిచేశాడు. లోహపు వాయువుని పదార్థం మీదకు వెదజల్లడం వల్ల ఏర్పడే నీడల ఆధారంతో

మిల్లీమీటర్‌లో మిలియనో వంతు భాగాన్ని కూడా చూడగలిగే అత్యంత అధునాతనమైన పరికరం అది.

రొట్టెని తరిగినట్టూ సన్నగా తరిగే మైక్రోటోమ్‌లో దాన్ని స్టెయిన్ చేసి, దానిమీద క్రొమోటిన్ (రంగు) జల్లాడు.

ఎలక్ట్రానిక్ మైక్రోస్కోప్ క్రింద దాన్ని పెట్టి కెమేరా ఆన్ చేశాడు.

ఆటోమాటిక్ కెమేరా ఫోటోలు తీయసాగింది. కొంచెంసేపట్లో ఫోటోలు బయటికి వచ్చాయి. అతడిలో క్షణక్షణానికి టెన్షన్ పెరిగిపోతూంది. ఒక్కొక్క ఫోటోనే లైటుక్రింద పెట్టి చూసేడు.

సడెన్‌గా అతడు వూపిరి బిగపట్టాడు.

ఫోటో తరువాత ఫోటో.....

ఆస్టర్‌బాడీ రెండుగా విడిపోవటం క్రోమోజోమ్‌లు దారాల్లా ఏర్పడడం.... అవి చెరోవైపుకీ చేరుకోవటం నె...మ్మ....ది.....గా ఆ కణం రెండుగా చీలిపోవటం– చీలిన ఆ రెండు కణాలచుట్టూ తిరిగి పరిపూర్ణమయిన పొర ఏర్పడటం...

అప్పుడు అతడు ఆనందంతో పెట్టిన కేకకి గది గోడలు కదిలి పోయాయి.

అతడు చిన్నపిల్లాడిలా కేరింతలు కొట్టాలనుకున్నాడు. యువకుడిలా నాట్యం చెయ్యాలనుకున్నాడు. వయసు గుర్తొచ్చి గంభీరంగా వుండాలనుకున్నాడు. మూడిట్లో ఏ ఒక్కటీ చెయ్యలేకపోయాడు. చుట్టూ వున్న పరికరాల్తో ఆప్యాయంగా మాట్లాడాడు. వాటికి కృతజ్ఞతలు చెప్పుకున్నాడు. సృష్టికి ప్రతిసృష్టి జరగటం చూసి బ్రహ్మదేవుణ్ణి ఈర్ష్య పడవద్దని కోరుకున్నాడు. కదిలే గాలి తెమ్మెరకీ, నిశ్చలమైన పాలవెన్నెలకీ తను సాధించిన విజయం గురించి చెప్పుకున్నాడు.

అలౌకికమయిన ఆ స్థాయీ భావం నుంచి విడివడకుండానే అతడు శేఖరాన్ని చూసి, ఒక్క అంగలో వెళ్ళి అతడిని చేతుల్లోకి తీసుకున్నాడు. "నా యీ విజయానికి అసలు కారణం నువ్వు మిత్రుడా! నువ్వు!! ఆత్మహత్యకు సిద్ధపడిన ఒక జీవన్మృతుడని నీ మాటల్తోనూ చేతల్తోనూ ప్రభావితం చేసి, తిరిగి గమ్యంవేపు నడిపించావు. ఒక వర్షం కురిసిన సాయంత్రం జరిగిన మన పరిచయం యింత గొప్ప ప శామానికి దారితీయటం నా అదృష్టం.... నీకెలా కృతజ్ఞతలు చెప్పుకోను?" అని అ నామనుకున్నాడు. ఆనందంతో నోటమాట రాలేదు. కానీ శేఖరం ఆ స్పర్శలో తేడాని కనుక్కోగలిగాడు. విజయం సంగతి తెలిసిపోయింది. భార్గవ మొహాన్ని ఆప్యాయంగా తడిమాడు. కళ్ళదగ్గిర తడి తగిలి ఆగిపోయాడు. చెంపలమీదకు ధారాపాతంగా కారుతున్న కన్నీటిని తుడుస్తూ 'కంగ్రాట్స్' అందామనుకున్నాడు, అనలేకపోయాడు.

ఆనందంతో మాటరాని మనిషీ, ఆనందాన్ని మాటల్లో చెప్పలేని మనిషీ.... మాటలకతీతమైన భావంతో అలాగే చాలా సేపు వుండిపోయారు.

ముందు తేరుకున్నది భార్గవే. చేసింది తక్కువ, చెయ్యవలసింది చాలా వుంది. ఓజోన్ ట్యూబ్ దగ్గిరగా వెళ్ళి పరీక్ష చేశాడు.

చప్పున అతడికో విషయం స్ఫురించింది.

ఓజోన్ కూడా కార్సినోజినే.

తనింతవరకూ మందుల కంపెనీనుండి వెలువడే విషవాయువునే ఈ ప్రయోగంలో వాడుతూ వచ్చాడు. దాని ద్వారా ఫలితం రావడానికి ఎంత ఆలస్యమై వుండేదో!.... అదృష్టం ఈ రూపంలోనేకాదు, ఇంకో విధంగా కూడా లభించింది. ఏ క్లిష్టమయిన లివింగ్‌సెల్లో తయారవకుండా, నిశ్చితమయిన క్రోమోజోమ్స్‌తో స్పష్టమయిన ఆకారం ఏర్పడటం నిజంగా అదృష్టం.

అతడు తన పనిని కొనసాగించాడు.

ఛాంబర్స్ అన్నిటినీ వాక్యూమ్-డ్రై-ఆఫ్ చేసి, వేర్వేరు వత్తిళ్ళలో, వేర్వేరు ఉష్ణోగ్రతల్లో వుంచి, కార్సినోజిన్ సరఫరా చేశాడు. సరిగ్గా రెండు గంటల తర్వాత అతడి ప్రయత్నం ఫలించింది. ఇరవై మూడు జతల క్రోమోజోమ్స్ వున్న పరిపూర్ణమైన కేన్సర్ సెల్ తయారైంది.

* * *

రాత్రి రెండింటికి రవూఫ్ మోటార్‌సైకిల్ ఇన్‌స్టిట్యూట్ మెయిన్ గేటుముందు ఆగింది. అక్కడినుండి శబ్దం చెయ్యకుండా లోపలికి తోసుకువచ్చాడు.

సరిగ్గా ఆ సమయానికి వస్తానని అతడు ముందే చెప్పడంవల్ల యస్సై ఎదురు చూస్తున్నాడు. దగ్గిరకు వచ్చి శాల్యూట్ చేశాడు.

"ఎలా వుంది పరిస్థితి?" హిందీలో అడిగాడు రవూఫ్.

"అలాగే వుంది సార్! ఇంకా ఎవరూ నిద్రపోలేదనుకుంటా"

రవూఫ్ విసుగ్గా లాబ్‌వైపు చూశాడు. "ఇడియట్స్" అన్నాడు చిరాగ్గా. ఈ రాత్రితో అతడు ఈ పని పూర్తయిపోయిందనుకున్నాడు. కానీ చూస్తుంటే అది అంత దగ్గరలో వున్నట్లు కనబడడంలేదు. అంతలో అతడి దృష్టి దూరంగా లాబ్ దగ్గర నిలబడ్డ వసుమతిమీద పడింది.

"ఈ అర్ధరాత్రిపూట ఈవిడ ఇక్కడెందుకుంది?" మొహం చిట్లిస్తూ అడిగాడు.

"ఎంత చెప్పినా వెళ్ళలేదుసార్! రాత్రంతా మెలకువగానే వుంది".

వసుమతి వున్న వేపు రవూఫ్ రెండడుగులు వేసి చప్పున ఆగిపోయాడు. అతడు ఎందుకు ఆగాడో తెలీక యస్సై కూడా అతడు చూస్తున్న వైపే దృష్టి సారించాడు. ఇద్దరి చూపూ శేఖరం వాళ్ళున్న గది పైభాగాన పడింది.

లోపలి దీపపు కాంతి వెంటిలేటర్లోంచి బయట పడుతోంది.

ఇద్దరూ ఒకరి మొహం ఒకరు చూసుకున్నారు.

"ఇదున్నట్టు మనం ఇంతసేపూ గమనించక పోవడం దురదృష్టకరం" అని యస్సైవేపు తిరిగి "క్విక్..." అన్నాడు. అతడి ఉద్దేశ్యం అర్థం చేసుకున్నట్టు వేగంగా అక్కడినుండి కదిలాడు.

* * *

"నాదో చిన్న అనుమానం?"

"ఏమిటి?"

"మామూలు కణానికీ, కేన్సర్ కణానికీ తేడా లేదని అంటారు – అటువంటప్పుడు అది మామూలు జీవకణమే అయివుండొచ్చుగా! మీరంత ఖచ్చితంగా ఎలా చెప్పలుగుతున్నారు?"

భార్గవ, శేఖరంవైపు మెచ్చుకోలుగా చూశాడు. ఏదో మొక్కుబడికి కాకుండా తనతోపాటు ప్రతివిషయంలోనూ అతడు పాలు పంచుకోవడం చాలా ఉత్సాహంగా వుంది. ఈ పరిస్థితుల్లో కావలసింది అదే! భార్గవ చెప్పాడు.

"నా వూహ నిజమైతే ఈ 'ప్యూర్' కేన్సర్ కణం చాలా శక్తివంతమైందే అయి వుండాలి. ఇది ఒక ఆరోగ్యవంతమైన శరీరంలోకి ప్రవేశపెడితే – అక్కడ యాంటిజెన్‌గా పనిచేసి అనూహ్యమైన వేగంతో వ్యాప్తి చెందుతుంది. అప్పుడా శరీరంలోంచి ఇంటర్‌ఫెరాన్‌ని తీసి రోగికి ఎక్కించి యుద్ధానికి ఆయత్తం చెయ్యటమే కేన్సర్‌కి మందు. ఈ రకమైన యాంటీబాడీస్‌ని సృష్టించటమే ఇన్నాళ్ళూ నేను కలలుగన్న ఇమ్యూనోథెరపీ.

ఇదంతా అర్థం చేసుకోడానికా అన్నట్టు శేఖరం కాసేపు మౌనంగా వుండి తర్వాత అడిగేడు – "మనం ఇప్పుడు ఈ కేన్సర్ కణాల్ని ఏ శరీరంలో ప్రవేశపెడతాం?"

"దాందేముంది? చాలా సులభం. మన లాబ్‌లో వున్న ఏ కుందేల్లోనైనా..." వ్రాయబోతూ సగంలో ఆపుచేసాడు భార్గవ. అతడి మొహం వాడిపోయింది. ప్రక్కగది తమ ఆధీనంలో లేదు, అందులోనే ప్రయోగానికి కావలసిన

జంతువులున్నాయి. తనలో తనే గొణుక్కుంటున్నట్టు 'ఎలా?... ఎలా?..' అనుకున్నాడు. అతడు మౌనంగా వుండటం చూసి శేఖరం "ఏం జరిగింది" అని అడిగాడు.

భార్గవ అతడికి తనకు వచ్చిన క్రొత్త సమస్య గురించి చెప్పాడు.

ప్రతీదానికీ చాలా సులభంగా పరిష్కారమార్గం చెప్పే శేఖరం కూడా ఏం చెయ్యాలో తోచనట్టు ఆలోచనలో పడ్డాడు. అంతలో ఏదో స్ఫురించినట్టు "పోనీ మనం బైటకి వెళ్తే? మీరు సాధించిన విజయం తక్కువదేమీకాదు. ప్రపంచం మీకు జోహార్లర్పిస్తుంది. మిగతా ప్రయోగం బయటే చేసుకోవచ్చు" అని వివరించాడు.

"ప్రపంచం జోహార్లర్పించటానికి కాదు శేఖరం నేనిదంతా చేసింది. వేరే శరీరంలో యాంటీజెన్‌ని ప్రభావితంచేసి దాన్ని ప్రార్థన శరీరంలోకి ఎక్కించాలి. నా కూతురు ఎలాగూ చచ్చిపోతుందన్న నిర్ణయానికి వచ్చి తనమీద ఈ ప్రయోగం చేయదల్చుకున్నాను. ఈ వాక్సిడేషన్ నాలుగు గోడలమధ్య జరగాల్సిందే శేఖరం! మందు తాలూకు ప్రభావం సరిగ్గా తెలియనిదే దాన్ని మనిషిమీద ప్రయోగిస్తానంటే బైట ప్రపంచం దానికి ఒప్పుకోదు. ఎలా? ఎలా?"

దూరంగా మూడుకొట్టింది. బైట ప్రకృతి అంతా ఆ చీకట్లో పిడ్రపోతోంది. ఆశా నిరాశల మధ్య వూగుతూ ఆ ఇద్దరూ ఏం చెయ్యాలో పాలుపోక నిశ్చలంగా కూర్చుని వున్నారు. బైటనుండి పడుతున్న మసక వెలుతురు, చీకటితో పోరాడి ఓడిపోయి నేలమీద నల్లగా పరుచుకుంది. విజయం చేతివరకూ వచ్చి జారిపోయింది.

వాళ్ళలాగే కూర్చుని వున్నారు. స్థాణువుల్లా.... స్తబ్దంగా...

* * *

బయట ప్రకృతి కూడా అలాగే నిశ్శబ్దంగా వుంది. అంతే నిశ్శబ్దంగా ఇద్దరు పోలీసులు ఒక నిచ్చెనని తీసుకుని వెంటిలేటర్ వేపు వెళుతున్నారు. రవూఫ్ దూరంగా వుండి పర్యవేక్షణ చేస్తున్నాడు.

లోపల వాళ్ళకి ఏ మాత్రం శబ్దం వినపడకుండా వెంటిలేటర్ కిందుగా నిచ్చెన అమర్చబడింది. యస్సై నెమ్మదిగా పైకెక్కి లోపలికి తొంగిచూసాడు. తర్వాత కిందికి దిగి రవూఫ్ దగ్గరికి వచ్చాడు.

రవూఫ్ అతడివైపు ప్రశ్నార్థకంగా చూశాడు. యస్సై హుషారుగా "ఇంతకాలం మన దృష్టికి రాకపోవడం వాళ్ళ అదృష్టం సార్. లోపల అంతా స్పష్టంగా కనబడుతోంది. వాళ్ళిద్దరూ ఆ పాప పడుకున్న దగ్గిర వున్నారు" అన్నాడు. రవూఫ్ ఆనందంతో సన్నగా విజిల్ వేసాడు.

"నువ్వొద్దు, నేను వెళతాను. ఆ గుడ్డివాడు నిరపాయకరం. అతడున్నా లేకపోయినా ఒకటే. భార్గవని షూట్ చేస్తాను. నా రివాల్వర్ శబ్దం వినిపించగానే ఇంతకుముందు చేసినట్టే తలుపు గడియ షూట్‌చేసి లోపలికి ప్రవేశించు. ఒకవేళ నేను పేల్చిన బుల్లెట్ అతని కాలికి సరిగ్గా తగలక, బాంబు వున్నవైపు పరిగెడితే నిస్సందేహంగా అతడిని షూట్ చేసి పడేస్తాను" అన్నాడు రవూఫ్. యస్సై తలూపాడు. రవూఫ్ మనసులో అసలు ఉద్దేశ్యంవేరు, తరువాత గొడవా ఎంక్వైరీ రాకుండా అలా అన్నాడే తప్ప అతడు నిశ్చయంగా భార్గవని షూట్ చెయ్యటానికే నిర్ణయించుకున్నాడు.

యస్సై అతడు చెప్పింది విని అర్థమైనట్టు తలూపి రెండోవైపుకి వెళ్ళగానే రవూఫ్ కాలిబూట్లు విప్పి నిచ్చెన ఎక్కడం ప్రారంభించాడు.

ఆ సమయానికి శేఖరం, భార్గవలు ప్రార్థన దగ్గిర వున్నారు.

భార్గవ శేఖరానికి ఏదో చెప్పటం కోసం కాగితం అందుకోబోతూ చటుక్కున ఆగాడు.

నెమ్మదిగా వినిపిస్తూంది... ఏదో శబ్దం!

అతడు చెవులు రిక్కించి విన్నాడు. మళ్ళీ వినిపించింది. కిటికీ తలుపు బైటనుంచి ఎవరో సన్నగా కొడుతున్నారు. అతడిదృష్టి అప్రయత్నంగా ఎక్స్‌ప్లోజివ్స్ మీద పడింది. ఒకదాన్ని చేతుల్లోకి తీసుకొని దూరంగా వున్న వేరేకిటికీ రెక్క కొద్దిగా తెరచి ఆ సందులోంచి చూసేడు.

వెన్నెల్లో వసుమతి కనబడింది. ఆమె భయం భయంగా అటూ ఇటూ చూస్తూ తలుపు తట్టడం కనిపిస్తూంది.

భార్గవ భృకుటి ముడిపడింది. మళ్ళీ ఇందులో ఏదయినా క్రొత్త ట్రిక్కు వుందా అని ఆలోచించాడు. కానీ వసుమతి మొహంలో క్షణక్షణానికి పెరుగుతూన్న భయం అతడి అనుమానాన్ని తగ్గించింది. ఆ భయంలో నిజాయితీ కనబడింది.

వెళ్ళి ఆ కిటికీ చాటునుంచి "ఏమిటన్నట్టు" చూశాడు.

"తలుపు తెరవండి తొందరగా..." అంది. అతడు తటపటాయించాడు. మళ్ళీ అంతలో అనిపించింది. ఏమిటిది భార్యాభర్తల మధ్య ఇన్ని అనుమానాలు! అవనీ ఏం జరుగుతుందో చూద్దాం. ఆమెగానీ అంత మోసానికి పూనుకుంటే ఇంక మనుష్యులున్న లోకంలో బ్రతకటం, అసలు ఈ మానవజాతిమీద విశ్వాసం పెంచుకోవటం కూడా అనవసరమే.

అతడు వెళ్ళి తలుపు తీసేడు.

ఆమె వేగంగా లోపలికి దూసుకువచ్చి అతడిని ఛాంబర్ వెనక్కి తోస్తూ, 'అలా వెళ్ళిపోండి తొందరగా' అంది. అతడికి ఆమె చెపుతున్నది అర్థమయ్యే లోపులోనే అతడిని దాదాపు తోసుకుంటూ ఆ ప్రదేశానికి వెళ్ళింది. అతడు అయోమయంగా అమెవైపు చూడసాగేడు. అంతలో ఆమె శేఖరాన్ని కూడా అక్కడికి తీసుకొచ్చింది.

అదే సమయానికి రవూఫ్ నిచ్చెన ఆఖరి మెట్టుమీద కాలుపెట్టి వెంటిలేటర్ గుండా లోపలికి తొంగిచూసేడు.

లోపల గది నిర్మానుష్యంగా వుంది!

అతడు తన కళ్ళని నమ్మలేకపోయాడు. కళ్ళు నులుముకుంటూ మళ్ళీ గదంతా కలియచూసేడు.

ప్రార్థన తప్ప ఎవరూ లేరు.

ఇంతలో క్రింద ఏవరో దగ్గరకు పరుగెత్తి వస్తూన్న చప్పుడవటంతో వెంటిలేటర్‌లోంచి తల బయటకు తీసి క్రిందకు చూసేడు.

వస్తూన్నది యస్సై... ఏదో జరిగిందని గ్రహించాడు రవూఫ్. నిచ్చెన మెట్లమీద నుండి తొందరగా క్రిందకు దిగాడు.

"ఆవిడ... ఆవిడ..." సబ్ ఇన్‌స్పెక్టర్ రొప్పుతూ అన్నాడు.

"ఆవిడెవరు?..." సరిగ్గా చెప్పు అన్నట్టు విసుగ్గా అన్నాడు రవూఫ్.

"అదే సర్, ఆ సైంటిస్టు భార్య. నేను ప్రక్కకి వెళ్ళగానే లోపలికి మెల్లగా జారుకుంది. వాళ్ళూ వాళ్ళూ ఒకటే".

రవూఫ్ స్థాణువయ్యాడు. ఒక్కసారి రక్తం మొహంలోకి జివ్వున చిమ్మింది. లోపల ఎవరూ తనకి కనబడకపోవటానికి కారణం అర్థమయింది. కోపంతో పళ్ళు పటపట కొరికేడు. ఆమె వున్నదన్న విషయం మర్చిపోయి తన ప్లాన్ బహిరంగంగా చెప్పాడు. యిప్పటివరకూ తనవైపు వున్న ఆమె, ఆఖరి క్షణంలో అటు జారుతుందనుకోలేదు.

లోపల ఈ లోపులో వసుమతి భార్గవకి బయట పోలీసులు ఏం చేయదల్చుకున్నదీ చెపుతుంటే భార్గవ వళ్ళు జలదరించింది. కళ్ళెత్తి వెంటిలేటర్ వైపు చూసేడు. అతనికి కూడా ఇంతవరకూ దాని గురించి అనుమానం రాలేదు. దానిమీద నుంచి దృష్టి మరలుస్తూ, నెమ్మదిగా తలతిప్పి అతడు భార్యవైపు అభిమానంగా చూసేడు. పెళ్ళయిన ఇన్నాళ్ళకి మొట్టమొదటిసారిగా ఆప్యాయతతో కూడిన అదోలాటి భావం అతడిలో కలిగింది. 'ఎంతయినా తామూ, తామూ ఒకటి! తమదొక కుటుంబం!'

ఈ ఆలోచన అతడికెంతో తృప్తి నిచ్చింది.

వసుమతికి కూడా నిశ్చింతగానే వుంది. తనూ లోపలికి వచ్చేసింది. ఇంకేమయినా ఫర్వాలేదు. కష్టాన్ని కూడా అందరూ ఆనందంగా పంచుకుంటారు.

ఆమె ఇక భార్గవకి బయట జరుగుతున్నది చెప్పగానే తన బాధ్యత తీరిపోయినట్టు ప్రార్థన దగ్గరకు వెళ్ళిపోయింది. వెంటిలేటర్ నుండి తను రివాల్వర్ రేంజిలోకి వస్తోందని ఆమెకి తెలుసు. కోపంతో మండిపడే ఇన్‌స్పెక్టర్, ఆ ఉక్రోషంతో తనని కాల్చేసే ప్రమాదం కూడా వుంది. అయినా ఆమె దేన్నీ పట్టించుకోలేదు. మూడురోజుల ఎడబాటుతో ఆమె తల్లడిల్లిపోయింది.

ప్రార్థన దగ్గిరకు చేరుకుని వంగి మొహంమీదకు పడుతూన్న ముంగురుల్ని వెనక్కి తోయబోతూ ఆగిపోయింది. అసలు అక్కడున్నది ప్రార్థనేనా అన్న అనుమానం వచ్చింది. పెనుగాలికి మినుక్కు మినుక్కు మంటూ ఆరిపోవటానికి సిద్ధంగా వున్న దీపంలా వుంది. రెండు మూడు రోజుల్లోనే ఎంత మార్పు.... మృత్యువు ఆహ్వానం ఇంత భయంకరంగా వుంటుందా?.... ఆమె కంటినుంచి చెంపమీదకు నీటిచుక్క రాలింది. ఆమె చప్పున దాన్ని తుడుచుకుంది.

బాధా.... బాధా... బయట కెందుకు వస్తావే బాధా..... నా చుట్టూ వున్న ఆత్మీయులు నా గురించి ఎంత అపార్థపు స్థితిలో వున్నారంటే నిన్ను చూసి రాయివంటి మనసున్న ఈ ఆడదానికి కంటివెంట 'నీరు' కూడా వస్తుందా అనుకుంటారు.

ఏ సెంటిమెంటూ లేకుండా జరగవలసిన దాని గురించి ఆలోచిస్తున్నది శేఖరం ఒక్కడే. భార్గవ జరిగినదంతా వివరించి వసుమతి లోపలికి వచ్చిన విషయం చెప్పగానే "మనం ఆ వెంటిలేటర్‌ని మూసెయ్యాలి" అని చెప్పాడు.

"ఎలా మూయగలం?"

"బలంగా, పెర్మనెంటుగా అక్కర్లేదు. కేవలం వాళ్ళు అక్కడికి చేరుకుంటే ఆ విషయం మనకి తెలిసేలా వుంటే చాలు".

"దానివల్ల ఏమిటి లాభం? వాళ్ళు ఆ అడ్డుని తేలిగ్గా తీసేసి నన్ను షూట్ చేసెయ్యగలరు."

"అలా చెయ్యరు. అది చేసే ఉద్దేశ్యం వుంటే లోపల తోడున్నది ఓ గుడ్డివాడని తెలియగానే బయట్నుంచి తలుపు గడియనే షూట్‌చేసి వుండేవారు వెంటిలేటర్ ఎక్కడం ఎందుకు?"

భార్గవ సాలోచనగా శేఖరంవైపు చూసేడు- శేఖరం కొనసాగించాడు.

"అంటే వాళ్ళు మీకు భయపడుతున్నారన్నమాట. బయటనుండి పిస్టల్ పేల్చి లోపలికి వచ్చే లోపులో మనం బాంబు విసుర్తామని బెదుర్తున్నారు. మనం అంటే నేను గాదు, మీరు. నేనెలాగో వాళ్ళ దృష్టిలో వున్నా లేకపోయినా ఒకటే. మీరు ఎక్స్‌ప్లోజివ్స్‌కి దూరంగా వున్నప్పుడు గమనించి మిమ్మల్ని షూట్ చేస్తే ఆ తరువాత నిస్సంకోచంగా వాళ్ళు లోపలికి వచ్చేయచ్చు. మనకసలు బాంబు పేల్చే ఉద్దేశమే లేదని, విషయం అంతవరకూ వస్తే హత్య చెయ్యకుండా మనం లొంగిపోతామనీ వాళ్ళకి తెలీకుండా వుండటమే మంచిది. వాళ్ళా భయంలో వున్నంత కాలం మనం వెంటిలేటర్ దగ్గర పెట్టిన అడ్డుని వాళ్లు తీసేసే సాహసం చెయ్యలేరు. మనకి ఏ మాత్రం కోపం వచ్చినా పిచ్చివాళ్ళలాగా ప్రవర్తిస్తామన్న భయం వాళ్ళలో కలిగించాలి. దానికోసమయినా మనం వెంటిలేటర్‌కి అడ్డుపెట్టాలి. కొంచెం కష్టం అయినా తప్పదు".

భార్గవకి అతడి లాజిక్, వివరించిన తీరూ బాగా నచ్చింది. అతడు వెంటిలేటర్ దగ్గరకు నడిచాడు.

దూరంనుండి చూస్తున్న రవూఫ్‌కి వెంటిలేటర్‌లోంచి బయటకి వస్తున్న వెలుగు.... నెమ్మది నెమ్మదిగా క్షీణ మవటం మొదట కనిపించింది. తరువాత ఏదో అడ్డుగా వచ్చి, దాన్ని పూర్తిగా మూసేసింది.... కోపమూ, నిస్సహాయతా అతణ్ణి పెనవేసుకున్నాయి. "డామిట్" అనుకున్నాడు కసిగా.

వెంటిలేటర్‌కి అడ్డుపెట్టి క్రిందికి దిగిన తర్వాత భార్గవకి మరేంచేయాలో తోచలేదు. అంతా శూన్యంగానే తోచింది. శేఖరం కూడా ఆలోచనలో వున్నవాడిలానే కనబడ్డాడు. వాళ్ళిద్దరూ అలా ఖాళీగా, మౌనంగా వుండటం వసుమతికి అర్థంకాలేదు. ముఖ్యంగా భార్గవ!

ఆమె భయపడుతూనే అతని దగ్గరకు వెళ్ళింది.

"ఏమండీ!"

అతడు తలతిప్పి చూశాడు.

"ప్రార్థన ఒళ్ళు కాలిపోతుందండీ! అంతేకాదు, రక్తం..." ఆమె సందిగ్ధంగా ఆపుచేసింది. నాకు తెలుసన్నట్టు అతడు తల వూపాడు. అతడు ఆ క్షణం ప్రార్థన గురించి ఆలోచించడంలేదు. వసుమతి గురించి ఆలోచిస్తున్నాడు.

వాలుగా పడుతున్న వెలుతురులో ఆమెని పరిశీలించి చూస్తే ఈ నాలుగు రోజుల్లో నిద్రాహారాలు లేక ఆమె ఎంత కృశించి పోయిందో స్పష్టంగా తెలుస్తూంది.

ఈ అర్ధరాత్రి రెండింటికి బయట చలిలో పోలీసుల మధ్య ఆమె వేచివుంది.... కేవలం తన కూతురి కోసం.

ఒకసారి 'ఆమె వైపునుంచి' ఆలోచించటం మొదలుపెడితే- అతడికి ఆమెమీద అమితమైన జాలి కలిగింది. కానీ యిప్పుడిక దాన్ని ప్రకటించలేడు. ఇద్దరిమధ్యా సున్నితమయినదేదో తెగిపోయింది. ఇప్పట్లో అతుకుతుందా! ఏమో..... కాలమే చెప్పాలి.

ప్రార్థన స్థితి గురించి ఆమెకు వివరించి చెప్పాల్సిన బాధ్యత తన మీద వుందనుకున్నాడు. ప్రార్థనమీద తనకి ఎంత హక్కు వుందో... ఆమెకీ అంత హక్కు వుందని ఆ క్షణమే అతడు మనస్ఫూర్తిగా నమ్మేడు. ఒక పక్క కూతుర్ని మరణశయ్య మీద పెట్టుకుని యీ వివరణంతా ఇవ్వటం హాస్యాస్పదమే అవుతుంది. కానీ, తమ కుటుంబ భవిష్యత్తుని నిర్ణయించే అత్యంత కీలకమైన, అపాయకరమయిన నిర్ణయాన్ని తీసుకోవలసిన బాధ్యత తమ యిద్దరిమీదా యీ క్షణం వుంది. దానికోసమయినా సరే అంతా వివరించి చెప్పాలి.... నెమ్మదిగా "వసుమతీ" అని పిల్చేడు.

మొట్టమొదటిసారిగా అతడి నోటివెంట అలా తన పేరు వినిపించడంతో ఆమె సంభ్రమంగా తలెత్తి చూసింది. అతడి కళ్ళు ఆమెమీద నుంచి శూన్యంలోకి చూస్తున్నాయి. ఏటో చూస్తూ అతడు చెప్పుకుపోతున్నాడు. ".... మనిషికి ఈ ప్రపంచంలో (సాటి మనిషి తరువాత) అత్యంత ప్రమాదకరమైన శత్రువేమిటో తెలుసా వసుమతీ... వైరస్! మనిషి శరీరంలో ఒక భాగంగా కలిసిపోయే ఈ వైరస్‌ను చంపటానికి మందులు లేవు. 'దాన్ని ఆహ్వానించి' సంధి చేసుకోవడమే!! మనిషి ఈ విషయాన్ని సరిగ్గా రెండు వందల సంవత్సరాల క్రితం కనుక్కున్నాడు. అప్పటినుంచే ప్రారంభమైంది....

"అమ్యూన్ థెరపీ'

ఈ అర్ధరాత్రి, మన కూతురు చావుబ్రతుకుల మధ్య వుండగా నేనిలా నీకు సైన్స్ చరిత్రనంతా వివరించి చెప్పటం అసంబద్ధంగా వుండొచ్చు. కానీ ఇప్పుడు మనం- అంటే నువ్వూ- నేనూ- కలిసి తీసుకోబోయే నిర్ణయం మన చిన్నారి ప్రార్థన భవిష్యత్తును నిర్ణయిస్తుంది. ఒకవేళ పొరపాటున ఏదయినా జరిగితే, ఇప్పుడీ నిర్ణయం తీసుకున్నందుకు మనం భవిష్యత్తులో ఎప్పుడూ మరి బాధపడకూడదు. అందుకే.... ఇప్పుడే కావల్సినంత వివరంగా ఆలోచించాలి".

ఆమె మనసు కీడు శంకించింది. బెదురుతూ అతడివైపు చూసింది. అతడు ఆమెను పట్టించుకోకుండా చెప్పుకుపోతున్నాడు.

ఇప్పుడు మనం కేన్సర్ అంటే ఎలా భయపడుతున్నామో, రెండు వందల సంవత్సరాల క్రితం ప్రజలు మశూచి అంటే అలా భయపడేవాడు. నల్లుల్ని చంపినట్టూ ఆ రోజుల్లో మశూచి మనుష్యుల్ని చంపింది. దాని పేరు చెపితేనే ప్రజలు గ్రామాల్ని వదిలి వలస వెళ్ళిపోయేవారు. ఇదంతా ఒకవైపు... ఆ రోజుల్లో మరో వ్యాధికూడా వుండేది, దాని పేరు–"కౌపాక్స్". ఇది పశువులకీ, అప్పుడప్పుడూ మనుషులకీ వచ్చేది. కానీ చిత్రమేమిటంటే కౌపాక్స్ వచ్చినవారికి స్మాల్‌పాక్స్ (మశూచి) వచ్చేది కాదు. ప్రతివారూ తమకి కౌపాక్స్ వస్తే బాగుండును అని కోరుకునేవారు. కారణం, కౌపాక్స్ చాలా చిన్న జ్వరం. ఆటలమ్మలాగా ఇదికూడా మొహంమీద మచ్చల్ని వదిలివెళ్ళదు. చావు భయంలేదు. కానీ ఈ కౌపాక్స్ అందరినీ వరించేది కాదు. ఎక్కువగా పాలుపితికే స్త్రీలకే వచ్చేది.

1796లో జెన్నర్ అనే డాక్టర్‌కి ఒక ఆలోచన స్ఫురించింది. కౌపాక్స్ రావటానికి కారణభూతమయిన వైరసే మనిషి శరీరాన్ని యుద్ధానికి ఆయత్తం చేసి తిరిగి జీవితంలో మరెప్పుడూ భయంకరమైన మశూచి రాకుండా కాపాడుతుందేమో అని! అతడీ ప్రయోగం చేసి చూడాలనుకున్నాడు.

దీనికి అతడు ఎన్నుకున్నది - ఎనిమిదేళ్ళ తన స్వంత కొడుకుని!

చరిత్రలో నిల్చిపోయే మహోన్నతమైన త్యాగాన్ని చెయ్యటానికి అతడు నిశ్చయించుకున్నాడు. కౌపాక్స్ వ్యాధి వచ్చిన ఒక పాలుపితికే స్త్రీ పొంగునుంచి 'రసి' తీసి తన కొడుక్కి ఎక్కించాడు. అతడికి కొద్దిగా జ్వరంవచ్చి తగ్గిపోయింది. అతడు మామూలుగానే వున్నాడు. రెండు నెలల తర్వాత ఈ పరీక్షలో అతి కీలకమైన పాత్ర వహించేరోజు వచ్చింది. మశూచిలో చావటానికి సిద్ధంగా వున్న ఒక రోగి శరీరంనుంచి 'రసి' తీసి తన కొడుక్కి ఎక్కించాడు. మనుష్యులు దేన్ని చూసి భయభ్రాంతులై పారిపోతారో, ఆ అపాయాన్ని తనే స్వయంగా కొడుక్కి ఇంజెక్ట్ చేశాడు. బహుశా క్షణాలు యుగాలుగా అతడు రెండురోజులు గడిపి వుంటాడు! రెండు రాత్రులూ రెండు పగళ్ళూ గడిచాయి.

... కుర్రవాడు చావలేదు!

మశూచి తాలూకు వైరస్ అతడినేమీ చేయలేదు!! మనుష్యజాతిని రక్షించే 'వాక్సిన్' కనుక్కోబడింది!!!

ప్రపంచం అంతా దీనికోసం ఎంత తహతహలాడిందీ అంటే కేవలం పదిరోజుల్లో యాభైకోట్ల సీసాలు తయారు చేయబడ్డాయి.

ఇప్పుడు చెప్పు వసుమతి.... అలాటి మరొక ప్రయోగం కోసం- మానవజాతిని రక్షించటం కోసం- నీ కూతుర్ని ధారపోస్తావా?"

మామూలుగా వింటూన్న ఆమె, ఈ ఆఖరు ప్రశ్నతో ఉలిక్కి పడింది.

గదంతా నిశ్శబ్దంగా వుంది.

ఇంకో రెండు గంటల్లో ప్రపంచాన్ని వెలుగుతో నింపటం కోసం సూర్యుడు ఆయత్తమవుతున్నాడు. ఎక్కువ సమయం లేదు వెంటనే నిర్ణయించు కోవాలి. ఆమె అతడి దగ్గరగా వచ్చింది. "మీరు.....మీరేమీ అనుకోకపోతే మిమ్మల్ని ఓ ప్రశ్న అడగవచ్చునా?"

"దానికేముంది వసుమతీ! అడుగు".

"మీరేమీ అనుకోకూడదు సుమా!"

"ఇంతవరకూ వచ్చాక అనుకోవడం ఏమిటి?"

"పాపనిక్కడికి తీసుకువచ్చారు. చుట్టూ పోలీసులున్నారు. ఇప్పుడు ఇప్పుడెందుకు వచ్చిందీ సమస్య?"

అతడు శుష్కంగా నవ్వేడు. "నీ ప్రశ్నే ఇంకో రకంగా అడగాలంటే 'ఎవర్నడిగి ఇదంతా చేశావు? నన్నడిగి చేశావా? ఇప్పుడీ ఆఖరిక్షణంలో నా సలహా ఎందుకు కావల్సి వచ్చింది' అని కదూ?"

ఆమె నొచ్చుకునీ "అయ్యో! నా అభిప్రాయం అదికాదండీ!" అంది.

"నీ అభిప్రాయం ఏదయినా సమాధానం ఒకటే! ఇది మనిషి మనస్తత్వానికి సంబంధించినది. విజయం సాధించేవరకూ అది యుక్తాయుక్తాలను విస్మరించేటట్టు చేస్తుంది. ఒకసారి అది సాధించాక వెనక్కి తిరిగి చూసుకుంటే లెక్కలేనన్ని సందేహాల్ని కలుగజేస్తుంది. ఇప్పుడు నా పరిస్థితి అదే..."

"విజయం అంటే..." అర్థోక్తిలో ఆపు చేసింది.

"నువ్వు రావటానికి కొన్ని గంటల ముందే మొట్టమొదటి సజీవకణం ఇక్కడ కృత్రిమంగా సృష్టించబడింది వసుమతీ!"

అంత గొప్ప విషయాన్ని అతి సాధారణమైన స్వరంతో చెపుతున్నందుకు ఆమె అప్రతిభురాలై అతనికేసి తలెత్తి చూసింది. అతని ముఖంలో ఏ భావమూ లేదు. ఆమె చాలాసేపు నిశ్శబ్దంగా వుండిపోయింది. అతడు ఆమెవైపే చూస్తున్నాడు. అతడు తను సాధించిన విజయంకన్నా ఇప్పుడు తీసుకోబోయే నిర్ణయంపట్ల ఎక్కువ

అశక్తుడై వున్నాడని గ్రహించింది. ఆమె సంశయిస్తూ- "ఇప్పుడు వెంటనే పాపని తీసుకెళ్ళి ఆస్పత్రిలో చేర్పిస్తే ఫలితం ఏమైనా వుంటుందా?" అని అడిగింది. ఆమె ప్రశ్నలకి అతడికి కోపం రాలేదు. అడగ్గానే ఏదో ఒక నిర్ణయం తీసుకోకుండా, ఇది తన సొంత సమస్యలాగే తీసుకొని పరిణామాలు చర్చించడం సంతోషం వేసింది.

"ఉండదు.... కాని ఇది నా అభిప్రాయం మాత్రమే" అని చివరలో కలిపాడు.

"ఛాన్సు"

"నూటికి తొంభై తొమ్మిది శాతం ఉండదని".

ఆమె మరి ఆలోచించలేదు. "మానవ కళ్యాణం, ప్రపంచ సౌభాగ్యంలాంటి పెద్ద పెద్ద మాటలు నాకెందుకు? ప్రార్థన నా కూతురు. ఆ విషయం మీద ఒప్పుకుంటే!.... ప్రార్థన బ్రతకడానికి అక్కడ ఆసుపత్రిలోకన్నా ఈ ప్రయోగశాలలో ఎక్కువ ఛాన్సు వుంటే ఆమె నిక్కడే వుంచండి. ఒక తండ్రిగా కాదు.... డాక్టరుగా పాపని బ్రతికించి నాకివ్వండి..." అంది.

అతడు సంతృప్తిగా విశ్వసించి శేఖరం దగ్గరికి వెళ్ళాడు. వాళ్ళిద్దరూ చాలాసేపు బ్రెయిలీలో సంభాషించుకున్నారు. అంతసేపు పాటూ వాళ్ళు మాట్లాడుకున్న దేమిటో ఆమెకు అర్థంకాలేదు. 'ఏమిటీ ఆలస్యం' అని భర్తని అడిగింది. అతడు సమస్య చెప్పాడు.

"మనకి కొన్ని కుందేళ్ళు కావాలి. కనీసం ఒక డజనన్నా కావాలి. దురదృష్టవశాత్తు అవి వున్న గది పోలీసుల అధీనంలో వుంది".

"ఇప్పుడీ పరిస్థితుల్లో అన్ని కుందేళ్ళా?" అందామె.

"అవును. పాశ్చర్ ప్రయోగానికీ, ఎమిల్‌వేన్ ప్రయోగానికీ కావాలి".

(పిచ్చికుక్క కాటుకి మందు కనుక్కున్న లూయిపాశ్చర్, రాబీస్ తాలూకు వైరస్‌ని ఒక కుందేలు మెదడులోకి ఎక్కించి, అలా క్రమక్రమంగా వైరస్ శక్తిని నిరపాయకరం చేసేడు. దాన్నే వాక్సీన్‌గా ఉపయోగిస్తూ కుక్కకాటుకి గురైన జోసెఫ్ అనే ఒక తొమ్మిదేళ్ళ కుర్రవాడికి ఎక్కించాడు. జోసెఫ్‌కి రాబిస్ వ్యాధి రాలేదు. పిచ్చికుక్క కరిచిన తర్వాతకూడా ఏ బాధా లేకుండా బ్రతికిన ప్రపంచపు మొట్టమొదటి మనిషి జోసెఫేనేమో! ఆ తర్వాత జోసెఫ్ పెద్దయి, పాశ్చర్ ఇన్‌స్టిట్యూట్‌కి గేట్ కీపర్ అయ్యాడు. జర్మన్ నాజీలు పారిస్‌ని వశపరచుకుని పాశ్చర్ సమాధిని బలవంతంగా బ్రద్దలు కొడుతున్నప్పుడు ఇతను ఆత్మహత్య చేసుకున్నాడు... ఒక రకంగా ఇమ్యూనాలజీకి జెన్నర్, పాశ్చర్, ఎమిల్‌వేన్‌లు పితామహులు.)

"ఆ ప్రయోగాలన్నీ ఇప్పుడు ఇక్కడ ఎందుకు? డాక్టర్ మహేంద్రకిచ్చిన కోర్టు కాగితం వెనక్కి తీసుకుంటే, అప్పుడు మనకి సమస్యేముంది? పాపని తీసుకుని ఇంటికే వెళ్ళిపోవచ్చుగా" అంది వసుమతి.

"ఈ అధునాతనమైన పరికరాలన్నీ ఇంట్లో ఎక్కడ దొరుకుతాయి వసుమతీ!"

ఆమె తన అజ్ఞానానికి సిగ్గుపడి "పోనీ మీరు ఇప్పటివరకూ సాధించిందీ, చెయ్యదల్చుకున్నదీ పై వాళ్ళకు చెప్పి ప్రయోగం కొనసాగించడానికి అనుమతి ఇమ్మంటే?"

"అప్పటివరకూ ప్రార్థన బ్రతుకుతుందనుకోను" ఆమె దెబ్బ తిన్నట్టూ చూసి, చూపు మరల్చి ఏమీ పాలుపోనట్టు కిటికీలోంచి బయటికి చూసింది. దూరంగా ఒక ప్రత్యూషరేఖ ఆకాశాన్ని ఎరుపురంగులోకి మారుస్తుంది. ఆమె తలతిప్పి శేఖరాన్ని చూసింది. ఎప్పుడూ హుషారుగా, సంతోషంగా కనబడే అతడు కూడా ఈ సమస్యను ఎలా పరిష్కరించాలా అన్న సందిగ్ధంతో కొట్టుమిట్టాడుతున్నట్టు కనబడ్డాడు.

ఆమె దృష్టి పాపమీదకు వెళ్ళింది. జీవితంలో నాలుగోవంతు కూడా నిండకముందే, మరింకా ఎన్నో.... ఎన్నెన్నో వసంతాలు చూడకముందే వీడ్కోలు చెప్పవలసి వస్తున్నందుకు కలిగిన బాధతోనో, ఈ ప్రపంచపు కుత్సితత్వాన్ని చూసి కలిగిన నిరాసక్తతతోనో- తనని రక్షించటానికి తన తండ్రి చేస్తున్న ప్రయత్నాన్ని చూసి కలిగిన వేదనతోనో పాప నిస్త్రాణగా పడుకుని వుంది.

వసుమతి ఒక నిర్ణయానికి వచ్చింది.

"ఎమిల్‌వేన్ ప్రయోగానికయితే ఒకటిచాలుగా, పాశ్చర్ అయితే చాలా కావాలి. అవునా?"

"అవును".

"నేను ఒకదాన్ని సంపాదించగలను అనుకుంటున్నాను".

"ఎలా?"

"ఎలాగో ఓలాగ"

"ఈ పరిస్థితుల్లో నువ్వు బయటికి వెళ్ళడం ప్రమాదకరం వసుమతీ! బయట ఇన్‌స్పెక్టర్ చాలా కోపంగా వుండి వుంటాడు".

ఆమె నవ్వింది. 'భర్తమీదే కోర్టుకి వెళ్ళిన స్త్రీకి ఈ సాహసం ఓ లెక్కా!' అని అనుకున్నట్టూ నిర్లిప్తంగా వున్నదా నవ్వు. లోకమంతా తన గురించి ఏమనుకుంటుందో తనూ దాన్నొప్పుకోవటం ఎంతో గొప్ప అవగాహన వుంటేగాని సాధ్యంకాదు.

"చెప్పండి"

"నిజానికి పాశ్చర్ ప్రయోగం వ్యాధి నిరోధకంగానే పని చేస్తుంది తప్ప వచ్చిన వ్యాధిని తగ్గించదు. చెయ్యవలసింది ఎమిల్‌వేన్ ప్రయోగమే. కానీ ఏ విధమైన రిస్కూ తీసుకోవడం ఇష్టంలేక అన్ని కుందేళ్ళు కావాలన్నాను".

"నేను బయటికి వెళ్ళి ఇన్‌స్పెక్టర్‌తో నన్ను బెదిరించి మీరు లోపలికి తీసుకువెళ్ళారని చెప్తాను. తర్వాత వాళ్ళ కన్నుగప్పి కుందేలిని తీసుకువస్తాను. ఒకవేళ నేను రాలేకపోయినా దాన్ని లోపలికి అందిస్తాను".

"అదంత సులభంకాదు".

"ఈ పరిస్థితుల్లో ఇంతకన్నా ఇంకో మార్గం ఏముంది?" అతడికి తోచలేదు.

"మీరింకేమీ ఆలోచించకండి. ఇక ప్రతి క్షణమూ అమూల్యమైనదే!" అతడు సందిగ్ధంగానే అంగీకారం తెలిపాడు.

"మనం ఇంజెక్టు చేసిన ఎంతసేపటికి ఆ జంతువులో మనక్కావలసిన మార్పు వస్తుంది?" అని అడిగింది.

"చెప్పలేను! మామూలు పరిస్థితికన్నా వేగంగానే యాంటీబాడీస్ ఉత్పత్తి అవుతాయనుకుంటున్నాను".

"అయితే ఆ సిరంజి నాకివ్వండి, నాతోపాటు బయటకు తీసుకెళతాను".

అతడికి ఆమె చెపుతున్నది అర్థంకాక 'ఏమిటి?' అన్నట్టు చూశాడు. ఆమె తిరిగి చెప్పింది. "నీకేమయినా మతిపోయిందా?" అన్నాడు. "ఈ సిరెంజి ఇన్‌స్పెక్టర్ కళ్ళబడితే–"

"నాకు ప్రార్థన ముఖ్యమని ముందే చెప్పాను. ఒకవేళ నేను ఆ కుందేలును లోపలికి పంపించటం ఆలస్యం అయి, ఆ తర్వాత మీరు ఇంజెక్ట్ చేస్తే ఆ తర్వాతెప్పుడో దానికి రియాక్షన్ ప్రారంభం అయితే ఇవన్నీ ఎప్పటికి తేలేను కనుక? నేను వెళ్ళగానే ఎలాగో ఒకలాగ ఇంజెక్షన్ ఇచ్చేస్తాను. ఆ తర్వాత దాన్ని ఎప్పుడు మీ దగ్గరికి పంపించినా అంత సమస్య వుండదు కదా!"

అతడికీ ఆలోచన నచ్చింది. ఒకసారి ఆమె బయటికి వెళ్ళిపోతే మళ్ళీ తిరిగి లోపలికి రాకుండా వుండటమే మంచిది. పోలీసుల కన్నుకప్పి కిటికీద్వారా దాన్ని లోపలికి అందివ్వడం పెద్ద సమస్య కాకపోవచ్చు.

అతడీ విషయాన్ని శేఖరంతో సంప్రదించాడు. శేఖరం దాన్ని వెంటనే ఆమోదించి ఈ ఆలోచన వచ్చినందుకు ఆమెని అభినందించాడు. లిక్విడ్ నైట్రోజన్‌లో భద్రపరచిన సైటోప్లాజం (కాన్సరస్)లో బయో కెమికల్స్ కలిపి, భార్గవ ఇంజెక్షన్

సిద్ధం చేస్తూ వుండగా శేఖరం వసుమతికి చిన్న కాగితంమీద రాసిచ్చాడు. అలికినట్టు వున్న అక్షరాలతో....

"ఆస్పత్రిలో రవి అని వుంటాడు. అతన్ని కలుసుకుని భార్గవ సాధించిన విజయం గురించి చెప్పండి. ఈ విషయం బయట ప్రపంచానికి తెలిస్తే మనపట్ల వ్యతిరేకత పూర్తిగా తగ్గిపోతుంది".

అతడందించిన కాగితం, భార్గవ అందించిన ఇంజెక్షన్ తీసుకుని ఆమె తలుపు దగ్గరికి వచ్చింది.

"లైట్ ఆర్పితే మంచిదేమో!" అన్నట్టూ సైగ చేసాడు శేఖరం. లైటార్పితే విషయం బయటవారికి తెలిసే అవకాశంలేదు.

వసుమతి మౌనంగా ఇద్దర్నీ చూస్తూ వుంది.

భార్గవ వెళ్ళి స్విచ్ ఆఫ్ చేసాడు. ఒక్కసారి వెలుగు చీకటయ్యే సరికి అలవాటుపడ్డ కళ్ళకి మరీ చీకటనిపించింది. బయట జరగబోయే అలజడిని వూహిస్తూ ఏ క్షణమయినా పేలబోయే రివాల్వర్ చప్పుడు వినటంకోసం భార్గవ వూపిరి బిగపట్టాడు. తలుపు తెరుచుకోగానే ఆ అవకాశం వదులుకోక ఎవరయినా పిస్టల్ పేల్చవచ్చని అతడి అభిప్రాయం.

కానీ ఎంతసేపటికీ తలుపు తెరుచుకోలేదు.

అతడికి ఏం జరుగుతున్నదీ అర్థంకాక- "వసుమతీ" అన్నాడు.

"ఊఁ!" అందామె.

"వెళ్ళలేదా?"

"లైటు వెయ్యండి!" అందామె.

అతడు కన్ఫ్యూజ్ అయ్యి ఆ అయోమయంలోనే లైటు వేసేడు.

ఆమె గుమ్మం దగ్గర అలాగే నిలబడి వుంది. ఆమె మొహం నిర్మలంగా వుంది.

"మీరు మీ ప్రయోగం చెయ్యటానికి ఒక జంతువు కావాలన్నారు కదూ!"

"అవును"

"ఆ జంతువుకోసం మనం బయటికి వెళ్ళక్కరలేదండీ!"

"వసుమతీ!"

"అవునండీ, అది ఇక్కడే ఉంది- అన్నిటికన్నా పెద్ద జంతువు నేనే!"

ఏదో స్ఫురించి అతడు చప్పున ముందుకు వెళ్ళాడు.

ఆమె సిరెంజి అతడికి అందించింది. అది ఖాళీగా వుంది.

ఆమె చెపుతున్నది మొదట అతని కర్థంకాలేదు. అంతలో ఒక బలమైన కెరటం విసురుగా వచ్చి మొహాన్ని తాకినట్లయింది. మత్తుమందు ప్రభావం నుంచి నెమ్మదిగా బయటికి వస్తున్నట్టు....

"ఏ....ఏమిటిది....ఏమిటి వసుమతీ నువ్వు చెపుతున్నది...." అన్నాడు. నమ్మలేని నిజం.... నమ్మకుండా వుండాలన్న ఆశ, నమ్మినది నిజం కాకూడదని కోర్కె..

"అన్నీ ఆలోచించే ఈ పని చేశానండీ?"

క్రమక్రమంగా అతడి మొహంలో కోపం చోటు చేసుకోసాగింది.

"ఏమిటి నువ్వాలోచించింది? ఆ ఇంజెక్షన్ ఏమిటో తెలుసా? ఇట్స్ మేల్గ్నెంట్ సెల్"

"నాకు తెలుసు.."

"అది రెండు నాలుగు, నాలుగు ఎనిమిదిగా విడిపోయే విషపూరితమైన కణం" నిస్సహాయంగా, కోపంగా అరిచేడు.

"ముందే చెప్పారుగా ఆ సంగతి!"

అతడు దాదాపు పిచ్చివాడయ్యాడు. ఒక వేపు నిస్సహాయతా, మరోవేపు ఉక్రోషం, ఏం చెయ్యాలో తోచని స్థితి. ఈ లోపులో శేఖరం ఆ గదిలో ఏమి జరుగుతూందో తెలీక భార్గవ కోసం తడుముకుంటూ రాసాగేడు. భార్గవ ఏదీ గమనించడంలేదు. అతడి మెదడంతా శూన్యంగా వుంది. అతికష్టంమీద తనని తాను కంట్రోల్ చేసుకోవటానికి ప్రయత్నిస్తూ "ఎంతపని చేశావు వసుమతీ!" అన్నాడు.

ఆమె మాట్లాడలేదు. ఆ మొహంలో చిరునవ్వు అలాగే వుంది. అప్పుడతనికి జ్ఞాపకం వచ్చింది. లూయిపాశ్చర్ ప్రయోగం గురించి చెపుతున్నప్పుడే మొట్టమొదటిసారి ఆమె మొహంలో ఈ నవ్వు కదలాడింది. తను సరిగ్గా గమనించలేదు. కానీ అప్పట్నించే ఆ మొహంలో ఇంతకుముందు లేని ఒక రకమైన తేటదనం చోటు చేసుకుంది. అంటే ఆమె అప్పుడే ఈ నిర్ణయానికి వచ్చిందన్నమాట. బయటికి వెళ్ళే వీలు లేకపోవటం గురించి, పై అధికారుల సాయం తీసుకోలేకపోవటం గురించి ఆమె అడిగిన ప్రశ్నలన్నింటికీ తనొక ఫూల్లాగా సమాధానం చెప్పాడు. అది ఇంత దారుణమైన పరిణామాలకి దారి తీస్తుందని కల్లోకూడా వూహించలేదు.

అతడు ఓ నిర్ణయానికి వచ్చినట్టు గుమ్మం దగ్గరకి వేగంగా నడుస్తూ "పద, నిన్ను వెంటనే ఆస్పత్రికి తీసికెళ్ళాలి" అన్నాడు.

ఆమె తలుపు దగ్గిర్నుంచి కదలలేదు.

"వెళ్తే ఫలితం వుంటుందంటారా?" తాపీగా అడిగింది.

అతడు నిర్విణ్ణుడయ్యాడు. నిజమే! పరిస్థితి చెయ్యి జారిపోయినట్టే. టోటల్ బ్లడ్ ట్రాన్స్‌ఫ్యూజన్ కూడా వీలవదు.

ఆమె అన్నది- "నేను చేసిన పని చాలా మూర్ఖంగా కనిపించవచ్చు. కానీ ఇంకో మార్గం ఏముంది? ఈ ఇన్‌స్టిట్యూట్ నుండి బయటికి అడుగుపెట్టగానే ఇన్‌స్పెక్టర్ మనల్ని అరెస్టుచేస్తాడు. మీరు సాధించిన దానిపై అధికారులకు వివరించి వారిని వప్పించే వరకూ మన పాప బ్రతకదని మీరే చెప్పారు కదా! పోనీ ముందనుకున్నట్టు నేను బయటికి వెళితే అప్పుడు మాత్రం ఇన్‌స్పెక్టర్ ఊరుకుంటాడా! అతడు ఏ మాత్రం నన్నీ ఆవరణలోంచి బయటికి పంపించివేసినా అప్పుడేమౌతుంది? బయటనేనూ-లోపల మీరూ- ఎక్కడ ఏం జరుగుతుందో- ప్రార్థనకి ఎలావుందో తెలీక క్షణక్షణం నరకయాతన ఒక వేపూ... మీకు సాయపడలేక పోతున్నానే అన్న దుఃఖం మరోవేపూ- ఇంత వేదనలో ఈ తెల్లవారు ఝామున ఏ అధికారి ఇంటి తలుపు తట్టను.... ఏ రిసెర్చి డైరెక్టర్ కాళ్ళమీద పడి మనల్ని రక్షించమని వేడుకోను? వద్దండీ- వద్దు. ఈ పోరాటంలో నేను చాలా అలిసిపోయాను. ఇక నాలో ఓపికలేదు. ఈ వాదనలతో దయచేసి నన్ను మరింత బలహీన పర్చకండీ..."

"కానీ.. కానీ..."

"నో... అలా జరగటానికి వీలులేదు. నిన్ను.... నిన్ను... ముందు...."

"చూడండీ! నిర్ణయం తీసుకోవటంలో నేను ఆలస్యం చేసి మానసికంగా మీకు దూరమయ్యేను. అదే నిర్ణయం తీసుకోవటంలో మీరు ఆలస్యం చేసి ప్రార్థనని దూరం చేసుకోకండి!"

అతడు ఏమీ పాలుపోనట్టూ శేఖరం వేపు చూసేడు.

9

ఒక బాంబులాగా పేలింది అది!

ప్రొద్దున్న ఆరింటికి సైకిళ్ళ మీద ఇంటింటికీ వెళ్ళి అందిస్తారు పేపర్ కుర్రవాళ్ళు.

ఆరున్నరకి, పత్రిక ఎడిటరు ఇంకా పక్కమీద వుండగానే మొదటి ఫోన్‌కాల్ వచ్చింది. అంతే... ఆ తరువాత క్షణం కూడా రిసీవరు ఫోన్ మీద పెట్టటానికి వీలులేకపోయింది. ఫోను మీద ఫోన్....

ప్రియ ఎవరు? ఆ అమ్మాయి ఎక్కడ వుంటుంది? ఆ అమ్మాయి ఇంటర్వ్యూలో ఇచ్చిన వార్త నిజమేనా? ఒక సైంటిస్టుని బలవంతాన రాజీనామా చేయించారా? కాన్స్-క్యూర్ నిజంగా కేన్సర్ తగ్గించదా?

వగైరా ప్రశ్నలు అన్నివైపుల్నుంచీ తుఫానులా కురవసాగేయి. ఈ ఒక్క ఫోనే కాదు- పోలీస్‌స్టేషన్‌కీ, కపాడియా ఇన్‌స్టిట్యూట్ ఎం.డి.కీ, స్టేట్ మినిష్టర్‌కీ...

ఒక సైంటిస్టును చంపడానికి ప్రయత్నిస్తున్నారా? తిండి లేకుండా చుట్టుముట్టారా? అసలు అతడెందుకు రాజీనామా ఇవ్వవలసి వచ్చింది? కేవలం కొన్నాళ్ళక్రితం అతడు పేపర్లో కాన్స్-క్యూర్ గురించి యిచ్చిన ఇంటర్వ్యూ వల్లనేనా మీరు కక్ష కట్టింది?

తను ప్రచురించిన ఇంటర్వ్యూకి జనంలో ఇంత సంచలనం వస్తుందని వూహించని ఎడిటరు సంతృప్తిగా గాలి పీల్చుకున్నాడు. అతడి కెందుకో ప్రియను చూసిన మరుక్షణం ఆమె నిజం చెపుతోందని అన్పించింది. ఆమె చెప్పినదంతా నిజమైన పక్షంలో ఒక దారుణం జరగకుండా ఆపుచెయ్యటానికి తను సాయపడ్డాడు. అఫ్టాల్! ఒక లార్జెస్టు ఇంగ్లీషు దినపత్రిక ఎడిటరుగా తనమీద ఆ మాత్రం సాంఘిక బాధ్యత ఉంది!!

అయితే అతడు అనుకున్న దానికన్నా ఎక్కువ పరిణామాలే ఆ రోజు మధ్యాహ్నం జరిగాయి. ఆరోగ్యశాఖా మంత్రి ఎన్విరాన్‌మెంట్ కంట్రోల్ అండ్ రిసెర్చి డైరెక్టర్‌ని స్వయంగా పిలిచి, సామ్సన్ కంపెనీ నుంచి వచ్చే వాయువుని పరీక్ష చేసి, రెండు రోజుల్లోపులో తనకి రిపోర్టు పంపమని ఆదేశాలిచ్చారు. అంతేకాదు, ప్రజల్లో వచ్చిన అనుమానం దృష్ట్యా కపాడియా ఇన్‌స్టిట్యూట్ పేటెంట్ పేపర్స్‌నీ, కేన్స్-క్యూర్ ఫార్ములాను పునఃపరిశీలించవలసిందిగా డ్రగ్ కంట్రోలర్‌ను ఆదేశించవలసిందని కేంద్రానికి రికమెండ్ చేసాడు. సమాజానికి సేవ చేయాలనే కోర్కె ఇంకా మిగిలివున్న అతికొద్ది మంత్రుల్లో అతనొక్కడు.

తన వెనుక ఇంత సంచలనం జరగబోతూ వుందని తెలియని ప్రియ, ప్రొద్దున్న ఎనిమిదింటికే డి.ఐ.జి. ఇంటికి వచ్చి విజిటర్స్ రూమ్‌లో కూర్చుంది. రాత్రంతా నిద్రపోనట్టూ ఆమె కళ్ళు ఎర్రగా వున్నాయి. ఇప్పుడు ఇతడు కూడా కాదంటే ఎక్కడికి వెళ్ళాలా అని ఆలోచిస్తూ వుందామె. ఏదో ఇంగ్లీషు పిక్చర్‌లో లాగా జీపులో ఆహార పదార్థాలు వేసుకుని డైరెక్టుగా ఇన్‌స్టిట్యూట్ గోడల్ని బ్రద్దలు కొట్టుకుంటూ లోపలికి దూసుకుపోతే ఎలా వుంటుందన్న ఆలోచన వచ్చింది. కానీ, మళ్ళీ శేఖరం తనని తిట్టేమాట జ్ఞాపకం వచ్చింది- 'ఎడాలిసెంట్'.

ఆమె గడియారం వంక చూసింది. తొమ్మిదవుతూంది.

ఆ క్రితంరోజు రాత్రి డి.ఐ.జి. ఇంటికి ఆలస్యంగా వచ్చారనీ, ప్రొద్దున్న లేచేసరికి ఆలస్యం అవుతుందనీ నౌకరు ఆమె రాగానే చెప్పాడు. అరగంట తర్వాత వచ్చి, ఆయన లేచారనీ స్నానం చేసి వస్తారనీ చెప్పాడు. ఆ పైన కొద్దిసేపటికి అతడు లోపల్నుంచి వచ్చాడు. అతడిని చూసి ఆమె ఆశ్చర్యపోయింది. డి.ఐ.జి. అంటే ఎవరో ముసలివారు అయి వుంటాడనుకుంది. వచ్చింది యువకుడు. అందుకుకాదు ఆమె ఆశ్చర్యపోయింది. తనకి పోలీస్‌స్టేషన్ నుంచి బయటకు వస్తూంటే ఎదురుపడిన యువకుడే.

"నిన్నెక్కడో చూసేను" అన్నాడు అతను సాలోచనగా.

"పోలీస్‌స్టేషన్‌లో" అందామె. అతడు అనుమానంగా చూసేసరికి ఆమె కంగారుపడి "ఐ మీన్... యస్.పీ. దగ్గర" అంది.

"అవునుకదూ! 'ఆ పాపం మీదే' అని అనుకుంటూ పోలీసు స్టేషన్ లోపల్నుంచి నువ్వు బయటికి వస్తూంటే మా వాళ్ళు మళ్ళీ ఏదయినా ఘోరం చేసారా అనుకున్నాను. ఇప్పుడు జ్ఞాపకం వచ్చింది. అయినా అదికాదు. ఎక్కడో చూసాను... ఎక్కడ?"

"నా పేరు ప్రియ" అంది.

అతను ఉలిక్కిపడ్డాడు. ప్రొద్దున టాయిలెట్‌లో చదివిన పేపర్లో ఫోటో గుర్తువచ్చింది. 'ఓ నువ్వా' అన్నాడు. ఉన్నట్టుండి అతడి మొహంలో కనబడిన ఉద్వేగాన్ని ఆమె గుర్తించి "ఏమిటి అలా అడిగేరు?" అన్నట్టు చూసింది.

"నీ గురించి పేపర్లో చదివాను"

"నా గురించా?" అందామె ఆశ్చర్యంగా.

అతడూ అంతే ఆశ్చర్యంగా "అదేమిటి! ఈ రోజు పేపరు చూడలేదా?" అన్నాడు.

"ఉహు.... ఈ రోజు పేపర్లో అప్పుడే వచ్చేసిందా! ఇంత తొందరగానా?"

అతడు బెల్‌కొట్టి పేపరు లోపల్నుంచి తెప్పించాడు. ఆమెకి ఎగ్జయిటింగ్‌గా వుంది. తన గురించి పేపర్లో పడటం! చేతులు కొద్దిగా కంపించసాగినయ్. వణకుతున్న వేళ్ళతో చదివింది. తన గురించి కొద్దిగే ఇచ్చారు. కానీ తను చెప్పినదంతా యధాతథంగా ప్రచురించారు. అదే కావాల్సింది.

చదవటం పూర్తిచేసి ఆమె తలెత్తేసరికే అతడు ఆమెవైపే చూస్తున్నాడు. "నువ్వీ ఇంటర్వ్యూలో చెప్పిన విషయాలు అన్నీ నిజమేనా?" అని సూటిగా అడిగాడు.

"నాకు తెలిసినంతవరకూ నిజమేసార్" అంది అంతా వివరిస్తూ.

"మరీ విషయాలన్నీ మాకెవరికీ చెప్పలేదేం ముందే!"

"డియస్పీ దగ్గరికి వెళ్ళాను సార్"

"ఈ పాపం అతనిదే అన్నమాట. పోనీ యస్పీ దగ్గరికి వెళ్ళాల్సింది".

"అవున్నిజమే" అంది ఆమె కసిగా. ఆమె స్పాంటేనియటీకి అతడికి నవ్వొచ్చింది. అంత చిన్న వయసులో ఆమెలో కనబడుతున్న పట్టుదలా, ఈ రెండ్రోజుల్నుంచీ పడిన కష్టం గమనించి అతడికి ముచ్చటేసింది.

"శంకర్‌లాల్ పోలీస్‌స్టేషన్‌లో అన్‌డ్యూ ఇన్‌ఫ్లూయన్సూ క్రింద రాజీనామా తీసుకున్నది నిజమేనా?"

"తీసుకోవటం మాత్రం నిజమే సార్. అదే ఇన్‌ఫ్లూయెన్సో నాకు తెలీదు".

"ఇంకొక్క ప్రశ్నకి సమాధానం చెప్పు. వసుమతి ఆ పాపకి సవతి తల్లేనా!"

"ఆ నిజం మాత్రం నాకు బాగా తెలుసు సార్"

అతడు లేచి నిలబడ్డాడు. "పద, మనం డైరెక్టుగా ఆ స్పాట్‌కే వెళ్ళిపోదాం. నా ఉద్దేశ్యం ఈ పాటికే అక్కడ అంతా సర్దుకుని వుంటుందని" అంటూ కారువైపు కదిలాడు. ఆమె అతడిని అనుసరించింది.

* * *

తను చేసిన ఇంజెక్షను యాంటీజెన్‌గా మారి అనుకున్న దాని కన్నా ఎక్కువ వేగంతో పనిచేసి వసుమతి ఇమ్యూన్ సిస్టమ్‌ని అభివృద్ధి చెయ్యడంతో భార్గవలో రవ్వంత ఆశ జనించింది.... ఆమె బ్రతుకుతుందేమో అని! ఆ ఆశ ఎక్కువకాలం నిలబడలేదు. ఆమె శరీరంలో కేన్సర్ కణంతో పోరాడడానికి ఉత్పత్తి అవుతున్న యాంటీబాడీస్‌కన్నా క్షణక్షణానికి పెరిగిపోతున్న కేన్సర్ కణాలే ఎక్కువ కనబడుతున్నాయి.

ఇలా జరగకపోతే ఎంత బాగుణ్ణు- ఇలా జరగకపోతే ఎంత బాగుణ్ణు అని మాటకీ మాటకీ అనుకుంటూనే అతడు తన పని సాగిస్తున్నాడు. అతని మనసంతా చికాకుగా వుంది. ఎలా.... ఇప్పుడెలా ఈమె ప్రాణాల్ని కాపాడగలడు? రేడియం థెరపీ కూడా ఏమీ చెయ్యలేదు! ఒక్క జంతువు... ఒక చిన్న కుందేలు వుండి వుంటే ఎంత బాగుండేది! నిండు ప్రాణం రక్షించబడేది కదా! ఆఖరి క్షణంలో తననుంచి వాటిని వేరుచేసిన ఈ ప్రపంచానికి తెలుస్తుందా? చట్టం పేరిటా న్యాయం పేరిటా ఒక ప్రాణాన్ని బలిగొన్నామని!!

ఈ ఆలోచనలలో ఏకాగ్రత కుదరటంలేదు. అయినదానికి వగచిలాభంలేదు- జరగవలసింది ముఖ్యం. ఈ ఆలోచన రాగానే అతడు తల విదిలించి, మనసు అదుపులో వుంచుకుని మిగతా పని ప్రారంభించాడు.

ప్రయోగంలో రెండవ స్టేజి మరింత కఠినమైనది. ఇమ్యూన్ ఆర్.ఎన్.ఎ.లను కలిగివున్న టి-లింఫోసైట్స్‌ని తయారు చేయాలి.

దానికోసం అతడు ప్రార్థన రక్తంలోంచి నియోప్లాస్టిక్ కణాన్ని వేరుచేసి తన శరీరంలోకి ఎక్కించుకున్నాడు. అవి నిరపాయకరమైనవి. తన శరీరమే ఒక కాబలిస్టులా వాటిని ప్రభావితం చెయ్యాలి. అతడిలో తిరిగి టెన్షన్ ప్రారంభమైంది. కొంచెంసేపు గడపనిచ్చి తన శరీరంలోంచి రక్తాన్ని బయటికి తీసి అందులోంచి టి-లింఫోసైట్స్‌ని వేరుచేసేడు. వాటిని పరీక్షించి చూసి సంతృప్తిగా వూపిరి పీల్చుకున్నాడు.

అవి ఇమ్యూన్ ఆర్.ఎన్.ఎ.లను కలిగివున్నాయి!

తరువాత చకచకా మిగతా పని చేసేడు.

ఇంతకుముందే తయారుచేసి పెట్టుకున్న మోనోక్లోనల్ యాంటీ బాడీస్‌నూ, వసుమతి శరీరంలోంచి తీసిన యాంటీబాడీస్‌నూ వీటికి కలిపి సింథసైజ్ చేశాడు. కేన్సర్‌ని సాధారణంగా వాడే టాక్సికెంట్‌ను ఫిల్టర్ చేశాడు. అప్పుడు వచ్చిన ఆ కాషాయవర్ణంతో కూడిన జేగురురంగు ద్రవపదార్థం వంక కొన్ని క్షణాలపాటూ కన్నార్పకుండా చూసేడు. తన ప్రయోగం ఫలించి- ఈ పదార్థమేగానీ అనుకున్నది సాధించగలిగితే ప్రపంచ చరిత్ర భవిష్యత్ పుటల్లోంచి కేన్సర్ పేరు శాశ్వతంగా తొలగించబడుతుంది!

అతడు తన చేతిలోని పదార్థాన్ని మరోసారి చూసుకుని నెమ్మదిగా వసుమతి మీదికి దృష్టి సారించాడు. అతడి మనసులో అప్పుడే ఆ మందుకి ఒక పేరు క్రమక్రమంగా రూపు దిద్దుకుంది.

"వి-ఇమ్యూనోకెమ్"

'వి'కి అర్థం ప్రపంచానికి తెలియపర్చనక్కర్లేదు-

మరి ఆలస్యం చేయకుండా అతడు విడి కేన్సర్ కణాలకి ఈ మందును కమ్యూనికేట్ చేసి ఫ్లోరోసెంట్ మైక్రోస్కోప్ క్రింద పరీక్షించాడు నెమ్మదిగా. కేన్సర్ కణం విడిపోయింది. అందులోని 'గాల్గి' పదార్థం మాత్రం నాశనం కాకుండా మరొక యాంటీబాడీస్‌గా తయారై పక్కనున్న మరో కేన్సర్ కణాన్ని నాశనం చేయటం గమనించాడు. మరణించిన ప్రతి శత్రువూ తిరిగి జీవం పోసుకుని

ఈసారి తన తరఫు సైనికుడిగా మారి మిగతా శత్రువుల్తో యుద్ధం చేయటం ప్రారంభించటంతో అతడు 'సైమల్టెనియస్'ను సాధించగలిగాడు.

ఈ రకమయిన రెమిషన్ వల్ల, శరీరంలో ఉత్పత్తి అయ్యే కేన్సర్ కణాలకన్నా, వాటితో యుద్ధంచేసే కణాలసంఖ్య వేగంగా పెరుగుతుంది. అదే కావాల్సింది. తన ప్రయోగంతో సంతృప్తి చెంది అతడు కూతురు దగ్గరికి నడిచాడు. చేతిలో సిరెంజి ఒక క్షణం అలాగే పట్టుకుని కూతురు మొహంలోకి చూసేడు. నెమ్మదిగా వంగి, కూతుర్ని బోర్లా తిప్పి ఇంజెక్షన్ ఇచ్చాడు. నిశ్చలంగా వున్న కూతురు శరీరంవైపు మళ్ళీ కొద్దిసేపు కన్నార్పకుండా చూసి, శేఖరం దగ్గరికి వచ్చాడు.

"మనం చేయవలసింది అయిపోయింది శేఖరం. ఇక తలుపు తెరవవచ్చు. కొంచెంసేపట్లో నా అంచనా నిజమై రెమిషన్ ప్రారంభమయితే, ఇకనుంచీ కావల్సింది మామూలు ఆస్పత్రి ట్రీట్‌మెంటే..."

ఇద్దరూ తలుపు తెరిచారు.

చల్లటిగాలి రివ్వున కొట్టింది. మూడు రోజుల తరువాత పూర్తి వెలుగును చూస్తూ ఇద్దరూ మొదటి మెట్టుమీద అడుగుపెట్టారు.

వారిని ముందు గమనించింది రవూఫ్. రెప్పపాటు తన కళ్ళను తనే నమ్మలేకపోయాడు. కానీ వెంటనే సర్దుకుని నిశ్శబ్దంగా జేబులోంచి రివాల్వర్ తీసేడు. యస్సై లేడు.

ముందు భార్గవని పేల్చేసి, తరువాత అక్కడ అలజడి జరిగినట్టూ వాతావరణం సృష్టిస్తే సరి. ఎవరూ చూడకముందే ఇది జరగాలి.

వాళ్ళు మరో రెండడుగులు క్రిందకు దిగారు. గురి చూశాడు. అంతలో దూరంగా కారు వస్తున్న చప్పుడయింది. అతడు దాన్ని గమనించలేదు. ఈ లోపులో భార్గవ శేఖరానికి అటువైపునుంచి యిటు వచ్చాడు.

సరిగ్గా ట్రిగ్గర్ నొక్కబోతూన్న సమయానికి ఒక కారు ఇద్దరి మధ్యా వచ్చి ఆగింది. వెనుకసీట్లో ఒకవైపునుండి డి.ఐ.జి. వేరొకవైపు నుండి ప్రియ దిగారు.

10

వర్షం వచ్చేముందు ఎంత దట్టంగా మేఘాలు అలుముకుంటాయో అది వెలిసిన తర్వాత అంత వేగంగానూ అదృశ్యమైపోతాయి.

అందరికన్నా ముందు అతన్ని కంగ్రాట్యులేట్ చేసినవాడు డాక్టర్ మహేంద్ర. ఆస్పత్రి బయట వరండాలో భార్గవ నిలబడి వుండగా అతడు దగ్గిరగా వచ్చాడు.

"ఎలా వుంది డాక్టర్?"

"ఇంకొక గంటా రెండు గంటలు పోతేగానీ ఏం చెప్పలేం".

భార్గవ విషాదంగా నవ్వాడు. "ఇంకా గంటా, రెండు గంటలు ఒక శరీరంలో తగ్గించటానికీ, మరో శరీరంలో పెరగటానికీ".

మహేంద్ర మాట్లాడలేదు.

"ఇట్సాల్‌రైట్ డాక్టర్! వీ విల్ వాచ్".

మహేంద్ర అతడి దగ్గరకు వచ్చి చేతిమీద చెయ్యి వేశాడు.

"అయామ్ సారీ ఫర్ వాటాల్ హేపెండ్".

భార్గవ అన్నాడు... "నోనో. అటువంటిదేమీ లేదు. నేను మిమ్మల్ని అర్థం చేసుకోగలను. మీ థెరపీతో ఏ లాభమూ వుండదని నేనెలా అనుకున్నానో అలాగే నిష్కారణంగా నేనూ ఒక పాపని నా మూర్ఖపు పట్టుదలతో చంపబోతున్నానని మీరనుకున్నారు. ఇది కేవలం రెండు సిద్ధాంతాల మధ్య సంఘర్షణ- అంతే!"

"నేను లోపలికి వెళుతున్నాను" అని ఆగి, "మా శాయశక్తులా ప్రయత్నిస్తున్నాం డాక్టర్ భార్గవా! కానీ వచ్చిన చిక్కేమిటంటే.."

"నాకు తెలుసు" ముక్తసరిగా అన్నాడు భార్గవ.

డాక్టర్ మహేంద్ర చేయి చాచాడు. భార్గవ అందుకున్నాడు... "కంగ్రాట్సు" అన్నాడు చివరగా.

"థాంక్యూ".

"ఇమ్యూన్ థెరపీ గురించి అలా వుంచండి. ఆర్టిఫిషియల్ సెల్ గురించి, నాలుగయిదు గంటలు కాలేదు- అప్పుడే ప్రపంచ వ్యాప్తంగా సంచలనం మొదలయింది. జెనీవా నుండి డాక్టర్ రాబర్ట్‌సన్ కొంచెంసేపటిక్రితమే మన ఎన్.ఎన్.సీ. డైరెక్టర్‌కి ఫోన్ చేశాడట".

"ఇంకా థీసిస్ అందజేయకుండానే!"

"ఇలాంటి విషయాలు దాచినా దాగవు భార్గవా! వెళ్ళొస్తాను".

భార్గవ అతడు వెళ్ళినవైపే చూస్తూ తిరిగి తల పక్కకి తిప్పేసరికి దూరంగా కారులోంచి శంకర్‌లాల్ దిగడం కనిపించింది. వస్తూనే చేయిచాచి "కంగ్రాట్యులేషన్స్! నాకు తెలుసు, మీరు సాధిస్తారని! అయామ్ ప్రౌడ్ ఆఫ్ యూ" అన్నాడు.

భార్గవ అతడివైపు కన్నార్పకుండా చూసేడు. ఎంత చిత్రం! ఎంత కొద్ది సమయంలో ఇతడు ప్లేటు మార్చేయగలిగేడు. అందుకేనేమో వాళ్ళు డైరెక్టర్లూ, ఛైర్మన్లూ అవ్వగలిగేది. ఒకప్పుడు తామిద్దరూ కత్తులు దూసుకున్నారన్న ఛాయా

మాత్రపు అనుమానం కూడా రాకుండా ఎంత మామూలుగా ఏమీ జరగనట్టు మాట్లాడేస్తున్నాడు.

"మీకేమీ అభ్యంతరం లేకపోతే అలా క్రిందికి వెళ్ళి మాట్లాడుకుందాం వస్తారా?"

భార్గవ మాట్లాడకుండా అతనితోపాటు ఆస్పత్రి మధ్యన వున్న లాన్‌లోకి నడిచాడు.

"భార్గవా! మీకు తెలుసా? ఈ రోజు సామ్సన్ అండ్ సామ్సన్‌లో పెద్ద ఆక్సిడెంట్ జరిగింది! ఒక బాయిలర్ పూర్తిగా పేలిపోయింది".

భార్గవ ఆశ్చర్యపడలేదు. పేలిపోతే ఇన్సూరెన్స్ వస్తుంది. అది కాదు అక్కడ విషయం. కార్సినోజిన్ సంగతి బయట పడకుండా ఎక్కడికక్కడ నొక్కేయ్యడానికి అప్పుడే ప్రయత్నాలు జరగడం మొదలయిందన్న మాట. చివరికేమీ జరగదు. బాయిలర్ పేలిపోయిన దృష్ట్యా రిపోర్టు పంపించటం కుదరదని వీళ్ళు చెప్తారు. మళ్ళీ కొన్నాళ్ళకి యధాతథంగా ఫ్యాక్టరీ పని ప్రారంభిస్తుంది.

"భార్గవా!"

భార్గవ ఆలోచనల్లోంచి తెప్పరిల్లి తలెత్తి చూశాడు.

"మీతో ఒక ముఖ్యమైన విషయం మాట్లాడదామని వచ్చాను". భార్గవ అతడివైపు చూశాడు. "నేషనల్ ఇన్‌స్టిట్యూట్ ఆఫ్ సైన్స్ అండ్ రిసెర్చికి మిమ్మల్ని ఆనరరీ డైరెక్టర్‌గా రికమండ్ చేస్తూ మన డైరెక్టర్లు ఒక ప్రపోజల్ పంపించబోతున్నారు. నాకిప్పుడే తెలిసిందీ విషయం. అఫ్‌కోర్స్- దీన్ని కొంచెం రహస్యంగా వుంచండి".

నేషనల్ ఇన్‌స్టిట్యూట్ ఆఫ్ సైన్స్ అండ్ రిసెర్చికి డైరెక్టరు అంటే సామాన్యమైన పదవేంకాదు. వస్తే విజయాలు పరంపరంగా వస్తాయన్న మాట. ఇది మొదటి మెట్టు మాత్రమే.

"బహుశా ఆ పదవిని నేను స్వీకరించనేమో!" అన్నాడు భార్గవ ఇంగ్లీషులో.

"అఫ్‌కోర్స్ మీరు సాధించిన విజయంతో మీకు అంతకన్నా పెద్ద పదవే రావచ్చు. కానీ మా చేతిలో వున్నదీ చేయగలిగిందీ అది".

"థాంక్స్" ముక్తసరిగా అన్నాడు.

"భార్గవా! మీరేం చేద్దామనుకుంటున్నారు? మీరింకా రిసెర్చి కొనసాగించా లనుకుంటే మన ఇన్‌స్టిట్యూట్‌లోనే చెయ్యవచ్చు. మీ కూతురు మీద మీరు ఉపయోగించిన మందు సత్ఫలితాన్ని ఇస్తుందని ఆశిద్దాం. దురదృష్టవశాత్తూ ఒకవేళ అలాకాకపోతే మాత్రం.." అతడాగాడు. "మన ఇన్‌స్టిట్యూట్‌లో మీరు పరిశోధన కొనసాగిస్తానంటే చాలా ఆనందంగా ఆహ్వానిస్తాం".

"థాంక్స్. నా రిజిగ్నేషన్ లెటర్?"

"అదింకా నా దగ్గర వుంది భార్గవా!"

"నా మీద పోలీస్ కేసు?"

"అదేంటి భార్గవా? ప్రొద్దున్నే ఉపసంహరించుకున్నాంగా!"

"థాంక్స్".

అతడంత ముక్తసరిగా, మామూలుగా, ఏమీ జరగనట్టు మాట్లాడంతో శంకర్‌లాల్ కొద్దిగా కన్‌ఫ్యూజ్ అయ్యాడు.

"భార్గవా! నేను వచ్చింది కేన్స్‌క్యూర్ గురించి మాట్లాడదామని".

అదీ అలా చెప్పు. ఈ క్షణం నుండి నేనేది మాట్లాడినా దానికి విలువ వుంటుంది. ఒక్కసారి కాన్స్‌క్యూర్ గురించి టీవీ ఇంటర్వ్యూలోనో పేపర్ స్టేట్‌మెంట్‌గానో చెప్పానంటే అదొక విస్ఫోటనమై దేశాన్ని కదిలించి వేస్తుంది. అందుకొచ్చావన్నమాట నువ్వు!

"ఊ చెప్పండి" మనసులో ఆలోచనలు పైకి కనబడకుండా వుండటం కోసం ప్రయత్నం చేస్తూ అన్నాడు.

"ఎప్పుడో కొన్ని సంవత్సరాల క్రితం అతడు కనుక్కున్నది తప్పనీ, అతనికిచ్చిన పద్మశ్రీ తిరిగి తీసేసుకోవాలనీ నేనెందుకంటాను మిస్టర్ శంకర్‌లాల్! నేనంత బాధ్యత తెలియనివాణ్ణి కాదు. నాకూ ఎథిక్స్ మీద గౌరవం వుంది. అయితే నాదో షరతు. వెంటనే సామ్సన్ అండ్ సామ్సన్ కంపెనీకి, మోహన్‌లాల్ కపాడియా ఇన్‌స్టిట్యూట్ ఇచ్చిన కాన్స్‌క్యూర్ ఫార్ములాని రద్దు చేసుకుంటూ ఈ క్షణం నుండే దాని ఉత్పత్తి మానేయ్యాలి. అది ఎలా చేస్తారో మీ ఇష్టం".

శంకర్‌లాల్ మొహంలో రక్తం ఇంకిపోయింది. "వెంటనే అంటే కష్టం. ఒక సంవత్సరమన్నా టైమిస్తే" అతడి మాటలు పూర్తికాలేదు- కాలరు పట్టుకుని విసురుగా అతడిని దగ్గరికి లాక్కున్నాడు భార్గవ. అది ఆస్పత్రి అనీ, అందరూ చూస్తున్నారనీ కూడా మర్చిపోయాడు - ఎన్నాళ్ళ నుండో నొక్కిపట్టిన ఆవేదన, ఒక్కసారిగా కట్టలు తెంచుకుంది. అగ్నిపర్వతం బ్రద్దలయింది.

"నిన్నిక్కడ ఇలా నేను నిలదీస్తున్నది నాకు నువ్వు చేసిన అన్యాయానికి కాదు మిస్టర్ శంకర్‌లాల్? నన్ను జైల్లో పెట్టించినందుకు కాదు - నా ఉద్యోగం ఊడబెరికినందుకూ కాదు! ఇప్పుడు నువ్వు జవాబు చెప్పాల్సింది ఏసుపాదం లాంటి మూగజీవాల బలికి? ఇంకా ఎంతకాలం నీకల్తీ మందుల్తో - నీ కల్తీ ఫార్ములాలతో అమాయక జనాన్ని చంపుతావు? యూ రాటెన్ ఎగ్! ఇంకో సంవత్సరం టైమ్ కావాల్రా నీకూ! సంవత్సరంలోగా ఎలాగో నా ఇమ్యూనోకెమ్

మార్కెట్లోకి వచ్చేస్తుందని తెలిసి, ఈలోగా నీ మందుని వీలయినంత కాష్ చేసుకుందామనుకుంటున్నావా? యూ ది సివిలైజ్డ్ డెవిల్ ఆఫ్ ది హిపోక్రటిక్ సొసైటీ! జాగ్రత్తగా విను-వెంటనే నేను చెప్పినట్టు చెయ్యకపోతే మొత్తం మీ సంగతంతా బైటపడేటట్టు చేస్తాను. అప్పుడు నువ్వూ, నీ పద్మశ్రీ చంపాలాల్, నీ బావ నాయుడూ ఎక్కడవుంటారో ఒకసారి ఆలోచించు" అంటూ ఇంకా ఏదో మాట్లాడబోతూంటే లోపల్నుంచి మహేంద్రజైన్ పరిగెత్తుకుంటూ వచ్చేడు.

"ఏమిటిది భార్గవా! వదలండి, ఆవేశపడకండి" అంటూ విడిపించాడు. శంకర్‌లాల్ టై సర్దుకుంటూ కారు దగ్గరికి వెళ్ళిపోయాడు.

"మీకు తెలీదు జైన్! నాకు చేతకాదు గాబట్టి వూరుకోవల్సివస్తోంది. లేకపోతే ఇన్నాళ్ళనుంచీ, ఇన్నాళ్ళుగా ఈ మందుమీద వాళ్ళు సంపాదించిన లక్షలు లక్షల్ని కక్కించి వుండేవాణ్ణి".

"అయిపోయిందేదో అయిపోయింది. బహుశా వాళ్ళు నీతో శత్రుత్వం పెట్టుకోరు, ఈ మందుని ఆపు చేస్తారు".

"ఇంకో మందు మొదలుపెడతారు" గొణుక్కుంటూ అన్నాడు.

"ఈ కంగారులో పడి అసలు విషయం చెప్పటం మర్చిపోయాను భార్గవా? కంగ్రాట్యులేషన్స్. ప్రార్థనలో రెమిషన్ ప్రారంభమైంది. లుకేమియాకి వ్యతిరేకంగా మీ చరిత్రాత్మకమైన ఇమ్యూనోకెమ్ విజయం సాధించింది" ఇంగ్లీషులో అన్నాడు.

ఒక ఆనంద వీచిక భార్గవ మొహంలో గుప్పున వెలిగింది.

"గుడ్. కౌంట్ ఎంత?"

"96000"

"ఎక్సలెంట్", అంతలో భార్గవ మొహంలో సందేహం కనబడింది.

"నా భార్యకెలా వుంది డాక్టర్?" అన్నాడు.

మహేంద్రజైన్ తటపటాయిస్తూ నెమ్మదిగా అన్నాడు, "అన్ని రకాలుగా ప్రయత్నించాం. చివరికి మీ ఇమ్యూనోకెమ్ కూడా ప్రయోగించాం. కానీ ఆమెలో ప్రవేశించిన ఫారిన్ బాడీ మరీ బలంగా వుంది. అయామ్ సారీ ఆమె.... ఆఖరి క్షణాల్లో వుంది".

అతడు నిర్విణ్ణుడయ్యాడు. 'వసుమతీ... క్షమించు నిన్ను రక్షించుకోలేక పోతున్నాను. కానీ ఒకటి మాత్రం నిజం. కేన్సర్‌తో మరణించే వాళ్ళలో నీవే ఆఖరిదానివి కావాలని నా ఆకాంక్ష. అవుతావు కూడా'.

* * *

అతికష్టంమీద ఆమె తలతిప్పి ప్రక్కకి చూసింది. భార్గవ లోపలికొస్తూ కనబడ్డాడు. ఆమె ఒళ్ళంతా మంటల్లో కాల్తున్నట్టూ బాధ. కనురెప్పలు మూతపడిపోతున్నాయి. తన తల్లినీ, తండ్రినీ, చెల్లినీ తీసుకు వెళ్ళిపోయిన ఆస్పత్రి ఇప్పుడు తననీ కబంధ హస్తాల్లోకి తీసుకుంటోంది. కొద్ది కొద్దిగా తలుపులు మూసుకుపోతున్నాయి.

ఆమె పరిస్థితి గమనించి అతడు చప్పున దగ్గిరకి వచ్చి నుదుటి మీద చెయ్యివేశాడు. ఆమె చాలా చెప్దామనుకుంది.

.... మీ కుటుంబంలో ఒకదానిగా కలిసిపోదామని పెళ్ళైన మరుక్షణం నుంచీ ప్రయత్నిస్తూనే వచ్చానండీ కానీ కలవలేకపోయాను. అది నా దురదృష్టం. మనకోసం నేను చేసిన ప్రతిపనీ ఎదురు తిరిగి నన్ను మీకూ, మీ కుటుంబానికీ మరింత దూరం చేసింది. నా మనసులో ఏ దురుద్దేశమూ లేదండీ. నాకు తెలిసిన చిన్న ప్రపంచంలో ఆస్పత్రులపట్ల నాకున్న కొద్ది పరిజ్ఞానముతో నేను చేస్తున్నదే నిజమనుకున్నాను. ఏ పదాల పొందికతో, ఏ మాటల కూర్పుతో, నా మనసులో భావాల్నీ, నా ఉద్దేశాల్నీ పేర్చి మీకందిస్తే మీరు ఈ చివరి క్షణాల్లోనైనా నా మనసుని తెలుసుకోగలుగుతారు? మీలాంటి ఎందరో సైంటిస్టులు ఎన్నెన్నో కనుక్కున్నారు. మానవాళి అభ్యుదయానికి సోపానాలు వేసారు. కానీ ఎవరైనా ఒక్క సైంటిస్టు, మనిషి తన మనసును యధాతధంగా ఎదుటి మనిషికి చూపించి చెప్పగలిగే పరికరాల్ని కనుక్కుంటే బావుండును. అప్పుడు నా మనసులో భావాల్నీ, నా చేతల్లో నిష్కల్మషాన్నీ, మాటల్లో చెప్పలేని నా దృక్పధాన్నీ మీకు వివరించి చెప్పగలిగి వుండేదాన్ని. ఓ దుర్మార్గురాలిగా ఈ లోకంచేత శాశ్వతంగా ముద్రవేయించుకునే పాపం నుంచి తప్పించుకుని వుండేదాన్ని. ఒక నా మాటనేముంది? మనిషికీ మనిషికీ మధ్య కమ్యూనికేషన్ గాప్ తొలగిపోయిన రోజు స్వార్థ చింతన, మానసిక వ్యధ వాటంతటవే పోతాయి. కాన్సర్ మందుకన్నా అది గొప్ప మందౌతుంది. అదీ ఈ ప్రపంచానికి కావలసింది.

వెళ్ళొస్తానన్నట్టు ఆమె నెమ్మదిగా చేతులు జోడించబోయింది. శక్తిలేక చేతులు మధ్యలోనే కిందికి వాలిపోసాగేయి. అతడు ముందుకు వెళ్ళి ఆమె చేతుల్ని తన చేతుల్లోకి తీసుకున్నాడు. ఆమెకి నవ్వొచ్చింది. తనేమో నమస్కారం చెయ్యాలనుకుంది. అతడేమో తనకేదో సహాయపడాలని చేతులు పట్టుకున్నాడు. జీవితం మొదట్నుంచీ చివరివరకూ ఇదే కమ్యూనికేషన్ గాప్!... ఆమె నవ్వు మరింత విశాలమైంది. ఆ నవ్వుతోనే ఆమె తల పక్కకి వాలిపోయింది.

ఉపసంహారం

గోధూళి వేళ ఒక ఎర్రటి సంధ్యా కిరణం అతడి తెల్లటి జుట్టు మీద అందంగా ప్రతిబింబిస్తూ వుంది. అతడు రెయిలింగ్ పట్టుకుని నిలబడి దూరంగా రోడ్డు మీద నలుసుల్లా కనబడుతున్న జనాన్ని చూస్తున్నాడు. అతడి కళ్ళలో ప్రశాంతత వుంది. దాని వెనుక తీక్షణత వుంది. సంతృప్తి వుంది. ఆ పొరల వెనుక రవ్వంత విషాదం కూడా వుంది. అతడి చేతిలో కొత్తగా అలవాటయిన పైప్ వుంది.

ఎకరం విస్తీర్ణంలో చుట్టూ చెట్లతో– మధ్య చిన్న బంగళా. ఎంతో ప్రశాంతంగా హాయిగా వుంది. గడియారం ఆరుకొట్టింది. తిరిగి రోడ్డువేపు చూసేడు. గేటులోంచి లోపలికి వస్తున్న కారుని చూసి మెట్లుదిగి వచ్చాడు. కారు వచ్చి మెట్లముందు ఆగింది.

"ఏమ్మా – ఇంత ఆలస్యం అయింది?"

"ఆస్పత్రిలో ఆలస్యం అయింది డాడీ" అంది ప్రార్థన కారు డోరు వేసి దగ్గరకు వస్తూ. ఇద్దరూ లోపలికి నడిచారు.

"జిన్నీ! కొంచెం టీ ఇస్తావా– ప్లీజ్" డైనింగ్ టేబిల్ దగ్గిర కూర్చుంటూ అంది ప్రార్థన.

"ష్యూర్" జిన్నీ కిచెన్‌లోకి వెళ్ళింది.

"ఈరోజు బాగా అలసిపోయినట్టూ కనబడుతున్నావేమిటి" కూతుర్ని పరీక్షగా చూస్తూ అన్నాడు భార్గవ.

"సెరిబ్రల్ హెమరేజస్ డాడీ! రోజుకి నాలుగు కేసులకి తక్కువ కాకుండా వస్తున్నయ్" అంది.

(రక్తనాళాల్లో కొవ్వు చేరటాన్ని ఎథెరోస్ క్లెరోసిస్ అంటారు. ఈ అడ్డువల్ల గుండె అవసరమైనదానికన్నా ఎక్కువ వత్తిడితో శరీరంలోకి రక్తాన్ని "పంప్" చెయ్యవలసి వస్తుంది. ఈ వత్తిడికి తట్టుకోలేక మెదడులో రక్తనాళాలు పగిలి పోవటాన్ని సెరిబ్రల్ హెమరేజ్ అంటారు.)

"డాడీ" అతడు తలెత్తి చూసేడు.

"మీ రోజుల్లో ఈ వ్యాధి ఇంతలా వుండేది కాదు కదా!"

"అవును, వుండేదికాదు".

"అదృష్టవంతులు డాడీ".

అతడికి నవ్వు వచ్చింది. లూయీ పాశ్చర్‌ని అతడి మనవరాలు 'మీ రోజులలో కరిచే కుక్కని చూసి జనం పులిని చూసినట్టూ భయపడి పరిగెత్తేవారట కదా' అని అడిగినప్పుడు అతనూ ఇలానే నవ్వుకొని వుంటాడు.

"ఈ ఎథిరోస్ క్లెరోసిస్ విల్సన్ అండ్ రిచర్డ్‌సన్ కంపెనీ మందు డాడీ! మైగాడ్ - అసలది ఎంతవరకూ పనిచేస్తుందో మాకే అర్థంకావడం లేదు. ఏదో గుడ్డెద్దు చేలో పడ్డట్టు వాడుతున్నామంతే. ఆస్పత్రిలో ఆ మందు తప్ప ఇంకేమీ లేదు"

"చరిత్ర" అన్నాడు.

"నేను మందుల గురించి మాట్లాడుతూ వుంటే నువ్వు చరిత్ర గురించి మాట్లాడతావేమిటి?"

"నేను మాట్లాడేది మందుల చరిత్ర గురించేలే".

శ్రీనూ వచ్చి ఫోన్ వచ్చిందని చెప్పాడు. భార్గవ వెళ్ళి రిసీవర్ అందుకున్నాడు.

"నేనూ–శేఖరాన్ని".

"చెప్పు".

"రేప్రొద్దున్న ప్రియ లంచ్‌కి రమ్మని పిలుస్తోంది".

"తనేగానీ నువ్వు పిలవటం లేదా?"

"... హోమ్ డిపార్ట్‌మెంట్ సరిహద్దుల్లోకి మనం వెళ్ళం".

"అందరమూ వచ్చేస్తాము. సరేనా?"

"సాయంత్రం అయిదింటికే వచ్చేయండి. టీ.వీ.లో మా అమ్మాయి డాన్స్ వుంది"

"కొత్త టీవీ కొన్నావటగా?"

"అవును! 120 ఛానెల్‌ది"

"ప్రాక్టీసు పెట్టిన తర్వాత నీ పని బాగున్నట్టుందే"

"ఆ... కొద్దిగే...." అంటూ శేఖరం నవ్వాడు. "రేపు వచ్చేస్తారుగా! అందరం కలిసి చూడాలని మా అమ్మాయి పట్టుబడుతోంది".

"తప్పకుండా".

"భార్గవా!"

"ఊఁ"

"మీ మనసంత బావున్నట్టు లేదే-"

భార్గవ విస్మయంతో "నీకెలా తెలిసింది?" అనడిగాడు.

"కంఠంలో మార్పు ఆమాత్రం గుర్తుపట్టలేనా?"

భార్గవ వెంటనే సమాధానం ఇవ్వకుండా ఆగి, అన్నాడు - "కొంచెం డిస్టర్బ్ అయ్యాను... నేను అప్పుడప్పుడూ ఆలోచిస్తూంటాను శేఖరం. జీవకణపు స్వరూపాన్ని కనుక్కున్నాక ఈ పది, పదిహేను సంవత్సరాలలో మనిషి దాదాపు అవయవాల్ని కన్నూ, చెవీ, చివరికి నాలుక కూడా సృష్టించగలిగాడు కానీ 'రోగాన్ని' ఎదుర్కోలేకపోతున్నాడు. ఒకదాన్ని జయించగానే వేరొకటి - దీనికి అంతే వున్నట్టు కనపడటంలేదు".

"సెరిబ్రల్ హెమరేజ్ గురించా?"

"అవును! 1992లో కదూ హృద్రోగం అరికట్టబడింది- అదీ పోయిందీ అనుకుంటే ఇప్పుడు ఇది" భార్గవ నవ్వేడు.

"సర్లే- ఇప్పుడు నీ మూడ్ కూడా పాడుచేయడం ఎందుకు? రేపు కలుద్దాం. ఈ లోపులో నీ జ్యోతిష్యం ఉపయోగించి దీనికి మందు ఎవరు ఎప్పుడు కనుక్కుంటారో ఆలోచించి వుంచు గుడ్‌బై" అని ఫోన్ పెట్టేస్తూ వుంటే ప్రార్థన, జిన్నీ తయారయి వచ్చారు. జిన్నీ చేతిలో టెన్నిస్ రాకెట్ వుంది.

"ఈ రోజు ఫైనల్స్ డాడీ! అక్కని కూడా తీసుకు వెళుతున్నాను చూపించటానికి".

"రేపు మాత్రం ఏ ప్రోగ్రామూ పెట్టుకోకండి. శేఖరం ఇంటికి డిన్నర్‌కి వెళ్ళాలి".

"అంకుల్ ఇంటికా- ఎక్సలెంట్" అంటూ సన్నగా విజిల్ వేసింది జిన్నీ.

"ఇంకా చిన్నపిల్లలా ఆ విజిల్ ఏమిటి?" అని ప్రార్థన కోప్పడింది. "ఆ టీవీ ప్రోగ్రాంలు చూసి పాడైపోతున్నావ్".

"పదిహేను సంవత్సరాల క్రితమూ అంతే. ఏమీ మారలేదు" అన్నాడు భార్గవ.

"ఏమిటి? నేనా-టీ.వీ. ప్రోగ్రామా?" అంది అమాయకంగా జిన్నీ. అందరూ నవ్వేరు.

నవ్వులతోపాటూ ఆ ఇంటినుంచి వాళ్ళు కారులో వెళ్ళిపోయాక ఆ నిశ్శబ్దపు మసక చీకట్లో అతడు ముందుగేటు వరకూ నడుచుకుంటూ బయలుదేరాడు.

ఇంటినుంచి గేటువరకూ ఎర్రమట్టి రోడ్డు. రోడ్డుకిరువైపులా పెద్ద పెద్దచెట్లు... కుడివేపు కొద్ది దూరంలో చెట్టుపక్కగా చిన్న శిలావిగ్రహం... బస్ట్ సైజుది.... జననం- మరణం- మానవజాతిని రక్షించటము కోసం.. బాపతు శిలాశాసన

అక్షరాలు- అన్నిటినీ దాటుకుంటూ అతడు గేటువరకూ వచ్చాడు. అతడి చేతిలో పైప్ వుంది.

ఇంకా పూర్తిగా చీకటి పడలేదు. రోడ్డు అంతా రష్‌గా వుంది.

అతడి దృష్టి ఇద్దరు కాన్వెంట్ పిల్లలమీద పడింది. దూరంగా నిలబడి తనవైపే చూస్తూ వాళ్ళలో వాళ్ళే ఏదో సంప్రదించుకుంటున్నారు. చివరికి ధైర్యంచేసి అతడి దగ్గరికి వచ్చారు.

"మీరు డాక్టర్ భార్గవ కదూ?" అవునన్నట్టు తలూపాడు.

"మీ గురించి ఈవేళ మా టీచర్ చెప్పింది. మీరు మనదేశంలో ఏడో వారటగా?"

"అవును".

అంతలో రెండో అమ్మాయి తన నోట్‌బుక్ తీసి "ఆటోగ్రాఫ్ అండీ" అంది. అతడు ఆమె అందించిన పెన్ అందుకుని కొద్దిసేపు పాటూ ఆలోచించి వ్రాశాడు.

"తన మీదకు పడే రాళ్ళనుండి పిరికివాడు దూరంగా పారిపోతాడు... ధైర్యవంతుడు ఎదురు నిలుస్తాడు. ఆ రాళ్ళతోనే దుర్గం నిర్మించుకుంటాడు మేధావి" వ్రాసి అందించాడు. ఆ అమ్మాయి ఆత్రంగా పుస్తకం తీసుకుని చదివి నిరాశ చెందినట్టూ మొహం పెట్టింది.

"ఏం?"

"నాకేమీ అర్థంకావటంలేదు అంకుల్"

"ఈ ... వయసులో అర్థంకాదు. పెద్దయితే అవుతుంది. పెద్ద డాక్టరువో, పొలిటీషియన్‌వో అవుతే అవుతుంది. మామూలు గృహిణివి అయితే, పెద్దయినా అర్థంకాదు. అర్థమయ్యే అవసరం నీకు రాకుండా వుండాలని కోరుకుంటున్నాను".

"నాకో అంకుల్?" అంది రెండో అమ్మాయి. అతడు వ్రాసేడు.

"భూమి గుండ్రంగా వుందన్న శాస్త్రజ్ఞుణ్ని రాళ్ళతో కొట్టి చంపేరు. కృత్రిమ జీవకణ నిర్మాణ శాస్త్రజ్ఞుడికి నోబెల్ బహుమతి ఇచ్చారు... ఎప్పుడు ఎందుకు ఎక్కడ మీరు ఏం చేస్తారో కానీ- జనం ఓ-జనం-మీకు-నా నీరాజనం".

"చాలా బావుందంకుల్! నిజంగా చాలా బాగుంది" ఆ కొటేషన్ వేపు చూసుకుంటూ అంది.

అతడు వినటంలేదు. ఆరిపోయిన పైపు విదిలించటంలో నిమగ్నమై వున్నాడు. ప్రార్థనకి నయమైన ఆర్నెల్లకు స్వీడన్ వెళుతూ ఆమ్‌స్టర్‌డమ్‌లో కొన్న పైపు అది--

స్వగతం

ఈ నవలలో నేను చెప్పాలనుకుని చెప్పలేకపోయిన విషయాలు చాలా వున్నాయి. ముఖ్యంగా కేన్సర్ పేరిట జరిగే మోసాన్ని వివరించాలనుకున్నాను. మల్టీనేషనల్ కంపెనీలూ, ఇన్‌స్టిట్యూట్‌లు ఎలా ఒకదానికి ఒకటి ఇంటర్ డిపెండెంట్‌గా మారి "అసలు రిసెర్చి" ని నొక్కేస్తాయో చెపుదామనుకున్నాను. కానీ అదంతా చెప్పుకుంటూ పోతే పాఠకులు అసలు చదవని స్థితి ఏర్పడుతుందేమో అని భయం వేసింది. ఒక రకంగా ఇది నా ఓటమి!

'చదివించటానికీ', 'వివరణ' ఇస్తూ పోవటానికీ, ఎప్పుడూ లంకెకుదరదు. అలాగే మానసిక విశ్లేషణలకీ, వ్యక్తి గుణ, పోషణకీ- మరోవైపు కమర్షియల్ గిమిక్స్‌కీ, లంకె కుదరదు. అందుకే విమర్శకుల దృష్టిలో 'పాపులర్' నవలలెప్పుడూ మంచి నవలలు కావు. దురదృష్టవశాత్తూ ఈ విమర్శకులు తాము 'మంచి' నవలలు అనుకున్న వాటిని కూడా కొని చదవరు. పాఠకులతో ఎలా అయినా సరే చదివించాలనుకోవటంలో తప్పులేదనుకుంటాను. కానీ- సస్పెన్స్, థ్రిల్లర్, రవ్వంత శృంగారం... వీటితో పాటూ విషయం కాస్త వున్నా, మరీ ఎక్కువైతే బోరుకొడ్తుంది. ఏ పెర్సెంటేజిలో విషయాన్ని మిక్సుచేసి అందివ్వాలా అన్నది కొంచెం వివరణలు ఇస్తూ వ్రాద్దామనుకున్న 'కమర్షియల్ రచయిత'కి కత్తిమీద సామే!

ఈ నవల పూర్తయ్యేసరికి అర్థమయిందేమిటంటే, థ్రిల్లర్ వ్రాస్తూ సమకాలీన సమస్య చర్చించటం రెండు పడవల్లో రెండు కాళ్ళు పెట్టటంలాంటిది.

ఈ నవలలో చెప్పవలసిన విషయాలు ముఖ్యంగా మందుల గురించి-

అమెరికాలాటి సంపన్న దేశాల్లో వుండే మల్టీనేషనల్ కంపెనీలు, మనలాటి (Third World) బీద దేశాలకి 'సహాయం' కింద అందించే మందుల్లో చాలావరకూ ఆయా సంపన్న దేశాల్లో ఆరోగ్య దృష్ట్యా BAN చెయ్యబడ్డవి. ఎంత గొప్ప వళ్ళు జలదరించే నగ్నసత్యం!

ఇక మన దేశానికి వస్తే....

పల్లెటూర్లో సైకిల్ మీద వచ్చి కొందరు ఖాళీ క్యాప్స్యూల్స్ అమ్ముతారట. వీటిలో బియ్యపు పిండి, A.P.C, Tabs పొడి నింపి రోగుల నుంచి ఒక్కొక్క క్యాప్స్యూల్స్‌కీ 1-00 నుంచీ 2-50 వసూలు చేస్తారట క్వాక్-డాక్టర్లు. ఈ Sodaments ఖరీదు వెయ్యి క్యాప్స్యూల్సూ అయిదు నుంచి 8 రూపాయల వరకూ ఉంటుంది.

ఇంతకన్నా దారుణమైన విషయాన్ని వూరూ పేరూ చెప్పని ఒక వ్యక్తి ఉత్తరం వ్రాసేడు. వాళ్ళ వూళ్ళో వున్న ఎక్స్-రే క్లినిక్ చుట్టు పక్కల నాలుగైదు పల్లెటూళ్ళకి ఒకటేనట. అందులో ఎప్పుడూ ఒకే ఫిల్మ్ వుంటుందట. వచ్చిన ప్రతి పేషెంటునీ తప్పక ఎక్స్-రే తీయించుకోవాలని చెప్పి, అదే ఫిల్మ్ చూపించి డబ్బు వసూలు చేస్తారట. కేవలం అవసరమైన కేసుల్లోనే ఫిల్మ్ మారుస్తారట.

ప్రతి డాక్టరూ, ప్రతీ ఆస్పత్రీ ఇలా వుంటుందని (ఉంటారని) నా వుద్దేశ్యం కాదు. అర్థరాత్రి లేపినా నవ్వుతూ పేషెంట్‌ని ట్రీట్ చేసే డాక్టర్లూ, తమ రంగాన్ని ఒక యజ్ఞంలా స్వీకరించే రిసెర్చి స్కాలర్లూ చాలామంది నాకు తెలుసు. వాళ్ళూ కోకొల్లలు. కానీ రచయిత ఎక్కువగా 'చెడు' చూపించటం వైపే మొగ్గుతూ వుంటాడు. "ఆహా- అంతాబానే వుంది. అందరూ మంచోళ్ళే" అని వ్రాయడు.

ఇదో పెద్ద విషయం... పదిమందికీ అందుబాటులో వుండవలసిన వైద్య సౌకర్యాల అంతస్థుల్ని పెంచేసి- తద్వారా తమ అంతస్థుల్ని పెంచుకునే దురాశకు ఫలితం!! అందుకే నిజాయితీగా మేధాశక్తిని వెచ్చించే డాక్టర్లు చేవ చచ్చి కూలబడిపోతుంటే, మిలియనీర్ల లిమిటెడ్ కంపెనీల హాస్పిటల్స్ ఆకాశపు అంచుల్ని చూస్తున్నాయి... రిలయెన్స్ టెక్స్‌టైల్స్ షేర్లకంటే, ఎస్కార్టు మోటార్సు కంపెనీ షేర్లకంటే, ఫలానా XYZ హాస్పిటల్స్ లిమిటెడ్ వారి షేర్ల ఖరీదు స్టాక్ మార్కెట్లో చుక్కల్నంటే రోజును కూడా మనమే చూస్తున్నాం. వైద్యరంగాల్ని ఆవరించిన రాడికల్ మోనాపోలి నశించేవరకూ ఈ దుస్థితి ఏ "ప్రార్థనా" ఆపలేదు.

సినికల్‌గా వ్రాశానా-?

కేన్సర్‌కన్నా భయంకరమైన వ్యాధి మరొకటి మనిషిని ఆవరించి వుంది. అది "స్వార్థం..."

ముఖ్యమైన మరో విషయం ఇక్కడ ప్రస్తావించాలి. ఈ నవల రాబిన్‌కుక్ "ఫీవర్"కి కొంత అనుకరణ. కొన్ని సంఘటనలయితే దాదాపు అనువాదం. కానీ నవలంతా వ్రాసిన తర్వాత అనిపించేదేమిటంటే, ఈ కథ బదులు నేనే సొంతంగా

ఇంకో కథ వూహించుకుని వుంటే మరింత సక్సెస్ అయి వుండేదేమో! అని. నవలలో ప్రాచుర్యం పొందిన శేఖరం, ప్రియ, శారదల పాత్రలు ఇంగ్లీషులో లేవు. ఫీవర్‌లో నాకు నచ్చనిది హీరో చాలా సులభంగా కూతుర్ని రక్షించుకోవటం. డాక్టర్లు, ఇమ్యూనోథెరపీ గురించి తెలిసినవాళ్ళూ ఈక్లయిమాక్స్ తప్పని, సంతృప్తినివ్వదని చెప్పారు. ఏదయినా అద్భుతం జరిగి కేన్సర్ జీన్ పట్టుబడితే తప్ప దీనికి వైద్యంలేదు. అందుకే చాలా హెచ్చు పాళ్ళతో ఫాంటసీని సృష్టించవలసి వచ్చింది.

అయితే ఇది సూడో సైంటిఫిక్ ఫిక్షన్‌కాదు. ఉన్న వాస్తవాలను తారుమారుచేసి రాస్తే అది సూడో అవుతుంది. ఇప్పటివరకూ నిరూపించబడిన విషయాల్ని యధాతథంగా రాసి ఆపై దాన్ని సహేతుకమైన పరిధిలో వూహించి రాస్తే అది ఫిక్షన్ అవుతుంది. అంతేకానీ ఓజోన్, క్రోమోజోమ్స్‌ని సృష్టిస్తుందా? రెండు పేర్లూ ఒకేలా వున్నాయి కాబట్టి ఇలా వ్రాశావా? అంటే నేనేమీ సమాధానం చెప్పలేను.

బయోకెమిస్టులకీ, ఎబియోజెనెసిస్ చదివిన వాళ్ళకీ ఈ నవలలో "అ ఆ ఇ ఈ" స్థాయిలో ఇచ్చిన వివరణలు చాలా హాస్యాస్పదంగా తోచవచ్చు. కానీ సగటు తెలుగు పాఠకురాలు ఈ నవల చదివాక తన కొడుకులకీ, కూతుళ్ళకీ "బ్రహ్మదేవుడు కమలంలో కూర్చుని మనందర్నీ సృష్టించాడమ్మా!" అని కథలు చెప్పటం మానెయ్యటంకోసం బేసిక్ లెవెల్ నుండీ చెప్పుకుంటూ రావలసి వచ్చింది. కథకి అనవసరమైన వివరణ ఇవ్వవలసి వచ్చింది. ఇలా ఒక తల్లి మారినా నాకు చాలు.

ఆఖరుగా-

కాపీ కథే అయినా ఈ నవలా రచన నన్ను చాలా బాధపెట్టింది. హిప్నాటిజమ్, స్టాక్ ఎక్ఛేంజి, పైథాగరస్ సిద్ధాంతాలు కొద్దో గొప్పో నాకు తెలివైన సబ్జెక్టులు, ఈ మెడికల్ సైన్సు మరీ కొత్తది. అయినా ఈ బయోలాజికల్ అనాలిసిస్.... శాస్త్రజ్ఞుల కష్టాలూ చదువుతూ వుంటే ఇంకా ఎంతో తెలుసుకోవాలనీ, నవల పరిధిని దాటి వెళ్ళి తెలుసుకున్నదంతా పాఠకులకి చెప్పాలనీ అనిపించేది. ఈ నవల వ్రాయడానికి పడినంత కష్టం ఇంతకు ముందు దేనికీ పడలేదు. ఇది మాత్రం నిజం. మసాలా పెట్టి ముచ్చంకాయ కూరవండి పైన కాస్త విటమిన్లు చల్లి అందివ్వడం నా టెక్నిక్ అని పాఠకులు గ్రహించే వుంటారు. ఈ నవలలో మసాలాకన్నా విటమిన్లు ఎక్కువయ్యా యనుకుంటున్నాను. చేదుగా వున్నదని మీరంటే మరో తులసిదళం వ్రాస్తాను. అప్పుడు ప్రకాశకులు ఈ నవల చివరి అట్టమీద ఆఖరి వాక్యం కొద్దిగా మార్చుకోవలసి వస్తుంది-

"చదివి ఆనందించండి, ఆలోచించకండి".